AF097937

## अभिप्राय

विचारानुभव व्यक्त करणाऱ्या या धगधगीत आत्मकथेत विश्वधेनू मेंढपालपुत्राच्या भौतिक व आत्मिक विकासाच्या निश्चित खुणा आढळून येतात.

**लोकसत्ता, दि. २० मार्च २०११**

प्राचार्य दीपा महानवर यांचे विमुक्ती आत्मकथन हे धनगर समाजाचा मनापासून लिहिलेला परिचय असून, शापाचे रूपांतर वरदानात केल्याने ही साहित्यकृती निर्माण झाली आहे.

**पुढारी आपला सातारा, दि. २९ एप्रिल २००९**

आपल्या वाट्याला आलेल्या आयुष्याकडे तटस्थपणे पाहता येणं ही अत्यंत कठीण बाब आहे. पण महानवर यांनी ते काम अगदी सहजगत्या करून दाखवलं आहे.

**महाराष्ट्र टाइम्स, २३ जानेवारी २०११**

विविध अडीअडचणींवर मात करत त्याने बी.एस्सी. (ऑनर्स) पदवी मिळवली. गायनाचा छंद जोपासला. बडोद्याला फिजिक्सबरोबरच साम्यवादी साहित्य वाचलं. कार्ल मार्क्सचा 'दास कॅपिटल' अभ्यासला. धनगर विद्यार्थ्यांच्या शिक्षणासाठी विधायक कार्य केले. अशा या दीपा महानवर यांच्या आत्मकथेचा देखणा तिपेडा गोफ (पेर-बहर-कहर) म्हणजे 'विमुक्ती' विमुक्ती! एक अद्भुत कहाणी.

**तरुण भारत, ९ ऑगस्ट २००९**

दुःख आणि दारिद्र्याशी निकराचा लढा देत, आत्मविश्वासाचा पैसा कवेत घेऊन शिक्षण, साहित्य, लोककला, संघटन, प्रशासन, संपादन, स्तंभलेखन, अध्यापन, समाजकारण आणि राजकारणही अशा अनेक क्षेत्रांमध्ये आपली विशेष अशी उल्लेखनीय मुद्रा उमटविते, हा या आत्मकथानाचा गाभारा.

**प्रा.वसंत पाटील, सांगली**
**दै.ऐक्य, १८/०५/२००९**

शिक्षण क्षेत्र, समाजकारण, अर्थकारण, राजकारण या सगळ्यांना उभे आडवे छेद देत आत्मकहाणी पुढं सरकत जाते. त्यात कुठंही विशिष्ट आव वा भूमिका नाही. म्हणून अधिकच चोखपणे 'विमुक्ती' सुजाण वाचकालाही 'विमुक्त' करत जाते.

**मासिक ललित, डिसेंबर २००९**

# विमुक्ती

### दिपा महानवर

मेहता पब्लिशिंग हाऊस

Please contact us at **Mehta Publishing House,** Pune 411030.
✆ +91 020-24476924 / 24460313
Email : production@mehtapublishinghouse.com
Website : www.mehtapublishinghouse.com

- *या पुस्तकातील लेखकाची मते, घटना, वर्णने ही त्या लेखकाची असून त्याच्याशी प्रकाशक सहमत असतीलच असे नाही.*

**VIMUKTI** by DEEPA MAHANAVAR

**विमुक्ती : दिपा महानवर/ आत्मकथन**

Email : author@mehtapublishinghouse.com

© क्रांती दिपा महानवर

प्रकाशक : सुनील अनिल मेहता, मेहता पब्लिशिंग हाऊस,
१९४१, सदाशिव पेठ, पुणे – ४११०३०.

मुखपृष्ठ : चंद्रमोहन कुलकर्णी

प्रकाशनकाल : मार्च, २००९ / जानेवारी, २०१० / पुनर्मुद्रण : जुलै, २०१७

P Book ISBN 9788184980110
E Book ISBN 9789386745941
E Books available on : play.google.com/store/books
www.amazon.in

'भटक्याला विमुक्ती देणाऱ्या
कर्मवीरआण्णा व गेनबादादा
या दोन बापांना अर्पण!'
— **दिपा महानवर**

'एखादी व्यक्ती कठीण प्रसंगांना कशा प्रकारे तोंड देते त्यावरूनच त्या व्यक्तीची खरी पारख होते, योग्यता कळते!'

– जाँ पॉल सार्त्र

# जाणीव

डोंगरपायथ्याच्या आडवळणी वाडीतल्या गरीब निरक्षर धनगराचं शेंडेफळ! साती शब्दांचं कमतरतेशी नातं. अडीअडीचणींशी संबंध. जीवनमार्गात गतिरोधक अडथळेच अडथळे! पण कर्मवीर भाऊराव पाटलांनी त्या खेड्यामधल्या कौलारू घरात शिक्षणाचा दिवा लावताच माझ्या जीवनाच्या दाही दिशा उजळत गेल्या. सातारा-पुणे-मुंबई, प्राध्यापक-प्राचार्य-विद्यापीठ, प्लॉट-बिल्डींग-एस्टीम असा यशस्वी प्रवास घडला. त्या दीर्घ वाटचालीत साम्यवाद, नास्तिकता यांचा डोळसपणे आजन्म अंगीकार केला. धनगराचा लाचार, पडखाऊ व अंधश्रद्धाळू या विशेषणाशी निकटचा संबंध. तरीही जाणीवपूर्वक स्वाभिमान, आक्रमकता व बुद्धीप्रामाण्य यांच्या संगतीनं मार्गक्रमण केलं. उत्क्रांती घडत गेली.

ती लांब पल्ल्याची पुरोगामी वाटचाल चित्रित करावी; ही प्रबळ इच्छा. पण वेगवान धकाधकीत उसंत मिळाली ती आयुष्याच्या रम्य सायंकाळी. 'विमुक्ती'च्या प्रवासात अनुभवले ते सच्चेपणाने लिहीले. विविध प्रवृत्तींचे चित्रण करताना माणसांचा नामोल्लेख अपरिहार्य ठरला. तथापि, अशा बाबतीत वृत्ती महत्त्वाची; व्यक्ती केवळ निमित्तमात्र असते.

परिपूर्णतेचा हव्यास धरून सातत्याने पाच वर्षे लेखन, वाचन, चिंतन; पुनर्वाचन, पुनर्लेखन केले. सुधारणांच्या, संस्कारांच्या दीर्घकालीन प्रक्रियेतून 'विमुक्ती' आत्मकथा साकारली. याकामी, ख्यातनाम साहित्यिक प्रा. रंगनाथ पठारे यांचे लाभलेले चिकित्सक असे सविस्तर मार्गदर्शन अविस्मरणीय! दलित विचारवंत डॉ. रावसाहेब कसबेंच्या सूचनाही उपयुक्त ठरल्या. याखेरीज विविध वाचक, लेखक व संपादक मित्रमैत्रिणींचे दिग्दर्शन देखील महत्त्वपूर्ण ठरले. कुटुंबीयांचे, आप्तेष्टांचे प्रेरणादायी प्रोत्साहन सातत्याने लाभले. या साऱ्यांच्या ऋणामध्ये राहण्यातच आनंद आहे.

प्रवासाच्या उतारावर समविचारी तत्वज्ञ नटसम्राट डॉ. श्रीराम लागू प्रत्यक्ष भेटले. अनेक भेटींनंतर ते माझेही 'दादा' झाले. आपल्या प्रकृतीच्या गंभीर तक्रारी बाजूला ठेवून त्यांनी माझ्या आत्मकथेला प्रस्तावना प्रदान केली. आशीर्वाद दिला. आदरणीय दादांचा ऋणानुबंध आता चिरंतन राहणार! प्रस्तावनेबाबत सौ. दीपा श्रीराम यांनी केलेल्या सहाय्याची जाणीव देखील कायम राहील.

हस्तलिखिताच्या हिऱ्याला मुद्रणाचं सुवर्ण-कोंदण लाभल्यावरच ग्रंथ-दागिना झळकतो. ते कुशल काम, नामवंत प्रकाशक श्री. सुनील अनिल मेहता यांनी हौसेने केले. त्याकामी संपादक प्रा. अविनाश पंडित यांनी दाखवलेली गुणग्राहकता निर्णायक ठरली.

आता अपेक्षा आहे प्रिय वाचकांच्या प्रतिसादाची!

**दिपा महानवर**

# विलक्षण 'विमुक्ती'

'विमुक्ती' ही श्री. दिपा महानवर यांची अविश्वसनीय वाटावी इतकी अद्‌भुत आत्मकथा आहे.

सातारा जिल्ह्यात डोंगरपायथ्याला पन्नासेक घरांची वाडी लगडवाडी. एस्टीतून उतरल्यावर साताठ मैल चालावं तेव्हा लगडवाडी यायची. वाडीत धनगरांची तीन घरं, एक रामोशाचं, मुसलमानाची चार पाच घरं, बाकी चाळीसेक मराठा. गावात कमालीची अस्पृश्यता पाळली जायची. धनगरांच्या घरी सगळी खायची प्यायची पण त्यांना 'यडपाट धनगारडं' म्हणायची. हीन लेखायची.

पाच मुलगे व दोन मुलींच्या पाठीवर धनगर आईबापाच्या पोटी आपला चरित्रनायक जन्मला. निरक्षर कुटुंबातलं शेंडेफळ. त्याला शिकायची आवड. वाडीत कर्मवीर भाऊराव पाटलांचं व्हालंटरी स्कूल होतं. त्यातून हा मुलगा चौथी पास झाला. पहिला नंबर आला. आर्थिक ओढाताण पाचवीला पुजलेली. पुढं शिकताना आईच्या मावशीनं आपला सोन्याचा काटेरी मणी गहाण ठेवून पुस्तकं घेऊन दिली. सातवीच्या केंद्र परीक्षेतही पहिला नंबर आला.

बापाला मुलाच्या हुशारीचं दांडगं कौतुक. पुढं शिकवण्याची प्रबळ इच्छा. पण जवळपास हायस्कूल नव्हतं. वाटखर्चीला पैसे नव्हते. म्हणून मग त्यांनी पंचवीस मैल चालून मुलाला त्याच्या आजोळी लोणंदला सोडलं. रयत शिक्षण संस्थेच्या हायस्कूलमध्ये नाव घातलं. पुढे हा मुलगा जिद्दीने शिकत राहिला. गरिबीवर मात करीत गेला. हायस्कूलच्या विद्यार्थी वस्तुभांडाराचा सेल्समन म्हणून महिना पंधरा रुपयांवर काम करू लागला. सर्व जातिधर्मांचे विद्यार्थी असलेल्या कर्मवीरांच्या बोर्डिंगमध्ये राहिल्याने त्याच्या मनातल्या अस्पृश्यतेच्या भिंती धडाधड कोसळल्या. जी.बी. मानेसरांनी त्याला साम्यवादाचे, बुद्धिप्रामाण्याचे धडे दिले. लगडवाडीत असताना देवपूजा-उपासतापास करणारा हा मुलगा लोणंदला आल्यावर नास्तिक बनत गेला. अंधश्रद्धा नष्ट झाल्या. पुनर्जन्म, भुतंखेतं असली थोतांडं डोक्यातून साफ निघून गेली. त्याच्या हुशारीला इथं ध्येयवादाची, पुरोगामित्वाची जोड मिळाली.

प्रथम श्रेणीत बोर्डाची अकरावी पास होताच हा जिद्दी मुलगा सातारला कर्मवीर भाऊराव पाटलांच्या शिवाजी कॉलेजमध्ये 'कमवा-शिका' योजनेत दाखल झाला. विविध अडीअडचणींवर मात करीत करीत त्याने फिजिक्स स्पेशल घेऊन बी.एस्सी. (ऑनर्स) पदवी मिळवली. त्या काळात गांधीवादाचा डोळसपणे स्वीकार केला. गायनाचा छंदही जोपासला.

बडोद्याला पदव्युत्तर शिक्षण घेताना फिजिक्सबरोबरच साम्यवादी साहित्य

वाचलं. कम्युनिस्ट विचारसरणीचा पाया असलेला कार्ल मार्क्सचा 'दास कॅपिटल' हा ग्रंथ अभ्यासला. स्टॅलीन, माओ त्से तुंग, एम.एन. रॉय यांची चरित्रं वाचली. अनेक अडथळ्यांना तोंड देत देत शेवटी एम.एस्सी. फर्स्ट क्लास झाला.

जिथे शिकले, त्या सातारच्या कॉलेजमध्ये दिपा महानवर प्राध्यापक झाले. जिल्ह्याला गेले तरी जन्मभूमीला विसरले नाहीत. श्रमदानानं गावचा रस्ता केला. लगडवाडीला एस्टी सुरू केली. वाडीत वीज आणली. गावच्या सहकारी सोसायटीचे चेअरमन झाले. डबघाईला आलेली शेती सोसायटी ऊर्जितावस्थेत नेली. धनगरवाडीत शाळा काढली.

अद्यावत वाचन सुरू असतानाच त्यांनी दै. महाराष्ट्र टाइम्स, सा. मनोहर, सत्यकथा मासिकात विचारप्रवण लेखन केले. पुक्टो-बुटोलिन, कल्पतरू या नियतकालिकांचं दर्जेदार संपादन केलं. धनगर या भटक्या जातीत जन्मल्यानं जी मानहानी सोसावी लागली, ज्या अडीअडचणी आल्या व जे संघर्ष करावे लागले, त्यांची जाणीव ठेवून त्यांनी धनगर विद्यार्थ्यांच्या शिक्षणासाठी विधायक कार्य केले.

डावी विचारसरणी व अन्यायविरुद्ध चीड! –ही मूळ ठेवण असल्याने प्राध्यापक संघटनेत तब्बल तपभर ते बिनीचे शिलेदार होते. पुणे विद्यापीठ प्राध्यापक संघटनेचे अध्यक्ष व महाराष्ट्र राज्य प्राध्यापक महासंघाचे ते चार वर्षे ते सरचिटणीस होते. प्राचार्यांसह सर्व पंचवीसेक प्राध्यापकांना बडतर्फ करणाऱ्या जुलमी मॅनेजमेंट त्या काळी अस्तित्वात होत्या. अशा अनेक अन्यायाविरुद्ध त्यानी लढे दिले, यशस्वी केले.

त्या अजोड कामगिरीमुळे, भ्रष्ट शक्तींचा पाडाव करून प्राध्यापक संघटनेचे पंधरा प्राध्यापक पुणे विद्यापीठ सिनेटवर निवडून गेले. दिपा महानवर सिनेटर तर झालेच, पण पुढे विद्यापीठ कार्यकारिणीवरही निवडून गेले. एका धनगर कुटुंबातला पहिला साक्षर तरुण पुणे विद्यापीठ कार्यकारिणीचा सदस्य होणे ही छोटीशी क्रांतीच म्हणावी लागेल! मा. यशवंतराव चव्हाणांना डी.लिट. पदवी देणाऱ्या त्या नामवंत कार्यकारिणीत डॉ. पतंगराव कदम, श्रीमती पुष्पाताई हिरे या रथी-महारथींसोबत काम करणारा दिपा महानवर हा एकमेव सायकलवाला प्राध्यापक होता. त्याच काळात रयत शिक्षण संस्थेच्या मध्यवर्ती कार्यालयापुढे सातारला धाडसानं उपोषण करून प्रा. महानवरांनी आपली अन्याय्य बदली रद्द करण्यास मॅनेजमेंटला भाग पाडले.

झोकून देऊन एक तप नेतृत्व केल्यावर प्राध्यापक संघटनेतून स्वेच्छा-निवृत्ती घेऊन ते रयत शिक्षण संस्थेत प्राचार्य झाले. बंडखोर प्राध्यापक प्राचार्य होऊ शकला हे विशेष! नॉनग्रँट कॉलेजचे प्राचार्यपद सांभाळताना देणग्या गोळा करण्यासाठी सतत धावपळ करावी लागली. परंतु त्याचा बाऊ न करता शिस्तशीर व वक्तशीर

प्रशासनाद्वारे त्यांनी गुणवत्ता जोपासली. पहिल्या बॅचचे सर्व अडतीस विद्यार्थी उत्तीर्ण तर झालेच, पण त्यातली वंदना नौकुडकर बी.एस्सी. परीक्षेला शिवाजी विद्यापीठात पहिली आली! त्यांनी जेथे जेथे प्राचार्यपद भूषविले, त्या त्या कॉलेजचा चेहरामोहरा बदलून टाकला. प्राचार्यातून ते विद्यापीठ सिनेटवर निवडून गेले व शिवाजी विद्यापीठाच्या व्यवस्थापन परिषदेचे सदस्यही झाले. चित्रकार अभिनेते चंद्रकांत मांढरेंना डी.लिट. पदवी डॉ. अब्दुल कलामांच्या हस्ते प्रदान करणारी अशी ती प्रभावी व्यवस्थापन परिषद होती.

विशेष म्हणजे सामाजिक कामात व्यग्र असताना त्यांनी कुटुंबाकडे दुर्लक्ष होऊ दिले नाही. त्यांची तिन्ही अपत्ये डॉक्टर झाली. गरीब, रांगड्या धनगर समाजातून वर आलेला माणूस बहुधा भाविक असतो; परंतु प्रिन्सिपॉल महानवर नास्तिक! त्यांनी बुद्धिप्रामाण्याची कास धरली;– आईवडीलांच्या निधनप्रसंगी केशवपन केले नाही; स्वत:च्या दुर्धर आजारातही देवाचा धावा केला नाही!

अशा या दिपा महानवर यांच्या आत्मकथेचा देखणा तिपेडी गोफ म्हणजेच 'विमुक्ती'. विलक्षण विमुक्ती! एक अद्भुत कहाणी. प्रिन्सिपॉल महानवर आज अतिशय समृद्ध निवृत्त जीवन जगत आहेत. असे अनेक दिपा महानवर आपल्या देशात जन्मायला हवेत. तेव्हाच आपला देश खऱ्या अर्थाने प्रगत आणि संपन्न झाला आहे असे म्हणता येईल!

**डॉ. श्रीराम लागू**

## अनुक्रमणिका

पेर / १

बहर / ९७

कहर / २०५

# १. पेर

'हे अथेन्सवासीयांनो,
तुम्ही मला जसे छळले, हैराण केले;
तसेच माझ्या मुलांनाही छळा, हैराण करा!
कारण –
प्रतिकूल परिस्थितीच त्यांना सत्याच्या,
शहाणपणाच्या मार्गावर ठेवील!'

– सॉक्रेटिस

# एक

वडील गेनबा. त्यांची पहिली बायको भिकाबाई. वय पोरकट, स्वभाव हेकट. सासरी डोंगरबारीच्या कामाचा रेटा. घरादारात सासूचा जाचहाट. नवी नवरी म्हणून नांदाय आली. सजुऱ्यांची बुत्ती घरोघर वाटली. आणखी एकदोनदा सासर-माहेर झालं. कशीबशी चारसा महिने नांदून माहेरी गेली ती कायमचीच. भिकाबाईनं हानबिगार पुन्हा सासरी पाऊल टाकलं नाही. बिजवराचा शिक्का बसून गेनबा वनवासात.

वाईदेशी बापाची चित्तरकथा अशी, तर घाटाखाली आई मंजुळाची परवड निराळीच. मढ्याच्या थानाला पित होती इतक्या ल्हानपणी तिची आई वारली. पदूर येण्याआधीच लगीन. गावातच दिली. सासर माहेर एकच. मदी फक्त रस्ता. त्या काळी रोगराईला ऊत. नवरा दगडू तापसरीनं आजारी पडला. तेव्हा डॉक्टर पैसा पासरी नव्हते. शिवाय दवापाऱ्याला गिन्नी महाग. लई ज्यार झाला. ताप हाटला नाही. महिनाभर खितपून दगडू मेला. आई बाळरांडाव.

माय मरो न् मावशी उरो! –ही म्हण मंजुळाला पावली. मावशी जिजाबाई. सारी बाई म्हणत. बाईनं लटपटी खटपटी करून दोन्हीकडचे पावनेरावळे जवळ आणले. माझ्या आईची न् वडलाची गाठ मारली. आईचं दुसरं लगीन. वडलाचंबी दुसरं लगीन. दोघांचा दुसरा संसार सुरू झाला.

सातारा जिल्ह्यात वाई तालुक्याच्या आग्नेय टोकाला माझी पन्नासेक घरांची वाडी. लगडवाडी. कृष्णा नदीच्या उगवतीला दोन मैलाव जांब व किकली ही मातब्बर गावं. किकलीखाली बारा वाड्या. लगडवाडी, मापरवाडी, वाकनवाडी,

वरची बेलमाची, खालची बेलमाची, काळंगवाडी, निकमवाडी वगैरे. लगडवाडीच्या तिन्ही बाजूंनी उंचच उंच डोंगर. आभाळाला टेकलेले चंदन-वंदन, मुरा, चोरदात हे किल्ले. फक्त मावळतीला डोंगर गैरहजर. पूर्वेपलीकडनं उंच डोंगर चढून सूर्य उगवतो! असं ल्हानपणी वाटायचं. डोंगरच जगाची सीमा वाटायचे. पलीकडं गावं, माणसं नाहीत असं वाटायचं. बैलगाडी, छकडा, सायकल, फटफटी, मोटार कायबी वहान आलं की गावातच थांबायचं. म्होरं जायला रस्ताच नाही. मुंबई करून रिटायर झालेला खलूड मुकादम म्हणायचा, ''आमची लगडवाडी व्हीटी-बोरीबंदरपेक्षा भारी. व्हीटीपासून फक्त आगगाडी परत फिरती. पण आमच्या वाडीतनं सारीच वहानं माघारी फिरतात.''

बॉम्बे-बंगलोर विमानं ठरावीक वेळी घरघरत वाडीवरून आभाळातनं ये-जा करायची. पण लगडवाडीत जायला एस्टी नसायची. आनेवाडी, पाचवड, भुईंज, जोशीविहीर, शिरगाव यापैकी कोणत्याही स्टँडवर उतरलं तरी साताठ मैल चालावं तेव्हा लगडवाडी घावायची. रेल्वेनं पळशी अथवा वाठार स्टेशनवर उतरलं तरी तितकंच चालावं लागायचं. उनातानातल्या, ओढ्याओघळीतून जाणाऱ्या पायवाट चालीला कंटाळून पाहुणीमाणसं लगडवाडीला यायला भ्यायची. शिवाय उंचउंच झाडांमुळं, वेशीत शिरेपर्यंत गाव दिसायचं नाही.

बारा वाड्यात लगडवाडीला मोठ्ठा शिवार. तिन्ही बाजूंनी डोंगरपायथ्याला टेकलेली शेतं, ताली. तालीव माजलेलं मारवेलाचं गवत. पडकात बुटकं कुसळी गवत. अधूनमधून बोरी-बाभळी, आंबा-लिंब, उंबर, बिल्वा, करंजा-जांभळाची झाडं. धावसड, कावळी, गुंजा, वासनेली, करडकांगुणीचे वेल झाडांना झोंबत कवटाळत वर चढलेले. ओढ्याओघळीकाठी जागजागी कळकीची बेटं, सीताफळाची झाडं. घाणेरी, धायटी, शेंबार्टीची झुडपं. हिरवागार शिवार!

शेतात शिराय ध्यादिवसा भ्या वाटावं अशी पुरुषभर उंचीची बाजरी. कुटंबुटं तालतुंबात भात. नुसत्या पावसावल्या भुईमुगाची बिघ्या-आरदबिघ्याची शेतं. चोरट्यांना भुईमूग दिसू नये– या भाबड्या समजुतीनं बांधाकडेला कारळ्याची तासं. त्याची पिवळीधम्मक फुलं शिवारात रंग भरायची. दसऱ्यात घटाला कारळ्याच्या फुलांच्याच माळा. दुसरी फुलं कुठली घावायला? दिवाळीनंतर उंचापुरा जोंधळा. त्यात हरभरा, करडी, जवसाचं मोगान. मळ्याच्या रानात खपली गहू. हरभऱ्याचा उतवडा. एकाद्या तालेवाराच्या मळ्यात ऊस, तर दोघतिघांच्या वावरात हळद.

पाऊस तर बेहाय. माळशिरस, लोणंदसारख्या दुष्काळी माहेरातनं आषाढ-श्रावणात पहिल्यांदा नांदाय आलेल्या सासरवासनीला भीती वाटायची इतका धो धो पाऊस. चळकाव चळका. सरीव सरी. पाऊस कधी उघडणारच नाही!– असं वाटून, अंगणातला चिखलापाण्याचा रेंदा बघून एकादी तर आडबाजूला जाऊन मुळुमुळु

रडायची. माहेरच्या आठवणीचा उमाळाही त्यात असायचा.

वाडीच्या मधोमध उगवत मावळत रस्ता. दोन्ही बाजूंना मिळून पन्नासेक घरं. राजराम सुबुगड्याचं, रामा मोजराचं, सावताचं, वामन पवाराचं अशी चार घरं पत्र्याची. बाकी सारी जुन्या चालीच्या कुंभारी कौलाची. पावसाळ्यात गळू नये म्हणून दरसाल उन्हाळ्यात घाणेरी, तुराटीच्या पांजरानानं कौलं शेकरावी लागायची. त्यामुळं म्हातारी माणसं पोराठोरांना हुमान घालायची, ''उतान्याव पालथं न् वर्सानं हालतं!''

पन्नासपैकी वाडीच्या मावळत टोकाला आमची धनगरांची तीन घरं. गेनू, येसू, पांडू या तीन भावांची. उगवत टोकाला खंडू रामुशाचं घर अन् दक्षिण कडेला मुसलमानाची चारपाच घरं. बाकी सारी मराठा. उगवतीच्या डोंगरातनं निघालेला ओढा, वाडीला दक्षिणवळसा घालून मावळतीकडं खळाळत वाहणारा.

आमची तीन घरं नावालाच धनगर. शेरडामेंढराचं जित्राब कुणाकडंच नव्हतं. वडलाचे भाऊ आंतु, शंकर होते तेव्हा तीनचार खंड्या बकरीकोकरी, शेरडंकरडं होती. दोघंबी लग्नाआधी वारलं. बकऱ्याचं खांड मोडलं ते कायमचंच. आमचा आज्जा मारुती धनगर कर्तबगार म्हणून आख्ख्या टापूत म्हाजूर. त्यानं बऱ्याच जिमनी खरेदी केल्या. लई कष्टाळू. बायकापोरांना घेऊन पाच विहिरी खणल्या. चारीना पाणी लागलं. चारी विहिरींच्या दळ्यात बागाईत. मळ्यात, बोरीच्या पटीला, कुरणाच्या शेतात, धबधबीच्या वावरात. धनगराइतकं माळवं वाडीत कुणाकडं नव्हतं.

आईची कूस खूप उजवली. अल्लाचा पानमळा भरघोस फुलला. सहा पोरगं न् दोन पोरी. थोरली अनुसया, पाठचा सदाशिव. दोघं जगली वाचली. नंतरची आनंदा, सर्जेराव, नामदेव, गुलाब, हिराबाई ल्हानपणीच वारली. मी शेंडंफळ. काळाची दुष्ट नजर लागू नये म्हणून धोंडाकोंडा नाव ठेवायची चाल. म्हणून आई धोंडीराम म्हणू लागली. घुगऱ्या वाटून नाव ठेवलंच नाही. खेळता झाल्याव धोंडीराम फक्त घरचीच म्हणायची. बाहेरची धोंडबा, धोंडीबा म्हणायची. पोरंठोरं तर सर्रास धोंड्या म्हणायची. कळवंड झाल्याव चिडवायची; –धोंड्या कोंड्या दुकान मांड्या! ऐकून वाईट वाटायचं. नावाचा लई कमीपणा वाटायचा. थोरल्या भावाचं नाव सदाशिव. मेलेल्या भावांची नावं आनंदा, सर्जेराव, नामदेव, गुलाब. कळता झाल्याव आईच्या कुशीत शिरून रडत रडत म्हणालो, ''माझंच नाव आसलं रानटी का ठेवलंस?''

आईनं सांगितलं, ''धोंडीराम नाव ठेवलं म्हणून तर जगला वाचलास. कदी लई आजारी पडला न्हाईस. एकदा तर आक्रीत घडलं!–तू रांगायबसाय लागलावतास. तुला काखंला घेऊन मी, तुझी भागुमावशी न् गंपू कचऱ्याची बायकू सोनी मिळून सरावनातल्या सरत्या सोमवारी किस्ना नदीला आंगुळीला गेलू. धारंपास्नं तुटाक वाळूव बाळुतं हातरून तुला बसवला. काटाजवळ गुडगाभर पान्यात आमी आंगुळी

करू लागलो. मदीच मागं नजार टाकली. तर नुसतं बाळुतं दिसलं. बाळ कुटंय? काळीज लाक्कन् हाललं. बगतीय तर बाळ पान्यात पडलेलं. बिगीबिगी दोनतीन ढांगात जवळ गेले. भावट्याला धरलं न् वर काडलं. घोट्यान्ला धरून गरगरा फिरावलं. नाकातोंडातनं पानी भाईर पडलं तवा रडाय लागलास न् आमच्या जिवात जीव आला.

रात्री माजी सुंद्रामावशी लई बिगाडली न् म्हन्ली,– भवान्यानु तुमाला काय वान्याबामनानं काडलंय का? गावच्या वड्याला आंगुळ करायचं सोडून नदीला गेलावता ती? पोरगं भवऱ्यात पडलं म्हणून बरं; धारंला लागलं आसतं तर आपलं न्हवतं! बाळ काळानं गिळलंवतं पन किस्नाबाईनं थुकलं! –आसी बाबा परवड! आन् तुला नावाचं पडलंय!''

शेंडंफळ असल्यानं, कळता झालो तरी आईला लुचायचो. गोठ्यात दुभतं जनवार क्वचित. गाय, म्हैस असली तरी बहुधा भाकड. कुणाचं तरी रतिबाचं दूध घ्यायचं. थोडं तिखट लागलं तरी उचकी लागायची. जेवण थांबायचं. दुधात भाकरी कुस्करून आईनं काला करून दिला तरच जेवायचो. काल्यात गूळ नाहीतर साखर लागायची. भानवशीवल्या उतरंडीच्या गाडग्यात काही वेळा साखर नसायची, गूळबी नसायचा. गोडाचा हट्ट सोडायचो नाही. मग काय? आई गाडग्यात हात घालणार, मोकळीच चिमूट बाहेर काढणार न् ताटलीतल्या काल्यात खुपसणार! आईनं फसवलंय ते कळायचं, पण हट्ट पुरवल्याचं समाधान लाभायचं. साखर वाढल्याचा बहाणा आवडायचा, नकार मात्र नको वाटायचा.

लगडवाडीत चौथीपर्यंत शाळा. थानतुटा झाल्याव शाळंकडं खेळाय जायचो. तिकडंच जास्त करमायचं. असं खेळता करता शाळंची गोडी लागली ती लागलीच. चांगला कळता झाल्याव–''माजं साळंत नाव घाला!'' म्हणत वडलांच्या-दादांच्या हाताला धरून ओढत घेऊन गेलो.

दादा म्हणाले, ''मानेमास्तर, पोराचं नाव बालवर्गात घालायचंय.''

''किती वर्षाचं झालंय?''

''सहावं सरून सातवं लागलंय.''

''ठीक आहे. सांगा संपूर्ण नाव.''

''धोंडीबा गेनू धनगर.''

''अहो, धनगर ही जात झाली. आडनाव काय?''

''जात धनगर न् आडनावबी धनगर. जिमनीच्या सातबाराला माजं नाव-गेनू मारुती धनगर आसंच हायं.''

मास्तर म्हणाले, ''तुमचं चुकतंय काय तरी. आमचं गाव नेर्लें. वाळवा

तालुक्यातले पेठ-नेर्ले. गावात धनगरांची तीसेक घरं. त्यांचं आडनाव शीद. तुम्ही आठवून बघा. काही तरी आडनाव आसलंच पायजेल. धनगर कसं आसंल?''

''अंऽऽऽ, हाऽऽ! पैपावन्यात सोयरिकीच्या येळंला महारनवर कुळी म्हंत्यात.''

''आता कसं बोलला? महारनवर हेच आडनाव. संपूर्ण नाव–धोंडीबा गेनू महारनवर.''

आमच्या खालच्या आळीत रस्त्याकडेला दहा खणांची दुघाई शाळा. पत्र्याची चौमोगळी पूर्वमुखी इमारत. चारी वर्ग एकाच मोठ्या खोलीत. लगडवाडी, मापरवाडी, वाकनवाडी या वाड्यांची मुलंमुली शाळेत. मावळतीला चारपाच वावरं ओलांडली की पंचवीसेक घरांची मापरवाडी. पलीकडं धाबारा वावरं ओलांडली की तीसेक घरांची वाकनवाडी. ही शाळा म्हणजे सातारच्या रयत शिक्षण संस्थेचं व्हॉलंटरी स्कूल! तुळवीव दुरेघी अक्षरात खडूनं लिहिलेलं: स्वावलंबी शिक्षण हेच आमचे ब्रीद! –कर्मवीर भाऊराव पाटील. आनंदराव विठोबा माने हेडमास्तर. जोडीला कराडचे दादू मुकिंदा सवाखंडेमास्तर. मानेमास्तरांचं नुकतंच लग्न झालेलं. नवराबायको दिनकर पवाराच्या खोलीत रहायचे. सवाखंडेमास्तर एकटेच. शाळेत रहात. शाळेपुढं पटांगण. समोर तोडींच्या चौकोनी पाराव वडाचं मोठ्ठं झाड. शाळेपुढं कायम गार सावली.

नितनेमानं शाळेत जायचो. अभ्यासात हुशार. वर्गात पहिला नंबर. ढ पोराला उत्तर आलं नाही तर मास्तर मला विचारायचे. मी उत्तर द्यायचो व मास्तर सांगायचे म्हणून ढ पोराचं नाक डाव्या हातानं धरून उजव्या हातानं चापट मारायचो. त्यामुळं ढ पोरं माझा रागराग करायची. शाळा सुटल्याव वचपा काढायची. 'धनगारडं' म्हणून चिडवायची. 'महारनवर–महाराचा नवरा' म्हणत हिणवायची. वर्दळीला येऊन बडवायचीबी!

एका सकाळी मास्तरानी वाडीत प्रभातफेरी काढलीवती. भारत माताकी जय! महात्मा गांधीकी जय! –अशा घोषणा. कळकाच्या शेंड्याला तिरंगी झेंडा बांधलावता. 'जयहिंद' म्हणत उंच झेंड्याकडे बघताना माझे चिपडे डोळे दिपत होते. डोळे आलेवते.

सवाखंडेमास्तर काळेले, उंचेले. हरिजन. कवी होते. देशभक्तीपर गाणी लिहायचे. गोड गळ्याने गाऊन शिकवायचे; –अहिंसावादी ते महात्मा गांधी, निघून आता ते गेले रे स्वर्गावरी! माझा आवाज चांगला. ती गाणी सुरेल आवाजात म्हणायचो, डोलायचो. शाळा तपासणीला आलेले दिपुटी नावाजायचे.

लगडवाडीत कमालीची अस्पृश्यता. मानेमास्तर मराठा. त्यांना वाडीत खोली मिळाली. सवाखंडेमास्तर हरिजन असल्याने खोली मिळाली नाही. शाळेतच रहात. हातानं करून खात. दिपुटी कांबळेसाहेबांना टारगट पोरानी घरचं पाणी न देता

ओढ्याचं पाणी प्यायला दिलवतं. मुसलमानाच्या घरी पाणी प्यायला आम्ही बिचकायचो. बाटवण्याची भीती. खंडू रामुशाच्या घरी कुणी चहा प्यायचं नाही. नदीच्या घाटागत लांबड्या पायऱ्यांच्या हेळाचं पाणी गाव प्यायचं. खंडू रामुशी हंडा घेऊन हेळाव ताटकळत उभा रहायचा. हेळातनं पाणी काढून कुणी तरी त्याला वरनं वाढायचं. खंडू गावजेवणाचं आवातनं घरोघर सांगायचा, गावगाड्याची दवंडी द्यायचा. रात्री जेवणवेळेला एका हातात कंदील न् दुसऱ्या हातात टोपलं घेऊन 'वाडा भाकरी' म्हणत घरोघर फिरायचा. किकलीचा बाबू महार रोज सकाळी यायचा. कुणाची लाकडं फोडायचा तर कुणाचं अंगण झाडायचा. मर्तिकाचा सांगावा पैपावण्याना पोचवायचा. न्याहरीच्या वक्ताला घरोघर भाकरी मागायचा. हरिजन घरी आल्यास जोगलीनं चहा दिला जायचा. जोगली धुऊन पडवीला तुळवीव. आमच्या धनगरांच्या घरी वाडीतली सारी खातपित. परंतु आम्हाला कमी लेखत, हलक्या दर्जाचं समजत.

रोगराईचं प्रमाण जास्त. हेळात पायऱ्यावनं उतरून पितळंच्या हंड्यानं, खापराच्या घागरीनं पाणी काढायचं. भांडं विसळताना कुणीबुणी हातपाय तोंडबी धुवायचं. त्यामुळं गावात कायम नारूचे पंचवीसतीस दुखनकरी. हिवतापानं, टायपर तापानं लोकं आजारी पडायची. साथीच्या रोगराईला ऊत यायचा. देवीच्या साथीत अंगातोंडाव देव्या-फोड्या यायच्या. खपल्या पडून तोंडाव देवीचे खोल काळे वण. अशा बायाबापड्याना भांडणात कुणीबुणी हिणवायचं, 'येऽऽ उकाटल्या तोंडाच्या !' 'येऽऽ छप्पन टिकल्याच्या !' एकाचं तर पडनावच छप्पनराव ! पटकी-कॉलऱ्याचीबी साथ यायची. अशा साथीत एकदा ढाळवांत्या होऊन एकनाथ शेलार व शिंद्याच्या घरातली दोन माणसं आटोपली. पन्नास घरांच्या वाडीत एका दिवशी तीन मढी. जांब-किकली भागात चर्चेचा विषय झाला.

दोन्ही काखात औषधांच्या पिशव्या अडकवून धोतर, कोट, टोपी घातलेला सातारचा पंचपोर डॉक्टर पंधरवड्यातनं पायी यायचा. सूटबूट, कोट-हॅटवाला टकलू डॉ. वाळींबे फटफटीवनं यायचा. सुई मारून, दवा-गोळ्या द्यायचा. पण अंधश्रद्धा, अज्ञानामुळं दवापान्यापेक्षा अंगाऱ्याधुपाऱ्याव लोकांचा भर. बेलमाचीच्या चंद्रा गोळनीचं वारं जालीम. दुखनकऱ्याच्या घरचा कारभारी देव वाढवण्यासाठी चंद्राबाईला आणायचा. मावळत वेशीत येताच तिच्या अंगात भरमायचं. हातांची बोटं गुंतवून, पापण्या न लवता जाग्याव डुलायची, घुमायची. कपाळी लालभडक टिकला. नाकात नथ. केस मोकळे सुटलेले. आयाबाया तिच्या लुगड्याचा काष्टा घालून पदर खोचायच्या. वाऱ्याची किंकाळी ऐकून आम्ही पोरंठोरं वेशीत. जवळून देवी निरखायचो. गेनबा मोजर पोरांच्या अंगाव धावायचा– "सुक्काळीच्यानू, वाऱ्याखाली घावून मरायचंय का? सरताय मागं का फोकळू एकेकाला?"

वारं वरच्या आळीला मरीआईच्या देवळापुढं घुमत घुमत नाचायचं. वाऱ्याला

लिंबू दिलं जायचं. कडुलिंबाच्या ढाळ्यानं मुलामाणसाव गोमतार शिपडून शितळाई केली जायची. दुखनकऱ्याच्या घरचा कारभारी पदर पसरून म्हणायचा, "देवा महाराजा, आडान्यान्ला घुमंयाड काय कळनार? चुकवाक पदरात घेऊन बोलतं व्हा. भोळंभाळं मानून घ्या. झाडाचं लई हाल करू नका."

मग दुखनकऱ्याला अंगारा लावून, अंगावनं उपाटर्या पकाची कोंबडी उतरून वारं देवीपुढं धाडकन अंग टाकायचं. उठवून बसवल्याव चंद्राबाई आळोखे-पिळोखे देऊन कडाकडा जांभळ्या द्यायची. चूळ भरून तोंडावनं हात फिरवायची. नंतर मात्र साध्या माणसागत बोलायची.

धनगराच्या तीन घरांपैकी चुलतचुलता पांडतात्या. आमच्या घरापुढं त्याचं वेगळं घर. त्याचा नागवेलीचा पानमळा. मंगळवारी पाचवडच्या बाजारात, शनिवारी भुईंजच्या बाजारात पानं विकायचा. धुवाट कापडं, मळकं जाकीट. पानानं तोंड रंगलेलं. दाताव तांबडंकाळं किटाण. धनगरी घोडं पाळलेलं. पानाचं गोल डाग घोड्याच्या पाठीव दोन्ही बाजूंना सोडून, वरती बसून बाजारला जायचा. त्याला चार पोरी न् दोन पोरं . थोरला विठ्ठल, धाकटा किसन. पानाचं पैसं पोरांच्याबी खिशात खुळखुळायचं. किकलीतलं द्यानू वाण्याचं दुकान बारा वाड्यात म्हाजूर. विठ्ठल वाण्याला पानं पोचवायचा न् बापासाठी म्हणून शंकरछाप बिड्यांची गड्डी आणायचा. मला मळ्याकडं न्यायचा. वाटेला हरि शेलाराची पडकी विहीर. विहिरीत विठ्ठल बिडी पेटवायचा. झुर्का मारून नाकातोंडातनं धूर काढायचा. लई मज्जा येती!– म्हणत मलाबी झुर्का द्यायचा. ठसका लागायचा. डोळ्यातनं, नाकातनं पाणी. कासावीस होऊन खोकायचो. विठ्ठल दटवायचा, "लेका आवाज बंद कर ! जानायेनारानं बगितलं तर दोघांचीबी हजामपट्टी होईल. मार बसंल." जुलमानं दम कोंडून गप्प बसायचो.

सख्खा चुलता यसवंता. उंचेला, काळासावाता. सतत कामाच्या गडबडीत, धांदलीत. त्यामुळं सारी त्याला 'धांदले' म्हणत. त्याची मोसंबीची बाग. वर्षातनं दोन बार यायचं. वाई-सातारचे बागवान बाग उक्ती घ्यायचे. फळं पिकली की धांदलेला भरपेट पैका देऊन, बाग उतरून, मोसंबीची पोती ट्रकातनं न्यायचे. धांदलेला दोन पोरी न् तीन पोरं. धर्मू, नारायण, हणमा. नारायणला लाला म्हणत. धांदले नागव्या लालाला खांद्याव घ्यायचा. त्याची नूनी कानाला टेकल्याव गमतीनं विचारायचा "कान खातंय का?"

"खातंय!" लाला म्हणायचा. गंमत ऐकून मी खदाखदा हसायचो.

वडील गेनबा सर्वांत थोरले. चुलते त्यांना दादा म्हणायचे. नाकेले, गोरटेले, मध्यम उंचीचे. पैरन, पटका, धोतर. नारूनं पायांच्या शिरा कायमच्या आखडल्यानं

चवड्याव चालायचे. टाचा जमिनीला टेकायच्या नाहीत. कुणीबुणी 'लंगडं' म्हणून हिणवायची. उंच टाचांचा धनगरी जोडा घालून चालताना लंगडंपण तितकसं जाणवायचं नाही. दादा फार कष्टाळू. पण काम वेळेव नसायचं. शेतीतनं मिळणारा पैका योग्य कारणाला खर्च व्हायचा नाही. बैलबाजार, जत्रातमाशा, पैपावणे अशा कारणानी गावगना फिरण्याचा नाद. शिकारीचाबी छंद. शेतकाम घातीव नसायचं. फक्त हळद, बटाट्याचं उत्पन्न. पानमळा नाही की मोसंबीची बाग नाही. चुलत्यांच्या मानानं दादांचा प्रपंच कुतंगळा. पैशाचा व्यवहार ढिल्ला. कमीअधिक कर्जबाजारी संसार. धांदले हेटाळणी करायचा, 'दादाला आक्कल हायं, पन तिजी वज न्हाय.'

आई मंजुळा बाकदार राघू नाकाची. गोरीपान. काम निर्मळ पण उरक कमी. सैपाकाला सकाळ संध्याकाळ उशीर. बहीण अनुसया. आक्का. माझ्यापेक्षा पंधरा वर्षांनी मोठी. पाठचा सदाशिव. भाऊ. आक्का न् भाऊ सावळे. मी मात्र गोरटेला. तिघंबी नाकशार. आई, दादा, आक्का, भाऊ चौघंबी कामाला बहाद्दर. पण अंगठेबहाद्दर!

मावळण सगुणा. दादांची थोरली बहीण. कृष्णाकाठी लिंबात दिलीवती. स्वभाव तिरसट. तीन मुली, एक मुलगा– बाळू झाल्याव नवरा वारला. जुनी वाट चालू ठेवायची म्हणून बाळूचं न् अनुसयाचं लगीन माझ्या जन्माआधीच लागलं. मुलगी झाली, पण पोटातलं होऊन मेली. बाळूबी ख्यारोगानं वारला. आक्का बाळरांडाव. बाळूचं नाव चालावं म्हणून लिंबातल्या शहाण्यासुरत्यानी चुलतदिराला आक्काच्या वट्यात घातलं. दत्तकाचं कळताच सासू न् तिघी नंदांचा जळफळाट. मायलेकीनी खूप आदळआपट केली.

दत्तकविधान पूर्ण होताच लिंबातल्या हिकमती कारभाऱ्यानी अनुसयाची बाबा देवकर नावाच्या बिजवराशी गाठ मारली. तो पवार-निगडीखालच्या धनगरवाडीचा. पहिल्या बायकोला मूलबाळ होत नव्हतं म्हणून ही दुसाडी बायको केली.

आक्काच्या दुसऱ्या लग्नाची वायदूळ लगडवाडीत धडकली. मोठ्ठं भांडण पेटलं. मावळण सगुणा व चुलता धांदले मिळून भनीभावडांनी आमच्या दादांचं भांडून भुस्काट पाडलं. आक्काला न् आम्हाला शिव्यांची लाखोली. रोजच्या भांडणतंट्याला वैतागून दादानी आक्काचं आमच्या घरी येणंजाणं बंद केलं.

आईच्या मायेनं आक्काचं काळीज तुटायचं. चोरून लगडवाडीत यायची. भाऊची गुरुबहीण-गजरानानीच्या घरी शेलारवाड्यात उतरायची. आई न् मी आक्काला चोरून भेटायचो. कितीही चोरलं तरी मावळणीला, चुलत्याला कळायचंच. मग काय? पडवीला तुंबळ भांडण. कालवा बघून भेदरून जायचो. मावळणीचा, धांदलेचा भयंकर राग यायचा.

लगडवाडीला पाऊस भरपूर. शिवार मोठ्ठा. पण बहुतेक शेती जिराईत. वेळच्या

वेळी पाऊस पडला तर पिकं. फक्त तीनचार घरात आठमाही बागाईत. बारमाही बागाईत शून्य. त्यामुळं घरटी एकदोघं मुंबईला रोजगाराव. निम्मी कापडगिरणीत. बाकी कपडामार्केटात. मार्केटला काही कापडदुकानात तर उरलेली गाडा ओढणाऱ्या टोळीत. ज्यांच्या घरचा माणूस मुंबईला, त्याचा खिसा गरम.

प्रपंचाची कुतरओढ बघून, रात्रीच्या जेवणानंतर दादा म्हणाले, "आपला ना पानमळा ना मसुंबीची बाग. पैशापान्याची सदा वडातान. सवसार जुळायचा तरी कसा?"

"आता आपलं हायं ती खरं. त्याला काय इलाज?" आईचा चितागती सूर.

"त्यापक्षी आसं केलं तर? आपुन दोगं कुनबावा हाकू. शेतकाम आपल्याला काय जड न्हाय. सदूला ममईला रोजगाराव पाटावलं तर कसं व्हैल?"

"माजी काय हारकत न्हाय. दोगाव कामाचा तान पडंल. पन रेटूया तसंच. साळा नसताना सांजसकाळ धोंडीराम हायंच हाताखाली. सुट्टीदिशीबी गुरंढोरं संबळील. ममईच्या पैशातनं परपंच तरी सुदरंल." आईच्या बोलण्यात हुरूप.

दोघांचं ठरलं. भाऊबी तयार झाला. सिराजभाई मुंबईहून रजेव आलावता. भाऊला घेऊन दादा मुसलमानाच्या आळीला गेले न् म्हणाले, "आरं सिराज, सदूला ममईला पाटवावं म्हंतुइ."

"सदू, तुजी तयारी हायं ना? रातुंध्या घाम गाळावा लागंल. निम्मा घाम काबाडकष्टाचा न् निम्मा उकाड्याचा."

"जमंल की! शेती तरी सुकाची हायं का? येतो तुमच्याबरुबर." सदूचा होकार.

भाऊनं मुंबई गाठली. ताडदेवला पिला-हाऊस नजिक सिराजभाईच्या खोलीत राहू लागला. कामाव आठधा दिवस भरले न भरले तोच घोट्याला नारू झाला. ठणका लागला. सारी कामाव जायची. खोलीत सदू एकटाच. दुखण्यानं न् उकाड्यानं जिवाची तलकी. सिराजभाईनं सल्ला दिला, "नारूमुळं तुजं काम बंद झालंय. तर देशाव जाऊन आराम कर. नारू बरा झाल्याव मुंबईला ये."

सदूभाऊ गावी आला. मला आनंद. मुंबईचा हालवा कधी नव्हे तो खाया मिळाला. काही दिवसानी नारू बरा झाला. पण मुंबईचं भ्या घेतलं की काय कोण जाणे? भाऊनं पुन्हा रोजगाराव जायचं नाव काढलं नाही. शेतीत लक्ष घातलं.

काळ पुढं सरकला. आईदादाना भाऊच्या लग्नाचा वेध लागला. पावसाळ्याच्या तोंडाव लग्न ठरलं. घाटाखाली लोणंदनजीक बाळूपाटलाच्यावाडीची मुलगी. त्याकाळी हुंड्याची चाल नव्हती. उलट दादांनीच मुलीच्या माणसान्ला दोन पोती मालटाल कालाकित्ता दिला.

लग्न उचलून पस्तीस मैलाव मुलीच्या दारात. पाचसा गाड्यांना कळकीच्या कांबीचे तट्टे बांधले. काही तट्टयाव ताडपत्र्या, तर काहीव घोंगड्या. वराडात

१० । विमुक्ती

येणारांची जेवणंखाणं उरकता करता कडुसं पडलं. घाट्याघुंगरांच्या संगीतात बैलगाड्या कंदिलाच्या उजेडात अंधार कापत झपाट्यानं निघाल्या. किकली, देगाव मागं गेलं. शिरगावचा लांबडा घाट चढून वाघोली फाट्याव. मध्यान्हरात झालीवती. विसाव्यासाठी थोर्ल्या पिंपोड्याच्या पुलाजवळ वसना नदीकाठी गाड्या सोडल्या. पाणी दावल्याव बैलांना वैरण टाकली. पेंढी अर्धीपेंढी खाल्ल्याव दमल्याली मुकी जनावरं मटकन बसली. बायकापोरं पटांगणात आडवी झाली. घोराय लागली. कारभारी मंडळी तमाकूचा बार भरून पिचकाऱ्या मारत गप्पांच्या चिपळ्या ठोकत बसली.

दोनेक तास विसावा मिळाल्याव वराड उठलं. पुढची वाट धरली. मधनं भोईट्याच्या तडवळ्यावनं साळप्याचा घाट उतरून बैलगाड्या लोणंदला पोचल्या तेव्हा कोंबड्यानं बाग दिली. थोडं थांबून बाप्यानी लघवी उरकली. बायका आडमुरी इराकतीला बसल्या. शेवटचा टप्पा सुरू झाला. रेल्वेलाइनीच्या सोबतीनं प्रवास करीत वराड बाळूपाटलाच्यावाडीला पोचलं तेव्हा सूर्य उगवलावता.

वाजंत्र्याची पिपानी वाजू लागली. दोन्हीकडच्या पाहुण्यांनी गळामिठी भेटून रामराम घातला. वराड जानवसघरी उतरलं. मांडवात नवरानवरीला हळद लागली. पुरणपोळीचं जेवण झालं. तेवढ्यात आभाळ गर्जाय लागलं. विजांचा चमचमाट. तासभर धो-धो पाऊस. एक म्हातारी म्हणाली, ''नवरानवरीनं ल्हानपनी भाकरीच्या दामट्या खाल्ल्या आसतील म्हणून लग्नात पाऊस पडला!''

पावसामुळं घोडं आलं नाही. मग काय? वर्दावा सायकलीवनं. भाऊला सायकल येत नव्हती. हांडेल लटपटत होता. दोन गड्यानी सायकल जाम धरलीवती. भाऊ तारवटल्या डोळ्यांनी एकटक समोर बघत होता. पुढं पिपानी न् डुलची वाजत होती. घोड्यागत सायकल नाचू शकत नव्हती. वेशीत घोंगडी अंथरून नवरदेव बसला. मणीमंगळसूत्र ओवताना भाऊचा हात थरथरत होता. तिकडचा एक चाबरा गडी म्हणाला, ''लेका, दाजी बायकुला भेतुइ!''

ऐकून सारी खदाखदा हसली. वर्दावा परतला. गोरज मुहूर्ताव मंगलाष्टका झाल्या. टाळ्या वाजल्या. वाजंत्र्यानी गलबला केला. रात्री रुखवत, जावळुबा. सकाळी साडं लागलं. सूप फडफडलं. देवकाराचं बकरं पडलं. सागुतीचं जेवण झालं. वराड परत फिरलं. साऱ्या प्रवासात पिपानीच्या सुरांचा भास.

लगडवाडीत सत्यनारायणाची पूजा झाली. पोरंथोरं झोपल्याव रात्री सोळाव्याचा कार्यक्रम झाला. दुसऱ्या दिवशी सकाळी नवरी रडत होती. पाठराखीण म्हातारी दबक्या आवाजात बडडत कडाकडा बोटं मोडत होती, ''नवरी ल्हान हायं तेबी बोडक्यान्ला दिसलं न्हाय. आमी लग्नं केली न्हायती का सोळावा केला न्हाय? नवरीला पदूर आलाय का न्हाय त्ये तरी रंडक्यानी बगायचंवतं. त्यांचा पाट लागला! शेन्याबोड्याच्या कुरवल्या.''

धुसफुस करीत म्हातारीनं कसंबसं जेवण उरकलं न् नवरीला पुढं घालून घाटाखालचा रस्ता धरला.

कोंबडा आरवला की पहाटे आई जात्याव ज्वारी नाहीतर बाजरी दळायची. तिच्या मांडीव डोकं ठेवून मी झोपायचो. जातं ओढून आई दमायची. पहाटेच्या थंडीतदेखील चोळी घामानं भिजायची. तरीसुद्धा तारसुरात आई गीत गायची–

जिरंसाळीच्या तांदळाला, जाळ घालिती गं येताजाता
ताना माजा धोंडीराम, साळवाला यिल गं आता!

मायेनं ओथंबलेलं गोड गळ्याचं गीत, जोडीला जात्याच्या घरघरीचं पार्श्वसंगीत अन् जातं ओढताना तालात हलणारी आईची मांडी! गाढ झोप लागायची. उजाडता उजाडता दळण संपायचं. मला उठवून लुगड्याला लागलेलं पीठ आई झाडायची न् म्हणायची, "पायान्ला लई मुंग्या आल्यात." पण मला मुंग्या दिसायच्या नाहीत.

सकाळी उठलं की झपाट्यानं परसाकडं जायचं. दगडानं काम उरकायचं. राखुंडीनं दात घासायचं. खळखळून चूळ भरायची. पैरनीच्या पंख्याला तोंड पुसायचं. आई म्हणायची, "लवकर आटप. म्हस इरडीला सोड."

धोतराच्या धडप्याची भाळ मारून म्हैस सोडायचो. घराला लागून परडं, उकिरडं. कुंपणापलीकडं शेतं. घरापासून कुंपणापर्यंत गवत, झारवाडं, झाडंझुडपं. हागंदारी. तिथं म्हैशी चरायच्या, इरड करायच्या. उंचउंच डोंगरांच्या पायथ्याला असल्यानं, त्या भागातल्या साऱ्या गावाव ऊन पडल्याव शेवटी लगडवाडीत सूर्य उगवायचा. थंडीवाऱ्यानं काकडायचो. पोरंपोरी शेकोटी पेटवायचो. प्रत्येकानं सासू आणली पाहिजे. झारवाडाची वाळकी काटकं, वैरणीचं बुडकं, खराब चिपाडं म्हणजे सासू. सासूवरल्या परंपरागत रागापोटी त्या काटक्याना सासू म्हणत जाळून मुली आनंद मानायच्या. शेकण्याच्या, गप्पाटप्पांच्या नादात एकाद्याची म्हैस गावंदरीच्या शेतात शिरायची. मग काय? म्हैस पीक खायची न् पोरगं मार खायचं.

कामाची तारांबळ असताना गायी-म्हैशी, बैलं-खोंडं इळभर रानात एकवट राखावी लागायची. गुराख्याचं दुर्लक्ष झाल्यानं दुसा-चौसा खोंड निसवून म्हैशीव चढला, काठी लागली तर मग म्हैस लवकर माजाव यायची नाही. अशी म्हैस हातलावी लागायची. सकाळच्या प्रहरी दोनतीन गडी म्हैस पाडायचे. चारी पाय एकत्र बांधून मुटकुळा करायचे. एक उनाड बारकाळ पोरगं म्हैस हातलण्यात पटाईत. म्हैशीनं झिंजाडा दिला तर हात मोडायची भीती. म्हणून डाव्या हातानं म्हैस हातलायची. बोटापासून दंडापर्यंत. तूप, हळद लावल्याव तो पोरगा डावा हात म्हैशीच्या निरनातनं आत सरकवून पोटात घालायचा. हात चौकडनं फिरवून पिशवीतल्या जाळ्या बाहेर काढायचा. तीनचार वेळा पिशवी निरपून जळमटं काढली की हातलणं

संपायचं. पोराला मालक चारपाच रुपये द्यायचा.

अशीच एकदा आमची सुकरी म्हैस हातलल्याव हिवाळ्यात माजाव आली. लगडवाडीत रेडा नव्हता. देगावला कोळ्याचा रेडा. अशावेळी दादा, भाऊ हाताला लागतील तर शपथ! तांबडं फुटताना म्हैस घेऊन देगावची वाट धरली. कासरा धरून आई पुढं. मी मागनं म्हैशीला हाकलत चाललो. वाकनवाडीच्या खोल ओढ्यात पोचलो तरी उजाडलं नव्हतं. आडवाटेच्या काट्याकुट्यातनं तीन मैल चालल्याव देगाव आलं. रेडा दावल्याव, दोनतीनदा काठी लागल्याव वीसेक रुपये कोळ्याला देऊन परत फिरलो.

सुकरी फळल्याव गाभणी राहिली. यिली. रेडी झाली. लई दिवसानी घरी दूधदुभतं. वैनी गुरं चाराय डोंगरात न्यायची. माहेरात नीरा नदीकाठी गुरं राखलेल्या वैनीला इथं डोंगरबारीचा झिंजाडा तापदायक वाटायचा. वैनी उजव्या हातानं जेवायची, पण काम करताना चपन्या हाताव जोर. गुरं वळून परतताना सुकरी म्हैस पिकात शिरली. वैनीनं चपन्या हातानं दगड भिरकावला तसा म्हैशीच्या मागल्या फऱ्याव सणकन लागला. पाय मोडला. बोलमाचीच्या राघू रामुशानं कळकीच्या कामट्या लावून बांधला तरी पाय काय लागला नाही. दुभती म्हैस कायमची अधू झाली. हळूहळू आटली. पुन्हा फळलीबी नाही, यिलीबी नाही. आईनं दोनतीन वर्षे जनावैनीचं भांडून भांडून भुस्काट पाडलं.

लगडवाडीतले बरेच कुणबी बटाट्याचं नगदी पीक वावरंच्या वावरं करायचे. पाऊस भरपूर. नुसत्या पावसाव बटाटं उगवायचं, वाढायचं. विहिरीचं एकादं पाणी दिलं तर पीक बंदा रुपया! डुकरांचा सुळसुळाट. डुकरं रात्री बटाटं उकरून खायची. जित्राबाची नासधूस करायची. मग काय? जंगली जनावरांचा बंदोबस्त करण्यासाठी माणसं दुपारी शिकारीला जायची. भाले, बरचे, वाघरा, कुत्री घेऊन डोंगर गाठायची. एकदा दादानी मलाबी नेलं. शिकाऱ्यानी जाळकांडात दगडं मारत निर काढला. वास घेऊन कुत्रं भुकाय लागलं तसं डुक्कर उठलं न् धुमाट पळत आमच्याकडं निघालं. पोरं पोरं जीव खाऊन बोंबललो न् लांब पळालो. तेव्हापासून डुकराचं भयंकर भ्या काळजात बसलं.

आमचं बटाटं डोंगरपायथ्याला कुरणाच्या शेतात. सरत्या भादव्यात बटाटं काढाय आलं. घरची, मोलाची माणसं घेऊन दादानी बटाटं खांदलं, तोडलं. पोत्यात भरलं. पाच पोती बैलगाडीत टाकली. बावकाडं, बाजवा गवसून मागं गिर्दी बांधली. दादा मला म्हणाले, "बटाटं इकाय सातारला जायचंय. तूबी चल. मी बटाट्याचा सौदा करीन. तू बैलांची राकान करशील."

सातारा बघाय मिळणार म्हणून मी हरकलो. उरकता करता रात्री जेवणवेळ

झाली. शिल्या-पाकऱ्याची बैलजोडी जुपली. चांदणं नव्हतं. गाडीखाली बुटंपेटीच्या पुढं मधोमध कंदील बांधला. गाडी अरुंद अंधारी रस्ता कापू लागली. दादा गाडी हाकत होते. मी मागं बसलोवतो. रातकिड्यांची किर्रऽऽकिर्र. मधूनच टिटवीचं टिट्टीऽऽव् ट्टिव. गाडी आडरानातनं निकमवाडीकडं निघाली. पेंग आल्यानं पोत्याव आडवा झालो. डोळा लागला. दगडी फरशीवनं खडखडाट करीत गाडी कृष्णा नदीच्या पाण्यात उतरली. जाग आली. सरातल्याली बैलं पाणी पिताना मुतल्याचा आवाज आला. गाडी लिंबातनं पुढं सरकली. पुन्हा झोपलो. तांबडं फुटताना लिंबखिंडीत दादानी उठवलं. समोर साताराची लांबलचक लाईट दिसली. तेवढी मोठी लाईट पहिल्यांदा बघत होतो.

मंडईतल्या अडत दुकानात पोती उतरून, बैलगाडी ओढ्याकाठी सोडली. बैलाना वैरण टाकून दादा काट्याव गेले. मी गाडीच्या राखणीला. परसाकडं ओढ्याकाठी बसलो. समोर पुलावल्या पाचशेएक साबणाच्या जाहिरात बोर्डाकडं लक्ष. मागनं फुस्ऽऽ फुस्ऽऽ आवाज आल्यानं वळून बघतोय तर डुक्कर भिडलेलं. घाबरून ओरडत उठलो न् धूम पळालो. घाबरगुंडी बघून जवळचा माणूस म्हणाला, ''आरं भिऊ नकोस. ते रानडुक्कर नाही. गावडुक्कर आहे. काय करत नाही.''

तरी पण धास्ती वाटलीच. बैलं कटळून बसलीवती. डोळं झाकून रवंथ करत होती. तोंडाला पांढरा फेस. वैरणीव घोंगडी झाकून दादानी मला मंडईत नेलं. तंग लेंगा, जाकीट, करड्या दाढीचा कुच्चा असलेले शाबुदीनकाका बागवान म्हणाले, ''गेनबा, मुलगा तुझा का?''

''हो! शाळेत जातो. वर्गात पैला नंबर.''

काकानी पाठ थोपटली. चवल्या पावल्यांची चिल्लर दिली न् म्हणाले, ''जा नाष्टापानी कर. भरपूर शिक.''

पैसे बघून खूप आनंद. शब्दातला जिव्हाळा वेगळा वाटला. भावला. बटाट्याचा निलाव झाला. पट्टीचं पैसं मिळालं. त्याच दिवशी पंधरा मैल कापून बैलगाडीनं घराच्या ओढीनं दिवसाउजेडी लगडवाडी गाठली.

लगडवाडीच्या मधोमध पूर्वपश्चिम रस्ता. खालच्या आळीला वडाचा चौकोनी पार. गावच्या मध्यभागी रस्त्याकडेला मारुतीचं देऊळ. दुपाकी, कौलारू पश्चिममुखी दहा खण देऊळ. जोत्याला जोडून खाली पाच खण पडचिटी. मारुतीचं देऊळ हीच चावडी. देवळापुढं लिंबाचा गोल पार. जुनाट लिंबाचा भला मोठ्ठा झाकोळ. त्या साऱ्यामुळं टुमदार दिसणारी लगडवाडी. भागातली माणसं म्हणायची, ''गावाचढ रचना असलेली वाडी म्हणजे लगडवाडी.''

उंचेला, हडकुळा, सडाफटिंग रंगूबुवा पुजारी देवळात रहायचा. उभट चेहऱ्याव

बिनदाताचं बोळकं. भगवी पायघोळ कफनी. भगवा आटुस पटका. कपाळाव, कानाव, हातापायाव राखेचे पट्टे. सकाळी गावात फिरून आऽऽल्लक्– म्हणत पीठ मागायचा. कोरड्याशाला कुणीबुणी भाजीपाला, मोगानकडदान द्यायचं. पटचिटीत बुवा चुलीव सैपाक करायचा. थापून न करता, बायकावानी दोन्ही हातात उभी घोळवत भाकरी करायचा. बायकाचढ पातळ भाकरी.

देवळाच्या पडचिटित गोल, खोलगट धुनी. भट्टी. रात्री जेवणानंतर शेणकुटं, काटक्या घालून बुवा धुनी पेटवायचा. ज्यांच्या घरी निवारा अपुरा ते झोपाय देवळात. काहीजण केवळ गप्पा मारत शेकण्यासाठी भट्टीव. जत्रा-सण, भांडणतंटा, पाऊसपाणी, पिकंजित्राबं, राजकारण-निवडणूक असे अठरापगड विषय गप्पात. विशेषत: भुताखेतांच्या गप्पाना जोर. आमुशाच्या रात्री पिंपळाव उंच फडफडणारा मुंजाचा फरारा व झुर्का मारताच चिलमीतनं निघणारा मोट्ठा थोर्ला जाळ! जुनंवाडीच्या शेतात खळं राखताना रात्री खवीस दिनकर पवाराच्या उराव बसला!–मग शिरंग शेलाराच्या अंगात कुसुंबीच्या काळुबाईचं कडक वारं आलं. त्यानं खवीस बाटलीत कोंबला न् बूच लावून कोंडला. बाटली डोंगरमाथ्याव परुसभर खोल पुरली. पंधरवड्यानं रात्री मोट्ठा स्फोट झाला. बाटलीतला खवीस आभाळात उडाला न् पुन्हा मूळ जागी बसला.

भट्टीव शेकताना भुताखेतांच्या गप्पाना रंग चढायचा. उठू वाटायचं नाही. रात्री उशिरा गप्पांचा फड मोडायचा. झोपाय घरी जावं लागायचं. आमचं घर मावळत टोकाला शेवटचं. काळामिट्ट अंधार. खाचखळग्यांची पाऊलवाट. भुतांच्या गप्पानं अंगात हुडहुडी. धूम ठोकून घराकडं सुटायचो. पंडितनानाच्या अरुंद बोळातनं पळताना गांडीव गार. पडवीला अंथरुणाव अंग टाकून वाकळंत तोंड लपवीपर्यंत घाम फुटायचा.

आमचं दुपाकी कौलारू घर. अडीच खणाचं आतलं पाकं दरवाजा लावून बंदिस्त केलेलं. आत उजवीकडं दारालगत रांजण-पानवी, पुढं चूल. डावीकडं देव्हारा, घडुशीव तीनचार कणगी-कणगुली, भानवशीव चारपाच उतरंडी. पुढचं पाकं म्हणजे अडीच खण पडवी. आडव्या पडवीला लागून उभा तीन खण सोपा. आमच्या न् धांदलेच्या सैपाकघरांच्या मध्ये तुळवीपर्यंत कच्च्या विटांची पडदी. आमची न् त्यांची बाहेरची पडवी मात्र सलग. पडवी, सोपा सारं उघडंवाघडं. पडवीला झोपल्याव अंगणाभोवतीची झाडंझुडपं रात्री भेसूर दिसायची. भुतांची, वाघाची भयंकर भीती वाटायची. तोंडाव पांघरुण ओढून झोपायचो.

बऱ्याचदा घरी ढेकणाना ऊत. त्यामुळं रात्री झोपाय कधी चावडीपुढं लिंबाच्या पाराखाली, तर कधी होळीच्या टेकाव वडाच्या पाराखाली. कधी कधी बैलागुरांच्या तळाव शेतात दादाबरोबर झोपायचो. रात्री जाग आल्याव कळकी, झाडे, डोंगर भयानक दिसायचे. भुताखेतांची, सावजामांजराची लई भीती वाटायची. तोंडाव

पांघरून ओढून मुस्कुटून झोपायचो.

गावालगतच्या ओढ्यापलीकडं आमचं मळ्याचं शेत. तिथली पाच परुस खोल विहीर म्हणजे शिवारातली पहिली विहीर. मळ्याचा बागाईत बिघा आमच्या प्रपंचाचं काळीज. त्यात हळद असायची. हळदीत सरी-वरंब्याव मिरची, गवारी, भेंडी, मळंघेवडा हे माळवं. एका सांच्यापारी आई गवारीच्या शेंगा लुगड्याच्या वट्यात तोडत होती. मी मदतीला. अचानक म्हणाली, "आला किर्डा मुडदा! आता तीनचार दिवस सगळ्यांचं हालवनवास."

कावराबावरा होऊन आजूबाजूला, पांदीच्या वाटंकडं बघू लागलो. कुतूहलानं विचारलं, "अग आई, कोन आलं? मला तर कुणी दिसत न्हाय."

नऊवारी लुगडं सावरत आई खेकसली, " गप बस बाबा. कोन येतंय? मुडदा इटाळ आलाय ! सर मागं. शिवू नगंस."

ते ऐकून डोक्यात उजेड पडला. दोघानी घर गाठलं. जनावैनी माहेरी. आई बाहेर पडवीला बसली. घरात दादांनी चिमणी लावली. चूल पेटवली. कसाबसा झुणका गरगटला. चौघांच्या भाकरीचं पीठ भगुल्यात घेतलं न् दादा शेलारवाड्यात गेले. गजरानानीकडनं भाकरी करून परतले. विटाळामुळं तीनचार दिवस वैताग. शेतकाम करण्यात आईला विटाळ आडवा येत नसे. सैपाकाचे मात्र वांधे. जेवणाखाण्याचे हाल.

सदूभाऊ माझ्यापेक्षा बारातेरा वर्षांनी मोठा. उंचेला सशक्त. मलमलचं धोतर, रेघाळी पैरण, हिरवा कोशा पटका. स्वभाव चडाक! भावकीत, गावात भांडणतंटे. वरचेवर कलागती. दादा कष्टाला पक्के पण व्यवहारात कच्चे. बरेच प्रापंचिक आडाखे चुकले. कळस म्हणजे– बोरीच्या पटीची विहीर बांधण्यासाठी दादानी तगाई काढली. विहीर बांधून झाली नाही. तगाई थकली. सरकारची जप्ती आली. धबधबीचं आरदबिघा पाणस्थळ शेत धांदलेला विकून तगाई भागवावी लागली. त्या आतबट्ट्याच्या व्यवाहारामुळे आईच्या न् भाऊच्या तळपायाची आग मस्तकाला. मग काय? भाऊनं प्रपंच स्वत:कडं घेतला.

कारभार भाऊच्या हाती गेल्याव दादा अधांतरी. भाऊ गिन्नी द्यायचा नाही. कपडालत्ता, बिडीकाडी, तंबाखूचुन्यासाठी दादा परचुंडी कामं करीत. मातीचं शेकडं काढून लोकांच्या वावराना ताली घालीत. डोंगरातली लाकडं तोडून जळणाच्या गाड्या किकलीत विकून पैसे मिळवीत. आंबा, लिंब, बाभळीची जाड खोडं लाकडी चौकोनातल्या लांबड्या करवतीनं, विठोबा भोसल्याच्या मदतीनं कापून फळ्या पाडीत. घरी जेवण मिळायचं तेबी दानधर्म केल्यावानी. शिवाय आईचा स्वभाव संशयी. दादाशी कडाकडा भांडायची, "ती नकटी-पिचुंडी तुमची आवा हायं. तिला

पैसं देता. मळ्यातल्या मिरच्या, हळकुंड चोरून देता!'' आवालाबी शिव्या, बावालाबी शिव्या.

सुगी संपल्याव भुईंजेला टुरिंग-टॉकीजचा तंबू पडायचा. बायका घोळ्यामेळ्यानं रात्री सहा मैल चालून जायच्या. आई निघाली की मीबी मागं लागून जायचो. 'लाखाची गोष्ट' सिनेमा फार आवडलावता. त्यातलं 'सांऽऽऽग तूऽऽऽ, माझा होशील का?' हे गाणं मी छान म्हणायचो. 'वसंत काली वनी दिनांती' 'नसेल ठाऊक तुला कधी ते' आणि 'दूर तू तरी जवळ तुझ्या मी' ही तिन्ही कडवी बदलत्या चालीत म्हणताना तल्लीन व्हायचो.

शाळेत रमलोवतो. अभ्यासात हुशार. गोड गळा. पुस्तकातल्या कविता, इतर गाणी तोंडपाठ. सुरेल आवाजात म्हणायचो. लगडवाडीचं भजन किकली खोऱ्यात प्रसिध्द. लक्ष्मणबुवा सावत पेटी वाजवून भजन म्हणायचा. भगवानबुवा जाधव तबला डग्गा घुमवायचा. वासुदेव शेलार, म्हपा पवार, सायबू मोजर टाळ वाजवून भजन म्हणायचे. मलाबी भजनाचा नाद लागला. टाळ वाजवत मागं म्हणायचो. सूर जुळायचा, पण टाळाचा ठोका चुकायचा. अभंगापेक्षा उडत्या चालीच्या गौळणी आवडायच्या. रात्रीत दोनतीनदा चहासाठी भजन थांबायचं. त्या फावल्या वेळात लक्ष्मणबुवा मला कविता, गाणी म्हणाय सांगायचा. शाबासकी द्यायचा.

शेलारवाडा, पवारवाडा, सावताचा वाडा ही प्रतिष्ठित घरं. त्यातली कर्ती माणसं पुढल्या तोंडाचं पुढारी. गावात त्यांची मनगटशाही. त्याना कुणी शिरजोर वाटला तर त्यांच्याव डूक, करडी कमान. रामा मोजराचं घर असंच डोईजड वाटलं. मग काय? रात्री गावगाड्याची मीटिंग चावडीत. खोट्यानाट्या कुरापती उकरून. टेपूर ठेवून म्होरक्यानं निकाल दिला, ''रामा मोजराच्या घराव वाळीत!''

वाळीत म्हणजे त्या घराव सर्वांचा बहिष्कार! त्यांच्या माणसाशी कुणी बोलायचं नाही. त्याना कुणी काही द्यायचं नाही, की त्यांच्याकडून काही घ्यायचं नाही. औताकाटीचा वारंगुळा करायचा नाही. त्यांच्या लग्नाकार्यात कुणी जायचं नाही न् त्यानाबी आवातनं द्यायचं नाही. संबंध ठेवील त्याच्याव वाळीत. रामा मोजर दीडदोन वर्षे नमला नाही. पण शेवटी मोठा दंड देऊन गावात सामील होणं त्याला भाग पडलं. गावापुढं राव काय करणार?

दादाना माझ्या शाळेचं हुशारीचं दांडगं कौतुक. आई खूप माया करायची; पण तिला शिक्षणाचं महत्त्व कळायचं नाही. मी शिकावं असं भाऊला वाटत नव्हतं. मिळतील तेवढी माणसं शेतीत कमी पडतात. येसू धांदलेच्या हाताखाली तीन पोरगं, तर पांडतात्याच्या मदतीला दोन पोरं. शेतकामात धाकट्या भावाचा आपल्याला

हातुसा असावा असं भाऊला वाटायचं.

तशी तर सांजसकाळ बारकीसारकी कामं मी करायचो. गोठ्यातलं शेण काढून उकिरड्यात टाकायचो. बांधाचं गवत कापून आणायचो. शाळू दिवसात बाटूक उपटून, खडसान काढून पालापाचोळ्याचा बिंडा बांधून बैलागुरासाठी आणायचो. कळशीनं हेळातलं पाणी काढून रांजण भरायचो. औताव जायचो. मोट हाकायचो नाहीतर दारी धरायचो. शनिवारी-रविवारी गायी, म्हैशी, शेरडं राखण्याचं काम हमखास माझ्याकडं. डोंगरपायथ्याला पडकात इळभर गुरं राखताना, घारकड्याच्या झाडीतनं मोराचा आवाज यायचा. कधीतरी गुराख्याच्या बासरीची उंची सुरावट शिवाराला प्रसन्न बनवायची;–

रानात सांग कानात आपुले नाते
मी भल्या पहाटे येते!

क्वचित मुऱ्याच्या जंगलातनं वाघाची डरकाळी कानी पडायची न् रानामाळातल्या शांततेत भीती दाटायची.

चरून चरून तहानेल्यावर गुरं ओढ्यात पाण्याव न्यायचो. पाणी शिपडून म्हैस धुवायचो. चिपतुळक्या दगडानं म्हैशीचं अंग घासायचो. कासंतल्या गोचड्या काढून टाकायचो. पडकात सहासात तास एकट्यानं गुरं राखायचं काम तसं कंटाळवाणं. वेळ जाता जायचा नाही. दिवस मावळता मावळायचा नाही. सूर्य किती कलला त्याच्याव गुराख्याचं घड्याळ. धबंखोरीतला सागवान सावलीत बुडला की गुरं हाकत घराकडं निघायचं.

होताकरता लगडवाडीतल्या माझ्या शाळेचा शेवट झाला. पहिल्या नंबरनं चौथी पास झालो.

*

# दोन

किकलीला पाचवीत नाव घातलं. लगडवाडी ते किकली दोन मैलांची अनवाणी पायपीट. चिखलापाण्याची वाट तुडवत झपाट्यानं चालायचं. पाऊस उतरला की पोत्याची खोळ डोकीव. निम्मं अंग झाकलं जायचं, निम्मं भिजायचं. पाचवीचा वर्ग चौकातल्या मारुती मंदिरात. बाजीराव बामणमास्तर. त्यानी पुस्तकांची चौकशी केली. माझ्याकडे दप्तर होतं पण पुस्तकं नव्हती. ज्येष्ठ-आषाढाची पडसळ. कुणब्याकडं पैसाअडका नसण्याचे दिवस.

बाळरांडाव मावशीनं–जिजाबाईनं–आईला लहानाचं मोठं केलंवतं. तिला बाई म्हणायचो. लई करून आमच्याकडंच असायची. बाईनं आपला सोन्याचा काटेरी मणी गहाण ठेवून बकुळा शेलारनीकडनं पैसा यजानं पाच रुपै रिन काढलं. रुपायाला महिन्याला भोकपडा पैसा याज. तरीबी काटकसर म्हणून बेलमाचीच्या दगडू बाळकू पठारेची जुनी पुस्तकं निम्म्या किंमतीत घेतली.

पाचवीत किकली गावातली, बारा वाड्यातली मुलं. गावातली मुलं, वाडीतल्यांना हीन लेखायची. 'वाडीचं वाडगाळ' म्हणत चिडवायची. वाडीची डांबीस पोरंबी धाडसानं 'गावचं गावंडाळ' म्हणायची. पण मग गावातली पोरं वाडीच्या त्या पोराना शाळा सुटल्याव अडवून बडवायची.

पाचवीतबी मी चमकू लागलो. गणितं झटपट सोडवायचो. कविता, गाणी सुरेल आवाजात म्हणायचो. त्यामुळं किकलीतला हुशार, तगडा आनंदराव पवार माझा जिवलग मित्र बनला.

आता मला हितफार कळाय लागलंवतं. चुलता धांदले देवभक्त. दादाना मात्र देवाचं वावडं. देवाचं सारं आई करायची. तिला सुटणूक म्हणून आता मी देव पुजू लागलो. कुळस्वामी जेजुरीच्या खंडोबाचा वार म्हणून, चुलत्यागत रविवारचा उपास

धरू लागलो. उपासादिशी आंघोळीनंतर गावातल्या देवांना पाणी घालू लागलो. उगवताना, मावळताना सूर्याला हात जोडून रामापासून म्हसोबापर्यंत अनेक देवदेवतांचं नामस्मरण. देवभक्तीचं आई गुणगान करायची न् दादाना म्हणायची, "आवं निदान गुडग्याएवड्या लेकराचं बगून, म्हातारपनी तरी देवाला भंजा! उतारवयात तेवडंच पुन्य."

आईच्या बोलण्याचा त्याना राग यायचा, पण माझ्या कौतुकामुळं जिरून जायचा.

मी लहान असल्यापासून आई वारंवार म्हणायची, "एवडी पोरगी असती तर बरं झालं असतं. मला चुटुचुटु मदत केली असती."

ते आठवून पहाटे मांडीव डोकं ठेवून न झोपता आता आईला दळू लागायचो. लाल वाळक्या मिरच्या जाड लोखंडी पहारीनं आई उखळात कुटायची. पहारीचा शेंडा धरून तिखट कुटू लागायचो. मुसळाच्या शेंड्याला धरून साळी, खपली कांडू लागायचो.

किकलीच्या शाळेत गेल्यापासून सकाळचं दगडाचं काम बंद झालं. घरातला ठोक्याचा तांब्या पाण्यानं भरून झाड्याला जायचो. परतल्याव अंगणातल्या मातीनं तांब्या आतबाहेर घासून फळीवल्या भांड्यात पालथा घालायचो. पुढं तांब्याला सुट्टी मिळून चिनपाटाचा वापर करू लागलो.

पहिल्या नंबरात पाचवी पास झालो. सहावीचा वर्ग शंकरबाबाच्या वाड्यात. सहावीला तरुण, देखणे सदामास्तर. किकलीतले बाबर. लेंगा-शर्ट, कोचीची गांधीटोपी. इस्त्री कडक, शिस्त कडक. चपने. उडाणटप्पू पोरंदेखील चपन्या हाताच्या माराला भ्यायची.

हेडमास्तर तोरगट्टीगुरुजीनी सहलीची टूम काढली. वरच्या वर्गातल्या मुलांचे पैसे जमवले. पन्नासेक विद्यार्थी, हेडमास्तर, सदामास्तर अशी सज्जनगड सहल एस्टीनं निघाली. सातारनजीक अजिंक्यतारा किल्ल्याच्या बोगद्यातनं जाताना एस्टीचा आवाज घुमला. मजा वाटली. बोगदा ओलांडल्याव कोकणी भाग. डरमोडी नदीकाठच्या सडकेनं धावत एस्टी परळीत थांबली. सज्जनगडची अवघड चढण पार केल्याव वनराईनं नटलेलं हिरवंगार विस्तीर्ण पठार. धिप्पाड सशक्त गाईंचा तांडा चरत होता. मंदिरांचे सोनेरी कळस उन्हानं चमकत होते. समर्थांचं निवासस्थान, त्यानी वापरलेल्या वस्तू पाहिल्या. शेवटी तळ्यात उतरलो. डोंगर चढून, पठाराव पायपीट करून अंग शिणलंवतं. पोहल्यानं मोकळं झालं. पोहत पोहत दुसऱ्या टोकाला पोचून पवनचक्की बघतोय तेवढ्यात, कापडं काढून ठेवलीवती त्या काठाला पोरांचा गलका. सपासप पाणी कापत परतलो. भिमा शिंदे न् नामा शिंदे भिजून भेदरून बसलेवते. सदामास्तर दोघाना झापत होते, "भडवीच्यानो, पोहायला येत नाही तर कशाला तळ्यात शिरला? मरायला?"

"काठाजवळ दोघं आंघोळ करीत होतो. भिमा पाय घसरून पाण्यात पडला.

गटांगळ्या खाऊ लागला. हात धरून बाहेर ओढू लागलो, तर मीच घसरून पाण्यात पडलो,'' नामा शिंदे चाचरत बोलला.

''बरा पराक्रम गाजवलास. आता गप्प बस, नाहीतर मुस्काड फोडीन!'' सदामास्तर.

''माझं लक्ष गेलं नसतं आणि सदामास्तरनं तुम्हाला वाचवलं नसतं तर काय झालं असतं?'' हेडमास्तर धपापत म्हणाले.

''काय झालं असतं? हे बुडून मेले असते न् आपल्या दोघाना अटक झाली असती. नोकरी गेली असती अन् दोघंही खडी फोडाय तुरुंगात!'' सदामास्तर कडाडले. थोडं थांबून विचारलं, ''आणि एवढं मोठ्ठं थोरलं घोडमं झालाय तरी पोहायला कसं काय येत नाही?''

धाडसानं भिमा म्हणाला, ''आमच्या म्हारावड्यात पोहायला विहीर नाही. तुमची माणसं विहिरीला शिवू देत नाहीत. मग पोहाय कसं न् कुठं शिकणार?''

सदामास्तर निरुत्तर. त्या प्रकरणानं सहलीचा पचका. न बोलता साऱ्यानी तळ्याकाठी सावलीत भाकरी सोडल्या. गपगुमान सारी जेवली. पुढं काही पहाण्याचा उल्हास संपल्यानं सहल परत फिरली.

आईची मावशी जिजुबया. बाई. ठेंगणाठुसका बांधा. चेहऱ्याव सुरकुत्यांचं जाळं. उजव्या डोळ्यात फूल पडलेलं. एका किलकिल्या डोळ्यानं बघत काठी टेकत चालायची. गावावनं येताना भेळबत्तासं आणायची त्यामुळं आवडायची. पण कामासाठी ताप द्यायची म्हणून रागबी यायचा. अभ्यासाचा जितका नाद तितकाच खेळण्याचा. कधी गोट्या तर कधी भवरा. कधी विटीदांडू तर कधी सुरपाट्या. खेळण्यावनं बाई कावायची. खेळाय गेल्याची चहाडीचुगली भाऊला सांगायची. बोलणी बसायची. त्यामुळं बाईची लई भिरड यायची. उलटा बोलायचो. फार चिडलो तर शिव्याबी द्यायचो. ती कधी मारायची नाही पण म्हणायची, ''थांब, लई शिव्या देतुइस ना? साळंत येऊन तुज्या मास्तरलाच सांगते.''

''सांग, सांग जा! मास्तरला सांगणाराच्या पोटची थेरडी.''

''तुजा मुडदा गाडला! थेरडी म्हंतुयास? साळंत यितीच का न्हाय बगच. न्हाय मास्तरकडनं मार बसावला तर नावाची जिजुबया न्हाय!''

''शाळेत येच तू म्हतारडे. मी तुलाबी भीत नाही न् मास्तरलाबी भीत नाही!'' असं म्हणत दात इचकून इटवान दावत होळीच्या टेकावनं वडाच्या पाराखाली गोट्या खेळाय जायचो.

असं पाचपन्नास वेळा मास्तरचं नाव घेऊन बाईनं भीती घातलीवती. तिला शाळा सापडणार नाही, ती मास्तरकडं कधीच येणार नाही; अशी खात्री वाटायची.

पण एके दिवशी आश्चर्याचा जोरदार धक्का बसला! –फळ्याव गणित सोडवून देता देता सदामास्तर दाराकडं बघत म्हणाले, "आजीबाई, काय काम आहे?"

आख्खा वर्ग मागं दाराकडं बघू लागला. मीबी मागं बघितलं न् हादरलोच. अरे बाऽऽऽपरे! काठी टेकवून आमची बाई दारात उभी. किलकिल्या डोळ्यानं पोराना न्याहळत होती. 'मी तिला शिव्या देतो' असं म्हातारी सर्व मुलामुलीदेखत सांगणार! –अशी भीती वाटून अंग लटलट कापू लागलं. दरदरून घाम सुटला. 'भर वर्गात नाचक्की होणार, हुशारीची रया जाणार, सदामास्तरच्या चपन्या हाताचा मार मिळणार!' या कल्पनेनं पाऽऽर हबकलो. पापण्या पाडून, जिवाचं कान करून 'पुढं काय घडतंय?' त्याकडं लक्ष.

म्हातारीला ऐकू येत नसेल असा कयास बांधून गुरुजीनी पुन्हा मोठ्यांदा विचारलं, "अहोऽऽ आजीबाई, कोण पायजेल?" खाकरून घसा साफ करत बाई म्हणाली, "वान्याच्या दुकानातनं सौदा न्हेयाला आलीवती. सजच साळंत आलीय. साव्वीचा वर्ग ह्योच का?"

"होय! सहावीतल्या कुणाकडं काही काम आहे का?"

"माजा नातू – लेकीचा ल्योक साव्वीत सिकतुइ. लगडवाडीच्या धनगराचा धोंडीराम! आलाय का आज?"

गुरुजीनी मला उभं रहाय सांगितलं. माझ्याव नजर स्थिरावून बाई म्हणाली, "हाऽऽ! ह्योच माजा नातू. त्याजा आब्ब्यास कसा काय?"

"खूप हुशार आहे. वर्गात पहिला नंबर."

"बरं झालं. हुशार आसला मजी बरं. जाते मी." असं म्हणत बाई माघारी फिरली न् काठी टेकत निघून गेली. माझा जीव भांड्यात पडला! अंग सैलावलं. तोंडावनं हात फिरवून घाम पुसला. सुटकेचा निःश्वास सोडला.

शाळा सुटून घरी गेल्याव बाईच्या गळ्यात पडून रडलो. सुरकुतल्या गालांचे मटामटा मुके घेतले. मनातली भीती सांगून टाकली. बाईनं माझ्या तोंडावनं हात फिरवून, कानशिलाव कडाकडा बोटं मोडत अलाबला केला. त्यानंतर मात्र बाईला चुकूनसुद्धा शिवी दिली नाही.

भिरडाचीवाडी धांदलेची सासुरवाडी. भुईंजंखालची धनगरवाडी. मेहुण्याचं आठधा खंड्या मेंढराचं खांड. दरसाल शेदोनशे बकरी धांदलेच्या वावरात बसायची. वाडीमागच्या वावरात बकरी बसल्याव रात्री जेवण उरकून मी तळाव झोपाय जायचो. सुंबरान मांडिलं गाऽऽ, येळंच्या त्या काळालाऽऽ! –असा सूर लावून, इवळल्यागत आवाज काढून मेंढके रात्री उशीरपर्यंत ओव्या म्हणायचे. लगडवाडीत नामवंत संगीत भजन. गावातली मराठा मुलंमाणसं, धनगरी ओव्या ऐकून टिंगलटवाळी करायची. आमच्या

वाडीत ढोल-लेझमीचा डाव असायचा, तर भिरडाच्यावाडीत धनगरी गजाचा नाच चालायचा. गजनृत्यालाबी मराठा लोकं हसायची, नावं ठेवायची. मला वाईट वाटायचं.

रान हेच मेंढक्याचं घर. पावसाळ्यात धोधो पाऊस पडत असला तरी घोंगडीची खालवर घालून तळाव चिखलापाण्यात झोपायचं. पावसापाण्यात, वाऱ्याकावरात धनगरनी उघड्याव तीन-दगडी चुलीव सैपाक करायच्या. वाऱ्यामुळं जाळ पांगायचा न् भाकरी कुठं भाजायची, तर कुठं करपून बिब्ब्यागत काळं डाग पडायचं. करडंकोकरं तळाव ठेवून शेरडंमेंढरं इळभर रानामाळात, दऱ्याखोऱ्यात चराय जायची. दिवसा डोंगरबारीला सावजमांजरापासून, रात्री वावरातल्या तळाव चोराचिलटापासून जित्राबाचं रक्षण करण्यासाठी कडवी कुत्री पाळलेली.

मेंढका म्हटला की पदोपदी लाचारी, मिंधेपणा. कुणब्याच्या बांधाला गेल्याबिगार सत ना गत. हाणता करता शेरडूकरडू पिकात शिरलं तर शिव्यांचा भडिमार. मिणत्या कराव्या तवा बाभळीचं, लिंबाचं ढाळं पाडाय शेतकरी मुभा द्यायचे. ढाळं पाडाय नकार मिळाला तर मग उंच कळकी छकाट्याचा बुडका भुईला टेकवून शेंडा बाभळीव जोरात हलवून शेंगा पाडायच्या. शेंगाव बकरी नुसती पालथी पडायची. पावण्याची बकरी चाराठ दिवस भाकरीवारी बसवून, शेवटी पुरणपोळ्या-तेलच्याचं जेवण घालून धांदले शेतं खतवून काढायचा. लेंड्या मुतारीनं रंगल्याव शेतात पिकं डांब!

भरपेट पाऊस पडणाऱ्या वाईदेशात त्या वर्षी तुरळक पाऊस. दरसालच्या मुसळधार पावसाचा रागराग करणारी माणसं आता वरुणदेवाकडं क्षमायाचना करू लागली. पाऊस पडावा म्हणून प्रार्थना सुरू. पण मेघराजाला घाम फुटला नाही. शिमग्यात हेळाचं पाणी खोल गेलं. वैशाखाला तर पाणी तळात. बेल्टं लागलं. बाजूच्या खडकातनं झिरपून पाणी कुंडीत साठायचं. तांब्याही बुडायचा नाही. नारळाच्या बेल्ट्यानं कुंडीतलं पाणी साठंल तसं थोडथोडं हंड्यात भरायचं. घरोघरची माणसं भल्या पहाटे हंडे हेळाच्या तळात नंबराला लावायची. पाण्यावाचून लोकांचे भयंकर हाल.

पुढल्या वर्षी पाऊस लवकर यावा, भरपूर पडावा म्हणून चावडीतल्या गप्पात 'पावशा' काढण्याचा बेत ठरला. सकाळी खंडू रामुशानं दवंडी दिली. झांजड पडताना 'पावशा' होणाऱ्या पोरानं सारी कापडं काढून टाकली. करगोटा तोडून टाकला. कमरेला कडुलिंबाचं ढाळं बांधलं. डोकीव पाट घेतला. पावशा पुढं न् मुलामाणसांचं लोंबाळं मागं. "धोंडीऽऽ धोंडीऽऽ पाऊस देऽऽ!" अशा आरोळ्या. मिरवणूक घरोघर फिरू लागली. वळचणीला पावशा उभा रहायचा. घरातली बाई कळशीभर पाणी डोकीवल्या पाटाव ओतायची. पावशा गर्रकन गिरकी घ्यायचा. पाण्याचे शिंतोडे पावसागत आजूबाजूला पडायचे. सारी घरं टिपल्याव लटांबर शेवटी वडाच्या पाराखाली विसावलं. उघडाबंब पावशा काकडून गेलावता. दवंडीप्रमाणे

घरोघरच्या पोरानी आंबील, घुगऱ्या आणल्यावत्या. पंगत बसली. आंबील घुगऱ्याचा काला खाल्ल्याव पावशाचा कार्यक्रम संपला.

किकली शाळेतलं शेवटचं वर्ष. सहावीचे सदामास्तरच सातवीला. आमच्याबरोबर गुरुजीबी वरच्या वर्गात. सातवीला केंद्र परीक्षा. निकाल शाळेच्या प्रतिष्ठेचा प्रश्न. मुलंमुली अभ्यासाला रात्री शाळेत. त्या काळी सातवी पास झालं की शाळामास्तरची नोकरी मिळे. सदामास्तरचा शाळेत, गावात एवढा वट होता की, सदामास्तरगत आपण शिक्षक व्हायचं असं अनेकदा मनात येऊन जायचं.

आनंदराव पवारला कुस्तीचा नाद. मैत्री असल्यानं, शाळा सुटल्याव मीबी तालमीत जायचो. गेल्या गेल्या जोरबैठकांची मेहेनत. मग शिनंच्या पोराशी कुस्ती. अंगातनं घाम निघायचा. तांबडी माती लागून अंग लालेलाल. ओढ्याला जाऊन हातपाय धुवायचो, केसावनं-तोंडावनं पाण्याचा हात फिरवायचो. रात्री कंदिलाच्या उजेडात अभ्यास करताना चाळा म्हणून डोकं खाजवताना पाटीव तांबडी माती पडायची. किकलीच्या तालमीमुळं व्यायामाची गोडी लागली.

किकली खोऱ्यात माइन्दाळा पाऊस. लगडवाडी-किकली गाडीवाटंची लई दैना. बगलेनं असण्याऐवजी रस्त्यातनंच नाला. पैशाचं पीक म्हणून लगडवाडीतल्या लोकाना बटाटं लागणीचा दांडगा नाद. सरत्या ज्येष्ठात बटाट्याच्या बेण्याचा वेध लागायचा. धापंद्रा कुणबी खेड, मंचर, चाकण भागात जायचे. ऐरणीचा उक्ता सौदा ठरवायचे. पोती भरून बेण्याचा ट्रक किकलीत खाली करायचे. पावसाची चिपळी. चिखलाचा राडारबडा. किकलीतनं बटाट्याची चार पोती बैलगाडीत टाकायची. गाडीच्या जुवाला एक जोडी व पुढं दुसऱ्या जोडीचं वांडं. एक चाक नाल्यातनं तर दुसरं चाक कटनावनं. बावकाडाला हात देऊन दोन गड्यानी कल धरावा तेव्हा यकार-रस्त्याव न उलटता गाडी घर गाठायची.

वाघा-घेवडाही वावरंच्या वावरं. त्याचाबी बऱ्यापैकी पैसा व्हायचा. घरवरजानापुरतं धान्य निघेल तेवढी बाजरीची पेरणी. सरत्या भादव्यात बाजऱ्या निघत. तीच वावरं कुळवून लगबगीनं दुसाड ज्वारीची पेर करणं भाग पडायचं. पाऊस कधी उतरंल, घातमोड होऊन पेरणीचा खोळंबा होईल त्याचा नेम नसायचा. बाजरी उपटली की, कणसं न खुडता पेंढ्या बांधून बांधाव मोठी बुचडी लावायची. दुसाड पेरणी उरकल्याव सवडीनं बुचडी उचकटून कणसं खुडून खळ्यात टाकायची, मळणी करून बाजरी कणगीत भरायची.

बाजरीची मळणी करून भाऊनं कणींग भरून ठेवलीय असं व्हायचं नाही. त्यामुळं आईचं हालवनवास, अतोनात काबाडकष्ट. गेलं सालचं जोंधळं दसऱ्याला

संपायचं. मग काय? आई इळभर भांगलायची न् तिसरापारी खुरपं थांबवून बांधावली बुचडी उचकटायची. हाराभर कणसं खुडायची. घरी नेऊन मोगरीनं बडवायची. पिशा घोळून बाजूला काढायची न् बाजरी लुंग्यासकट उपनीत भरून घरामागं वारंघशी वाडवायची. एवढं सारं एकटीनं केल्याव आई जात्याव बाजरी दळायची. चूल पेटवून भाकरी टाकाय बसायची. तोपर्यंत पाण्याचा तांब्या घेऊन दादा म्हणायचे, "झालं का न्हाय? वाड जेवाय."

"भाकरी कोरड्यास झाल्याबिगार काय वाडू? जरा दमानं घ्याकी !"

"तुजं हे रोजचंच. इळभर घरी न् दिव्यानं दळान करी!" दादांचा हा आणा-टोमणा दिसाड ऐकाय मिळायचा.

पैशाची सदा ओढाताण. तेल आहे तर मीठ नाही, मीठ आहे तर चटणी नाही! कोरड्यास चवीला बेतास बात. एकदोन घास चावल्याव दादा कुरकुरायचे. "अगं कालवान वाडलंय का पानी? त्याला चव ना धव."

"आता गप गिळा की. मानसानं लई बी चवना करू न्हाय." आई उसळायची.

"बोलून तरी काय उपेग? तुजं आपलं न्हेमीचंच; वत पानी न् कर कालच्च्यावानी !"

एकाला एक लागून असलेल्या शेतकामातनं विरंगुळा म्हणून जत्रांचं महत्त्व. लगडवाडीला जत्रा नाही. किकलीची जत्रा तीच आमची. किकलीत ओढ्यापलीकडं भैरुबाचं हेमाडपंथी देऊळ. भिंती, खांब, दरवाजे, छत सारं दगडी. लेण्यागत देखणं कोरीव नक्षीकाम. भैरुबाची जत्रा म्हणजे भागातली पहिली जत्रा. जांब, किकली व बारा वाड्यांचा त्या जत्रंव जीव. दसऱ्यातला तिसरा शनिवार जत्रेचा पहिला दिवस–ताजी जत्रा. रविवार जत्रेचा मुख्य दिवस–शिळी जत्रा. कोंबड्यानं बाग देताच आई उठवायची. दुमिरी धोतराची भाळ मारून मी गुरं सोडायचो. अंधारातच रानात चाराय न्यायचो. दिवस पेंडभर वर आल्याव गुरं गोठ्यात बांधायची. जेवल्याव नवी कापडं घालून, भांग पाडून, गंधाची लाल टिकली लावून आम्ही पोरंपोरं झोकात किकलीची वाट धरायचो.

किकलीचा भैरुबा व जांबची चिलुबाई भणीभावंडं. दोघांच्या दोन पालख्या देवळाला प्रदक्षिणा घालताना वाद्ये वाजायची. दोन्ही बलाढ्य गावात चुरस असल्यानं भांडणाची शक्यता. मोठा पोलीस बंदोबस्त. पालख्या पुलाव यायला जसजसा उशीर व्हायचा तसतशी गावाकडल्या काठाव गर्दी वाढायची. अधीर होऊन जमाव भक्तिभावानं तारसुरात आरोळ्या ठोकायचा, "भैरुबाच्या नावानं चांऽऽग भलंऽऽ!"

वाट बघता करता "आल्या! आल्या!" म्हणेपर्यंत दोन्ही पालख्या पूल ओलांडून धावत पळत गर्दीत घुसायच्या. चेंगराचेंगरी. बारकी पोरं गर्दीत चुकायची. गडीबाया पालख्याव गुलालखोबरं उधळायची. सारा परिसर, मुलंमाणसं लालेलाल! ढोल-लेझमीचे धापंद्रा डाव. किकलीच्या शिंदे-वाघमारेंचा हलगी-घुमक्याच्या तालाव

कलात्मक नाचणाऱ्या तरुणांचा डाव. चावडीचौकात मलखांब, लाठी-बोथाटी, दांडपट्टा-छडीपट्टा हे मर्दानी खेळ. ते बघाय दादा मला आवर्जून न्यायचे. छबिना गावात फिराय लागला की जत्रा फुटाय सुरुवात व्हायची.

जत्रेच्या तिसऱ्या दिवशी सोमवारी वावरात कुस्त्यांचा फड. चौकोनी फडाभोवती किकली न् बारा वाड्यातल्या लोकांच्या जागा परंपरेनं ठरलेल्या. फडाचं आकर्षण असायचं,–लगडवाडीच्या बुटक्या म्हपाची कुस्ती. म्हादू पवाराचा म्हणा सर्कशीतल्या विदूषकावानी ठेंगू. तीन फुटी. काळंसावळं पीळदार शरीर. सायबुनाना पाटील म्हपाला हौसेनं फडातनं फिरवायचे. जोड लागल्याव खिस्ताक घालून, मांड्या-दंडाना तेल लावून, शड्डू मारून-दंड ठोकून म्हपा लुटुलुटु पळत फडाच्या मध्यभागी जायचा. समोरचा पैलवान दुप्पट उंच! माती उचलून म्हपा हातात हात द्यायचा; अन् जोरकस हिसडा मारून धोबीपछाड डावाव पैलवानाला चितपट करायचा! फडात टाळी. पुढं नामांकित कुस्त्या होऊन फड मोडायचा. विविध भरगच्च कार्यक्रमामुळे जत्रेत तमाशाची आठवण फारशी कुणाला व्हायची नाही.

उगवतीला मुऱ्याच्या गडाव संक्रांतीनंतर नाथाची जत्रा. पलीकडल्या पायथ्याची राऊतवाडी ती जत्रा भरवायची. लगडवाडीची मुलंमाणसंबी भक्तिभावानं जायची. बाजरीची भाकरी कुस्करून, गूळ घालून, तेल लावून मलिदा करायचा. त्याचे तीनचार लाडू फडक्यात बांधून आम्ही निघायचो. दोन मैलांची आडवाट तुडवत उंच डोंगर चढून, उभट काळा कडा पार करून मुऱ्याच्या पठाराव पोचेपर्यंत दमछाक. देवळापुढं पसरट वडाखाली तमाशा रंगात आलेला. दरसाल धावडवाडीचा तमाशा बांधील. तमाशात बाई नाचवायची नाही!– हा धावडवाडीकरांचा पण! कोलाटणींच्या थोबाडात मारतील असे दोन नाचे.–

पाटलाचा पोर, बाई ग झालाया शिरजोर<br>
माझी भलतीच मस्करी करी! मस्करी करी!!

हे नाच्यानी गायलेलं गाणं ठेका धराय लावायचं. वगाला न थांबता देवदर्शन करून, आम्ही पठारावल्या टाक्याच्या झऱ्याव जाऊन मलिद्याचे लाडू फस्त करायचो. माघारी येईपर्यंत तमाशा मोडण्याच्या बेतात. उठताना लोकांनी झाडाझाड केल्यानं उडालेला धुरळा न् भैरवीचे सूर एकदमच हवेत मिसळून जायचे.

सरकारी विद्याखाते मुंबई!– यांच्या विद्यमाने प्राथमिक शाळा प्रमाणपत्र परीक्षेचं वेळापत्रक मार्चमध्ये जाहीर झालं. त्यावेळचा 'उत्तर सातारा' म्हणजे आताच्या सातारा जिल्ह्यातील सातारा– केंद्रांतर्गत, वाई– उपकेंद्रात आमच्या शाळेचे नंबर. चौतीस विद्यार्थी-विद्यार्थिनींची राहण्याची सोय गणेश टॉकीजमध्ये. जाताना वर्गणी

काढून बुंदीचे लाडू घेतलेवते. सैपाकाला बाई व पीठकूट, तेलमीठ, मिर्चीमसाला नेलंवतं. चार दिवसात सात पेपर संपवून लवाजमा परतला.

मे महिन्याच्या मध्याव निकाल लागला. किकली शाळेचे सर्व चौतीस विद्यार्थी पास. पासष्ट टक्के मार्क पडून माझा पहिला नंबर! केंद्र परीक्षेला वाडीच्या विद्यार्थ्याचा किकली शाळेत पहिला नंबर!–असं प्रथमच घडलंवतं. धनगराचा पोरगा पहिल्या नंबरात पास झाल्याचंही आगळं वेगळं कौतुक! निकाल दादाना सांगितला न् पाया पडलो. आवंढा गिळून घोगऱ्या आवाजात म्हणाले, ''शाब्बास भादरा ! चांगलं नाव कमावलंस!''

किकलीतली माणसं दादाना म्हणू लागली, ''गेनबा, तुजा मुलगा लई हुशार. पुढं इंग्रजी शिकव.''

शिक्षक मला सांगत, ''हायस्कूलमध्ये तुझ्या हुशारीला जास्त किंमत राहील.'' गुरुजींचं पटायचं. पुढं शिकावं वाटायचं. दादाना तर दांडगी हौस. पण भाऊ म्हणायचा, ''इंग्रजी शिकवायची आपली ताकत न्हाय. त्यापक्षी एकाला दोगं झाल्याव शेती माइन्दाळी पिकंल.''

तोपर्यंत लगडवाडीतला एकच मुलगा हायस्कूलला गेलावता. हरि शेलाराचा पुतण्या रामू. त्याची श्रीमंती. पाच भावांचं एकवट खटलं. शंभर बिघं जमीन. रामू सातारला न्यू इंग्लिश स्कूलमध्ये मॅट्रिकच्या वर्गात. दादांचा मैतर विठोबा भोसला म्हणायचा, ''दादा, तुमचा पोरगा हुशार हाय. कबूल! पन हरि शेलाराची बराबरी करून तुमचं निभंल का?''

हे ऐकून दादांच्या उत्साहावर विरजण पडायचं. पण तात्पुरतं. राहून राहून त्यांचं मन उसळ्या घ्यायचं. लगडवाडीला जवळ पाचवड हायस्कूल. साताठ मैलाव. रोज जाणंयेणं अशक्य. बघता करता एका लग्नात आशेला पालवी फुटली. रात्री जेवताना भाऊला दादा म्हणाले, ''कोरेगावची तुमची पिलूमावशी लग्नात आडाळली. इंग्रजी साळंचा विषय मी काडला.''

''मंग काय म्हन्ली?'' भाऊचा कोरडा प्रश्न.

''कोरेगावलगत लोनंदला हायस्कूल हायं. धोंडीरामला मी जेवाय घालीन! पिलाबाई म्हन्ली.''

''आन् वरखर्चाचं?''

''व्हैल कसं तरी. पन पोराला इंग्रजी अक्षरओळख तरी व्हैल.'' दादांची उभारी.

''बरंय. अक्षरओळखीपुरतं शिकवू थोडंस.'' कुचमत कुचमत भाऊचा होकार. लोणंद हायस्कूलमध्ये नाव घालण्याचा निर्णय झाला!

*

# तीन

सकाळी लवकर उठून पत्र्याच्या पेटीत कापडं भरली. शालेय साहित्य घेतलं. जेवण उरकलं. वाटखर्चीला दादानी वासुदेव शेलाराकडनं दहा रुपये उसनं घेतलं. एस्टीनं की आगगाडीनं जायचं?– असा विचार चालू असता दादा अचानक म्हणाले "वाटखर्चीत पैसं घालवन्यापक्षी डोंगरातनं मदनं चालत जाऊ. हिकडं अनवानी निभलं. पन लोनंदचं रान लई खडील. जाताना साळप्यात लक्षीमन चांबाराला पाच रुपै दिवून चप्पल बांदाय सांगू. शिल्लक पाच रुपैत वह्यापुस्तकं घिवू."

आई, भाऊच्या पाया पडून निरोप घेतला. पत्र्याची पेटी घेऊन दादा पुढं न् मी मागं. वाघुलवाटेनं मुऱ्याचा डोंगर चढू लागलो. पेढा ओलांडून टपरातनं थाप्याव पोचलो. पावसाची सर पडून गेलीवती. मुऱ्याच्या डोंगराला धुकाट लागलंवतं. चंदन किल्ल्याव सप्तरंगी धना पडलावता. थाप्याव गुरं चारीत विठोबा भोसला न् दिनकर पवार पोती अंथरून बसलेवते. त्यांच्यापशी खिनभर विसावलो. भोसला म्हणाला, "दादा, तुमी जिवाचा धडा केलाइच तर आता मागड घिवू नका. इयाट मारी काही व्हैल ती व्हैल !"

"आरं काय व्हतंय? जिवाचं नाव लवडा ठिवून रेटल्याव सारं जमतंय." दिनकर पवाराचा जोर.

दादा म्हणाले, "परमिसरानं बुद्दी दिली त्यापरमानं हिय्या करून निगालूइ तर खरं; आता उजडंल तितं उजडंल!"

दादांच्या मागनं डोंगर चढू लागलो. नारूमुळं दादांच्या पायाच्या शिरा कायमच्या आखडलेल्या. दोन्ही टाचा जमिनीला टेकायच्या नाहीत. उंच टाचांचा धनगरी जोडा घातल्यामुळं पाय त्यातल्या त्यात सपै पडायचे. पण लगातार चालताना त्रास व्हायचा. उंच डोंगर चढून चोरदात व मुरा या दोन गडांच्या खिंडीत पोचलो. घडीभर

बसून घाम पुसला. बघावं तिकडं डोंगर, शिवार सारं हिरवंगार. खिंडीव गार वारा सुसाट वहात होता. वेगवान वाऱ्यानं आपण उडून जाऊ की काय? अशी धास्ती. थोडी विश्रांती झाल्याव डोंगर उतरताना हलकं वाटलं. पायथ्याला राऊतवाडीत कधी पोचलो ते कळलं नाही. वाघोली फाट्याला वसना नदीच्या पुलाव चटणीभाकरी खाऊन थोरलं पिंपोडं ओलांडलं. मसनवीराच्या देवळावनं, भाव्याच्या पडीजवळनं बोडका डोंगर उतरून साळप्यात चांभाराचं घर गाठलं. रामराम घालून दादा म्हणाले, ''आरं लक्षीमन, पोराच्या पायाचं माप घे. हे पाच रुपै ठेव. बिस्तरवारच्या बाजारात लोनंदला गल्बाच्या हाटिलम्होरं पोरगं तुजी गाट घिल. त्याला चप्पलजोड दे.''

वाटचालीचा शेवटचा टप्पा सुरू. लोणंदच्या पूर्वेला मैलभर चालल्याव कोरेगाव शिवारात पिलूमावशीची गोठावस्ती लागली तेव्हा झांजड पडलीवती. डोंगरी चढउताराच्या, ओढ्याओघळीतल्या वाटेनं पंचवीस मैल चालल्यामुळं पायाचं तुकडं पडाय झालंवतं. पिंढरीचं गोळं रातभर ठणकत होतं. नव्या जागी नीट डोळा लागला नाही.

दुसऱ्या दिवशी लोणंदला हायस्कूलकडं गेलो. आवारात शिरताना मोठा बोर्ड: रयत शिक्षण संस्थेचे, मालोजीराजे विद्यालय, लोणंद. ऑफिसच्या दाराव छोटी पाटी: श्री. ल. मा. सुभेदार, मुख्याध्यापक.

दादा दबकत बिचकत म्हणाले, ''रामराम गुरुजी !''

''नमस्कार! बसा.''

दादा घुटमळत तसेच उभे. मग मुख्याध्यापक दरडावून म्हणाले, ''अहो, बसा खुर्चीवर.''

लाजतबुजत दादा खुर्चीव बसले न् म्हणाले, ''पोराचं आठवीत नाव घालायचंय.''

''वर्ग सुरू होऊन महिना झालाय. इतका उशीर?''

''गरीब परस्तिती. फुडं शिकवावं का न्हाय म्हणून दुचित होतो.''

''ठीक आहे. सातवी पास सर्टिफिकेट, शाळा सोडल्याचा दाखला आणलाय?''

मी दोन्ही कागद दिले. ते वाचून मुख्याध्यापक म्हणाले, ''केंद्र परीक्षेत पासष्ट टक्के मार्क्स? हुशार दिसतोय.''

''व्हय! किकलीत पैला नंबर आलाय.''

''छान! घ्या प्रवेश. फीचे पैसे द्या.''

दादानी तंबाखूच्या चंचीतनं पाचाची नोट काढून दिली.

''एवढ्यानं काय होतंय?''

''माज्यापशी तेवडंच हायतं.''

''वह्या, पुस्तकं घेतलीत का?''

"आजून काइच घेतलं न्हाय."

"ते पाच रुपये ठेवा तुमच्याजवळच. वह्या, पुस्तकं घ्या. सातवीच्या मार्कावर हाफ फ्रीशिप देतो. दरमहा अर्धी फी भरावी लागेल. तेरा रुपये फी बाकी नंतर भरा."

प्रवेश घेतला. दादांच्या पाया पडलो. ते भारावून परत फिरले. मी आठवी (ब) च्या वर्गात जाऊन मागं बाकाव बसलो. सुटाबुटातले गोरेगोरेपान शिक्षक इंग्रजी शिकवत होते. दाढीमिशा गुळगुळीत, उलटे फिरवलेले कुरळे केस. इंग्रजी शिकवाय युरोपियन शिक्षक असतो!– असं वाटलं. तास सुटल्याव समजलं: ते आमचे वर्गशिक्षक एमेच मणियार! दर तासाला शिक्षक बदलतो, प्रत्येक विषयाला वेगळे सर. एकदम नवीन वाटलं.

दिवस चाललेवते. घर सोडून पहिल्यांदा लांब आलोवतो. करमायचं नाही. रडायचो. एक महिना लेट ॲडमिशन. वर्गाचा अभ्यास पुढं गेलेला. मालोजीराजे विद्यालयात इंग्रजी विषय पाचवीपासून होता. म्हणजे इंग्रजीत इतरांपेक्षा मी तीन वर्षांनी मागे. इतर विद्यार्थी लेसन वाचत होते, तेव्हा मी एबीसीडी पहिली, दुसरी लिपी शिकत होतो. लवकरच तिमाही परीक्षा झाली. इंग्रजीत पन्नासपैकी शून्य मार्क! वाईट वाटलं. पण नाउमेद न होता इंग्रजीच्या मागे लागलो.

पिलूमावशीचा बैलबारदाना मोठा. शेती भरपूर. राबाय माणसं कमी. सांजसकाळ बारकीसारकी कामं करावी लागायची. दप्तर उचलून लगबगीनं निघायचो तेवढ्यात मावशी म्हणायची, "एवडी भाकरी औताव पोचवून मंग साळंला जा."

नाइलाजानं भाकरी औताव पोचवायचो. उशिराबद्दल शाळेत छडी बसायची.

कामावनं मावशीची माझ्यामागं भुनभुन चालू असायची. काहीही झालं तरी अभ्यासाकडं दुर्लक्ष करायचं नाही! –ही खूणगाठ पक्की. कसेबसे दोनेक महिने गेले. असाच एका गुरुवारी शाळेला निघणार तोच मावशी म्हणाली, "आज बाजार. वांगी इकाय न्यायचित. तू एक बोजा घे. मी दुसरा घेती."

"अग मावशे, शाळेला उशीर होईल."

"व्हवू दे की. वांग्याचं टोपलं बाजारात पोच करून साळा गाट."

मी रडू लागलो. वांग्याचं टोपलं न घेता, दप्तर उचलून निघालो. तशी मावशी तडकली, "एवडं कामबी जमत नसंल तर तुजी तू दुसरी सुइ बग! हितनं फुडं तुज्या तुकड्यापान्याचं माज्याच्यानं जमनार न्हाय."

वाद न घालता शाळेची वाट धरली. राहण्याखाण्याचा भुंगा मनात पिंगा घालू लागला. वर्गात बसलोवतो, पण आतल्या आत हरवून गेलोवतो. हादरलोवतो. धर्मसंकटातनं कसा काय मार्ग काढायचा? विचारचक्र सुरू.

शाळा सुटताना मार्ग सुचला. मावशीकडं गोठ्याव न जाता तडक कोरेगावात

गेलो. गावात म्हस्कूमामा. भेटताच विचारलं, ''धोंडीरामबापू, आब्ब्यास कसा काय चाललाय?''

''अभ्यास ठीक चाललाय. पण निराळाच तिढा निर्माण झालाय.'' असं म्हणून मावशीकडची वैतागवाडी भडाभडा ओकलो.

''मग फुडं काय करायचं ठरवलंयस?''

''या वर्षातले शिल्लक चारसा महिने रहाण्याखाण्याची सोय तुम्ही केली तर?'' चाचरत खडा टाकला.

''माजं काय न्हाय. भागू म्हनील तसं. काय ग, जमंल का?''

''आपलीबी वडातान हायं. पन भाच्यासाटी करू कसं तरी.'' भागुमामीचे शब्द ऐकून जिवात जीव आला. दप्तर काखेत अडकवून मावशीचा गोठा गाठला.

दुसऱ्या दिवशी सकाळी मावशीचा निरोप घेऊन कोरेगावात गेलो. शिंद्याच्या वाड्यात म्हस्कूमामाच्या घरी ट्रंक ठेवली. दप्तर भरून शाळा गाठली.

शेती मोठी पण मामाला राजकरणाचा नाद. कुणबाव्याकडं दुर्लक्ष. जमंल तेवढं कष्ट करून मामी प्रपंच रेटायची. मामाच्या घरी कामाचा बिलकूल त्रास नव्हता. अभ्यास एके अभ्यास. बघता करता पहिली टर्म संपत आली. सहामाही परीक्षा झाली. वर्गात तिसरा नंबर! इंग्रजीत शंभरपैकी चौसष्ट मार्क! माणियार सरानी टेबलाजवळ बोलावलं. वर्गाकडं तोंड करून उभं केलं न् म्हणाले, ''हा डी.जी. महार्नवर. गरिबीमुळं एक महिना लेट. तिमाहीत इंग्रजीला पन्नासपैकी शून्य मार्क होते. सहामाहीला मात्र शंभरपैकी चौसष्ट मिळालेत.''

तेवढे बोलून सरानी दोन रुपये बक्षीस दिले नि म्हणाले, ''इंग्रजीत शून्यावरुन चौसष्टपर्यंत कशी काय प्रगती केलीस? वर्गाला सांग.''

''नियमित अभ्यास केला. ग्रामर व स्पेलींगवर भर दिला.''

ते दोन रुपयचं बक्षीस लाखमोलाचं ठरलं आणि 'मुबारक हुसेन मणियार' केवळ सर न राहता माझे 'गुरू' बनले!

दिवाळीची सुट्टी लगडवाडीत. इंग्रजीचे पुस्तक नेलेवते, पण कामामुळे, खेळण्यामुळे उघडणं झालं नाही. सुट्टीच्या मध्याव भाऊनं बांबगोळा टाकला, ''धोंडीरामला आता इंग्रजी अक्षरओळख झालीय. एवडं इंग्रजी पोटापुरतं रग्गड झालं. फुडं त्याला लोनंदला पाटवायची जरवर न्हाय.''

तत्काळ सावरून दादा म्हणाले, ''उगीच काय तरी खूळ काडून चांगल्या कामात खो घालू नकुस. खंडीच्या वरनात मुतून घान करू नकुस.''

''खूळ कसलं न् घान कसली? हितं मला शेतीत एकट्याला मरावं लागतंय. तुमाला नुसतं बोलाय काय व्हतंय?''

वाद न घालता दादा उठले. मला घेऊन मळ्यात गेले. माझी उलघाल. दादाना म्हणालो, ''तुम्हीच हे कोडं सोडवा. मला मॅट्रिक व्हायचंय.''

''शांत बसून बगत ऱ्हा. मी बराबर करतो. तू हवालदिल व्हवू नकुस. लक्षात ठेव; –आक्कल काय खाते? पेंड खात न्हाय. आक्कल दम खाते! तर तू आसा घाबरा व्हवू नकुस. जरा दम धर!''

मुऱ्याच्या बाजूला मळवीत आमचं खळं. बारक्या कणसांची बुटकी बाजरी घारकड्याच्या चार पट्यातनं पेंढ्या न बांधता आणून खळ्यात टाकलीवती. त्या बाजरीची चगाळमळणी सुरू. मध्याव रोवलेल्या तिवड्याभोवती दोनबैली पात चाललीवती. कणसं खाऊ नये म्हणून बैलाना मुसकी घातलेली. चगाळ हलवण्यासाठी कळकाची कोडळ. मला पात हाकाय लावून भाऊ घरी गेलेला. बैलं गोल फिरत होती. एकसुरी कामात हायस्कूल शिक्षणाचं विचारचक्र सुरू. खळ्यातनं मुऱ्याचा डोंगर दिसायचा. तो ओलांडून मन घाटाखाली लोणंदला पोचायचं. भाऊनं हट्ट कडेला नेला न् लोणंदला पाठवलं नाही तर? नुसत्या कल्पनेनं पोटात खड्डा पडायचा.

सकाळी वैनी भाकरी टाकत होती. आई नुसती बसलीवती. आम्ही जेवत होतो. मी म्हणालो, ''सुट्टी संपली. उद्या लोणंदला जातो.''

''आता साळा बाऽऽस! मी म्हंतुइ ती समजत न्हाय का?'' भाऊ तावदरला.

''आरं सदू, फुडं शिकायची त्याजी धडाडी हायं तर का मोडता घालतुयास?'' दादांची काकुळती.

''धाकट्या लेकाला शिकाय पाटवा आन् तुमी फिरत बसा गावगना. मी हितं मरतुइच शेतातल्या कामानं न् तुमच्या रकरकीनं.''

वितंडवाद ऐकून वैतागलो. खरकटं ठेवून ताटावनं उठू लागलो. आई म्हणाली, ''आरं बाबा, नीट जेव. वंदान ठिवून सोन्यासारकं आन्नं का वाया घालावतुइस? मानसानं खाऊन माजावं, टाकून माजू न्हाय!''

तिचं न ऐकता झरडकीनं उठलो. बाहेर जाऊन हात धुतला. फोदंवाद संपवून दादाबी पडवीला आले. बैलगुरं सोडून दोघं शेंबार्ट्याच्या पडकात गेलो. 'काहीही झालं तरी लोणंदला जायचं. भरपूर शिकायचं!'–दिवसभर आमच्या याच गप्पा.

आठधा मैल चालून पळशी स्टेशनला सकाळी नऊची रेल्वे पकडायचीवती. कोंबडा आरवताच आम्ही उठलो. आई सैपाकाला लागली. अंघोळ उरकून मी पिशवी भरली. तांबडं फुटलंवतं. दादा पुढं न् मी मागं अशी अर्धवट अंधारातनं उगवतीकडं वाटचाल सुरू. नौधा वावरं ओलांडल्याव भोरकडीच्या बुटक्या डोंगराची चढण. खिंडीव पोचलो. उतार सुरू होताच म्हणालो, ''पार उजाडलंय. भीतीचं

कारण नाही. तुम्ही परत फिरा.'' दादाना गळामिठी भेटून डोंगर उतरू लागलो. फिरफिरून मागं बघत होतो. खडकाव बसलेले दादा हात हलवून निरोप देत होते. अंतर वाढल्याव दिसेनासे झाले.

गाडीरस्त्यानं बनवडीतनं पलीकडं गेल्याव अरबवाडी. पुढं बांधाची पाऊलवाट. बाजूच्या उंच दाट गवतातनं साप येईल!– अशी भीती. खामकरवाडी ओलांडली. वसना नदीच्या मांडीभर पाण्यातनं गेल्याव तुटक पळशी स्टेशन. तिकीट काढून फलाटाव फेरफटका मारतोय तोच शिट्टी वाजवत गाडी स्टेशनात शिरली. डब्यात घुसलो. आगगाडीत पहिल्यांदा बसलोवतो. वाठारनंतर सुसाट वेगानं गाडी बोगद्यात शिरली. अंधार गुडूप. डब्यात लाईट लागली. रेल्वे प्रवासाची गंमत वाटली. प्रवास संपू नये, लोणंद येऊ नये!– असं वाटलं.

गणिताला आर्डी पांढरेसर. माझी गरिबी, हुशारी त्यांच्या लक्षात आली. खोलीव बोलावून मार्गदर्शन केलं. तिथं श्रीमंताची तीनचार मुलं बसलीवती. त्यात आगाबंधु सुलेमान, युसुफ. रेल्वे स्टेशनजवळ 'बर्मा शेल' कंपनीचा पेट्रोल डेपो. आगासाहेब डेपो मॅनेजर. एके दिवशी पांढरेसरानी डेपोत नेलं न् म्हणाले, ''आगासाहेब, हा गरीब धनगर विद्यार्थी डी.जी. महार्नवर.''

''कोणत्या वर्गात शिकतोय?''

''सुलेमान, युसुफ आठवीच्या ज्या तुकडीत आहेत त्या 'ब' तुकडीत. हुशार आहे.''

''व्हेरी गुड! आणखी काही विशेष?''

''मुक्कामाला तुमच्या बंगल्यात ठेवल्यास त्याची अभ्यासाची सोय होईल आणि संगतीने सुलेमानचा अभ्यास सुधारेल.'' सरांचा प्रस्ताव. आगासाहेब मला म्हणाले, ''ठीक आहे! उद्यापासून अभ्यासासाठी बंगल्यात मुक्कामाला ये.''

दुसऱ्या दिवशी मामाच्या घरी जेवण उरकून, दोन वेळची भाकरी फडक्यात बांधून घेतली. दप्तर, बिछाना घेऊन लोणंद गाठलं. आगा-बंगल्यात सामान ठेवून शाळेला गेलो.

त्या मुक्काम-बदलामुळे मोठा फरक जाणवला. मामाच्या घरी शेणानं सारवलेली भुई व घासलेटचा दिवा; तर आगा-बंगाल्यात फरशी व लाईट. बंगल्यात बाहेर मोठा हॉल, आत किचन. तीन मुलगे न् आईबाप. पंचकोनी आगा कुटुंब. साहेबाना बाबा म्हणत. उंच, धिप्पाड, हनुवटीव खुरटी करडी दाढी. फार धार्मिक. हॉलच्या कोपऱ्यात सांजसकाळ नमाज पढत. माळेतले चकचकीत मणी ओढून जप करीत.

रात्री किचनमध्ये आगा फॅमिलीचं जेवण. बाहेर हॉलच्या कोपऱ्यात मी फडक्यातली भाजीभाकरी खात असे. लोणंद भागात कांद्याचं पीक भरपूर. बऱ्याचदा भाकरीव

कांद्याच्या पातीची भाजी. बाबा जवळ येऊन पाहत आणि आतून चिनी मातीच्या नक्षीदार वाटीतनं मटणाचं कालवण आणून देत. पहिल्या वेळी त्या कालवणाकडं बघतच राहिलो. लगडवाडीत मुसलमानाची चारपाच घरं. त्यांच्या घरी आम्ही जेवायचो नाही. मोठी माणसं म्हणायची, "त्यांच्यात जेवलो तर उष्टं वाढून आपल्याला बाटवतील. मुसलमान करून टाकतील."

इथं तीच कुशंका मनात आली. 'कालवण न खाता परत दिलं तर बाबा काय म्हणतील?'– अशी आदरयुक्त भीतीबी वाटली.

शेवटी 'काय व्हायचं ते होईल!' असा विचार करून चमचमीत कालवणात भाकरी कुस्करून जेवण उरकलं. पुढं ते अंगवळणी पडलं.

सुलेमानच्या घरी माझा अभ्यास सुधारला. सहामाहीपेक्षा नऊमाही परीक्षेत दहा टक्के मार्क वाढले.

आर्थिक ओढाताण होतीच. महिना पाच रुपये फी. पण तीही भरणं अवघड. विद्यालयाचं संस्कार-केंद्र होतं. केंद्रातर्फे रोज सकाळी पावडरचं दूध गरीब मुलांना मोफत वाटलं जायचं. माझी गरज ध्यानात घेऊन केंद्र प्रमुखानं मला दूध वाटपाचं काम दिलं. महिना पाच रुपय मिळायचं. शिवाय प्यायला फुकटचं दूध.

ग्रामर शिकवायचे जी.बी. माने सर. प्रखर ध्येयवाद, जहाल विचार. 'कम्युनिस्ट' या शब्दाचा अर्थही मला ठाऊक नव्हता, तेव्हा साम्यवादाचे प्राथमिक धडे त्यांनी दिले. बाणा शाहिरी, आवाज पहाडी. शाहीर अमर शेखांचे क्रांतिकारी पोवाडे आवेशात म्हणायचे, आम्हाला शिकवायचे. माने सरांमुळे माझ्या हुशारीला ध्येयवादाची जोड मिळाली.

रयत शिक्षण संस्था तेव्हा आकारानं लहान. साताराचं शिवाजी कॉलेज हे संस्थेचं एकमेव कॉलेज. त्यात आर्ट्सचे चार वर्ग. कॉमर्स व सायन्स शाखा नव्हत्याच. अकरावी अखेरचे वर्ग असलेली लोणंदसह तेरा व कमी वर्ग असलेली एकतीस मिळून संस्थेची एकूण फक्त चव्वेचाळीस हायस्कूल्स. विद्यालयाचे ग्रंथालय समृद्ध. गाझी केमाल पाशा, द्वंद्व, कर्मवीर– चरित्र ही पुस्तके वाचाय मिळाली. वाचनाची गोडी लागली त्यात विद्यालयाचा मोठा वाटा.

नऊमाही परीक्षेनंतर जुन्या पद्धतीचं नवं संकट आलं. सकाळी जेवताना भागुमामी म्हणाली, "आवं शिंदं, मला नौवा म्हैना लागलाय. आता माज्याच्यानं साऱ्यांच्या सैपाकाचं रेटत न्हाय."

"मंग काय करावं म्हंतीस?" मामाचा प्रश्न

"आपलं कसं तरी व्हैल, पन धोंडीरामची काय तरी दुसरी सुइ लावा."

ऐकून चमकलोच. मामा म्हणाले, ''भाच्याची दुसरी काय यवस्ता करायची?''

''ती मी काय सांगनार? पन हितनं फुडं माज्याच्यानं त्यांच्या जेवनाचं जुळनार न्हाय.''

मामीचा निर्वाणीचा सूर ऐकून काय समजायचं ते समजलो.

कोरेगावातच आईच्या मामाचा मुलगा भिमडा. माझ्या आत्याची मुलगी त्याची बायको चिंगूव्हंजी. संकटाव मात करण्याच्या हेतुनं त्यांच्या सपराव गेलो. मामाच्यात घडलेला प्रकार सांगितला. ''मंग फुडं काय करायचं ठरावलंइस?'' भिमाकाकाचा प्रश्न.

''आवं कारबारी, आटवीतल्या पोराला तेडून कसं काय इचारताय? मामीला जमत नसलं तर, धोंडीरामदाजीला मी भाकरी घालीन. हाय काय न् न्हाय काय?'' चिंगूव्हंजी माझ्या मनातलं बोलली.

''बरं तर मग, शिंद्याच्या वाड्यातलं तुजं सगळं सामान सपरात आन.'' भिमाकाकाची संमती.

सुटकेचा नि:श्वास सोडला न् सामान घेऊन आलो.

हायस्कूलच्या पहिल्या वर्षाचा पहिला अंक पिलूमावशीच्या गोठ्याव संपला, दुसरा अंक आजोळात म्हस्कूमामाकडं पार पडला आणि तिसरा अंक चिंगूव्हंजीच्या सपरात सुरू झाला.

आठवीचं वर्ष संपताना स्टाफमध्ये एक बदल झाला. 'इंजिनियर हो' असं मला म्हणणारे पांढरेसर हायस्कूल सोडून शुगर फॅक्टरीत केमिस्ट म्हणून गेले. त्यांच्या जागी गणिताला तितकेच ध्येयवादी एस्जी भोसलेसर आले. वार्षिक परीक्षा झाली. माझा वर्गात दुसरा नंबर. उन्हाळी सुट्टीला लगडवाडीत.

सकाळी घासकुटका खाऊन गुरं हिंडवाय घारकड्याच्या पटात दादाबरोबर जायचो. जनावरं वाळकं गवत खुरटून पोटात ढकलायची. सावलीत बसून आमच्या गप्पा. सुट्टी संपत आली असता म्हणालो, ''वर्षात तीन पाहुणे झाले. नववीला नवी सोय बघू. हायस्कूलचे काही विद्यार्थी बोर्डिंगमध्ये राहतात, खातात.''

''झ्याक! पावन्यारावळ्याच्या दारात पडन्यापक्षी बोर्डिंगीतच जा.''

''पण फक्त हरिजन मुलानाच तिथं रहाणंखाणं मोफत.''

''हरिजन म्हणजे?'' दादांची शंका.

''महार, मांग, चांभार अशा जातींची मुलं. आपण त्यात बसत नाही.''

''च्या मायला, आपलं नशीबच फुटकं. म्हंजे आपन महारनवर आसन्याऐवजी महार आसतो तर बरं झालं आसतं!''

''दादा, हे म्हणायला सोपं आहे; पण मग शेतीची बोंब अन् गावाबाहेर राहावं

लागलं असतं.''

"आपलं एक सोड; पन धनगरांचं शेतीव भागत आसतं तर त्यानी रानावनात हिंडून शेरडंमेंडरं कशाला राकली आसती? ऊनवारा, पाऊसपानी न बगता जित्राबासंगं वावरात कशाला मुक्काम ठोकला आसता? आपन गावात आसलो तरी एका कडंलाच ऱ्हातुइ की! सगळ्या धनगरवाड्या गावापासनं तुटाकच आसत्यात.''

"बरं ते जाऊ द्या. तुम्हाला कुणी शिवलं नाही तर चाललं का?''

"तसं कसं चालंल? आरं बाबा, मनात आलं ते सज बोललो. तो विषय सोडून दे. तूच काय तरी डोकं चालव. पन बोर्डिंगीतच आबिमानानं ऱ्हा.''

आमचा विचारविनिमय संपला. सुट्टीबी संपली. 'बापलेक आता आपलं ऐकणार नाहीत'– अशी खात्री पटल्यानं, नववीसाठी लोणंदला जाताना भाऊनं मोडता घातला नाही.

नववीत पहिल्या दिवशी हजेरी लावली. बरेच विद्यार्थी नापास झाल्यानं, आठवीच्या दोन तुकड्यांचा मिळून नववीचा एकच वर्ग झालावता. गणिताचे भोसलेसर वर्गशिक्षक. त्यांनी सांगितलं, "अभ्यासातली प्रगती बघून यंदा तुला फुल फ्रीशिप.''

आर्थिक अडचणीतनं मार्ग निघतोय म्हणताना हुरूप. पण एका गोष्टीची चुटपुट. जिगरदोस्त सुलेमान आता शिकाय मुंबईला गेलावता.

आवडत्या मणियारसरांना म्हणालो, "यंदा बोर्डिंगमध्ये रहावंखावं म्हणतोय. पण दरमहा पंधरा रुपये भरण्याचा प्रश्न आहे.''

"हायस्कूलच्या वस्तुभांडाराचा सेल्समन एकनाथ हाके काम सोडतोय. तू तयार असल्यास महिना पंधरा रुपये पगार मिळेल. मीच भांडाराचा इनचार्ज आहे.''

लागलीच हो म्हणालो. मधल्या सुट्टीत मणियारसरानी हाकेकडून विद्यार्थी वस्तु भांडाराचा-स्टोअर्सचा चार्ज मला दिला.

चर्चा केल्याव बोर्डिंग सुपरिंडेंट रोकडेसर म्हणाले, "साहित्यानिशी उद्या सकाळी बोर्डिंगमध्ये हजर हो.''

शेवटच्या तासानंतर नव्या जोमानं कोरेगावला गेलो.

भिमाकाकाला, चिंगूव्हंजीला सारं बैजवार सांगून सकाळच्या प्रहरी सगळं सामानसुमान पेटीत भरलं. गावंदरीतनं सरदेच्या काठाकाठानं वरती गेल्याव पुलाजवळ बोर्ड दिसला: रयत शिक्षण संस्थेचे, राणी लक्ष्मीदेवी विद्यार्थी वसतिगृह, लोणंद.

हॉलमध्ये पेटी ठेवली. मेसमध्ये जेवण उरकून शाळेला जाताना नवचैतन्य! स्टोअर उघडून विक्री सुरू केली. वह्या, पुस्तकं, टाक, दौत, शाईपुडी, लेमनगोळ्या,

चॉकलेट, रिबनी अशा शालोपयोगी वस्तू. बेल होताच स्टोअर बंद करून प्रार्थना गाठली. मधल्या सुट्टीत विक्री. शेवटच्या तासानंतर अर्धा तास विक्री करून, गल्ला मोजून, जमाखर्च लिहून सेल्समनचा पहिला दिवस पार पाडला. पहिल्या मुक्कामासाठी बोर्डिंगला गेलो.

चाळीसेक विद्यार्थी कौलारू इमारतीत राहात. त्यातले धाबारा मुंबईहून आलेले. स्पेलिंग-साधर्म्यामुळे गंमतीने ते 'लोणंद'ला 'लंडन' म्हणत. माझ्यागत दोघे सोडून बाकी सर्व बी.सी. विद्यार्थी. रोकडे सर रात्री दहापर्यंत अभ्यास करून घेत. पहाटे पाचला सर्वांना उठवत. धान्य, भाज्या निवडण्यापासून भाकरी थापण्यापर्यंत सारी कामं आळीपाळीनं करायचो. रोज पाचसा जणांची क्लब-पाळी.

बोर्डिंगमध्ये राहिल्याव आचारविचारांत मोठा बदल झाला. गेल्या वर्षी सुलेमानच्या घरी बाबानी दिलेलं मटणाचं कालवण खाण्यापूर्वी थबकलोवतो. आता मात्र हरिजन विद्यार्थ्यांत मिळून मिसळून रहात होतो. एवढेच नव्हे तर मित्र शशिकांत कांबळे न् मी कधीकधी एका ताटात जेवायचो. बोर्डिंगचे बरेच विद्यार्थी अभ्यासात कच्चे. कपडे मात्र स्वच्छ अपटुडेट. ते पाहून नीटनेटकेपणा आला. त्यापूर्वी कपडे फक्त आपटून धुणे माहीत. खसाखसा अंग चोळून अंघोळ. आता 'पाचशे एक' साबणानं कपडे धुवू लागलो. तोच साबण लावून अंघोळ करू लागलो.

बोर्डर्सच्या संगतीमुळं आणखी एक ठळक बदल झाला. आधी राखुंडीनं दात घासायचो. बोर्डर्स मात्र सर्रास तंबाखूची मिसरी लावायचे. मग काय? मीही तंबाखूची मिसरी घासू लागलो. पुढं तर सांजसकाळ मिसरी लावायची सवय जडली.

मित्र शशिकांत कांबळे मुंबईतून आलेला. गोल चेहऱ्याला कोवळी दाढी शोभून दिसायची. वर्गाबाहेर येताच टोपी हाफ पँटच्या खिशात ठेवायचा. कंगवा फिरवून केसांचा कोंबडा ठीकठाक करायचा. कंडा मुलीव भाव मारायचा. तसे तर बरेच बोर्डर्स शाइनिंग करायचे. बोर्डिंग सरदेच्या ओढ्याकाठी. जवळच लेंडींचा ओढा. म्हैशी चाराय दोन्ही ओढ्याकाठी मुली येत. रानात निवांत अभ्यासाचं निमित्त करून थोराड बोर्डर्स गुराखी मुलीव लाइन मारायचे.

शशिकांतमुळे सिनेमाचा नाद लागला. तंबूतल्या टुरिंग टॉकीजचा मुक्काम मार्केट यार्डात दोनेक महिने असे. सुपरिडेंटची नजर चुकवून, चोरून तंबूत बरेच स्टंटपट पाहिले. गाण्याची आवड असल्याने 'नागीन' तीनचार वेळा पाहिला. नट प्रदीपकुमार, नटी वैजयंतीमाला. हेमंतकुमारचं अजरामर संगीत. तिकिटं काढायचा शशिकांत.

घरून थोडेच पैसे मिळत. फक्त भाषांची पुस्तकं घेणं शक्य झालंवतं. इतरांकडून पुस्तकं मागून घेऊन अन्य विषयांचा अभ्यास करायचो. हायस्कूलचे काही

विद्यार्थी मला म्हणायचे, ''बोर्डिंगमध्ये गेल्यामुळं तुझा अभ्यास बिघडणार.'' ते ऐकून अधिक जोमानं अभ्यास करायचो. स्टोअरच्या कामात रोज दोनेक तास जायचे. चौमाही परीक्षा झाली. वर्गात दुसरा आलो. अभ्यास बिघडण्याची भीती निराधार ठरवली!

किकलीचा एनेस शिंदे हा हरिजन मुलगा बोर्डिंगमध्ये होता. दिवाळीच्या सुट्टीव दोघं मिळून निघालो. दुपारी आमच्या घरी पोचलो. मला बघून आईचा जीव मोठ्ठा झाला. सैपाक उरकताच घरात दोघाना जेवाय वाढलं. जेवन झाल्याव शिंदे किकलीकडं निघाला. वडाच्या पाराव चारपाच मुलंमाणसं बसलीवती. हरि शेलार म्हणाले, ''काय धोंडीशेट, कवा आलाइस?''

''झाले असतील दोनेक तास.''

''जेवानबिवान झालं का न्हाय?''

''दोघानी मिळून घरात जेवण केलं न् मग याला घालवत निघालोय.''

''जोडीदार कुटला?'' शिंदेला खालीवर निरखत हरिबानं विचारलं.

''किकलीतला. लोणंदच्या हायस्कूलमध्ये शिकतो. आमच्याच बोर्डिंगमध्ये रहातो.''

''झकास! पन ह्यो किकलीतला मजी कुनाचा रं?''

''शंकर शिंदेचा धाकटा मुलगा.''

''आरं ल्येका, शिंदे मजी मंग जांबचा आसंल. जांबंत सारं शिंदे आन् किकलीत सारं बाबर ना?''

''अहो हरिबापू, हा किकलीचाच आहे.''

''मग सांग बरं , ह्याजं घर कुटं हायं? मला किकलीतली खडा न् खडा म्हाइती हायं.''

''ह्याचं घर विठू पाटलाच्या वाड्यापलीकडं तुटाक हायं.'' मी तपशील पुरवला.

''मजी ह्याजं घर म्हारावड्यात हायं का काय?''

''होय. तुमचा अंदाज बरोबर आहे.''

''आसं आसूनबी तुज्या घरात त्याला जेवाय घातलंस? कमाल केलीस!'' हरिबाचा आवाज चढला.

''त्यात कमाल कसली? बोर्डिंगमध्ये तर मी न् हा कधीकधी एका ताटात जेवतो.''

''आरारारा! ह्ये मातर तू लई वाईट केलंस ! तितक्यातनंबी लोनंदला तिकडं आमच्या डोळ्यामागारी तू काइबी कर; पन आपल्या वस्तीत आसली शिवताशिवत

काय कामाची? लक्षात ठेव, पुन्यांदा तरी लगडवाडीत आसलं आक्रीत करू नकुस!'' हरी शेलार जाम चिडले.

ते ऐकून शिंदे खाली बघत पायाच्या अंगठ्यानं भुई टोकरू लागला. मलाबी ती लागट चर्चा खूप झोंबली. आम्ही काढता पाय घेतला. घालवत मावळत वेशीतनं ओघळीपलीकडं गेलो. निरोप देताना म्हणालो, ''एनेस, त्यांचं बोलणं मनाव घेऊ नकोस. त्यांचे विचार जुनाट, बुरसटलेले आहेत. त्याना श्रीमंतीची घमेंड असल्यानं माणसाची किंमत नाही. वाईट वाटून घेऊ नकोस.'' माझा चिडका, अपराधी सूर.

''तसं काही नाही.'' असं जुजबी बोलून शिंदेनं पाठ फिरवली.

सुट्टी संपवून परतलो. लोणंदला पाण्याचं मोठ्ठं दुर्भिक्ष. हायस्कूल व बोर्डिंगला पाणी पुरवण्यासाठी छकडा. पत्र्याचा आडवा बॅरल छकड्याव फिट केलेला. छकड्याला तांबडा डपळा बैल हौशा. बोर्डिंगमागं ओढ्याकाठी बिनरहाटाचा गोल बांधीव आड. चौकोनी डब्याला दोरी लावून शिपाई तात्या ठोंबरा शेंदून पाणी उपसायचा. छकड्यावला बॅरल भरायचा. विद्यार्थ्यांना पाणी पुरवायचा. असे अनेक छकडे पाणी वाटत गावभर फिरायचे.

बोर्डिंगमध्ये विविध जातिधर्माच्या मुलांचं सहजीवन अनुभवत होतो. जातिभेद निर्मूलनाचा संदेश खेड्यापाड्यात पोचवण्याचं काम विद्यालयाचं 'संस्कार केंद्र' करीत होतं. केंद्राचं प्रचारकार्य जी.बी. मानेसर करीत. अस्पृश्यतेचे चटके सोसून सर वर आलेले. परंतु त्याचं भांडवल न करता, डॉ. बाबासाहेब आंबेडकरांचा प्रखर ध्येयवाद उराशी बाळगून, अध्यापनाबरोबर समाजकार्य करीत. संस्कार-केंद्राच्या ध्येयधोरणांचा प्रचार करण्यासाठी त्यानी आमचं कलापथक तयार केलं. 'डोंगरी शेत माझं गं...', 'जाती घडी पुन्हा येणार नाही रं, घुसून चला पुढं जाऊ रं!' अशी शाहिरी गीतं कलापथकात म्हणायचो. शिरवळला कार्यक्रम झाला तेव्हा तिथल्या भोला गाडे नावाच्या कलावंत कोलाटी विद्यार्थाची ओळख झाली. हार्मोनियम वाजवून तो सुरेल गाणी म्हणायचा.

मानेसरानी आंबेडकरी तत्त्वज्ञानाला साम्यवादाची जोड दिली होती. त्यांच्याकडून मला बुद्धिप्रामाण्याचे, विज्ञाननिष्ठेचे धडे मिळत होते. उपासतापास करणारा, देवपूजेत वेळ घालवणारा, राम-कृष्णापासून म्हसोबा-बिरोबापर्यंतच्या देवदेवतांचे नामस्मरण करणारा मी आता नास्तिक बनत चाललो. माने, रोकडे, मणियार या सरांच्या सहवासामुळे, सुसंस्कारामुळे मनातले बुरसटलेले जुनाट विचार हळूहळू हद्दपार होत गेले. लगडवाडीतल्या रूढीग्रस्त कल्पना, अंधश्रद्धा नष्ट होत गेल्या. पुनर्जन्म, भुतंखेतं अशा थोतांडाना थारा न देता मी आता निर्भय बनलो. रूढीबंधातून विमुक्त झालो!

सुपरिडेंट व.सा. रोकडेंनी वार्षिक स्नेहसंमेलनात विशेष पारितोषक दिलं : प्रा. गं. बा. सरदार लिखित 'महाराष्ट्राचे उपेक्षित मानकरी.' तीन रुपयांचं दोनशे पानी पुस्तक. आत पहिल्या पानाव लिहिलंवतं : डी.जी. महार्नवर यास, चांगल्या वर्तनाबद्दल व सर्वांगीण प्रगतीबद्दल बक्षीस!

वार्षिक परीक्षा जवळ आली. बोर्डर वर्गमित्रांची पुस्तके अभ्यासासाठी मिळत होती. परीक्षेच्या काळात मात्र अडचण निर्माण झाली. उद्या शास्त्राचा पेपर असल्यास, साहजिकच सर्व वर्गमित्र आजचा पेपर संपल्यापासून उद्याच्या पेपराला जाईपर्यंत शास्त्राचं पुस्तक वाचायचे. मग काय? शिवाजी पवारच्या मागे पेटीव बसून शास्त्राचा अभ्यास करायचो. त्यानं पान उलटण्यापूर्वी ती दोन पाने वाचून संपवणं मला भाग पडायचं. विविध विषयांचा अभ्यास पवारच्या मागं बसून, त्याच्या वाचनवेगाशी वेग जुळवून चिकाटीनं केला. परीक्षा संपली. मी वर्गात पहिला! स्टोअरचे काम करून व बोर्डिंगमध्ये राहून मिळालेल्या धवल यशाबद्दल सरांनी अभिनंदन केले.

रिझल्टनंतर सर्वजण उन्हाळी सुट्टीव गेले. स्टोअरच्या वार्षिक जमाखर्चामुळे मला थांबावं लागलं. एकट्याला करमणार नाही म्हणून शशिकांत कांबळेही थांबला. दिवसभर स्टोअरमध्ये जमखर्चाचं, स्टॉक चेकिंगचं काम. रात्री बोर्डिंगमध्ये मुक्काम.

माझी कसोटी पहाणारी चमत्कारिक घटना एका रात्री घडली. बोर्डिंगसमोर डांबरी सडक. बोर्डिंगच्या मागे बंद पडकी ऑईल मिल. एका व्यापाऱ्याने ट्रकभर कांदे मिलच्या आवारात पसरलेवते. राखणीसाठी दोनतीन हमाल मुक्कामाला. जेवण उरकून मी न् शशिकांत बसाय तिकडे गेलो. ताडपत्रीव आडवे झालो. गप्पांच्या नादात माझा डोळा लागला.

वाऱ्याच्या थंडगार झुळकेनं मध्यान्ह रात्री जाग आली. हमाल डाराडूर घोरत होते. घोरण्याचा आवाज अंधाररात्रीच्या शांततेत भेसूर भासत होता. शशिकांत जवळपास नव्हता. तो बोर्डिंगमध्ये झोपाय गेल्याचं मी ताडलं. पांघरूण नसल्यानं, भीतीमुळं हुडहुडी भरली. मग काय? उठलो न् अंधारात चाचपडत, अर्धवट झोपेमुळे भेलकांडत बोर्डिंगकडं निघालो. तेवढ्यात समोर सडकेपलीकडं वडाच्या उंच शेंड्याव जाळाचा तांबडा ठिपका दिसला. हळूहळू मोठामोठा होत जायचा न् मग हळूहळू अंधूक व्हायचा. 'ओढ्याकाठी झाडाच्या उंच शेंड्याव रात्री मुंजाचं भूत गांजाची चिलीम ओढत उभ असतं'– अशा गप्पा चावडीतल्या भेट्टीव ऐकल्यावत्या.

'बोर्डिंगपुढल्या वडाच्या शेंड्यावही आता मुंजाचं भूत चिलीम ओढत उभं नसेल ना?' अशी कांक्षा उत्पन्न झाली. घाम फुटला, घसा कोरडा पडला. चालण्याचा वेग मंदावला. पण चालतच राहिलो. माने सर सांगत, 'जगात भुतंखेतं नसतात. भूत

म्हणजे अंधश्रद्धाळू भेकडांच्या मनातली भीती.'

ते आठवताच बेडरपणे चाल करून पुढं गेलो. समोर उंचीवला जाळाचा तांबडा ठिपका लहानमोठा होत होता. एकदाचा सडकेजवळ पोचलो. समोर बघतोय तर काय?– पोत्यानी शिगोशिग भरलेला मालट्रक सडकेव उभा. पोत्यांच्या थडीव बसलेला माणूस विडी ओढत होता. झुर्का मारला की जाळाचा ठिपका मोठा व्हायचा. झुर्का संपवून बिडी बोटात निवांत धरली की, शेंड्याव राख जमून तांबडा ठिपका बारीक व्हायचा. मनावलं भीतीचं सावट दूर झालं. घाम सुकत चालला. घसा ओला होत गेला. बोर्डिंगमध्ये शिरून झोपी गेलो.

विद्यार्थी वस्तुभांडाराच्या जमाखर्चाची तोंडमिळवणी संपताच लगडवाडी गाठली.

त्या वर्षी केळ्या, साकऱ्या, रोपड्या, खोबऱ्या या आमच्या झाडाना भरपूर आंबे आलेवते. आमरसाची चंगळ. गुरं हिंडवाय घारकड्याच्या पडकात न्यायचो. डोंगरातल्या जाळ्याजाळ्यातनं हुडकून हुडकून कुरकुलीभर पिकली करवंदं घरी न्यायचो. शेतीची उन्हाळकामं, गावगनाच्या जत्रा, लग्नकार्ये या साऱ्यात सुट्टी कशी संपली ते कळालं नाही.

दहावीलाही आम्हाला गणिताचे भोसले सरच वर्गशिक्षक. वसतिगृहाचे रोकडे सर बदलून गेले. खराडे सर बोर्डिंग सुपरिंडेंट. आवडते मणियार सरही बदलून नगर जिल्ह्यात गेले. इंग्रजीचा तास संपताना माने सर म्हणाले, ''रशियाचे पंतप्रधान मार्शल बुल्गानिन व रशियन कम्युनिस्ट पार्टीचे जनरल सेक्रेटरी निकिता क्रुश्चेव्ह उद्या पुण्यात येतायत. शक्य आहे त्यानी उद्या दुपारी पुण्याला जावं असं मला वाटतं.'' धापंद्रा विद्यार्थी सायकलनं निघाले. मित्र भाटियानं मला डबलसीट घेतलं. जमाबंदी होता करता उशीर झाला. भाटियाच्या मागं कॅरेजवर कधी, तर कधी नळीव पुढं बसून माझा डबलसीट प्रवास. नळी रुतून मांडीला मुंग्या यायच्या. कात्रज घाटाचा चढ चढून बोगद्यातनं गेल्याव समोर पुण्याच्या लाईटीचा समुद्र दिसला. तेवढ्यात भाटिया ओरडला, ''वरती बघितलं का? रंगीबेरंगी दिवे लुकलुकणारी दोन विमानं! अरेरे, पुण्यातला कार्यक्रम संपवून पाहुणे रशियाकडे निघालेले दिसतायत!''

पुण्यात पोचल्याव चौकशीअंती भाटियाचा अंदाज खरा ठरला. प्रभाकर क्षीरसागर म्हणाला, ''बुल्गानिन, क्रुश्चेव्ह तर रशियाला गेले. एवीतेवी पुण्यात आलोयच तर एकादा पिक्चर बघू या. नऊचा शो सापडेल.''

डेक्कन जिमखान्याच्या 'हिंदविजय' टॉकीजला दिलीपकुमार, मीनाकुमारीचा 'आझाद' पाहिला. इंटर्व्हलला पानपट्टीव आझादची पद्यावली घेतली. 'अपलम चपलम्...', 'जारे जारे तू कारे बदरिया...', 'देखो जी बहार आयी...' ही नादमधुर

गाणी खूप आवडली. खेळ सुटल्याव मॅनेजरला विचारून टॉकीजमध्येच झोपलो.

सकाळी फटफटीत झाल्याव परती प्रवास. कात्रज घाट चढताना डबलसीटमुळे भाटियाची दमछाक सुरू. मग काय? त्यानं डाव्या हातानं सायकलचा हांडेल धरला व उजव्या हातानं ट्रकच्या फाळक्याची साखळी जाम पकडली. पायडेल न मारता डबलसीट सायकल भाटियानं विनासायास चढवली. घराच्या ओढीनं सायकलींचा वेग वाढला. न्याहरीच्या वक्ताला तर लोणंद.

रोकडे सर असतानाची बोर्डिंगमधली शिस्त खराडे सरांच्या काळात राहिली नाही. दंगा वाढला. अभ्यास होईनासा झाला. जेवणाचा दर्जा खालावला. त्यामुळं मी वसतिगृह सोडलं. बाहेरच्या जेवणाचा व्याप व विद्यार्थी वस्तुभांडाराचं काम यांचाही मेळ बसेनासा झाला. म्हणून मग स्टोअरचं कामदेखील सोडलं. हेडसरांच्या परवानगीनं स्टोअरमागच्या बंदिस्त व्हरांड्यात सामानसुमान ठेवून राहू लागलो.

बोर्डिंग सोडल्याव जेवणाचा यक्षप्रश्न! विचारांती एक अफलातून मार्ग सापडला: 'सालपे' स्टेशनपलीकडल्या शेरेवाडीचे पांडुरंग गोपनवर, यादव कणसे, जगन कणसे शाळेत राहात. तिघांच्याही सायकली. आळीपाळीनं सायकल घेऊन मी त्यांची जेवणं आणायचो. पहिल्या दिवशी पांडुरंगची सायकल घेतली. लोणंद-सालपे-शेरेवाडी आठ मैलांचं अंतर कापून गेलो. त्याच्या घरी फुकट जेवलो व चौघांचं जेवण घेऊन शाळेत परतलो. दुसऱ्या दिवशी यादवरावची सायकल घेऊन गेलो, त्याच्या घरी मोफत जेवलो न् चौघांची भाकरी घेऊन परतलो. तिसऱ्या दिवशी जगनचा नंबर. भोजन प्रश्न सोडवण्याचा तो प्रयोग दोनेक महिने टिकला.

पुढं मग चार सरांचा भोजन क्लब चालवला. सरांच्या खोलीव बाईकडून स्वयंपाक करून घ्यायचो. प्रत्येक सराकडून खर्चासाठी ठरावीक रक्कम घ्यायचो. धान्य, किराणा, भाजीपाला सारं आणून द्यायचो. कष्टाच्या मोबदल्यात क्लबमध्ये फुकट जेवायचो.

आता घरचं हितफार समजू लागलं. आपला प्रपंच धांदलेच्या तोडीचा व्हावा असं वाटायचं. फलटणी पेंड दगडानं फोडताना बोट चेचलं जायचं. म्हणून लोणंदमध्ये धांदलेगत हातोडा विकत घेतला. दिवाळी सुट्टीव जाताना घरी नेला. बाबू सुताराकडनं दांडा बसवून घेतला. त्या दिवशी हातोड्यानं पेंड फोडताना वाटलेलं समाधान काही वेगळंच!

सुट्टीनंतर आठमाही परीक्षा झाली. वर्गात पहिला आलो. इकडं तिकडं लडबडी करून स्टोव्ह, तवा-उलथणं, पोळपाट-लाटणं असं साहित्य जमवलं. स्टोअरच्या बंदिस्त व्हरांड्यात हातानं स्वयंपाक करू लागलो. बोर्डिंग क्लबचा अनुभव उपयोगी

पडला. पोळपाटाव ओलं फडकं पसरून थापून भाकरी करायचो. त्याच तव्यात कालवण करायचो. बोंबलाचं कालवण करणं सोपं. स्वस्त पडायचं, चवदारबी लागायचं. एकटा जेवायचो. आईदादांची सय यायची. एकटाच वनात पडलोय; असं वाटून घास तोंडातच फिरायचा. डोळे पाणवायचे.

सकाळी शाळेतलं पाणी संपलेलं असायचं. मोठ्या चरवीनं रेल्वे स्टेशनवरून पाणी आणायचो. असंच एका सकाळी स्टेशनवर नळाच्या पाण्यानं चरवी भरत होतो. तेवढ्यात पोपटी पातळातली, गुलाबी स्वेटर घातलेली, विशीची गोरीपान शहरी तरुणी आली न् म्हणाली, ''प्लीज, जरा तोंड धुवाय चरवी देणार का?''

चमकून पाहिलं अन् तत्परतेनं चरवी दिली. तोंड धुतल्याव म्हणाली, ''तू काय करतोस?''

''दहावीत शिकतोय.''

''सहामाही परीक्षा झाली का?''

''आम्हाला सहामाही नव्हती. आठमाही परीक्षा होऊन वर्गात पहिला आलोय.''

''व्हेरी गुड! हुशार दिसतोयस!''

''तुम्ही कुठल्या?'' माझी जिज्ञासा.

''पुण्याची. पण हे काय? आहो जाहो कशासाठी?'' मग मी हसून विचारलं, ''तुझं नाव, आडनाव?''

''विमल खानोलकर!''

''पुण्यातली ना? मग इकडं कुणीकडं?''

''फलटणला गेलेवते. रेल्वेने पुण्याला जाणार.''

बोलत बोलत चरवी भरून घेतली व घाईत म्हणालो, ''बरंय; जातो मी. स्वयंपाक करून, जेवण उरकून शाळेला जायचंय.''

''राहतोस कुठं?''

''रुळांच्या पलीकडं हायस्कूलमध्ये.''

''मी येऊ का खोलीव? वेणीफणी, गंधपावडर करून मग जाईन. चालेल ना?''

तिच्याकडे आश्चर्यानं बघत म्हणालो, ''चालेल की!''

दोघे मिळून हायस्कूलकडे निघालो. तिच्या तोंडाची टकळी सुरू होती. दोघाना बघून गोपनवर, कणसे टवकारले. खोलीवजा व्हरांड्यात गेलो. 'नको, नको' म्हणत असता सारा स्वयंपाक तिनंच केला. मी हातभार लावला. स्वयंपाक उरकताच मनगटी घड्याळाकडं पाहत म्हणाली, ''निघते मी. रेल्वे गेली असेल. आता एस्टीनं पुण्याला जाते. चल, मला बसवून दे.''

जाताना तिच्या आग्रहावरून स्टेशन चौकात नाष्टा केला. बिल तिनंच दिलं. स्टँडवर गेलो. स्टँड कसलं? रस्त्यावला बस थांबा! लाकडी खोक्याव ती बसली.

मी बाजूला उभा. तर ती म्हणाली, ''अरे बैस ना.''

''नको. एस्टी येईलच आता.''

पण तिनं हाताला धरून मला जवळ बसवून घेतलं. अचानक अंगातलं गुलाबी स्वेटर काढून माझ्या हाती देत म्हणाली, '' ठेव, जपून ठेव!''

संकोचून म्हणालो, ''नको, नको! थंडीचे दिवस आहेत. स्वेटर तुझ्याकडेच असू दे.''

''चूप बैस! मुकाट्याने स्वेटर ठेव. माझी आठवण म्हणून जपून ठेव.''

स्वेटर घेतलं. तेवढ्यात एस्टी आली. विमल विंडोसीटवर बसली. एस्टी सुटली. हात उंचावून निरोप दिला. खिडकीतून हलणारा त्या परीचा हात एस्टी नजरेआड होईपर्यंत दिसत होता.

जड पावलांनी हायस्कूलकडे चाललोवतो. ती सारी सकाळ स्वप्न झालीवती! स्वेटरचा पुरावा ठेवून 'विमल खानोलकर' नावाचं स्वप्नवत सत्य अंतर्धान पावलंवतं.

मुंबईसह संयुक्त महाराष्ट्र झालाच पाहिजे! – ही घोषणा महाराष्ट्राच्या कानाकोपऱ्यात दुमदुमत होती. 'संयुक्त महाराष्ट्र समिती'च्या झेंड्याखाली कम्युनिस्ट, प्रजासमाजवादी, जनसंघ, शेड्यूल्ड कास्ट फेडरेशन आदी विरोधी पक्ष एकजूट झालेवते. 'समिती'नं मराठी मनं जिंकलीवती. शाहीर अमर शेखचा पहाडी आवाज राज्यभर घुमत होता. समितीनं काँग्रेस सरकारपुढं प्रचंड आव्हान उभं केलंवतं. आमच्या मनात रुजवलेल्या डाव्या विचारसरणीव मानेसरानी नव्यानं फुंकर घालून साम्यवादी स्फुल्लिंग चेतवला. विळा-हातोडाधारी लाल बावट्यानं मनं भारून टाकली.

तशात, डॉ. बाबासाहेब आंबेडकराचं दुर्दैवी निधन! सरपंच पिरबापू खरातांच्या माडीव लोणंद ग्रामपंचायतीचं ऑफिस. माडीसमोर श्रद्धांजली सभा. श्रोत्यांत हायस्कूलचे आम्ही विद्यार्थी.

संयुक्त महाराष्ट्र समितीच्या आंदोलनाचा झंझावात सुरूच होता. क्रांतिकारी वातावरण उभ्या महाराष्ट्रात धुमसत असतानाच लोकसभा, विधानसभा निवडणुकांचे पडघम वाजू लागले. 'खंडाळा-फलटण-माण' या द्विसदस्य विधानसभा मतदारसंघात लोणंद. काँग्रेसतर्फे मंत्री मालोजीराजे नाईक-निंबाळकर, तर विरोधी 'संयुक्त महाराष्ट्र समिती'चे कॉम्रेड हरिभाऊ निंबाळकर उभे. राखीव जागी काँग्रेसतर्फे मंत्री गणपतराव तपासे, तर समितीतर्फे डॉ. बंदिसोडे. लोकसभेला काँग्रेसचे ॲड. दादासाहेब आळतेकर, तर समितीचे क्रांतिसिंह नाना पाटील. निवडणुकीच्या रणधुमाळीत आम्ही शाळेत कमी, प्रचारात जास्त. लाल बावटा सायकलला बांधून प्रचारफेरीत. सांजसकाळ माने सरांच्या खोलीव. ती खोली म्हणजे जणू काय समितीचं निवडणूक कार्यालय.

मतदानादिवशी पार्टीनं माझी कुसूर केंद्राव नेमणूक केली. केंद्राकडे जाणाऱ्या रस्त्याकडेला वारूळात काठी रोवून दिवसभर लाल बावटा फडकत ठेवला. विळा-हातोडा निशाणीची हँडबिलं मतदारांना वाटली.

मतमोजणी होऊन निकाल लागले. क्रांतिसिंह नाना पाटील खासदार झाले. कॉ. हरिभाऊ निंबाळकर व डॉ. बंदिसोडे आमदार झाले. काँग्रेसचे दोन्ही मंत्री पडले. आमच्या कष्टाचे चीज झाले. डावे तत्त्व यशस्वी ठरले. आमचा आनंद गगनात मावला नाही.

संयुक्त महाराष्ट्र चळवळ व निवडणूक या साऱ्या धामधुमीत अभ्यासाकडं दुर्लक्ष झालंवतं. विजयामुळं आता अभ्यास करताना चेव चढला. वार्षिक परीक्षा झाली. सरांचं पेपर तपासणीचं काम सुरू होतं. तेवढ्यात एक खळबळजनक घटना घडली;– कर्मवीर भाऊराव पाटलांची मोटार सायंकाळी अकस्मात हायस्कूलच्या आवारात शिरली. संस्थापकांची गाडी बघून हेडसरांची तारांबळ. कर्मवीर तडक स्टाफरूममध्ये गेले. बरोबर आलेले जॉईंट सेक्रेटरी हेडसराना म्हणाले, "ग्रामस्थांचा, व्यापाऱ्यांचा हायस्कूलविरुद्ध तक्रारअर्ज आलाय. त्यांचं म्हणणं आहे;– ते गेली पंधरा वर्षे शिक्षण फंड गोळा करतात. शंभर रुपये विक्री झाली की एक आणा शिक्षण फंडात टाकतात. फंड दरमहा शाळेला देतात."

"परंतु गेल्या दोनतीन महिन्यांत फंड मिळालेला नाही. विचारलं असता टोलवाटोलवीची उत्तरं मिळाली." मुख्याध्यापकांचा खुलासा.

"त्यासाठीच कर्मवीर आण्णा आलेत. प्रमुख मंडळीची मीटिंग ग्रामपंचायतीत आयोजित करा. लोक जमताच आम्हाला बोलवा." जॉईंट सेक्रेटरींची सूचना.

मी शाळेत राहत असल्यानं सुगावा काढून स्टाफरूममध्ये डोकावलो. कर्मवीर आण्णांना पहिल्यांदा पहात होतो. अगदी जवळून डोळे भरून पाहत होतो. अत्यानंद! तेवढ्यात हेडसर आले. जॉईंट सेक्रेटरीना म्हणाले, "प्रमुख मंडळी जमलीय. आण्णांना घेऊन जाऊ या."

सर्वजण मोटारीनं ग्रामपंचायतीत गेले. बघतायत तर सरपंच पिरबापू खरात एकटेच बसलेले. हेडसरानी विचारलं, "जमलेले लोक कुठंयत?"

"भाऊराव आण्णा खवळतील म्हणून घाबरून सारे घरी पळाले." सरपंचांची स्पष्टोक्ती.

"आता तुमचा शिपाई पाठवून प्रमुख मंडळीना जमा करा." जॉईंट सेक्रेटरींनी सरपंचाना सुचवलं.

शिपायानं गावात राऊंड मारल्याव ग्रामस्थ, व्यापारी जमले. कर्मवीर भाऊराव पाटील धीरगंभीर आवाजात म्हणाले, "आता बोला ! नेमकं काय काय घडलंय?"

सरपंच म्हणाले, "नुकत्याच झालेल्या आमदार-खासदार निवडणुकीत आम्ही

काँग्रेसच्या बाजूला होतो. परंतु हायस्कूलच्या काही शिक्षकांनी विद्यार्थ्यांना हाताशी धरून विरोधी पार्टीचा प्रचार केला. ते आम्हाला पसंत नाही.''

''ज्यांचं नाव हायस्कूलला दिलंय त्या मालोजीराजेनाच, आपल्या शिक्षकांनी विरोधी प्रचार करून पाडलंय ते बरं झालं नाही.'' एक नाराज व्यापारी म्हणाले.

''आपाल्याच पायाव धोंडा पाडून घेणाऱ्या असल्या हायस्कूलला काय म्हणून फंड द्यायचा?'' एका ग्रामस्थाचा संतप्त सवाल. मग साऱ्यांनी च्यावच्याव सुरू केलं. सारं ऐकल्याव कर्मवीर भाऊराव पाटील म्हणाले, ''तुमचं म्हणणं रास्त आहे. विद्यार्थी हूड असतात. पण शिक्षकांनी राजकारणात मुळीच भाग घ्यायला नको. परंतु हे सारं तुम्ही मला आधी का सांगितलं नाही? तुम्ही फंड देणं बंद केलं; मी हायस्कूलच बंद केलं असतं!''

सारे ग्रामस्थ, व्यापारी एकमेकांच्या तोंडाकडं बघू लागले. मग कर्मवीरच पुढं म्हणाले, ''मी शिक्षणासाठी शाळा काढल्यात; राजकारणासाठी नव्हे. असले बेशिस्त हायस्कूल चालवण्यापेक्षा बंद करू या. तुम्हालाही ताप नको, माझाही संताप नको.''

पडत्या सुरात नगरशेठ म्हणाले, ''आण्णा, आमचंच चुकलं. घडला प्रकार तुमच्या कानी घालणं आवश्यक होतं. चुकीबद्दल क्षमा करा. आम्ही शिक्षण फंड जमा तर केलाय. हेडसरांना उद्याच देतो.''

''ठीक आहे. यापुढे कुणी काही गडबड केली तर मला सांगत चला. तुम्हाला सातारा काही लांब नाही. निघतो मी.'' मीटिंग संपली.

कर्मवीरांचा हायस्कूलमध्ये मुक्काम होता. दुसऱ्या दिवशी सकाळी आवराआवर सुरू असताना शिपायाच्या जोडीनं मी आण्णांच्या जवळपास वावरलो. लवकरच कर्मवीरांची मोटार साताऱ्याकडं निघून गेली.

दहावीचा रिझल्ट लागला. वर्गात दुसरा आलो.

उन्हाळी सुट्टीव असताना सकाळी ग्यानबा शेलाराची भेट झाली. सारी त्याना पाटील म्हणत. मुंबईला ते गिरणी कामगार. लाल बावटा युनियनच्या कामात आघाडीव. रजेव आलेवते. निवडणुकीत लाल बावट्याचा प्रचार केल्यामुळं पाटील माझ्याव खूश. भेटताच त्यानी देगाव-जत्रेची टूम काढली. गडबडीत जेवण उरकून वडाच्या पाराव गेलो. गुलाबी कोशा पटका गुंडून, लाल मलमली टॉवेल खांद्याव टाकून पाटीलबी आले. आणखी चारपाच पोरं नादवली. पाटील गमतीनं म्हणाले, ''चला निघू या! लवकर जायचंय का तमाशा मोडल्याव पोचायचंय?''

''शाब्बास पाटील! तमाशा मोडल्याव जाऊन भेळीचं मोकळं कागद गोळा करायचेत की काय?'' मीही चेष्टेचा सूर लावला.

सारी हसली न् झपाट्यानं रस्त्याला लागली. वाकनवाडीचा खोलओढा ओलांडून गेल्याव डुलचीचा ठेका न् कड्याचा कडकडाट कानी पडला. चालण्याचा वेग वाढला. चावडीपुढल्या पटांगणात तमाशाचा दणका. बगलंबगलंनं वाट काढत पार पुढं जाऊन बसलो. यमुनाबाई वाईकरनीचा तमाशा. लावणी-बतावणी सुरू. पायपेटीव हात ठेवून, यमुनाबाईनी पायानं भुईवर ठेका धरलावता. त्यांची उफाड्याची लाडकी भाची लता बिजलीगत नाचून गात होती–

आज अचानक गुपित कळलं
जत्रंमधल्या धक्क्याचं!
सोळावं वरीस धोक्याचं गऽऽऽ...

मांडीव ठेका धरत लावण्या ऐकल्या. सोंगाड्याच्या पांचट विनोदाना हसून खिदळून दाद दिली. यमुनाबाईची मुख्यत्वे संगीत बारी. वगाला न थांबता, भैरवीचे सूर निघण्याआधीच अंग झटकून उठलो.

द्यानबा पाटलाची सख्खी बहीण व माझी गुरुबहीण कमळाबाई देगावमध्ये. तिच्या घरी गेलो. पाण्याचे तांबे आले. हात धुतल्याव पडवीला घोंगडीच्या घडीव पंगत बसली. झुणकाभाकरीच्या पितळ्या आल्या. तोंडी लावाय जवसाची चटणी, कांद्याच्या चिंगळ्या. सरसरीत झुणक्यात गोडंतेलाची धार पडल्याव तोंडाला पाणी सुटलं. घास मोडून जुपी केली. इकडच्या तिकडच्या गप्पा झाल्याव कुस्त्याच्या फडाची वाट धरली. फड मोडल्याव झपाट्यानं परत फिरलो. दिवसा उजेडी घरी.

घारकड्याच्या पटात एकेक बिघ्याच्या आमच्या रानवडी चार पट्या. त्यांच्या वाट्याला चारपाच वर्षांनी कधीतरी नांगरणी यायची. रेगाड्यानं उनाळखर्डा मात्र दरसाल. उनाळपाऊस पडून गेल्याव मी रेगाड्याला यटान घालून, जानवळ्यात पास ठोकून दौल्या-फुल्याची बैलजोडी जुपली. काडवानाव रेगाडं उलटं टाकून दिवस उगवायच्या आत घारकड्यात. दिंडाव उभं राहून वावर कुळवाय सुरुवात केली. खालपासून वरल्या बांधापर्यंत उभी तासं गेल्याव आडतासं घातली तेव्हा कुठं एक पटी संपली. कुळवताना ज्वारीच्या, करडीच्या बुडक्यांचं वसान लागायचं. दिंड उचलून, पासंव इथून तिथून राठ हात फिरवून वसान काढायचो. वरनं उन्हाचा चटका. चार पट्या संपल्या तेव्हा दिवस माथ्याव आलावता. जवळपास चिटपाखरू नव्हतं. घामाघूम झालोवतो. औत सोडलं. बैलं मळ्यात नेली. पाणी दावून वैरण टाकली. घरी जाऊन जेवलो न् चावडीत चादर अथरून ताणून दिली.

अकरावी. हायस्कूलमधलं शेवटचं वर्ष. गणिताचे भोसले सरच वर्गशिक्षक. इंजिनियर होण्याची महत्त्वाकांक्षा. म्हणून स्पेशल बीजगणित भूमिती, स्पेशल

भौतिक-रसायन विषय घेतले. तसे वर्गात आम्ही चारपाचजण. अकरावीत आठवडा भरला असता टायफॉइडनं आजारी पडलो. महिनाभर शाळा बुडली. बरं वाटल्याव नेटानं अभ्यासाला लागलो. शाळेच्या आवारात संस्कार-केंद्राच्या खोलीत मी न् वर्गमित्र बीके कदम राहात होतो. रोज सकाळी जेवाय कोरेगावला चालत जायचो. चिंगुव्हंजीच्या सपरात एका कोपऱ्याला आईची मावशी–बाई माझा सैपाक करायची. वय झालेलं. दिसायचं कमी. काठी टेकत चालायची. तरीही वेळेव सैपाक उरकून मला लोणंदला धाडायची.

हा हा म्हणता सहामाही परीक्षा नजीक येऊन ठेपली. एका संध्याकाळी तीनेक तास चांगला अभ्यास झाल्याव शिणवटा आला. बीके म्हणाला, "डीजी चल, स्टेशन चौकात चहा घेऊ. पायबी मोकळं करू." मोड्या फिरवून कंदिलाची वात खाली केली. बीकेनं कडी घालून कुलूप लावलं. अंधारातनं चाचपडत चौकात जाऊन चुनिलालच्या हॉटेलात ऊनऊन गरम चहा मारला. सिलोन केंद्रावली गाणी ऐकत थोडा टाइमपास करून खोलीकडं परतलो. दाराच्या कडीला हात घातल्याव बीके चित्कारला, "लेका डीजी, कडी तर खाली लोंबतीय. जाताना कडीकुलूप लावायचं विसरलो की काय?"

"छे छे! तू कुलूप लावलंवतंस हे नक्की."

खिशात हात घालून कदम म्हणाला, "किल्ली तर आहे."

"आता काय असेल ते असेल, दार उघडून आत जाऊ या." उघडताच दारं भिंतीव आदळून मोठा आवाज झाला. कंदिलाची वात वर करून उजेड वाढवला. बघता क्षणी ओरडलो, "आरं कदम, आपल्या पेट्या कुठंयत?"

"माझं गजरचं घड्याळबी दिसत नाही. चोरट्यानी झक् मारली वाटतं." कदम हवालदिल.

हताशपणे मी म्हणालो, "सारं अवघड झालं. पण हातपाय गाळून बसण्यापेक्षा पोलीस स्टेशनला जाऊन कंप्लीटी देऊ या!"

रेल्वेरूळ ओलांडून पोलीस चौकीव गेलो. रजिस्टर लिहीत बसलेल्या पोलिसाला म्हणालो, "हवालदारसाहेब, हायस्कूल आवारातल्या आमच्या खोलीत चोरी झालीय."

चमकून पोलिसानं विचारलं, "काय काय चोरीला गेलंय?"

"दोघांच्याबी वह्यापुस्तकांच्या पेट्या नाहीत आणि माझं गजरचं घड्याळबी दिसत नाही." कदम म्हणाला.

"बाहेर आजूबाजूला पेट्या हुडकल्या का?"

"नाही. चोरी झालीय म्हणताना कंप्लीटी द्यावी म्हणून प्रथम चौकीव आलोय," मी म्हणालो.

ते ऐकून खाकी पोलीस डाफरला, "चौकीत कंप्लेंट दिल्याव चोरी सापडते;

असं तुम्हाला कोणत्या गाढवीच्यानं सांगितलं?'' सरकारी प्रश्न ऐकून चाट पडलो. एकमेकांच्या तोंडाकडं बघू लागलो. पोलीस पुढं म्हणाला, ''झपाट्यानं माघारी जा. परिसरात काय काय सापडतंय बघा. जे काय घडेल ते सकाळी मला बैजवार सांगा. मग तिकडं येऊन पंचनामा करू. आता आमच्यापुढं अर्जंट कामं पडलीत. निघा आता. बारकाईनं हुडका. जा लवकर.''

वह्यापुस्तकं सापडली नाहीत तर अभ्यासाचं काय होणार? –त्याची प्रचंड काळजी, पोलिसाची उलटी दमबाजी आणि दसऱ्यातल्या रात्रीचा गारठा. कुडकुडत खोलीव परतलो. कंदील घेऊन सामान हुडकू लागलो. हायस्कूलच्या आवारात काही सापडलं नाही. मग उगवतीला म्हारकीच्या वावरात शोधाशोध केली. वाऱ्याची गार झगार अंगाला झोंबत होती. तालीव उभं राहिलो. वाऱ्यानं पुस्तकांची पानं फडफडल्याचा आवाज आला. पहातोय तर खाली ओघळीत दोन्ही पेट्या उघड्या पडलेल्या, वह्यापुस्तकं अस्ताव्यस्त विखुरलेली. आसपास बरंच हुडकलं पण घड्याळ दिसलं नाही. सामान गोळा करून खोलीव आलो. कंदील बारीक करून अंथरुणाव पडलो. पण झोप कुठं लागतेय?''

सकाळी पोलीस चौकीव गेलो. दोन्ही पेट्या, वह्यापुस्तकं सापडल्याचं सांगितलं. गजरचं घड्याळ गेल्याची कंप्लेंट नोंदवली. पोलीस म्हणाला, ''ठीक आहे. करतो तपास. पण अलार्म वॉच खरेदीची पावती आणून द्या.''

परतताना म्हणालो, ''बीके, कसली खरेदी पावती न् कुठलं घड्याळ? आता सारं विसरून अभ्यासाला लागू या!''

दिवाळी सुट्टीनंतरही मी न् कदम संस्कार-केंद्राच्या खोलीत राहत होतो. पण चोरीपासून तिथं मन लागत नव्हतं. रात्री लघवीला बाहेर आल्याव चोरांची भीती वाटायची. अभ्यास करताना मनाव सतत कसलं तरी दडपण. एकदा झोपताना म्हणालो, ''कदम, इथं आता बरोबर वाटत नाही. इथला मुक्काम हलवायचा का?''

''माझ्या मनातलं बोललास! कधी हलायचं?''

''गावात खोली मिळाली की चंबूगबाळ उचलायचं.''

खोलीची शोधाशोध सुरू केली. वर्गमित्र रामा जमदाडे म्हणाला, ''मी माळआळीला मामाच्या खोलीत राहतो. कुंडलिक क्षीरसागरबी असतो. तू दोघात तिसरा खपून जाशील.''

''सगळं खरं, पण भाडं किती द्यावं लागंल?''

''आयला महार्नवर, तू कमाल करतोयस! मामाची खोली म्हटल्याव भाडं कोण मागतंय न् कोण देतंय?''

''लेका कमाल कसली? खोली तुझ्या मामाची; माझ्या नाही !''

''बारा बयादी न लावता रहायला ये म्हणजे झालं. भाडंबिडं कुछ नही.'' रामानं तुकडा पाडला.

लागलीच मी माझा मुक्काम संस्कार-केंद्रातनं माळआळीला हलवला. कदम त्याच्या सोयीनं दुसरीकडं गेला.

परीक्षा-फॉर्म भरण्याची धावपळ सुरू झाली. नुकतंच सुरू झालेलं फलटण केंद्र बऱ्याच जणांनी घेतलं. कदम म्हणाला, ''आमच्या वाडीतले शंकरराव यादव बारामतीला सहकारी संस्थेत नोकरीला आहेत. त्यांच्या ऑफिसचा मोठा हॉल आहे. तिथं सोय होतेय म्हणून मी बारामती केंद्र घेतलंय. तूही तेच घे.''

पडत्या फळाची आज्ञा मानून बारामती केंद्र घेतलं.

तशात सरकारनं दैनंदिन आर्थिक व्यवहारात खळबळ निर्माण करणारा महत्त्वपूर्ण निर्णय घेतला. तातडीनं अमलात आणला. चलनी नाणी, नोटा तेव्हा सारं चारच्या पटीत होतं. चार पैशांचा आणा, सोळा आण्यांचा – म्हणजेच चौसष्ट पैशांचा रुपया. नव्या चलनात नये पैसे आले. शंभर नया पैशांचा रुपया. दशमान पद्धतीचं नवं चलन सुरू झालं. त्या चलन-संक्रमण काळात जुने पैसे व नवे पैसे असं सरमिसळ चलन व्यवहारात. सहा नव्या पैशांचा जुना एक आणा!— हे नव्या-जुन्या नाण्यांचा मेळ घालणारं ढोबळ चलन-समीकरण प्रचलित झालं. अडाणी खेडूत बायाबापडी आम्हा विद्यार्थ्यांना थांबवून नव्या-जुन्या नाण्यांचा हिशेब विचारीत.

क्रमिक पुस्तकं वाचून बाळबोध पद्धतीनं अभ्यास चाललावता. आधीच्या बोर्ड-प्रश्नपत्रिकांचं दर्शन नव्हतं. बोर्ड परीक्षेबाबत तांत्रिक बाबी शिक्षकांनी कधी सांगितल्या नाहीत.

परीक्षा-रिसीटवर लावण्यासाठी फोटो काढला. आयुष्यातला पहिला फोटो! बोर्ड परीक्षेसाठी मी न् कदम बारामतीत. शंकरराव यादवांचं ऑफिस माडीव. हिरवीगार लांबरुंद सतरंजी अंथरलेली. राहण्याची, अभ्यासाची उत्तम सोय. आमची परीक्षा जिथं होती ते एमीएस हायस्कूल अगदी नजीक. परीक्षा संपताच परतलो.

परीक्षेआधी महिनाभर वाटायचं, 'परीक्षा संपल्याव कित्ती कित्ती मज्जा येईल?' परीक्षा सुरू झाल्याव वाटलं, 'शेवटचा पेपर संपल्याव काय बहार असेल?' परंतु प्रत्यक्षात मात्र परीक्षेनंतर तेवढा प्रचंड आनंद उचंबळून आला नाही. 'आनंदाचे संकेत करण्यातच अधिक आनंद असतो. प्रत्यक्षात तो तेवढा मोठ्ठा नसतो!' –असं वाचलंवतं त्याचा प्रत्यय आला.

लगडवाडीत गेल्याव तीनचार दिवस कसलंही काम मला कुणी सांगितलं नाही. आणि सांगितलं असतं तरी मी केलं नसतं. ऊन वर आल्याव पवाराच्या विहिरीत मनसोक्त पोहायचं. जेवण उरकून चावडीत ताणून द्यायची. उठल्याव पत्ते-लाडीसचा डाव; नाहीतर गप्पांचा फड.

सुट्टीचे नवेपण संपल्याव बारकीसारकी कामं लागली. असाच एकदा गुरं पाणी पाजाय मळ्यात गेलो. बैलांच्या मांडवात, गंजीकडं आमची दोरबादली खूप हुडकली पण सापडली नाही. नाईलाजानं धांदलेची दोरबादली घेऊन गुरं हाकीत विहिरीव गेलो. बगाडाच्या चाकावनं दोर सोडून, दोन बादल्या ओढून पाणी गुराना दावलं. तिसरी बादली भरून वर ओढत होतो;– तोच दोर तुटला! मागं थारोळ्यात कोलमडलो! बादली विहिरीत पडून मोठा डुबुऽऽक् आवाज झाला. चितागती होऊन कण्यावनं खाली डोकावलो. बादलीनं तळ गाठलावता!

आमची न् धांदलेची तिरस्ताळी, भांडणं. त्यांची बादली घ्यायला न् दोर तुटायला एकच गाठ पडली. भाऊबंदकीच्या भांडणाला आपण कारण ठरणार!– अशी धास्ती वाटली. मग काय? बुडी मारून बादली काढण्याचा विचार मनात आला. पण ते कठीण काम. पाच परुस विहिरीचा फक्त खडकाच्या वरचा दिडेक परुस तोडींनी बांधलेला. तेवढ्याच भागात पायऱ्या. त्याखाली खडकाला जागजागी भगदाडं, लांबडी बिळं. त्यात पालापाचोळा, काटक्यांची अडगळ. एका भगदाडात उंबराचं झुडूप. त्याला सुगरणीचा लोंबता खोपा. मळ्यात कुणाचं उन्हाळपीक नसल्यानं दोनेक परुस खोल पाणी. अवघडीतनं उतरून एकट्यानं बुडी मारायला मन धजेना. मी सराईत पाणबुड्या नव्हतो. सभोवती पाहिलं. उन्हाच्या रटात कुणी पोरंबी दिसंनात. मग काय? हिय्या केला. बुडी देऊन बादली काढण्याचा निर्णय घेतला.

लंगोट नेसलो. कापडं काढून सिताफळीला अडकवली. पायऱ्या उतरून खडकाच्या टप्प्याव गेलो. बिळाखबदाडात पाय ठेवत, सर्कस करीत उतरू लागलो. सापाकिर्डांच्या भीतीनं अंगाव काटा शितारला. बघता करता पाण्याव पोचलो. साठवणीचं पाणी गारइच्चू. बिचीत हातांची बोटं रुतवून पाण्यात पाय हलवत राहिलो. मनात शंका-कुशंका येत होत्या: बुडी द्यायला जमेल का? दोन परुस पाणी कापत तळाला पोचू का? विहिरीच्या लांबरुंद तळात बादली सापडेपर्यंत दम टिकेल का? बादली घावली तरी तळातनं वर येईपर्यंत दमछाक झाली तर? मध्येच इरूळासापानं गाठलं तर?

मानेसरांच्या बुद्धिप्रामाण्यवादी संस्कारामुळं नास्तिक बनलोवतो. पण संकटकाळी हटकून देव आठवला. 'ग्रामदैवत असलेल्या शक्तिमान हनुमानाचं नाव घेऊन बुडी द्यावी'– असं मनात आलं. पण तत्काळ तो विचार झटकून टाकला. 'हनुमान नाही

न् रामलक्ष्मण नाही! चल, स्वत:च्या शक्तीयुक्तीनं बुडी दे!'–असं निर्धारानं मनाला बजावलं आणि नाक धरून बुडी मारली. उलटा होऊन दोन्ही हातानी पाणी कापत, डोळे उघडून पाण्यात पहात तळ गाठला. उन्हामुळं तळात धूसर उजेड. तळ चापसल्याव बादली हाताला लागली. कडी धरून तळातनं पाण्याव आलो! बादली घेऊन खडकातनं सरपटत, पायऱ्या चढून विहिरीबाहेर आलो. मोठ्ठं थोरलं कोडं सुटलंवतं. भांडणाचं संकट टळलंवतं. नवा आत्मविश्वास जन्मालावता!

कसाबसा एक आठवडा लगडवाडीत घालवला. अकरावी पास झाल्यानंतर काय करायचं? त्याची विवंचना. पुढं शिकायची प्रबळ इच्छा, पण पैशाचा प्रश्न. काहीतरी मार्ग निघेल म्हणून बहिणीकडं पवार-निगडीखालच्या धनगरवाडीला गेलो. मिलट्री-अपशिंगेप्रमाणे निगडीला पलटणीचा नाद. गावापेक्षा धनगरवाडीला फौजेचं दांडगं वेड. शेती बायका कसायच्या, पण तिघंच्या तिघं भाऊ सैनिक. जुकाईच्या देवळात, घरीदारी गप्पा मिलट्रीच्याच. आक्काचा चुलतदीर यशवंत देवकर पूर्वी आझाद हिंद सेनेत होता. त्याच्या तोंडी सतत नेताजी सुभाषबाबूचं गुणगान. जेवल्याव रात्री आक्का, दाजी न् मी अंगणात बसलोवतो. टिपूर चांदणं. तेवढ्यात यशवंत देवकरबी आला. गप्पात म्हणाला, "आमचा शिवा उद्या भर्तीसाठी सातारला जातोय. धोंडीराम-पावण्याचं सध्या काय चाललंय?"

"मॅट्रिकची परक्षा दिवून सुट्टीव आलाय." आक्कानं सांगितलं.

"फुडचा काय इचार?" फौजीचा प्रश्न.

"पुढं शिकायचंय. पण मनी प्रॉब्लेम!" मी म्हणालो.

"का व्हताय पलटनीत भर्ती? झटक्यात सारं मार्गी लागंल." फौजी प्रस्ताव.

"आरं धोंडीराम, मलाबी तसंच वाटतंय. मिलट्रीत खान्यापिन्याची चंगळ. मटान काय, मासं काय, आंडी काय? वर्सात पैलवान हुशील. खानादाना सरकारी न् समदा पगार शिल्लक." आक्काची उभारी.

"अगं अनुसया, तुजा भाऊ शिक्षणामुळं डायरेक हापिसर व्हैल. शिवाय निम्म्या वयाच्या आत रिटायर होऊन परपंचा कराय घरी. शेती करायची नसल्यास, कारकान्यात सिकुरिटी हापिसर. म्हणजे डबल इंजिन: सैनिकी पेन्शन प्लस कारकान्याचा पगार." यशवंत देवकरनं सविस्तर सांगितलं.

ऐकल्याव मला भुरळ पडली. भर्तीला जायचं ठरलं.

सकाळी चारपाच पोरांसोबत सातारचा रस्ता धरला. कँपात सदरबझारच्या वळणाव रिक्रुटिंग ऑफिस. समोरच्या पटांगणात शंभरेक थोराड तरुण कापडं काढून ओळीत उभे. मीबी सामील झालो. वजन, उंची, छाती मोजल्याव दुसऱ्या ओळीत उभं केलं. हिरवटखाकी ड्रेसातले उंचेले रिक्रुटिंग ऑफिसर ओळीनं प्रत्येकाची चौकशी करत माझ्यासमोर आले. खालीवर निरखून म्हणाले, "तुझं वजन थोडं कमी

आहे. सध्या काय करतोस?''

''अकरावीची परीक्षा दिलीय. सत्तर टक्केपर्यंत मार्क पडतील.''

''व्हेरी गुड! हुशार आहेस, तर मग पुढं शिक ना! इथं भाऊराव पाटलांच्या शिवाजी कॉलेजमध्ये मॅट्रिकपुढचं शिक्षण आहे.''

''माझाही तोच विचार आहे. पण गरिबीमुळं पुढं शिकणं अवघड म्हणून भर्तीला आलोय.''

''होतकरू आहेस. कॉलेजलाच जा. तितक्यातूनही पुढं शिकणं अशक्य झाल्यास केव्हाही मला भेट. स्पेशल केस म्हणून तुला भर्ती करीन. डोण्ट वरी!''

''थँक्यू.'' म्हणून तडक शिवाजी कॉलेज गाठलं. ऑफिसात क्लार्कला म्हणालो, ''मला सायन्स साइडनं शिकायचंय.''

''आतापर्यंत फक्त आर्ट्स साइड होती. तुमच्या नशिबानं जूनपासून सायन्स साइड सुरू होतेय. सायन्सचे हेड म्हणून डॉ. बी.एस. पाटील हजर झालेत. पलीकडं त्याना भेटा.''

मधोमध भांग पाडून केस उलटे फिरवलेले, सुटाबुटातले डॉ. पाटील पेपर वाचत बसलेवते. दबकत दबकत म्हणालो, ''सर, सायन्सला प्रवेश घ्यायचाय.''

''अकरावीला किती मार्क्स?''

''परीक्षा दिलीय. फर्स्ट क्लास मिळेल.''

''कच्च्या प्रवेश यादीत नाव घेतो. रिझल्टनंतर जूनमध्ये रीतसर ॲडमिशन.''

''रहाणंखाणं, वह्यापुस्तकं, फी मिळून वर्षाचा किती खर्च येईल?''

''कितीही काटकसर केली तरी पाचशे रुपये.''

''इतके पैसे जुळणे अशक्य. कॉलेजमध्ये काम मिळेल का?''

''होय. त्यासाठीच लेबर स्कीम : कमवा शिका योजना आहे. तयारी असल्यास उद्याच भेटा.''

भर्तीसाठी आलेल्या पोरांच्याकडं आक्काला निरोप देऊन लगडवाडी गाठली.

*

# चार

बाडबिस्तरा, ताटतांब्या घेऊन उन्हाळी सुट्टीतच सातारला गेलो. छत्रपती शिवाजी कॉलेजच्या लेबर स्कीममध्ये दाखल झालो. वर्गखोलीत मुक्काम. होस्टेल मेसमध्ये जेवण. सायन्स प्रॅक्टिकलला गॅस लागतो. गॅस प्लँटसाठी इमारत बांधकाम सुरू होतं. गवंड्याच्या हाताखाली बिगारीकाम लागलं. जोडीला शेतकाम. सेप्टिक टँकमधून संडासचा मैला उपसून वांग्याच्या झाडांना घातला. शेतकाम नसल्याव खडी फोडली. पत्रापट्टीच्या रिंगमध्ये दगड ठेऊन हातोड्यानं खडी फोडायचो. एकसारखे कडक घाव घालून घालून हाताला झिणझिण्या. फोड यायचे न् फुटून घट्टे पडायचे. उन्हात काम करताना घामाच्या धारा. पण मित्रांच्या संगतीत शिणवटा जाणवायचा नाही.

गॅस प्लँट इमारतीव सिमेंटपत्र्याचं झाकण पडलं. गिलावा सुरू. वाळू चाळत होतो. तेवढ्यात कुणी तरी म्हणालं, "वर्तमानपत्रात अकरावीचा निकाल आलाय."

लगेच पेपर पाहिला. माझा सत्तावीसशे सदतीस नंबर फर्स्ट क्लासच्या यादीत! अत्यानंद.

लोणंदला जाऊन मार्कलिस्ट घेतलं. सहासष्ट टक्के. वर्गात दुसरा. स्पेशल बीजगणित-भूमितीत शंभरपैकी पंचाण्णव! भोसले सरांनी शाबासकी दिली. मार्कलिस्ट, लिव्हींग सर्टिफिकेट घेऊन लगडवाडीत आलो. दादा वडाच्या पाराव बसलेवते. रिझल्ट सांगून पाया पडलो, रडलो. चावडीत खडीसाखर वाटली.

रोज आठ तासाप्रमाणे उन्हाळ्याच्या सव्वा महिन्यात तीनशे तास लेबर झाले. ते भोजनबिलासाठी उपयोगी पडणार होते. ॲडमिशनला वेगळे पैसे लागणार होते.

जुळणी सुरू केली. चार वर्षं गावापासून दूर राहिल्यानं मनातला भाऊबंदकीचा वैराग्नी विझलावता. दोन्ही चुलते पैसाअडका पाळून. इतराकडं तोंड वेंगाडण्यापेक्षा आधी चुलत्याना विचारायचं ठरवलं.

चुलत चुलता पांडतात्या गावंदरीला पानमळ्यात चारपायी शिडीव चढून, बोटात पत्र्याचं धारदार नखुलं घालून नागवेलीची पानं खुडत होता. मला बघताच म्हणाला, ''काय धोंडीराम, हितं किती दिवस मुक्काम?''

''पैशाची जुळणी होताच सुटणार.''

''आरं पन, काम करून शिकायचं म्हनत हुतास ना? उनाळ्यात काम केलंस त्याजं पैसं?''

''ते मिळणार ना! पण तेवढ्यात भागत नाही. तुम्ही हातभार लावला तर बरं होईल. पैसं बुडीत नको. सवडीनं परत करीन.''

''एवढा तू धडपाडतुइस तर बघू थोडंफार.'' असं म्हणून शिडीवनं खाली उतरले. पानतंबाखूच्या चंचीतलं पैसं मोजल्याव म्हणाले, ''पंचाऐशी रुपै हायतं तेवडं घे. कमी पडत्याल ती बग दुसरीकडं.''

पैसे खिशात ठेवून पलीकडं मोसंबीच्या बागंत गेलो. सख्खा चुलता धांदले झाडांची आळी करत होता. इकडचं तिकडचं बोलून झाल्याव विषयाला हात घातला, ''कॉलेज शिकाय पैसे पाहिजेत. शब्द टाकल्याव पांडतात्यानं पंचाऐशी दिलं. तुम्ही शंभरखांड दिलं की भागंल.''

''घरी किती घावत्यात ती बगावं लागंल. चल, मुद्दा निगालाइच तर निकाल लावू.''

गावात गेलो. घरातनं बाहेर आल्याव धांदले म्हणाले, ''साट रुपै हायतं.''

''ठीक आहे दोन्ही मिळून दीडशेक झालं. ॲडमिशनचं भागलं.''

कॉलेजला ॲडमिशन घेतलं. होस्टेलला घेतलं. शिवाजी कॉलेजमध्ये आर्ट्स, सायन्स या दोनच शाखा. विद्यार्थीसंख्या सहाशे. खाली कल्याणी बरॅक्समध्ये आमचं होस्टेल नंबर दोन. तीन जेन्टस, एक लेडीज मिळून कॉलेजची चार वसतिगृहं. लाईट नव्हती. कंदील, चिमणीव अभ्यास. आमच्या होस्टेलसमोर बी.एड्. कॉलेज. पलीकडं आमचं मेस-भोजनगृह. स्वयंपाकाला तीनचार बाया. मावशी म्हणायचो. भाज्या निवडणं, घेवड्याच्या शेंगा सोलणं अशी कामं आम्हीच करायचो. वाढप्यांच्या पाळ्या तर होत्याच.

तेव्हा कोल्हापूरचं शिवाजी विद्यापीठ नव्हतं. कॉलेज पुणे विद्यापीठाशी संलग्न होतं. आमच्याआधी कॉलेजचे एफ्वाय, इंटर, ज्युनियर, सीनियर असे चार वर्ग होते.

एफ्वाय आणि ज्युनियर या वर्गांच्या परीक्षा कॉलेज घ्यायचं. इंटर व सीनियर या दोनच वर्गांच्या परीक्षा विद्यापीठ घ्यायचं. आमच्यापासून वर्गांची नावं बदलली : प्री डिग्री, एफ्वाय, एस्वाय आणि टीवाय. एक तर सायन्स साइड अवघड अन् त्यात चारी वर्षांच्या परीक्षा विद्यापीठ घेणार. आमचं एकूण कॉलेज शिक्षण कमालीचं कठीण बनलं.

कमवा-शिका योजनेत काम करताना हायस्कूल-युनिफॉर्मचे दोन्ही ड्रेस फाटून बोतार झाले. एक निळी हाफपँट, दुसरी पांढरी हाफपँट व दोन पांढरे हाफशर्ट शिवले. इनशर्ट करून, भांग पाडून झुकत कॉलेजला जायचो. गांधी टोपीला राजीनामा.

ना. यशवंतराव चव्हाण तेव्हा मुंबई द्विभाषिक राज्याचे मुख्यमंत्री. संस्थेनं सायन्स फॅकल्टीचा उद्घाटन समारंभ आयोजित केला. शिवाजी कॉलेजच्या प्रांगणात भव्य शामियाना. स्टेजवर मुख्यत्वे नामदार यशवंतराव चव्हाण, कर्मवीर भाऊराव पाटील. प्राचार्य बॅरिस्टर पीजी पाटलांच्या प्रास्ताविकानंतर कर्मवीर आपल्या भाषणात म्हणाले, "रयत शिक्षण संस्थेच्या विद्यार्थी-शिक्षकांची एकजूट ताकद एवढी प्रचंड आहे की, अजिंक्यताऱ्याच्या पायथ्याची छोटी टेकडी खणून शाहू बोर्डिंगची इमारत बांधली. मनाव घेतलं तर अजिंक्यतारा किल्लादेखील आम्हाला भारी नाही."

उद्घाटनपर भाषणात ना. यशवंतरावजी म्हणाले, "भाऊराव पाटलांनी संस्थेच्या प्रचंड ताकदीबद्दल रास्त अभिमान व्यक्त केला. तथापि त्या ताकदीचा उपद्रव अजिंक्यातारा किल्ल्याला पोचता कामा नये. छत्रपतींच्या सातारा-गादीचा तो मानबिंदू आहे. कर्मवीरांच्याही मनात त्याबद्दल आदर आहे. त्यांच्या भाषणातून गैरअर्थ न काढता, त्यात ठासून भरलेला आत्मविश्वास ध्यानात घेऊन सर्वांनी संस्थेच्या प्रगतीची घोडदौड चालू ठेवावी."

डहाणू तालुक्यातला चुणचुणीत सुभाष चुरी पीडी सायन्सला होता. होस्टेलला तो माझ्या खोलीत. जिवलग मित्र. मिळून अभ्यास करायचो. कोलाटी समाजातला भोला गाडे पीडी आर्ट्सला. पेटी वाजवून सुरेल गाणी म्हणायचा. गाण्याची आवड असल्याने भोलाशी गट्टी जमली. सिनेमा बघणं क्वचित. पण गाण्याचं दांडगं वेड. पडत्या पावसातही बुधवारी रात्री बिनाका गीतमाला ऐकाय कँपातल्या होस्टेलपासून दीडेक मैल चालून सिटीतल्या हॉटेलात जायचो. जोडीला सुभाष व भोला. दर बुधवारी रात्री आठ ते नऊ रेडिओ-सिलोनवर लागणारी बिनाका गीतमाला त्या काळी आनंदाची पर्वणी. अनौन्सर अमीन सयानी गळ्यातला ताईत. दरसाल डिसेंबरच्या शेवटी दोन बुधवारी

वर्षभरातली टॉपची बत्तीस सिनेगीतं चढत्या क्रमानं वाजायची. चित्रपटाची पद्यावली पानपट्टीव पाच पैशात मिळायची. ती घेऊन आवडतं गाणं पाठ करायचं.

'जा मुली जा दिल्या घरी तू सुखी रहा' हे पी. सावळारामचं भावगीत बँडवाल्यानी वाजवल्याशिवाय त्याकाळी लग्न पार पडत नसे. त्या सुप्रसिद्ध गीतकाराचं व्याख्यान प्राचार्यानी आयोजित केलंवतं. व्यासपीठावर पी. सावळाराम, प्रिं.पी.जी. पाटील. कर्मवीर भाऊराव पाटील स्टेजलगत खाली खुर्चीव बसलेवते. आम्ही पहिल्या रांगेत. भाषण ऐकता ऐकता कर्मवीरांना निरखत होतो. पी. सावळारामनी शेवटी नखरेल लावणी हावभावासह म्हटली–

राया तुमी माज्यासंगं भांडणार कधी?
कुलपात कोंडून, छळवाद मांडून
पुरषाची जात तुमी दावणार कधी?

टाळ्यांचा कडकडाट!

निगडी साताऱ्याजवळ असल्यानं बहिणीकडं चक्कर व्हायची. असाच रविवारी सहा मैल चालून सकाळी गेलो. दाजी जेवत होते. बघताच म्हणाले, "याऽऽ! भरा चूळ न् बसा जेवाय."

जेवण उरकत आल्याव म्हणाले, "पावनं, तुमी आगदी देवानं पाटावल्यागत आलाइसा. पिकात गवतं माइना झाल्यात. यवड्या मोठ्ठ्या कुनबाव्यात भांगलनीची पाळी फिरंल असं वाटत न्हाय. वाफसा आलायच तर सारं कोळपून टाकावं म्हनलं. पन गडीच मिळाला न्हाय. आता तुमी आल्यानं काम भागलं."

दाजींचं बोलणं ऐकून, सुट्टीला गेल्याचा उल्हास मावळला. गपाल्लो म्हणाताना दाजी म्हणाले, "काय, जमंल ना कोळपं?"

"अवघड असतंय; पण जमवू कसंतरी." कुचमत बोललो.

"आवं धोंडीराम पावनं, आसं डरताय काय? आलं गेलं बगाय मी हायंच की. मोलाच्या गड्याला पैसं गेलं आस्तं, तेवड्याचा कोंबडा तोडतो की सांच्यापारी."

दाजीनी रावण-निशाण बैलजोडी सोडली. दोन कोळपी काढली. लागणाऱ्या चऱ्यादोऱ्या, कासरं सारा साराजम घेतला. राजपत्रीच्या वावरात जोंधळा कोळपाय सुरुवात केली. डाव्या हातानं रूमण्याची मूठ धरून कोळप्याव भार घालत होतो. हिसकीचं दुबाळकं खाली कोळप्याच्या दिंडाव ठेवून, वरच्या टोकाला बांधलेला कासरा उजव्या हातानं कमीजास्त ओढून, बैलं तासानं हाकत होतो. मोड निघाला तर दाजी निबार खेकसायचे. मध्येच पावसाची चळाक येऊन कापडं दहिवरायची. वाफसामोड. बुरंगाट उघडून जरा वारसांडलं की पुन्हा कोळपणी सुरू. असं करीत करीत दिवसभरात दुरीची पटी, गंगधराचं वावर, खडवीची ताल अशी चारपाच

तुकडी कोळपली.

घरी आल्याव दाजीनी खरोखरच कोंबडा धरला न् कुराडीनं तोडला. सागुती शिजू लागली. ढणाणत्या जाळाव आक्काचं लक्ष. तिची मुलं दादा न् कमल शेकत बसलेली. मालगाडीच्या डब्यावानी लांबुळक्या बिनखिडकीच्या घरात धुराचा कोंब. चोळून, पाणी गाळून डोळं लालीलाल. रवं शिजून फोडणी टाकल्याव बरबाट तयार. कांदं चिरून आक्कानं ताटं वाढाय सुरुवात केली. तेवढ्यात दाजीनी बाटलीतनं दोन कपात काय तरी ओतलं. हातानं खुणवून दबक्या आवाजात "घ्या! घ्या!" असं जिकिरीनं म्हणू लागलं. भांबावून विचारलं, "अहो पण दाजी, आहे तरी काय?"

"बोलू नका. गपगुमान घ्या लौकर! पलटनीतनं आनल्याली रम हायं. भारीतली इंग्लिस दारू! घ्या घुटका पटकन! आटपा, न्हायतर पुलीस यिल." असं म्हणून दाजी कावऱ्याबावऱ्या रस्त्याकडं बघू लागले.

मी भांबावलो. वाटलं, दारू म्हणजे पोलीस न् धरपकड! भ्यानं कपातली दारू पोटात ढकलली. घशात चरचरलं, नाकात झिणझिण्या. डोळ्यात पाणी! मनात अपराधी भावना!!

ताटं पुढ्यात आली. दिवसभरच्या कामानं पिट्टा पडून खरपूस भूक लागलीवती. तिखटजाळ मटनाव निबार ताव मारला. हात धुतल्याव कणगीला टेकून बसलो. चक्कर आल्यागत वाटत होतं. बोलताना चळबळतोय की काय अशी धास्ती. गुपचूप लेपट्याव मुडा घालून झोपलो.

महात्मा गांधी माझं श्रद्धास्थान. त्यांचे जीवन, विचार याबद्दल नितांत आदर. सत्य, अहिंसेइतकीच स्वच्छतेव निष्ठा. म. गांधी जयंती निमित्त दोन ऑक्टोबरला होस्टेलच्या पाटी संडासांची साफसफाई करायचो. संडासखोल्या केरसुणीनं झाडून जाळ्याजळमटं काढून टाकायचो. मदतीला सुभाष चुरी.

एक अभिमानाची बाब. आमच्या किकलीचे मुलकी पाटील विठ्ठलराव श्रीपतराव बाबर 'नॉर्थ सातारा' डिस्ट्रिक्ट लोकल बोर्डाचे प्रेसिडेंट होते. तेव्हाचं डि.एल.बी. म्हणजे सध्याची झेड.पी.! तेव्हाचा उत्तर-सातारा जिल्हा म्हणजे सध्याचा सातारा आणि दक्षिण-सातारा म्हणजे सांगली जिल्हा!

प्रेसिडेंट बाबरांनी लोकल बोर्ड सभागृहात भव्य दिव्य सत्कार सोहळा आयोजित केलावता. कर्मवीर भाऊराव पाटील व क्रांतिसिंह नाना पाटील यांचा सत्कार भाई माधवराव बागलांच्या हस्ते. समारंभाला आम्ही उत्साहाने हजर होतो. जोधपुरी कोट, फरकॅप घातलेले बागल व्यासपीठाव मध्यभागी. त्यांच्या उजवीकडे नाना पाटील, डावीकडे भाऊराव पाटील आणि शेजारी आमचे प्रेसिडेंट विठ्ठलराव पाटील. धोतर,

सफेद कोट, मलमली गुलाबी फेटा. आमचे रुबाबदार पाटील थोरामोठ्यांच्या मांडीला मांडी लावून बसलेले पाहून अभिमान वाटला!

बघता करता पी. डी. सायन्स परीक्षा फॉर्म्स भरून झाले. पोर्शन संपले. आता फक्त अभ्यास. कॉलेजच्या स्टडी रूमला जायचो. तिथं लाईट. सुंद्रीच्या उजेडापेक्षा लाइटीत अभ्यास चांगला व्हायचा. शिवाय आयडेंटिटी कार्ड देऊन क्रमिक पुस्तकं मिळायची.

दिवसा होस्टेलनजीकच्या बागेत आंब्याखाली अभ्यास. जोडीला सुभाष चुरी. तोंड उत्तरेला लगडवाडीकडं असे. सायन्सच्या बोजड अभ्यासाचा ताण, समोर दूरवर दिसणारे लगडवाडीचे चंदन-वंदन किल्ले. मन व्याकूळ व्हायचं, डोंगर ओलांडून आईदादाजवळ जायचं. परीक्षा महिन्याव आली असताना घरची तीव्र आठवण येऊ लागली. अभ्यासाचा कंटाळा वाटू लागला. करमेनासं झालं. मग काय? एका संध्याकाळी लगडवाडी गाठली. आईदादाशी मन उगाळून बोललो.

दुसऱ्या दिवशी कौतुक सरलं. काम लागलं. सकाळचं जेवण उरकताच भाऊनं पुढं घालून मळ्यात खुरपाय नेलं. खुरपताना वरनं उनाचा चटका. चौघानी दिवसभर भांगललं, तेव्हा कुठं कडुसं पडताना बटाट्याचं खुरपाण संपलं. अंगठ्याजवळचं बोट खुरप्याच्या मुठीला समांतर दिवसभर ताठ. आखडून गेलं. रात्री जेवताना भाकरी मोडाय बोट सहजासहजी वाकेना. दुखतही होतं.

भांगलणामुळं गावी राहण्यातला उत्साह मावळला. तडक सातारला. खोलीव गेल्यागेल्या वहीत लिहिलं, 'अभ्यासाचा कंटाळा आल्यास, लगडवाडीला जाऊन दिवसभर भांगल! रात्री जेवताना उजवी तर्जनी वाकणार नाही तेव्हा लक्षात येईल– आईसारखं उनातानात दिवसभर खुरपण्यापेक्षा सावलीत अभ्यास करणं फार सोपं! कंटाळा पळून जाईल!'

प्रीडिग्री सायन्स थिअरी-प्रॅक्टिकलची विद्यापीठ परीक्षा संपली. पुढील वर्षाच्या आर्थिक तरतुदीला लागलो. लेबर स्कीममध्ये रुजू झालो. सायन्स शाखेसाठी संस्था बिल्डिंग बांधणार होती. स्वावलंबी शिक्षण हेच आमचे ब्रीद! –या बोधवाक्याला जागून बिल्डिंगसाठी विटा घालण्याचा प्रकल्प लेबर स्कीम प्रमुख प्रा. बी.के. पाटलांनी आखला. संगम-माहुलीला घाटालगतच्या मंदिरात साठेक विद्यार्थ्यांचा तळ पडला. आवाडातल्या भंडारघरात तीनचार मावश्या सैपाक करायच्या. कृष्णा नदीकाठचा गाळ भिजवून आदल्या दिवशी गारा करायचो. दुसऱ्या दिवशी विटा घालायचो.

घाटालगत उघड्याव झोपायचो. संगम-माहुली म्हणजे सातारची स्मशानभूमी. आडवं झाल्याव समोर जळती प्रेतं दिसायची. परंतु विज्ञाननिष्ठ दृष्टिकोनामुळं

भुताखेतांची भीती वाटायची नाही. कम्युनिस्ट मानेसरांची हायस्कूलमधली नास्तिकतेची शिकवण व डाव्या विचारसरणीला पोषक असं शिवाजी कॉलेजचं, हॉस्टेलचं पुरोगामी वातावरण! बुद्धीप्रामाण्यवादी जडणघडण परिपूर्ण होत चाललीवती.

विटा घालण्याचं काम भरात आलं असताना, अचानक लेबर सेक्रेटरी जाधव दुपारी लगबगीनं आला न् म्हणाला, "सर्वांनी काम बंद करा!"

टवकारून सगळेजण सेक्रेटरीकडं बघू लागले. पुढं होऊन मीच विचारलं, "पण जाधवराव इतक्या लवकर काम बंद?"

"फार वाईट घडलंय. आपले आण्णा-कर्मवीर भाऊराव पाटील आज पुण्यात वारले! ताबडतोब सातारला धनीणीच्या बागेत चला!"

वीज कोसळल्यागत सारी चिनभिन. रडारड. साताऱ्याकडं चालत निघालो. आईबाप गेल्यागत राहून राहून उमाळा दाटून येत होता.

तीनचार मैल चालून सातारच्या मावळत टोकाला धनीणीच्या बागेत पोचलो तेव्हा अंधारून आलंवतं. वटवृक्षाखाली पारावर आण्णांचं शव बर्फात ठेवलंवतं. अंत्यदर्शनासाठी गर्दी. आम्ही लेबरचे विद्यार्थी एका बाजूला घोळक्यानं बसलोवतो. बसल्या जागी आडवे कधी झालो न् कधी डोळा लागला ते कळलं नाही.

पहाटे जागं करून सेक्रेटरी म्हणाला, "लेबरसाठी चार भिंतीकडं चला."

दीडेक मैल चालून चार भिंतीच्या पायथ्याला गेलो. दहन करायचंवतं तिथं खडकाळ उंचवटा. टिकाव, पहार चालवून ती जागा आम्ही सपाट केली.

फुलानी सजवलेल्या ट्रकमधून सकाळी अंत्ययात्रा निघाली. जनसागर लोटलावता. पॅलेस-स्ट्रीट भरून गेलावता. मुख्यमंत्री यशवंतराव चव्हाण, शिक्षणमंत्री बाळासाहेब देसाई पुढे चाललेवते. सरळ रस्त्यावल्या गर्दीत धिप्पाड उंचपुरे आचार्य अत्रे उठून दिसत होते. तेवढी मोठी प्रेतयात्रा प्रथमच पाहत होतो.

सारं जिकडल्या तिकडं झाल्याव माहुली गाठली. त्या दुर्दैवी घटनेनंतर विटा घालण्याचं लेबर संपुष्टात आलं. आमचा माहुली-मुक्काम हलला.

प्री डिग्री सायन्सचा रिझल्ट लागला. तीस टक्के. नव्वदेक विद्यार्थ्यांपैकी सत्तावीस सुटले. मी पास! कॉलेजचं पहिलं वर्ष तीनशे साठ रुपयात पार पडलंवतं.

नव्या वर्षाची आर्थिक जुळणी सुरू केली. निगडीच्या दाजींनी पन्नास रुपये दिले. विटांच्या लेबरमधून, भोजनबिल वजा जाता साठ रुपये मिळाले. घरून शंभर मिळाले. एफ्वाय सायन्सच्या वर्गात प्रवेश घेतला. इंजिनियर व्हायचं म्हणून बायॉलॉजी सोडून गणित ठेवलं.

त्या वर्षी चव्हाण-सरकारनं क्रांतिकारी निर्णय घेतला– नऊशे रुपयांच्या आत पालकाचं वार्षिक उत्पन्न असणाऱ्या विद्यार्थ्यांना फी माफी! आर्थिकदृष्ट्या मागास

विद्यार्थ्यांना मिळणारी ऐतिहासिक इबीसी सवलत! त्यामुळे लेबर स्कीममध्ये काम करण्याची गरज उरली नाही.

आता भाऊ मला थोडेफार पैसे देत होता. दादाना मात्र बरं बघत नव्हता. वैनीला मिसरीसाठी तंबाखू मिळायची, दादांना मात्र तंबाखू नसायची. नवी कापडं शिवण्यासाठी भाऊ पैसं द्यायचा नाही. म्हणून मग दादा मोलमजुरी करायचे. दोन पैरणी असायच्या. आतली कोपरी मात्र एकच. कोपरीला उवा व्हायच्या. गुरं राखताना वळवळाय लागल्याव दादा कोपरी उनात उलटी टाकायचे. उवा हलल्या की नखानी टचाटचा मारायचे.

कळतंय तसं मी एक पाहिलंवतं;– दादा लगडवाडीपेक्षा किकलीतल्या लोकांशी अधिक संबंध ठेवायचे. शेतीसाठी बैलांचा वारंगुळा लगडवाडीत न करता किकलीतल्या सर्जेराव जाधवाशी. लगडवाडीतल्या तालेवार हरी शेलारापेक्षा किकलीतल्या प्रेसिडेंट विठ्ठलराव बाबर-पाटलांशी त्यांची जास्त घसटण. त्या ओळखींचा लोन स्कॉलरशिप मिळताना फायदा झाला. अकरावीच्या मार्काव गव्हर्मेंट लोन स्कॉलरशिप मंजूर झालीविती. ती पदरात पडण्यासाठी लगडवाडीतलं कुणी जामीनदार झालं नाही. शेवटी वारंगुळदार सर्जेराव जाधव जामीनदार झाले आणि साक्षीदार म्हणून प्रेसिडेंट विठ्ठलराव पाटलानी सही केली. लोन स्कॉलरशिपचे सातशेवीस रुपये माझ्या बँक खात्यात जमा झाले.

जिद्दीनं अभ्यास करत होतो. पूर्वपरीक्षेत डिस्टिंक्शन मिळालं. सायन्स हेड डॉ. बी.एस. पाटलानी शाबासकी दिली.

पण पुढे परिस्थिती पालटत गेली. इंजिनियर होण्याच्या महत्त्वाकांक्षेचा ताण व जोरकस अभ्यास. घरची व्याकूळ आठवण व मनाची उलघाल. वार्षिक परीक्षा आठवड्याव आली असताना, अचानक डोक्याचा मागचा भाग दुखू लागला. एकाग्रता भंगू लागली. झोप चाळवली.

विद्यापीठ परीक्षा सुरू झाली. फिजिक्स पेपर चालू असताना डोक्याचा ठणका असह्य झाला. संध्याकाळी सिटीत जाऊन इंजेक्शन घेतलं. जरा बरं वाटलं. पण डोकेदुखी पूर्णपणे थांबली नाही. पेपर्स चालू होते, डोकं दुखणंही चालू होतं. इंजिनियर होण्याचं स्वप्न हवेत विरणार हे समजून चुकलं. प्रॅक्टिकल परीक्षा संपल्याव उन्हाळी सुट्टीला लगडवाडीत.

दुपारी चावडीत राजराम सुबुगडा, केसू बोरणंकर, धोंडीबा धाराव, शेलारमास्तर न् मी बसलोवतो. परीक्षेतलं दुर्दैव मोकळ्या मनानं सांगितलं. मास्तरनं विचित्र तत्त्वज्ञान मांडलं, ‘उच्च शिक्षण घ्यायचं असेल तर, त्या व्यक्तीचा जन्म उच्च

कुळात व्हावा लागतो. जातिवंत (?) आईबापाच्या पोटीच हुशार मुलं जन्माला येतात!'

हे ऐकून हसावं की रडावं ते समजेनासं झालं.

रिझल्टची कानकुन लागली म्हणून सातारला गेलो. पास झालोवतो. सेकंड क्लास मिळाल्याचं समाधान. इंजिनियर होण्याचं स्वप्न धुळीस मिळाल्याचं मात्र राहून राहून वाईट वाटत होतं.

एस्वाय बीएस्सीला प्रवेश घेतला. फिजिक्स, केमिस्ट्री, गणित हे विषय निवडले. प्रवेश घेताना गंमत झाली–

आडनावाचा मनात वैताग! मुळात वडलांचं रेकॉर्डला सगळीकडं 'धनगर' आडनाव लागलंवतं. माझं नाव पहिलीत घातल्याव आमचं 'महारनवर' आडनाव उजेडात आलं. हायस्कूलमध्ये 'र' जाऊन 'न' वर रफार चढला. तरीसुद्धा 'महार्नवर' मधला 'महार' हा जातिवादी उच्चार नकोसा. मग काय? कधीकधी 'न' वरचा रफार खोडायचो. एस्वायच्या प्रवेश अर्जात तेच केलं. चाणाक्ष हेडक्लार्कच्या लक्षात आलं. म्हणाला, ''तुम्ही 'न' वरचा रफार का खोडला?''

नुसता हसलो. हेडक्लार्कच पुढं म्हणाला, ''आडनावात बदल करायचा असल्यास तसा अर्ज प्राचार्यामार्फत पुणे विद्यापीठाकडे पाठवा.''

रीतसर अर्ज केला. 'महार्नवर' ऐवजी 'महानवर' असा बदल करण्यास कुलसचिवानी मान्यता दिली.

अभ्यासक्रम सुरू झाला. समोर ज्वलंत प्रश्न होता, विचित्र डोकेदुखीवर मात करणे. डॉ. रुबेन म्हणाले, ''देवभक्ती करा. दुखणं बरं होईल.''

''देवभक्तीमुळे आजार बरे होत असते, तर मग डॉक्टर कशासाठी असतात?'' माझा प्रश्न. पुन्हा त्यांच्याकडे फिरकलो नाही.

आर्यांग्ल कॉलेजच्या डॉ. सी. डी. गोखलेनी डोळे तपासणी सुचवली. डोळ्यांत दोष निघाला नाही. रक्त, लघवी, शौच तपासणी रिपोर्टही निर्दोष. वसंत-मिश्रण हे आयुर्वेदिक औषध दिलं.

फिजिक्सला प्रा. गुजराथी यंदा आलेवते. ते वाईतले न् मी वाई तालुक्यातला. जिव्हाळ्यानं गप्पा मारत सिटी-पोस्टामागं त्यांच्या खोलीव गेलो असता म्हणाले, ''आसनं, प्राणायाम केल्यानं शरीरक्रिया सुरळीत चालतात. आजार दूर पळतात.''

''पण सर, मला आसनं कसली ती माहीत नाहीत,''

''रोज पहाटे मी आसनं करतो. तू आल्यास शिकवेन.''

जायचं ठरवलं. लांब अंतरामुळं सरानी सायकल दिली. दुसऱ्या दिवशी पहाटे साडेपाचला सरांच्या खोलीव गेलो. मत्स्यासन, भुजंगासन, वक्रासन, व्याघ्रासन, शवासन आदी आसनं सरानी शिकवली. श्वसनाचे व्यायाम शिकवले. होस्टेलच्या

खोलीत नियमितपणे आसनं करू लागलो. डोकेदुखी कमी झाली.

डोकेदुखीचा चढउतार सुरू होता. तरी पण प्रापंचिक प्रगतीच्या योजना डोक्यात चालू. धांदलेची मोसंबीची बाग, तर पांडतात्याचा पानमळा. आम्हाला मात्र कायमचं नगदी पीक नव्हतं. पानमळा लावणं, जोपासणं अवघड होतं. मग काय? मोसंबीची बाग लावण्याचा ध्यास घेतला. लोन स्कॉलरशिपचे पैसे बँकेत असल्यानं त्या दिशेनं वाटचाल करणं शक्य होतं.

भाऊ आक्काकडं निगडीला गेलावता. परत लगडवाडीकडं जाताना खोलीव आला. धांदलेच्या कागाळ्या सांगू लागला.

ऐकून घेतलं घेतलं न् म्हणालो, "धांदलेला नावं ठेवताय, पण त्याच्याचढ कुणबावा कुठं करताय? त्याची मोसंबीची बाग आहे, तर आपलीबी लावावी असं कधी वाटलंय का?"

"नुसतं वाटून काय उपेग? बाग लावनं तोंडाचं काम न्हाय. भांडवाल कुटनं आनायचं? का दात पाडून द्यायचं?"

"भांडवल मी देतो. किती पैसे पाहिजेत?" माझा सवाल.

"मसुंबीची रोपं लोनंदच्या पड्याल वाल्ह्यात मिळत्यात. शंबर रोपं घ्यायची म्हटलं तरी वाटखर्चीसकाट सव्वाशे रुपै लागत्याल."

"दिडशे घ्या; पण इरसलीनं बाग लावा. आज आठा दिसा बघाय येतो."

पैसे देऊन भाऊला लगडवाडीला पिटाळलं.

रविवारी गावाकडं निघालो. उचलाव सैपाक करण्यासाठी चूल नव्हती. पत्र्याची चूल खरेदी केली. आईच्या वहाणा पार तुटून गेल्यावत्या. दोन रुपये खर्चून जुन्या वहाणा घेतल्या. दादांसाठी पत्त्याची तंबाखू न् लहान्या पुतण्याना खाऊ घेऊन एस्टीनं माळ्याच्या आनेवाडीव उतरलो. मर्ढे गावाजवळ होडीत बसून कृष्णा नदी पार केली. होडीत बसण्याचा पहिला प्रसंग. घरी गेल्या गेल्या आईला विचारलं, "मोसंबीची रोपं लावली ना?"

"लावली की. चार दिस झालं."

"किती लावली?"

"पाच इसा न् वर बारा."

दूधभाकरी खाऊन मळ्यात गेलो. रोपं लावलीवती ती मोजली. एकशेबारा भरली. बऱ्याच दिवसानी भाऊनं, दिल्या शब्दाला जागून महत्त्वाचं काम वेळेव केलंवतं.

कॉलेज रेग्युलर सुरू होतं. डोकेदुखीमुळं कधी तरी उदास वाटायचं. विरंगुळा

म्हणून प्रभात टॉकीजला 'जगाच्या पाठीवर' चित्रपट पाहिला. सुधीर फडकेनी अप्रतिम संगीत दिलेली सारी गाणी आवडली. 'नाच नाचूनी अति मी दमले' व 'एक धागा सुखाचा, शंभर धागे दु:खाचे' ही गीतं विशेष भावली. ती गाताना गुंगून जायचो.

आम्हाला सक्तीचा मराठी विषय. 'सोन्याचा कळस' प्रा. ह. कि. तोडमल व 'आणखी चिमणराव' प्रा. ल. रा. नसिराबादकर छान शिकवायचे. डोकं दुखू लागलं तर मराठीची पुस्तकं वाचायचो. त्यामुळं मराठी वाचनाची गोडी वाढली. कॉलेज ग्रंथालयातले कथासंग्रह, कादंबऱ्या, काव्यसंग्रह वाचायचो. नगर वाचनालयात जाऊन *सत्यकथा, साधना, अमृत* ही साप्ताहिके-मासिके वाचायचो.

मारुती लगडवाडीचं ग्रामदैवत असल्यानं, लहानपणापासून जरंडेश्वर बघण्याची जिज्ञासा. राम-रावण युद्धात लक्ष्मण मूर्च्छित पडला, तेव्हा हनुमानानं औषधी वल्लीसाठी उचलून आणला तोच जरंडेश्वराचा डोंगर!– अशी आख्यायिका भट्टीवल्या गप्पात ऐकलीवती. जिज्ञासा म्हणून श्रावणातल्या सरत्या शनिवारी एकटाच जरंडेश्वराच्या डोंगराव गेलो. सातारा-वाई परिसरातला तो सर्वांत उंच डोंगर असल्याचं जाणवलं. मारुतीचं देऊळ पाहिलं. बरीच गर्दी.

डोंगर उतरल्याव पायथ्याला तीन पत्त्यांचा खेळ चाललावता. पालथा पत्ता उलटला न् चित्र निघालं तर चौपट पैसं. खेळ बघत बराच वेळ थांबलो. बऱ्याचदा माझा अंदाज खरा ठरून चित्र निघत होतं. मग काय? एका पत्त्याव आठ आणे ठेवले. दोन रुपये मिळण्याची ठाम आशा. पण पत्ता उलटला, तर चित्र नव्हतं. अवाक् झालो. खिशात तेवढे आठ आणेच होते. त्यामुळे– मनात ईर्षा निर्माण झाली तरी आणखी खेळण्याचा प्रश्न नव्हता. प्रश्न होता तो सातारारोड ते सातारा वाटखर्चीचा! महाभयंकर चूक केली अशी अपराधी भावना दाटून आली. सडकेवर जाऊन, काही तरी मार्ग निघण्याची वाट पाहू लागलो. कूपर कारखान्यातून निळ्या कपड्यातले साताठ कामगार आले. हिय्या करून म्हणालो, "सातारला जायचंय पण वाटखर्चीला पैसे नाहीत."

"सातारला काय करता?" एकानं विचारलं.

"शिवाजी कॉलेजमध्ये सायन्सच्या तिसऱ्या वर्षाला शिकतोय."

"पैसे नसताना इकडे कसे काय आलात?"

"आता मामा, तुम्हाला काय सांगायचं? गाढवपणा झाला. तीन पत्त्याव पैसे लावले, त्यात हरलो."

सारे कामगार खो खो हसले. मेल्याहून मेला झालो.

एक दयाळू कामगार म्हणाला, "जाऊ द्या! फसतं माणूस कधी कधी! कूपर कंपनीच्या ड्राइव्हरला विनंती करू. जमून जाईल."

तेवढ्यात सफेद बस आली. कामगाराबरोबर चढलो. ड्राइव्हरनं माझ्याकडं रोखून पाहिलं. त्याला कामगारानी खुणावलं. माझा प्रश्न सुटला. सातारा येईपर्यंतच्या प्रवासात निर्धार केला: यापुढं कधीही जुगाराच्या वाटेला जायचं नाही!

दिवाळी सुट्टीव गावी गेलो. सीताफळाची झाडं भरपूर. सीताफळं मनसोक्त खाल्ली. जमेल तेवढा अभ्यास करत होतो. कंटाळा आल्यास वाडीमागच्या शेतात जायचो. भुईमुगाचं ढाळं उपटून शेंगा खात बसायचो. शिवारात जाऊन ओलं काहीबाही खाण्यातलं समाधान काही वेगळंच! खरिपात बाजरीतल्या चवळीच्या शेंगा व रब्बी हंगामात जोंधळ्यातला हरभरा यांची चव काही न्यारीच.

सुट्टीनंतर आठवडाभर सहामाही परीक्षा चालली. डोकेदुखीचा त्रास झाला. डॉ. गोखलेना सांगितल्याव म्हणाले, "आता शेवटची स्टेप. मुंबईचे ख्यातनाम न्यूरॉलॉजिस्ट डॉ. आर्जी गिंडेंची अपॉइंटमेंट घेऊन कन्सल्ट करणे."

मुंबईस जाण्याचा निर्णय घेऊन गावी गेलो.

बटाटा विक्री व डोकेदुखीव उपचार अशा दुहेरी हेतूने मुंबईस निघालो. आमची न् लोकाची पोती भरल्याव रात्री ट्रक सुटला. पोत्यांच्या थडीव मागं बसलोवतो. पुण्याच्या पलीकडं पहिल्यांदा चाललोवतो. लोणावळा ओलांडून, खंडाळ्याचा घाट उतरल्याव पहाटे पनवेल. सकाळी मुंबईत डंकनरोडला पोचलो. बटाट्याचा लिलाव झाल्याव पट्टी घेऊन भायखळा-डिलाइलरोड गाठला.

क्रॉस गल्लीतल्या बाळा काळेच्या चाळीत दुसऱ्या माळ्याव एकतीस-बत्तीस नंबरच्या जोडखोलीत लगडवाडीतले चाकरमाने. दहा बाय दहाच्या दोन खोल्यात चाळेसक माणसं. कामगार पुढाऱ्याच्या भाषणातल्या आशयाचा प्रत्यय आला;– तिकडे गिरगावला गिरणी मालक वीस खोल्यात एकटा रहातो, तर इकडे गिरणगावच्या एका खोलीत वीस गिरणी कामगार रहातात! ही भयानक विषमता नष्ट करण्यासाठी आमचा वर्गलढा सुरू आहे!!

मुंबईच्या गतिमान जीवनाची जाणीव भल्या पहाटे झाली. नळाला लवकर पाणी येत असल्यानं पाचला उठावं लागलं. तंबाखूची गायछाप मिसरी घासली. लाइनीत उभं राहून संडासात शिरलो. उरकतंय तोवर दाराव जोरदार थाप पडली. आत धडकी भरली. चड्डीची नाडी बांधेपर्यंत दुसरी थाप दणकली न् कडी काढून भसकन बाहेर आलो. समोर अंघोळीच्या लाइनीत उभा राहिलो. नंबर येताच नळाखाली बसून अंघोळ उरकली. टॉवेलनं अंग पुसलं. भिजकी चड्डी नळाखाली धरून पिळली. तेवढ्या वेळात स्वच्छ अंगाला चार-पाच जणांची पारोशी अंगं घसटली.

नाष्टापाणी झाल्याव चालत नागपाडा रोडला गेलो. आठवीचा वर्गमित्र सुलेमान आगा घरी भेटला. दोघं मिळून बॉम्बे हॉस्पिटलला गेल्याव समजलं;– डॉ. आर्जी

गिंडे उद्या सायंकाळी ब्रीच कँडी हॉस्पिटलला भेटतील.

सुलेमान नागपाड्याला. मी ट्रामनं वरळीत.

वरळीच्या बी. डी. डी. चाळीत नववीतला बोर्डर मित्र शशिकांत कांबळे. जेवण उरकून दोघे फोर्टमध्ये गेलो. मरिन ड्राइव्ह चौपाटीला आयुष्यात प्रथम अथांग समुद्र पाहिला! नजर पोचत होती तिथपर्यंत पाणीच पाणी! क्षितिजाला भिडलंवतं!

मराठा-मंदिर टॉकीजला शशिकांतनं 'मुगल-ए-अझम' पिक्चर दाखवला. आवडता हिरो दिलीपकुमार. जोडीला लावण्यवती मधुबाला. लाडक्या नौशाद अलीचं संगीत. एकाचढ एक धाबारा नादमधुर गीतं आणि सिनेमाची इत्थंभूत माहिती असलेल्या शशिकांत कांबळेची संगत. त्यानं सांगितलं, "प्यार किया तो डरना क्या?– या गाण्याची चाल नौशादनं बत्तीस वेळा बदलली, तेव्हा कुठं ती निर्मात्याला पसंत पडली."

भायखळ्याला खोलीव उशिरा पोचलो. वाट पाहात द्यानबा पाटील जागेच होते. म्हणाले, "काय हे धोंडीशेट? मुंबईत पहिल्यांदा आलायस. सकाळी खोली सोडली ते आता उगवलास. इथं गाळ्याव चर्चा– बहुतेक मुंबईच्या बकाल गर्दीत तू चुकला! आता बगितल्याव जिवात जीव आला."

"वर्गमित्र सुलेमान आगा भेटला. बोर्डिंगचा मित्र शशिकांत भेटला. त्यानं सिनेमा दाखवला. पाहिजे असलेल्या डॉ. गिंडेंचा पत्ता शोधून काढला. त्या साऱ्यात वेळ गेला."

"बरं, असू द्या. बत्ती बंद करून झोपा. न्हायतर झोपमोड झाली म्हणून छल्ल्या पाळीची लोकं वराडत्याल."

लगडवाडीचे चाकरमाने निम्मे कापडगिरणीत. बाकी कपडामार्केटला. मार्केटकडं जाणारी बस पकडली. ती गोलपिठ्यातनं, फॉकलंड रोडनं निघाली. दुतर्फा उघडंनागडं दर्शन. वेश्यावस्ती पहिल्यांदा पाहात होतो. कुतूहलानं बघावं वाटत होतं. किळसबी येत होती. मुळजी जेठा मार्केटला गाववाल्यात दिवस घालवला. सायंकाळी ब्रीच कँडी हॉस्पिटलमध्ये डॉ. गिंडेना भेटलो. त्यांनी पार्श्वभूमी विचारत अर्धा तास तपासलं. डोक्याच्या मागील भागाचे दोन एक्सरे काढले. शेवटी म्हणाले, "तुमच्या गरिबीचा दुष्परिणाम! टेबलखुर्चीशिवाय खाली वाकून केलेल्या अभ्यासामुळे डोकेदुखी उद्भवली. फार काळजी वाटावी असं काही नाही. नेक-कॉलर वापरावी लागेल."

प्रदीप सर्जिकल कंपनीतून नेक-कॉलर खरेदी करून डॉ. गिंडेना भेटलो. कॉलर गळ्याभोवती बांधाय त्यानी शिकवलं न् म्हणाले, "आता बांधलीय ती तशीच राहू द्या. तीन दिवस नेक-कॉलर वापरा आणि मला रिपोर्ट द्या."

मुंबई बघायची म्हणून ग्यानबा पाटलांबरोबर लोकलनं निघालो. बोरीबंदरला माणसंच माणसं! घड्याळाव-चाकाव चालणारा, पळणारा, कष्टणारा जनसागर. अथांग जलसागराच्या सोबतीनं जगणारा अफाट जनसागर! 'गेट वे ऑफ इंडिया'ला समुद्रात नांगर टाकून आगबोटी उभ्या होत्या. फ्लोरा-फाऊंटनला काळा घोडा, हुतात्मा स्मारक पाहिलं. बसनं परत जाताना भायखळा ब्रिजवरचा 'उभा पारशी' दिसला. राणीचा बाग पाहिला. पुढं महालक्ष्मी रेसकोर्सवर बाहेरून घोड्यांची रेस दाखवत पाटील म्हणाले, ''आपल्या गाळ्यातली काही मंडळी रेसीव पैसं लावतात. त्यात ते बरबाद होत चाललेत. चांगला पगार मिळतो, पन ते कधी उबजाऱ्या येतील असं वाटत नाही.''

संध्याकाळी ब्रीच कँडी हॉस्पिटलमध्ये डॉ. गिंडेंची भेट घेतली. पुन्हा तपासून ते म्हणाले, ''नेक-कॉलर लावल्यामुळं तीन दिवसात डोकं दुखलं नाही ना? अभिनंदन! चिंता न करता, नेक-कॉलर लावून अभ्यास करीत जा. आसनं नियमितपणे करा. नाऊ गो बॅक अँड अटेंड दी कॉलेज!''

मुंबईतला धाबारा दिवसांचा मुक्काम संपवून डेक्कन क्वीननं देशाव निघालो. आगगाडी घाट चढत होती. लहानपणी वाचलंवतं तसाच लयबद्ध आवाज कानी पडत होता: कशासाठी, पोटासाठी, खंडाळ्याच्या घाटासाठी!

मोठ्या गॅपनंतर कॉलेज अटेंड केलं. दोनतीन दिवसांनी सायन्स बिल्डिंगचं उद्‌घाटन राष्टपती डॉ. राजेंद्र प्रसाद यांच्या हस्ते झालं. मुख्यमंत्री ना. यशवंतराव चव्हाण अध्यक्ष. पुढल्या आठवड्यात कॉलेजचं गॅदरिंग. विविध गुणदर्शन कार्यक्रमात 'मुगल-ए-आझम' मधील 'मोहे पनघटपे नंदलाल...' हे सेमी क्लासिकल गीत मी सादर केलं.

तीनेक महिने नेक-कॉलर मानेभोवती सातत्यानं बांधली. तरीही डोकेदुखी संपूर्ण थांबली नाही. विद्यापीठ परीक्षेची मोठी काळजी होती. रोज धापंद्रा तास अभ्यास खोलीत, रानात, स्टडीरूमला करीत होतो. सकारात्मक दृष्टिकोन ठेऊन डोकेदुखीवर मात करीत होतो. विद्यापीठ परीक्षेचे पेपर चांगले गेले. प्रॅक्टिकल परीक्षा व्यवस्थित पार पडली.

हायस्कूलला असताना शेरेवाडीच्या पांडुरंग गोपनवरबरोबर दोन महिने जेवलो होतो. आता त्याचं लग्न पुण्यात होतं. लग्नानंतर मी एक शोध सुरू केला. दहावीत शिकताना पुण्याची तरुणी विमल लोणंद स्टेशनवर भेटलीवती. खोलीव आलीवती. आठवण म्हणून स्वेटर देऊन गेलीवती. तिनं दिलेला पत्ता वाचून ठिकाण हुडकून

काढलं. पन्नाशीतले गृहस्थ दार उघडून बाहेर आले. नमस्कार करून विचारलं. "गिरीधर खानोलकर?"

"मीच. बोला, काय काम?"

"तुमची मुलगी विमल घरी आहे?"

"नाही. लग्न होऊन कल्याणला असते." तुटक उत्तर देऊन मला खालीवर न्याहाळत त्यानी विचारलं, "पत्ता कुणी दिला?"

"साडेचार वर्षांपूर्वी विमल लोणंदला माझ्याकडे आलीवती. तेव्हा तिनेच पत्ता दिला आणि म्हणाली, –पुण्याला कधी आलास तर जरूर घरी ये!"

"होय का? ठीक आहे. जा आता!" तुसडेपणाने म्हणाले न् खानोलकर गर्रकन मागे वळले. घरात शिरून धाडकन दार बंद केलं.

दिंग्मूढ होऊन, परत जाण्यासाठी स्वारगेट स्टँडकडे निघालो. विमलनं दिलेला पत्ता खरा होता त्याचं समाधान वाटलं. पण तिच्या लोणंद भेटीचं गूढ मात्र तसंच राहिलं!

लगडवाडीतली सुट्टी उन्हाळकामं करण्यात चाललीवती. भाऊ आळसात, मी कामात. विसंगतीचा वैताग. वाडीत कुढत बसण्यापेक्षा कुठंतरी टेंपररी नोकरी करावी;– असा विचार मनात आला. आगामी वर्षाच्या खर्चाची तरतूद होईल, अनुभवही मिळेल. लिंब-गोव्याखालच्या धनगरवाडीचे हरिभाऊ चवरे कोयना प्रोजेक्टमध्ये पोफळीला नोकरी करत. तो रजेव आल्याचं समजलंवतं. भेटल्याव त्यानं पोफळीचा मार्ग सांगितला. सातारा, उंब्रज, पाटण, हेळवाकमार्गे कोयना डॅमला उजवी घालून, भेसूर कुंभार्ली घाट उतरून पोफळीत गेलो. सोनकरची एस्टीत ओळख झाली. तो पोफळीत कामगार होता. त्याच्याच खोलीत मुक्काम ठोकला.

पोफळीच्या निसर्गरम्य डोंगरकुशीत नोकरीचा शोध सुरू केला. कोयना डॅमच्या पाण्यावर वीजनिर्मिती करणाऱ्या पॉवर हाऊसचं प्रचंड काम चालू होतं. जिकडे तिकडे डंपर, बुलडोझर, ट्रक, ट्रॅक्टर्स धडधडत होते. चौकशी करता करता इलेक्ट्रीकल डिपार्टमेंटचे डेप्युटी इंजिनियर सीजी नाझरेना भेटून म्हणालो, "सर प्लीज, काही तरी काम द्या."

"तुमचं शिक्षण?"

"एस्वाय बीएस्सीची परीक्षा दिलीय."

"डिग्री घेतल्यावर काम शोधा ना! अधेमधे कशाला नोकरीच्या फंदात पडताय?"

"म्हणणं बरोबर आहे; पण घरची परिस्थिती बेतास बात. सुट्टी वाया घालवण्यापेक्षा पुढील वर्षाची तरतूद करावी म्हणतोय."

"असं आहे तर, मग उद्या सकाळी अकराला या."

काम सुरू झालं. पण शिळंपाकं खाण्यामुळं हगवण लागली. प्रोजेक्ट डिस्पेन्सरीतून मोफत औषध घेतलं. रस्त्याला नंबरी दगडाव बसून, बाटली तोंडाला लावून औषध प्यालो. वाटी नव्हती की पाणी नव्हतं. साखर तर लांबच!

ड्यूटी सकाळी अकरा ते सहा. सोनकरबरोबर हातानं करून खायचो. खोलीसमोरून वाहाणाऱ्या वाशिष्ठी नदीत अंघोळ, कपडे धुणं.

कोयना प्रोजेक्टची वीजनिर्मिती प्रक्रिया पहावी म्हणून खडीच्या डंपरनं टेल-टनेलमधून पॉवर हाऊसपर्यंत गेलो. इलेक्ट्रिक ट्रॉलीत बसून केलेला लंबरूप उंच प्रवास चित्तथरारक होता. नोकरीमुळं 'कोयना पॉवर प्रोजेक्ट' आतून पाहायला मिळालं त्याचा विशेष आनंद.

काम सुरू असताना पत्रानं एस्वायचा रिझल्ट समजला. पास झालो! रिझल्ट सांगताच नाझरेसाहेबानी अभिनंदन केले आणि एक महिना काम केले त्याचे नव्वद रुपये दिले.

कॉलेजचं शेवटचं वर्ष. फिजिक्स-स्पेशल नक्की केला. मी, चंद्रकांत उनउने, श्याम मनोहर (आफळे), तुकाराम शिंदे अशा चौघानी फिजिक्स स्पेशलला ॲडमिशन घेतलं.

गायनामुळं टीवाय बीएच्या कलावंत भोला गाडेशी दाट मैत्री. भोलाचा मामा जयसिंग, मामी मीरा शिवाजी कॉलेजपलीकडं कामाठीपुऱ्यातल्या कोलाटी वस्तीत राहत. आठवण आली, की मला घेऊन भोला मामाच्या पालात जायचा. जयसिंगमामा पावसाळ्यात छत्र्या दुरुस्तीचा धंदा, तर इतर हंगामात किल्ल्याकुलपांचा धंदा गल्लीबोळात फिरून करायचा. मीरामामी तरुणपणी संगीतबारीत नाचली. बहर ओसरल्याव जयसिंगशी लग्न करून प्रपंचाला लागली. लोकांची धुणीभांडी करू लागली. एकदा भोलानं मामाच्या पालात गावडुकराचं मासकांड खाऊ घातलं. लगडवाडीत रानडुकराचं रवं खाल्लवतं. रानडुकरागत पालातलं रवंबी चवदार लागलं.

भोलाचे वडील भाऊ गाडे मुलग्याला भेटाय आलेवते. भोला लवकरच पदवीधर होणार त्याचा बापाला दांडगा अभिमान. रात्री जेवल्याव तंबाखूचा बार भरून भाऊ गाडे गप्पा मारू लागले, "भोल्याचं नशिब सिकंदर म्हणून त्याला भन न्हाय. त्यामुळं तर त्याला शिकाय मिळालं. जर का त्याला भन आस्ती, तर आमची सोत्ताचीच संगीत बारी झाली आस्ती. मी तबल्याव, भोल्या पेटीव, आई लावन्या म्हन्ली आस्ती आन् भन नाचली आस्ती." हे ऐकून कोलाटी जीवनातलं विदारक सत्य उमगलं.

एका दुपारी भोला म्हणाला, "डीजी चल, तुला आज एवन् संगीत बारी दाखवतो."

"कुठं! साताऱ्यातच ना?"

"इथं नाही. बाहेरगावी. वाठार स्टेशनच्या मावळतीला वाघोली फाट्याव. आटप लवकर, घाल कपडे."

एस्टीनं सायंकाळी दोघं वाघोली पुलाव उतरलो. धर्मशाळेत कमळाबाईच्या पार्टीचा मुक्काम. पार्टीत चांगुणा, हरणी, चंद्रा, शंकुतला या देखण्या नाचनारणी. त्यांच्यातच जेवण केलं न् बारीची वाट पहात बसलो.

का कोणास ठाऊक; पण त्या रात्री कमळाबाईची बारी उभी राहिली नाही. मग काय? गॅस बत्ती लावून वसना नदीपड्याल थोरल्या पिंपोड्यात गेलो. भोलाचा चुलतमामा फकीराची संगीत बारी रंगात आलीवती. मामी नखरेल सुरात ठसकेबाज लावणी म्हणत होती. सोमवारी व नर्बदा नाचत होत्या. फकिरा पेटी वाजवत होता. त्याच्या मांडीला मांडी लाऊन गोधडीव एका बाजूला मी, दुसऱ्या बाजूला भोला. गुलहौशी नादिक मंडळी एकाचढ एक भारी नोटा सोडून एकमेकांची गाणी तोडत होती. ईर्षेपुढं नोटा कवडीमोल. दौलतजादा प्रथमच पाहात होतो.

बारी मोडल्याव मध्यरात्री परत जाऊन धर्मशाळेत कमळाबाईच्या पार्टीत मुक्काम केला. एका अंधाऱ्या कोपऱ्यात आंबटशौकीन ×××राव भोईटे हरणीबरोबर गुलुगुलु बोलत होता. ऐकून कसंसंच वाटत होतं. ताटकळ पडल्यानं उशिरा कधीतरी झोप लागली.

उपकरणांअभावी प्रॅक्टिकल्स होत नव्हती. थिअरीचा अभ्यास सुरू होता. नेक-कॉलर सातत्यानं बांधायचो, आसनं करायचो. कधीमधी डोक्याचा मागचा भाग दुखायचा, धास्ती वाटायची.

अभ्यासेतर उपक्रमात सहभाग सुरूच होता. विज्ञान मंडळात क्रियाशील होतो. शेवटच्या वर्षी अभ्यासाला प्राधान्य देऊन सायन्सच्या चाणाक्ष विद्यार्थ्यांनी विज्ञान मंडळाचं घोंगडं माझ्या गळ्यात टाकलं. मी ते हौसेनं स्वीकारलं. उद्घाटनासाठी कराडच्या सायन्स कॉलेजचे जर्मनी रिटर्न प्राचार्य डॉ. आर्डी शिंगटेना निमंत्रित केलं.

उद्घाटनाचा दिवस उजाडला. प्राचार्य डॉ. शिंगटे सिटीतल्या केसरकरवाड्यात पाहुण्याकडे उतरलेवते. टांग्यातून त्याना कॉलेजवर आणले. समारंभ सुरू झाला. प्रारंभी मोजके श्रोते. स्वागत गीताने वातावरण निर्मिती केली. श्रोते वाढले. हॉल भरला. प्रमुख पाहुणे डॉ. आर्डी शिंगटेंनी विज्ञान मंडळाचं उद्घाटन केलं. त्यांचं समर्पक भाषण सर्वांना भावलं. समारंभ यशस्वी झाला.

फिजिक्सचा तुकाराम शिंदे एकदा म्हणाला, ''महानवरमध्ये ओरिजिनल स्पार्क आहे; पण तो हार्डवर्क करत नाही.''

हार्डवर्क करत नव्हतो त्याचं कारण शिंदेला कसं कळणार? नेक-कॉलर बांधत होतो, तरीही डोकेदुखीला पूर्णविराम मिळत नव्हता. इच्छाशक्ती प्रबळ होती, पण शारीरिक व्याधीपुढं हतबल ठरत होतो. उत्साहानं, निश्चयानं अभ्यासाला लागायचो. डोकेदुखी सुरू झाली की उत्साह मावळायचा, निश्चय ढळायचा. अभ्यासात धरसोड व्हायची. मग विरंगुळा म्हणून तंबाखूची मिसरी दिवसातनं तीनचार वेळा घासायचो. तशी तर मिसरीची सवय होस्टेलच्या बहुतेकाना होती. संध्याकाळी व्हरांड्यात मिसरी घासण्याचा सामुदायिक कार्यक्रम. गप्पांची मैफल. होस्टेलमधल्या, कॉलेजमधल्या मुलामुलींची मापं निघायची. प्राध्यापकांच्या पराक्रमांची, प्रकरणांची चविष्ट चर्चा चालायची.

कामाकारणानं सिटीत गेलोवतो. शनिवार पेठेत अकस्मात प्राचार्य डॉ. आर्डी शिंगटे भेटले. जिव्हाळ्यानं त्यांनी विचारलं. ''अभ्यास कसा काय चाललाय?''

''थिअरी तास, अभ्यास व्यवस्थित. पण प्रॅक्टिकलचे वांधे. पहिली टर्म संपली तरी, केवळ दोनतीन प्रयोग झालेत. जर्नलचा पत्ता नाही.''

''हीच जर वस्तुस्थिती असेल, तर यंदा तुम्ही परीक्षेला बसूच शकत नाही!''

हे ऐकून मी सटपटलो.

दुसरी टर्म सुरू झाल्याव तर फिजिक्स-स्पेशलच्या आम्हा चौघाना प्रॅक्टिकलची भलतीच चिंता वाटू लागली. भेटल्याव विभाग प्रमुख डॉ. बीएस पाटील म्हणाले, ''तुम्हा चौघाचं वर्ष जेवढं महत्वाचं, तेवढंच माझं प्रेस्टिजही!''

ऐकून आमचा धीर सुटला. प्राचार्य बॅ. पीजी पाटलांना भेटलो. त्यानी वस्तुस्थिती सांगितली, ''सायन्सच्या एकूण दीड लाख बजेटपैकी ऐंशी हजार रुपये फिजिक्सवर खर्च झालेत.''

''पण सर, आकडेवारी ऐकून आमचा प्रश्न कसा काय सुटणार?''

''ते तुमच्या हेडना विचारा. फिजिक्स-अपारॅटसबाबत पुन्हा मला भेटू नका.''

''तुम्ही असं म्हटल्याव मग यंदाचं आमचं भवितव्य काय?'' माझी काकुळती.

''अंधार! काळाच्या ओघात काही हकनाक बळी जातात.''

''वर्ष फुकट जाणं हे माझ्यासारख्या गरीबड्याला परवडणारं नाही. पोरांच्या खेळात बेडकाचा जीव जातो ते ठीक; पण थोरांच्या खेळात पोरांचा जीव गेला तर कसं चालेल?'' धिटाईनं म्हणालो.

''वर्ष वाया जातंय म्हणून, तुम्ही मागणी केल्यास चौघांच्या टी. सी. द्यायला मी बांधील आहे.'' प्राचार्यांचं अंतिमोत्तर.

फिजिक्सच्या तिघांचा विचार घेऊन मी कराडला धाव घेतली. प्राचार्य डॉ. शिंगटेना म्हणालो, "सर, महिन्यापूर्वी साताऱ्यात तुम्ही म्हणाला ते खरं ठरलं. शिवाजी कॉलेजला राहिलो तर विद्यापीठाच्या मार्च पराक्षेला आम्ही बसू शकणार नाही."

"का? नंतर काय झालं?"

"प्रयोग साहित्य येण्याची शक्यता नाही. वर्ष बुडणार असं दिसतंय."

"बरं मग, तुमचं म्हणणं तरी काय?"

"तुम्ही ॲडमिशन दिली तरच आम्ही वाचणार!"

"टी. सी. आणल्यास सेकंड टर्मला ॲडमिशन देण्यात अडचण नाही." प्राचार्यांचा हिरवा कंदील.

"थँक्यू सर!" असं म्हणून घुटमळलो असता प्राचार्यांनीच विचारलं, "आणखी काही अडचण?"

"कॉलेजच्या आवारात आमची राहाण्याची सोय केली तर बरं होईल." भीत भीत म्हणालो.

"नुसती सोय नाही, मोफत सोय करू! महानवर, मी पाच वर्षे जर्मनीत राहिलो असलो तरी, मूळच्या खेड्याला विसरलो नाही. विद्यार्थ्यांच्या अडीअडचणींची मला पुरेपूर जाणीव आहे. जा आता. टीसी घेऊन ताबडतोब या."

आम्ही चौघांनी हेड डॉ. पाटीलसरांची घेतलेली भेट, प्राचार्य बॅ. पीजीसरांशी केलेली चर्चा आणि माझी कराडवारी! –या साऱ्या घटनांची बित्तंबातमी विद्यार्थ्यांना, प्राध्यापकाना समजलीवती. आमच्या कॉलेज-बदलानं वातावरण तंग बनलंवतं. झूलॉजीचे हेड प्रा. ए. टी. वरुटेनी आमची समजूत काढण्याचा प्रयत्न केला. तथापि, दोन पाटलांतल्या मतभेदामुळे निर्माण झालेल्या आमच्या प्रॉब्लेमचं सोल्युशन त्यांच्याजवळ नव्हतं.

सारी देणी भागवून टी. सी. ताब्यात घेतल्या. मी, चंद्रकांत उनउने, श्याम मनोहर (आफळे), तुकाराम शिंदे अशा चौघांनी जड अंत:करणानं रयत शिक्षण संस्थेच्या छत्रपती शिवाजी कॉलेजचा निरोप घेतला. मला सोडायला होस्टेलचे धाबारा मित्र स्टँडवर आलेवते. एकदोघे गळ्यात पडून रडले. माझ्या अश्रूंचा बांध केव्हाच फुटलावता. एस्टी सुटली. मित्रांच्या जिव्हाळ्याची शिदोरी घेऊन साताऱ्याला रामराम ठोकला.

*

# पाच

कराड स्टँडपासून टांग्यातून कृष्णानदीपलीकडं सायन्स कॉलेजमध्ये गेलो. देखणा टॉवर असलेल्या भव्य दुमजली इमारतीत कॉलेज. प्राचार्य डॉ. आर्डी शिंगटेना भेटून ॲडमिशन घेतलं. कॉलेजच्या एका हॉलमध्ये आधीच देशमुख, भांबुरे, पाटील हे विद्यार्थी राहात. त्यांच्यात आम्हा चौघांची भर. तुकाराम शिंदे म्हणाला, ''लेका महानवर, आपल्याला पुढं अडचणी येणार, त्याचं तुला स्वप्न पडलंवतं की काय? त्यामुळं प्राचार्य शिंगटेंच्या हस्ते विज्ञान मंडळाचं उद्‌घाटन केलंस? तुझ्या अट्टाहासामुळंच तो समारंभ घडला. त्याचा आता मोठा उपयोग होतोय. तुझा दूरदर्शीपणाच म्हणायचा.''

''स्वप्न नाही, की दूरदर्शीपणा नाही. योगायोग असतो. आणि आपल्या हातून इतरांच्या उपयोगाचं काही घडल्यास आपलंही कल्याण होतं अशी माझी धारणा.''

फिजिक्स स्पेशलच्या लॅबलगत आमचा रहाण्याचा हॉल. रोज चारपाच तास खपून प्रॅक्टिकल्स आटोक्यात आणली. जर्नल सबमिशन संपवत आणलं. रोज आठधा तास अभ्यास करून नोट्स काढत होतो. कधीतरी डोकेदुखी डोकं वर काढायची. पण त्याचा बाऊ न करता नियमितपणे आसने करीत होतो. नेक-कॉलर होतीच. अभ्यासाचा कंटाळा आल्यास आईदादाचं काबाडकष्ट आठवायचो. जिद्दीनं ताठ व्हायचो. अभ्यासाव तुटून पडायचो.

पुणे विद्यापीठ परीक्षेचं थिअरी सेंटर कराडला मिळालं. परंतु विद्यार्थी कमी असल्यानं फिजिक्स प्रॅक्टिकलचं सेंटर मिळालं नाही. प्रॅक्टिकल परीक्षेसाठी पुण्याच्या एस्पी कॉलेजमध्ये जावे लागणार होते. क्लासमेट देशपांडे म्हणाला, ''पुण्यात प्रॅक्टिकल परीक्षा, म्हणजे विद्यार्थ्यांचं इंप्रेशन महत्त्वाचं! महानवर, तुझ्या लेंगाशर्टाचं

काही खरं नाही. पँटमॅनिला शिवून घे.''

इतर विद्यार्थ्यांनीही देशपांडेच्या सुरात सूर मिसळला. मग काय? रेयॉन कापड पँटमॅनिलासाठी घेतलं न् शिवायला टाकलं. दिवसभर मनासारखा अभ्यास झाल्याव एके दिवशी पँट-इनशर्ट, सॉक्स-सँडल अशा थाटात कराडमध्ये फिराय गेलो. अपटुडेट ड्रेसमधला कॉन्फिडन्स काही निराळाच.

टीचिंग बंद झाल्याव रोज चौदापंद्रा तास अभ्यास. ठरावीक पोर्शनचा अभ्यास पूर्ण झाल्याखेरीज उठायचं नाही!– असा निश्चय केल्यामुळे एकदा जायला उशीर झाला; तर खानावळीतलं जेवण संपलंवतं. रूममेट पाटीलच्या डब्यातलं थोडं खाल्लं न् पुन्हा अभ्यासाला बसलो.

विद्यापीठ परीक्षा सुरू झाली. सातारहून आलेल्या चौघांपैकी दोघानी ड्रॉप घेतला. मी युद्धपातळीवर अभ्यास सुरू ठेवला. पेपरमध्ये अपेक्षित प्रश्न न येणे, लिखाण वेळेत न उरकणे, झोप चाळवणे अशा नाना अडीअडचणींवर मात करण्याची तपश्चर्या शेवटचा पेपर संपेपर्यंत केली. थिअरी परीक्षा संपताच फिजिक्स लॅब गाठली. मन लावून साताठ दिवस रिपीटिशन केली. ओरलची कसून तयारी केली.

प्रॅक्टिकल परीक्षेसाठी पुण्यात एस्पी कॉलेजच्या होस्टेलमध्ये मी आणि चंद्रकांत उनउने उतरलो. परीक्षेच्या दोन दिवशी मिळून चार प्रयोग करावे लागले. परीक्षा संपल्याव रात्री ग्लोब-टॉकीजला 'गंगा जमना' पिक्चर पाहिला. दुसऱ्या दिवशी रिलॅक्स मूडमध्ये लगडवाडीत दाखल झालो.

पदवी कॉलेजची चार वर्षे पुरी करून एका महत्त्वाच्या टप्प्यावर पोचलोवतो. शारीरिक, आर्थिक अडीअडचणीवर मात करीत करीत लांब पल्ला गाठलावता. स्वस्ताई, काटकसर यामुळे चार वर्षांचा खर्च फक्त एकोणीसशे चोवीस रुपये!

माझ्या शैक्षणिक उत्थानातली कळीची व्यक्ती म्हणजे वडील दादा! त्यानी पंचवीस मैल तांगडत नेऊन जिद्दीनं लोणंदचं हायस्कूल दाखवलं. शेतीत राबणार दादा. जमिनीचं खातं दादांच्या नावावर. खातेदार म्हणून ते कुटुंबप्रमुख; पण कुटुंबात अधांतरी! थोरल्या लेकाच्या खांद्याला खांदा लावून कष्टानं हळदीचं, बटाट्याचं उत्पन्न काढायला दादा, परंतु विक्री होऊन घरात आलेल्या पैशावर हक्क भाऊचा. ती दुर्दैवी स्थिती पाहून खूप दुःख व्हायचं. माझे दादा म्हणजे स्त्रीचं हळवं मन असलेला पुरुष. आईच्या काळजानं माझ्याव माया करणारा बाप. रोजगाराव परगावी जाणाऱ्या मुलाला निरोप देतानाही इतर वडील रडायचे नाहीत. मी घरून निघताना तर दादा रडायचेच, परंतु परगावहून सुट्टीव घरी आल्यावरही दादांचे डोळे

डबडबायचे, कंठ दाटून यायचा.

लगडवाडीत चारपाच दिवस विश्रांती घेतल्याव सातारला गेलो. शिक्षकाच्या नोकरीसाठी रयत शिक्षण संस्थेत अर्ज दिला. शास्त्र शिक्षकांचा त्याकाळी तुटवडा. सहसचिवानी लगेच इंटर्व्यू घेतला न् पवारवाडी हायस्कूलची ऑर्डर दिली.

किकलीत स्वामी विवेकानंद शिक्षण संस्थेचं नव्यानं सुरू झालेलं हायस्कूल. गावच्या हायस्कूलमध्ये मी काम करावं; असा आग्रह किकलीतल्या प्रतिष्ठीत मंडळीनी धरला. तथापि, बारा वर्षे रयत शिक्षण संस्थेत शिकलोवतो. संस्थेच्या वसतिगृहात सहा वर्षे राहिलोवतो. रयतबाहेर शिक्षकाची नोकरी करण्याची कल्पनाही सहन होत नव्हती. दुपारी चावडीत झोपलोवतो. गदागदा हलवून रंगुबुवा म्हणाले, ''धोंडीराम, तुला आडळाय किकली हायस्कूलचं हेडमास्तर आल्यात.''

ताडकन उठून डोळे चोळत म्हणालो, ''नमस्कार निकमसर! उन्हातान्हात कशाला त्रास घेतला? मी आलो असतो भेटाय.''

''म्हणणं बरोबर आहे. पण किकलीची मंडळी गप्प बसू देईनात. हा अर्ज लिहून आणलाय. सही करून द्या. म्हणजे मग विवेकानंद संस्थेतून किकली हायस्कूलवरची ऑर्डर घेऊन येतो.''

''रयतमध्ये शिक्षण झाल्यामुळे मी त्या संस्थेला मनानं बांधील आहे. शिवाय रयतनं मला ऑर्डर दिलीय.''

''ते तुम्ही किकली ग्रामस्थांना सांगा. अगदी शेवटचा मार्ग म्हणून विद्यार्थी, पालक तुम्हाला किकलीच्या चौकात अडवणार!'' निकमसर निर्वाणीचं बोलले.

वितंडवाद न वाढवता त्याना निरोप दिला. पुन्हा किकलीकडं फिरकलो नाही.

*

# सहा

नोकरीचा पहिला दिवस. आईदादांच्या पाया पडून निघालो. साताठ मैल चालून जावली तालुक्यातली आनेवाडी गाठली. वार्षिक बैलबाजारामुळं तिथवर गेलोवतो. खत-गाडीवानाला विचारलं, "पवारवाडीचा रस्ता?"

"कुणाकडं जायचंय?"

"हायस्कूलला शिक्षक म्हणून निघालोय."

"मी पवारवाडीचा जगबा वारागडे. बसा कुरकुलात. हायस्कूलात पोच करतो."

गाडीत चढून कुरकुलात उभा राहिलो. सायगाव ओलांडून बैलगाडी हायस्कूल–पुढं थांबली. ऑफिसात गेलो. मस्टरवर सही करून हजर झालो. हायस्कूल मोठं असेल असं वाटलंवतं. पण तसं नव्हतं. आठवी ते अकरावी पट एकशेपाच.

पोरसवदा स्मार्ट टीचर कम क्लार्क हिंदुराव साळुंखेनं मधल्या सुट्टीत जिव्हाळ्यानं विचारपूस केली. गाव दाखवलं. लगडवाडीगत शंभरेक घरांची वाडी. सायगावखालची. सायगाव ग्रामपंचायतीचा एक वॉर्ड. सत्यशोधकी परंपरा. वाडीत ब्राह्मणाला बंदी. कुणबी बंडोबा मोरे सत्यनारायण पूजेला पोथी वाचायचा. विधी उरकून लग्न लावायचा. त्या तात्विक वारशाचा वाडीला दांडगा अभिमान. सायगावच्या पुढं जाऊन शैक्षणिक प्रगती करण्याची इरसल. त्यामुळेच कर्मवीर भाऊराव पाटलांनी रहदारीचं मोठं सायगाव सोडून, आडवळणी छोट्या पवारवाडीत न्यू इंग्लिश स्कूल काढलंवतं. गंमत म्हणजे पवारवाडीत प्राथमिक शाळा पाचवीपर्यंत, सहावी-सातवी सायगावला आणि आठवी ते अकरावी शिक्षण पवारवाडीत.

पहिल्या दिवशी कामकाजाची माहिती, शिक्षकांच्या ओळखीपाळखी. पुढं चारी वर्गांचं गणित, दहावी-अकरावीचं शास्त्र मिळून रोज सहा तास घ्यायचो. बाजारा–दिवशी सकाळची शाळा व दुसऱ्या दिवशी संपूर्ण सुट्टी!– अशा आठवडी सुट्टीची

त्या काळी पद्धत. आनेवाडी-बाजारची शुक्रवारी सकाळी शाळा, शनिवारी संपूर्ण सुट्टी. रविवारी शाळा असायची.

नोकरीत तीन आठवडे झालेवते. बी.एस्सी.चा निकाल आज शनिवारी. रिझल्ट वर्तमानपत्रात यायचा. साळुंखेसर म्हणाले, ''किरकोळ कामासाठी मी आनेवाडीला जातोय. निकालाचा पेपर घेऊन येतो. तुम्ही शाळेत आराम करा.''

स्टाफरूममध्ये गादीव लवंडलो. निकालाची काळजी. उलघाल. वेळ जाता जाईना. पावलांची चाहूल लागली. साळुंखेसर आले न् म्हणाले, ''तुमचा परीक्षा नंबर?''

''सोळाशे बावीस.''

''सर, तुम्ही बी.एस्सी. (ऑनर्स)! हार्दिक अभिनंदन!'' मीही नंबर पडताळून पाहिला. सेकंड क्लास ऑनर्स मिळालावता. अत्यानंद! तपश्चर्या फळाला आल्यानं कृतार्थ! अडथळ्यांची शर्यत जिंकल्याचं समाधान.

खोलीव गेलो. दाढी करून कपडे घातले. साळुंखे म्हणाले, ''आतापर्यंत कपड्यांची किंमत जास्त होती. आता डिग्रीमुळं तुमची किंमत अधिक झालीय. सँडलवर डबल फडकं मारा; ऑनर्सप्रमाणे चमकू द्या!''

गावाकडं निघालो. किकलीच्या पाराव खडीसाखर वाटली. घरी आईदादाना गळामिठी भेटलो. पाया पडलो. आनंदाश्रू.

पुणे विद्यापीठात जाऊन एमेस्सीसाठी अर्ज केला. फक्त तीस जागा असल्यानं तीव्र स्पर्धा. यथावकाश समजलं: एमेस्सी फिजिक्सला तीस विद्यार्थ्यांचा प्रवेश झालावता. वेटिंग लिस्टच्या पाचात माझा चौथा नंबर. ॲडमिशनची शक्यता संपली. पवारवाडीत रहाणं फिक्स झालं.

हायस्कूलला जेथून मुलंमुली येत, त्या वाड्या-गावं पाहण्यासाठी शनिवारी सुट्टीदिवशी एकट्यानं पायी प्रवास सुरू केला. येरुणकरवाडीपासून मोरघरमार्गे सायगावपर्यंत तेराचौदा वाड्या-गावातून पायपीट करून माहिती घेतली. पाऊलवाटेनं, गाडीवाटेनं चिखलाखर्टातून चालताना त्रास झाला, पण साऱ्या वाड्यावस्त्या पाहून झाल्या.

हेडमास्तर के. एम. लावंडसरानी वार्षिक कामाचं वाटप केलं. फर्स्ट असिस्टंट असल्यानं मी उपमुख्याध्यापक. अकरावी वर्गशिक्षकाची जबाबदारी माझ्याव टाकली व सांस्कृतिक मंडळाचं अध्यक्षपदही दिलं. हायस्कूलसमोर विद्यार्थी वसतिगृह. वीसेक विद्यार्थी रहात-खात.

भाऊदाजी वारागडेच्या जुनाट खोलीत मी न् साळुंखेसर राहत होतो. अवस्था एवढी खराब की, एकदा जेवत असताना कौलातनं बद्कन मातीचा लपका ताटात पडला. जेवणासाठी न् कपडे बदलण्यासाठी खोलीत जायचो. झोपाय हायस्कूलमध्ये, तर अंघोळीला समोर आडाव. तशात एका सकाळी भाऊदाजी म्हणाले, ''सरसायेब, दुसरी खोली बगा. ही खोली आम्हाला लागायचीय.''

''इतके दिवस खोली दिली, मग आताच कशाला लागतेय?'' माझा प्रश्न.

''लागायचीय एवडं खरं. कशाला न् काय, तुमाला सांगून काय उपेग?''

निर्वाणीचं सांगणं ध्यानात घेऊन शोधाशोध सुरू केली. अकरावीतल्या तानाजीचे चुलते गेनबा ढवळे भेटले. विचारल्याव मिस्कीलपणे म्हणाले, ''खोलीची परवानगी कसली विचारताय? माझ्या मुलग्याचं नाव धोंडीराम गेनबा आन् तुमचं नावबी धोंडीराम गेनबा. घर तुमचंच आहे. या सामान घेऊन आजच.''

आम्ही खोली रिकामी करताच, भाऊदाजीनं तिथं गायवासरू बांधलं. म्हणजे आम्ही गोठ्यात रहात होतो; ते नंतर लक्षात आलं.

साळुंखेसरांचा स्टोव्ह होता. त्याच्याव कालवण करायचो. चक्कीवनं ज्वारी दळून आणायचो. बोर्डिंगचा विद्यार्थी सकाळ संध्याकाळ खोलीवनं पीठ घेऊन जायचा न् भाकरी करून आणायचा. गावात लाइट नव्हती. शाळेत बॅटरीवला रेडिओ. सिलोन केंद्रावली हिंदी गाणी– बिनाका गीतमाला, विविध भारती ही एकमेव करमणूक. कंदिलाच्या उजेडात तासांची तयारी, अवांतर वाचन.

पदवीचे दीडशे रुपये अधिक सेकंड क्लासचे जादा पाच रुपये एवढा मासिक पगार. वेळेव मिळत नव्हता. शिकताना पैशाची ओढाताण. नोकरीव असतानाही आर्थिक कुचंबणा. खोली बिनभाड्याची. दुधाच्या रतिबाचे पैसे घरमालक मागत नव्हते. सरपंच शंकरराव पवारांचं किराणा दुकान होतं. तेथे आमचे उधार खाते. पगार नसल्याची माहिती सरपंचाना असल्यानं, तेही पैसे मागायचे नाहीत.

गावात कुणाच्या घरी सत्यनारायण, जागरण, जत्रा, लग्न, बारशाचं वा बाराव्याचं जेवण असल्यास पहिलं निमंत्रण सरांना असे. जे सायगावात नाही, ते हायस्कूल वाडीत असल्याचा ग्रामस्थाना दांडगा अभिमान. पोटच्या पोरापेक्षा अधिक जीव शिक्षकाना लावायचे.

पवारवाडीत पाचसात वडारी कुटंबं पालात राहायची. पालाम्होरं तीसेक गाढवं बांधलेली असत. एका रात्री वडाऱ्यांची जत्रा होती. बोकड कापून तपेल्यात शिजत टाकलंवतं. पटांगणात धाबारा फूट लांबडा चर खणलावता. लाकडं जाळून लालभडक इंगळानी चर भरलावता. एका वडारणीच्या अंगात कुसुंबीच्या काळुबाईचं वारं भरामलंवतं. लिंबू चघळून गोमूत्राचा घुटका घेतल्याव बाई जास्तच घुमाय लागली.

चरातल्या इंगळाकडं एकटक बघत 'काळुबाईच्या नावानं चांगभलं' असा तिनं जेजेकार केला, अन काय घडतंय ते कळायच्या आत लालभडक इंगळावनं चालत पलीकडं गेली. नवलानं मी लाला वडाऱ्याला विचारलं, "बाईच्या तळव्याना भाजत कसं नाही?"

"काळुबाईचं म्हात्म्यच तसं हाय!"

अकरावीतले रघू कुरळे, शेवाळे माझ्याजवळ उभे. म्हणालो, "रघू, तुला काय वाटतं?"

"अंगात देवी आल्यानं भाजत नसंल, असंच वाटतंय."

ठामपणे मी म्हणालो, "देवी न् अंगातलं सारं थोतांड. बाईच्या तळपायाना फोड येत नसतील, तर मग झपाट्यानं इंगळावनं चालत गेल्यास शेवाळे, तुलादेखील भाजणार नाही. शास्त्राचे नियम सर्वांना सारखेच."

तेवढ्यात बाईचं वारं दुसऱ्यांदा इंगळावनं चालत गेलं. मग मात्र मी म्हणालो, "शेवाळे कर धाडस! जा इंगळावनं चालत पलीकडं! तुझ्या तळपायाना भाजलं तर, म्हणाल ती पैज हरलो असं समजा! हो पुढं." असं म्हणून कुस्त्याच्या फडात पैलवानाच्या पाठीव मारतात तशी थाप शेवाळेच्या पाठीव मारून पुढं ढकललं. मग काय? वडारीन-झाडाच्या स्टाईलनं शेवाळे इंगळावनं चालत चरातनं पलीकडं गेला. जवळ जाऊन हळूच विचारलं "फार भाजलं नाही ना?"

"सर, बिलकूल भाजलं नाही." असं म्हणत त्यानं दोन्ही तळपाय दाखवले.

ते बघून वडाऱ्यात कालवा झाला, "सरानी न् पोरानी आमच्या काळुबाईचा आपमान केला. त्यान्ला पाप लागंल. देवी बगून घिल!"

बायका तर वडारी भाषेत काहीबाही बडडत होत्या. शिव्याबी देत असतील. जत्रतलं वातावरण इंगळापेक्षा जास्त तापल्याचं दिसताच आम्ही काढता पाय घेतला.

तेवढं झालं तरी ते वडारीदेखील पवारवाडीतलेच. सरांच्याव जिवापाड माया करणारे. झालं गेलं विसरून वडारी कारभाऱ्यानं आम्हाला आग्रहानं जेवाय नेलं. रवं, बरबाट कटळंस्तवर खाऊ घातलं.

कर्मवीर भाऊराव पाटलांशी मतभेद झाल्यानं सीनियर लाईफ मेंबर बापूजी साळुंखे रयत शिक्षण संस्थेतून बाहेर पडले व त्यांनी आठ वर्षांपूर्वी कोल्हापूरला स्वामी विवेकानंद शिक्षण संस्था स्थापन केली. रयत व विवेकानंद संस्थांचं शिक्षणकार्य मुख्यत्वे ग्रामीण भागात. दोन्ही संस्थांत उभा दावा. शाखा-शाखांत, शिक्षक-सेवकांत, विद्यार्थी-विद्यार्थिनींत टोकाचा विद्वेष. पवारवाडीपासून तीन मैलाव रायगावला विवेकानंद संस्थेचं हायस्कूल होतं. शासकीय क्रीडा स्पर्धात दोन्ही

हायस्कूल्सची गाठ पडायची. दोन्ही संघांत भारत-पाक क्रिकेटच्या धर्तीवर चुरस असे. तंबातंबी, शिवीगाळ, प्रसंगी हाणामारी.

दिवाळी सुट्टी लागली. गावी तीनचार दिवस काढून बहिणीकडं निगडी-धनगरवाडीला गेलो. सर्व्हिसमुळं, अपटुडेट ड्रेसमुळं वट वाढलावता. आक्का शेजाऱ्याना नोकरीचं कौतुक सांगायची. पलटणवाल्याला पाऊणशे रुपये पगार, तर मला दुप्पट; आणि मरणाची भीती शून्य. दोन दिवसात परत फिरलो. चिंचणेर स्टँडवर पोचलो; तर पेपरात भलीमोठ्ठी बातमी: भारत-चीन युद्धाचा भडका! चिंचणेरचे बरेच जवान सैन्यात असल्यानं स्टँडवर लढाईची चर्चा. घरातल्या, गावातल्या जवानांचं काय होईल? सर्वांना चिंता होती. चीनचं युद्ध सुरू झाल्याचं लगडवाडीत ठाऊक नव्हतं. कारण वाडीतलं सैन्यात कुणी नव्हतं आणि पेपरबी येत नव्हता.

सुट्टी संपताच पवारवाडी गाठली. खोलीत टेकलो तोच, समोरच्या घरात रडारडीचा कालवा झाला. लगबगीनं गेलो, तर प्रताप ढवळेनं तार दाखवली;– यशवंत ढवळे मिसिंग! यशवंत म्हणजे प्रतापचा पलटणीतला लहान भाऊ. मिसिंग म्हणजे बेपत्ता!– अर्थ सांगीतल्याव रडारड वाढली. आठवड्यानं तर यशवंतची कपडे, ट्रंक घेऊन सरकारी माणूस आला. म्हाताऱ्या विधवा आईचा आक्रोश बघवत नव्हता. काळाच्या ओघात म्हातारीचे अश्रू आटले. तिला पेन्शन सुरू झाली.

मुख्याध्यापक लावंडसरानी ग्रँटचा चेक आणण्याचं काम माझ्याव सोपवलं. पवारवाडीला तालुका जावली. तालुक्याचं ठिकाण मेढा. मोरघर-खिंडीतनं मधनं गेलो. चेक घेतल्याव सातारामार्गे आनेवाडीला उतरलो.– त्याकाळी आनेवाडी व सायगाव या दोन गावाना जोडणारी मुलखावेगळी 'भाडोत्री सायकल सेवा' होती. आनेवाडीला टिळेकरचं सायकल मार्ट तर सायगावात कुडाळकरचं सायकल दुकान. आनेवाडीत टिळेकरकडून सायकल घ्यायची, पाच मैल पायडेल मारून सायगावात पोचल्याव कुडाळकरला दहा पैसे भाडं देऊन सायकल जमा करायची. आनेवाडीला जाण्यासाठी कुडाळकरकडनं सायगावात सायकल घ्यायची न् आनेवाडीत टिळेकरला दहा पैसे देऊन जमा करायची. त्या सायकल सेवेचा जातायेता फार उपयोग व्हायचा. कारण तेव्हा एस्टी बसेस तुरळक!– त्या अभिनव सायकल सेवेचा उपयोग करून सायगाव गाठलं. मैलभर चालून पवारवाडीत मुख्याध्यापकाना ग्रँट-चेक दिला.

ग्रँटमुळं सात महिन्यांचा पगार झाला. लगडवाडीला गेलो. पहिल्यांदा मिळालेल्या पगाराचे अकराशे रुपये दादाना दिले. भारावून घोगऱ्या आवाजात म्हणाले, "मला कशाला? इतक्या पैशाचं काय करू?"

"तुमच्या पेटीत ठेवा. तंबाखू, बिडीकाडी घ्या. कपडे शिवा." बऱ्याच वर्षांनी मोठी रक्कम हाती पडल्यानं त्याना खूप आनंद. शिकताना घेतलेले धांदलेचे साठ

रुपये, पांडतात्याचे पंच्याऐंशी रुपये परत केले.

पवारवाडीला पाऊस भरपूर. नुसत्या पावसाव येणारा भुईमूग पवारवाडीत घरटी एकदोन बिघं. खांती लागाल्याव रोज एका शेतकऱ्याचं निमंत्रण. शाळा सुटताच शेताव जायचो. ओल्या शेंगा भाजायच्या न् गुळाबरोबर खायच्या. वेगवेगळ्या शेतकऱ्याकडं शेंगा खाण्याचा कार्यक्रम नितनेमानं दोनतीन आठवडे चालायचा.

भुईमुगाची खांती संपते न संपते तोवर ज्वारी हुरड्यात आलेली. रोज हुर्डा पार्टीचं आमंत्रण. बांधाजवळ खड्डयात शेणकुटांच्या खांडांची आगटी पेटवलेली. चिकातलं दाणं भरलेल्या हिरव्यागार कणसांचा ढीग. आगटीत कणसं खुपसून, भाजून कुणबी गरम कणसं चोळून हुर्डा पाडायचा. खारे शेंगदाणे, जवसाची चटणी तोंडी लावत गरम हुर्डा खात खात गप्पांचा फड. हुर्डा पार्ट्या पंधरवडाभर. पवारवाडीला जेवढा हुर्डा खाल्ला, तेवढा उभ्या हयातीत खाल्ला नसेल!

वार्षिक स्नेहसंमेलनाचा वेध लागला. नागेश जोशींचं गाजलेलं कौटुंबिक नाटक 'देवमाणूस' बसवायचं ठरलं. नायक-दादाची भूमिका माझ्याकडं. संवाद पाठांतर सुरू झाले. तालमी सुरू. बबन यादवगुरुजी सातारहून येऊन दिग्दर्शन करीत. गॅदरिंगला जोडून अकरावी निरोप. गॅदरिंगचा चेअरमन, नाटकाचा नायक व अकरावीचा वर्गशिक्षक अशा तिहेरी नात्यानं माझ्याव मुख्य जबाबदारी.

स्नेहसंमेलनाचा दिवस उजाडला. मुख्य समारंभाची लगबग सुरू झाली. प्रमुख पाहुणे होते शिवाजी कॉलेजचे प्रा. आप्पासाहेब वरुटे (पुढे ते शिवाजी विद्यापाठाचे कुलगुरू झाले). पवारवाडी-सायगाव पंचक्रोशीतील ग्रामस्थ मोठ्या संख्येनं उपस्थित. फुल सुटातले प्रमुख पाहुणे बॅज लावून स्टेजवर विराजमान. चेअरमन म्हणून मीही नेकटाय लावून सुटाबुटात. समारंभ आनंदात संपन्न.

रात्री 'देवमाणूस' नाटकाचा नेटका प्रयोग झकास रंगला. वाडीत वीज नसल्यानं, स्टेजच्या दोन कोपऱ्यात टांगलेल्या गॅस बत्त्यांच्या उजेडात नाटक सुरू. धोतर, काळा कोट, गोल काळी टोपी असा नाटकातला माझा पेहराव. अभिनय वाखाणला गेला. नाट्यप्रयोग छान वठला.

दुसऱ्या दिवशी सकाळी अकरावी निरोप समारंभ. दुपारी स्नेहभोजन.

अकरावीची बोर्ड परीक्षा संपली. अन्य तीन वर्गांच्या परीक्षा शाळेनं घेतल्या. निकाल लावले. उन्हाळी सुट्टी लागली. पंधरा वर्षांच्या विद्याभ्यासानंतर नोकरीचं पहिलं वर्ष निवांत गेलंवतं. अभ्यास करणं, परीक्षा देणं व निकालाची आतुरतेनं-चिंतेनं वाट पाहणं!– अशा चक्रनेमिक्रमातून प्रथमच वार्षिक विश्रांती मिळालीवती. एमेस्सी होण्याचा निर्धार पक्का असल्यानं विद्यार्थी कम शिक्षक अशी संमिश्र

मानसिकता वर्षभर.

ती सुट्टी वेगळी होती. सैपाक होताच भरपेट जेवायचो न् चावडी गाठायचो. चादरीवर ताणून द्यायचो. बाहेर ऊन तापलेलं असताना, कौलारू चावडीच्या थंडगार सावलीत गाढ झोप लागायची. पत्ते खेळणारांच्या कालव्यानं जाग यायची. मग लाडीसच्या डावात मीही सामील व्हायचो. 'सर' न म्हणता सारे मला 'मास्तर' म्हणायचे.

पुढं मग सकाळी घारकड्याच्या पटात गुरं न्यायचो. जोडीला थोरला पुतण्या रामू. जाताना मोठी पाटी बरोबर घ्यायचो. वाटेनं घावल ते शेणशेणकूट पाटीत टाकायचो. जातायेता शेण गोळा केल्याव, घरी येईपर्यंत पाटी भरून जायची. भरलेली पाटी माझ्या डोकीव बघून आई हरखून म्हणायची, ''आसाच परपंचा कर बाबा. कुणब्याकडं शान आसलं तर आन मिळतं!''

सुट्टीनंतर पवारवाडीत पोचताच हेडसरानी बदली ऑर्डर दिली. 'डेमॉन्स्टेटर इन फिजिक्स' म्हणून माझी बदली सातारला शिवाजी कॉलेजवर झाली. अत्यानंद! पोस्ट ऑफिसही नसलेल्या पवारवाडी खेड्यातून सातारा शहरात बदली. एकाच वर्षाच्या नोकरीनंतर हायस्कूलमधून कॉलेजवर बढती.

शाळेत निरोप समारंभ. मित्र हिंदुराव साळुंखे म्हणाले, ''कमी काळात अधिक प्रिय झालेली व्यक्ती म्हणजे महानवर सर. त्यांच्याकडून प्रेरणा घेऊन मीही कॉलेजच्या दिशेनं जाणार.''

पहिल्या नोकरीच्या सत्यशोधकी भूमीचा साश्रू नयनांनी निरोप घेऊन सातारकडं वाटचाल.

*

# सात

जिथं शिकलो त्या छत्रपती शिवाजी कॉलेजच्या मस्टरवर 'डेमॉन्स्ट्रेटर इन फिजिक्स' म्हणून सही केली. बॅरिस्टर पीजी पाटीलच प्राचार्य. म्हणाले, ''कॉलेजच्या आवारात आज तू गाढव म्हणून प्रवेश केलायस, उद्या घोडा होशील. एमेस्सी झालास की डेमॉन्स्ट्रेटरचा लेक्चरर होशील!''

''सर, माझाही तोच हेतू. संधी दिल्याबद्दल ऋणी आहे. ''

लॅबमधला दिनक्रम सुरू झाला. जोडीला डेमॉन्स्ट्रेटर केआर पाटील. दोघात मिळून पी डी आणि एफ्वायचं प्रॅक्टिकल. कर्मवीरांचा नातू, कूपरशेठचा नातू, भागवत वकिलाची कन्या अशी घरंदाज मुलं-मुली विद्यार्थी. एमेस्सी प्रवेशासाठी यंदाही पुणे विद्यापीठात अर्ज केलावता, पण शेवटपर्यंत वेटिंग लिस्टवर राहिलो.

हजर होऊन पंधरवडा उलटलावता. केबिनमध्ये बोलावून प्राचार्य म्हणाले, ''महानवर तू रयत-प्रॉडक्ट आहेस, चार वर्षे होस्टेलला होतास आणि गायनातही तुला रस आहे. त्यामुळे तुझ्यावर एक जबाबदारी सोपवणार आहे.''

''सोपवाल ते काम फत्ते करीन.''

''तीन मजली नवीन होस्टेलचा रेक्टर हो. रेक्टर होत्करू, उत्साही असल्यास प्राचार्य निर्धास्त.''

''तयार आहे. तुमच्या विश्वासाला पात्र ठरण्याचा आटोकाट प्रयत्न करीन.''

आझाद बी. एड्. कॉलेजलगत आमच्या होस्टेलची तीन मजली बिल्डिग. सी-शेप बिल्डिंगच्या दर्शनी विंगमध्ये रेक्टर रूम. तिथं वास्तव्य सुरू झालं. ज्या कॉलेजच्या हॉस्टेलमध्ये चार वर्षे राहिलो-जेवलो; त्याच कॉलेजच्या नव्या भव्य इमारतीतल्या होस्टेलचा रेक्टर झाल्याचा आनंद. चाळीस खोल्यात दीडशे विद्यार्थी. आमचे दीडशे व

लेबर स्कीमचे पन्नास मिळून दोनशे विद्यार्थी होस्टेल-मेसमध्ये जेवत.

पहाटे शांत वेळी चांगला अभ्यास होतो. कंदील घेऊन तिन्ही मजल्यावल्या सर्व खोल्यातल्या विद्यार्थ्यांना पहाटे पाचला उठवायचो. पाचनंतर प्रत्येक खोलीत व्हेंटिलेटरच्या काचेतून उजेड दिसला पाहिजे!– हा दंडक. कंदील जळत ठेवून काही विद्यार्थी झोपायचे, पण अशांची संख्या थोडी.

आर्ट्सचा उंचापुरा, दाढीवाला क्रीडापटू भारत पाटील शेजारच्या खोलीत. किकली शाळेतला वर्गमित्र आनंदराव पवार साताऱ्यात पोलीस होता. तिघं मिळून सकाळी व्यायाम करायचो. होस्टेल मेसचं पौष्टिक जेवण, नियमीत व्यायाम. तब्बेत सुधारली.

गायनाचा छंद. मोती चौकाजवळ शास्त्रीय संगीताचा वर्ग करंदीकरमास्तर चालवत. भेटल्याव म्हणाले, "तुमचा आवाज चांगला आहे, सुरांची जाण आहे. गांधर्व महाविद्यालयाच्या डायरेक्ट दुसऱ्या परीक्षेला बसा. रोज सायंकाळी एक तास क्लास, दरमहा पाच रुपये फी. सोळा रागांचा अभ्यास. त्याचं हे पुस्तक." मास्तरनी सारं एका दमात सांगितलं.

क्लास लावला. भावगीतं-सिनेगीतं म्हणणं वेगळं आणि शास्त्रीय संगीत-रागदारी शिकणं वेगळं असल्याचं अल्पावधीतच जाणवलं. प्रत्येक रागाचे आरोह-अवरोह, नमुना गीत. आर्ट्सचा मंजाप्पा बनसोडे पेटी उत्तम वाजवायचा. त्याला घेऊन रेक्टर रूममध्ये रियाज करायचो. रागदारीचा कंटाळा आल्यावर सिनेगीतं म्हणायचो. ये हरियाली और ये रास्ता..., जो वादा किया वो निभाना पडेगा... ही गाणी गाताना गुंगून जायचो. दोन महिन्यांच्या क्लासनंतर गांधर्व महाविद्यालयाची थेट दुसरी परीक्षा दिली. प्रथम श्रेणीत उत्तीर्ण झालो.

आईच्या मावशीनं-बाईनं माझ्या शिक्षणासाठी खूप खस्ता खाल्ल्यावत्या. लोणंदनजीक कोरेगावला जाऊन बाईला भेटायचो. लुगडंचोळी करायचो. खाऊ द्यायचो. ती मात्र म्हणायची, "धोंडीराम, तुजं ह्ये मला कायबी नगं. बड्या, माज्या डोळ्यादेकत लगीन कर; मजी मंग मी डोळं झाकाय मोकळी."

"बाई, एवढे दिवस कट काढलास, तसं आणखी दोन वर्षे थांब. सोळावी-सतरावी शिकून एमेस्सी झालो, की मग लग्नच."

"आरं पन, लगीन उरकून फुडं शिक की. बायकू काय शिकाय नगं म्हंतीइ का?"

"ते तसंच असतं. लग्नाची बेडी पडली की मग शिकणं होत नाही. तापल्या तावात शिक्षण झालं तरच होतं. लगीन होऊन मरगळ आली की, शिकणं थांबलंच

म्हणून समज.''

''आता बाबा आसं म्हनल्याव माजी आक्कालच बंद! बग तुला सुमार सापडंल तसं कर. मी काय आज हायं, तर उद्या न्हाय. आता बसला जागा उटवाना. पिकलं पान कवा गळून पडंल त्याजा न्योम न्हाय.''

ते म्हणताना बाईचं डोळं भरून यायचं. माझंबी मन कळवळायचं; पण एमेस्सीच्या निर्धारापासून ढळायचं नाही.

प्रॅक्टिकल-जर्नल्सचं काम उरकल्याव भरपूर मोकळा वेळ. ग्रंथालयात बसून कथा, कादंबऱ्या, नाटकं, कविता वाचण्याचा सपाटा लावला. बऱ्याच कथा वाचल्याव वाटलं, 'अशा कथा आपणही लिहू शकू.'

अनोळखी विमल लोणंदला भेटली. तीन तासांच्या सहवासानं प्रश्नचिन्ह निर्माण करून गेली. ते प्रेमकोडं मनात घर करून बसलंवतं. 'प्रश्नांकित प्रेम' ही कथा लिहिली. पुण्यातल्या 'नवे जग' मासिकाकडं पाठवली. संपादक य. गो. नित्सुरेंचं स्वीकृती पत्र आलं. यथावकाश अंक आला. उत्सुकतेनं अनुक्रमणिका पाहिली. उत्साहानं चोवीस पान उघडलं: 'प्रश्नांकित प्रेम – डीजी महानवर' असे छापील शब्द. शीर्षकाजवळ 'रघू-विमल जोडी चांदण्यात तळ्याकाठी बसलीय' असं समर्पक चित्र छापलेलं. आनंदानं प्राचार्य बॅ. पीजीसरांना कथा दाखवली. मिस्कीलपणे म्हणाले, ''गद्दे पंचविशीच्या आत लेखक म्हणून तुझं नाव छापून आलं. अभिनंदन!''

एमेस्सी ॲडमिशनची आशा. त्यासाठी आर्थिक तरतूद सुरू केली. विद्यापीठ परीक्षेच्या सीनियर सुपरवायझरना विनंती करून, न कंटाळता रोज दोन दोन सुपरविजन केली. दरम्यानच्या काळात, प्राचार्यांशी झालेले मतभेद विकोपाला गेल्याने नोकरी सोडून प्रा. डॉ. बी.एस. पाटील सर कराडला रहात होते. भेटल्यावर म्हणाले, ''मी जेथून पीएच.डी. झालो त्या 'महाराजा सयाजी युनिव्हर्सिटी, बरोडा' मध्ये अर्ज कर. ते विद्यापीठ जुने आहे, स्टँडर्ड आहे.''

म्हणून मग बडोद्याला एमेस्सीसाठी अर्ज पाठवला.

सदुभाऊ अचानक सातारला आला. चेहरा पाडून म्हणाला, ''सोसायटीचं कर्ज थकलंय. आटावड्यात भरलं न्हाय तर घरादाराव जप्ती यिल.''

''एमेस्सीला जाण्याच्या वेळीच बरी नेमकी जप्ती आली.''

''घरपरपंचासाठी कर्ज काडलंवतं. त्यातनं गूळखोबरं खाल्लं न्हाय. भरायचं आसलं तर भरा, न्हाय तर काय व्हयाचं ते व्हवू द्या! मी तरी एकटा काय फास घिऊ?''

"असा त्रागा केला की जमतंय सारं! तेवढं बरं तुम्हाला नेमकं कळतं."

सहाशे रुपये भाऊच्या हवाली केले न् म्हणालो, "लगेच सोसायटीचं कर्ज सव्याज भरा; नाही तर बसाल खर्चून दुसऱ्याच कशाला तरी." ज्युनियर सुपरविजनचं ढोरकाम करून, पगारातनं बचत करून एमेस्सीसाठी साठवलेली पुंजी एका दणक्यात सोसायटीपायी खलास झाली.

पंधरवडा उलटला नाही, तोच बडोद्याहून युनिव्हर्सिटीचं पत्र आलं. एमेस्सी इंटर्व्युचा कॉल! सोसायटी भरल्यानं बँक खात्यात फक्त दहा रुपये. बालमित्र आनंदराव पवारकडून शंभर रुपये घेऊन प्रवासाला निघालो. आठ रुपयचं तिकीट काढून सातारा-मुंबई एस्टीनं भायखळ्याला लगडवाडीच्या गाळ्याव गेलो. द्यानबा पाटलाबरोबर बॉंबे-सेंट्रल स्टेशन गाठलं. दहा रुपयचं तिकीट काढून रात्री वेस्टर्न रेल्वेच्या डेहराडून एक्स्प्रेसमध्ये बसलो. मुंबईच्या पुढं प्रथमच निघालोवतो. बडोदा स्टेशनवर उतरलो तेव्हा उजाडलंवतं.

महाराजा सयाजी विद्यापीठाच्या टोलेजंग, देखण्या इमारती, आखीव रेखीव विस्तीर्ण परिसर पाहून थक्क झालो. कर्मवीर भाऊराव पाटलांनी रयतच्या पहिल्या हायस्कूलला 'महाराजा सयाजी विद्यालय' असं नाव का दिलं? त्याचं कोडं विद्यापीठाचं शैक्षणिक वैभव पाहिल्याव उलगडलं.

इंटर्व्यू संपल्याव फिजिक्सचे हेड डॉ. एनेस पंड्या म्हणाले, "तुम्हाला–सॉलिड स्टेट फिजिक्स–या ब्रँचला ॲडमिशन मिळाले आहे! बीएस्सीचे ओरिजनल मार्कशिट युनिव्हर्सिटीला सादर करून आजच ॲडमिशन घ्या."

धन्यवाद देऊन प्रवेशाचे सारे सोपस्कर पूर्ण केले.

एक जटिल प्रश्न सुटल्याने मनानं हवेत तरंगतच स्टेशनला गेलो! परती प्रवास सुरू. सातारला जाऊन नोकरीचा राजीनामा दिला. पैशाची जुळणी केली. आईदादांचा आशीर्वाद घेऊन बडोद्याकडं प्रयाण.

*

# आठ

दोन वर्षांच्या खंडानंतर अभ्यासाच्या चक्रव्यूहात शिरलो. मुख्यत्वे मराठी भाषिक विद्यार्थ्यांसाठी सयाजी मराठा वसतिगृह. तिथं राहाण्याखाण्याची सोय झाली. सायन्स फॅकल्टी रेल्वे स्टेशनजवळ, तर वसतिगृह तीन मैलाव खंडेराव मार्केटनजीक. रोज जाण्यायेण्याचा बसखर्च परवडणारा नव्हता. म्हणून मग 'जगताप सायकल मार्ट' मधून ऐंशी रुपयांची जुनी सायकल विकत घेतली.

विद्यापीठाचं ग्रंथालय चारमजली भव्य इमारतीत होतं. क्रमिक पुस्तकं, संदर्भ ग्रंथ मुबलक. फिजिक्सची पुस्तकं विकत घेण्याची गरज नव्हती. हेड डॉ. एनेस पंड्यांची शिफारस घेऊन फ्रीशिपसाठी विद्यापीठाकडे अर्ज केला. कुलसचिवानी हाफ फ्रीशिप मंजूर केली.

वसतिगृह भाडे माफ व्हावे म्हणून अर्ज केला. मराठा नसल्यानं सवलत मिळाली नाही. बडोदे हे गुजरात इलाक्यातले मराठा राजा असलेलं संस्थान. शहरात मराठी भाषिक बरेच भेटत. गुजराती व इंग्रजी अशी दोन दैनिके वसतिगृहाच्या कॉमन हॉलमध्ये असायची. वर्तमानपत्रामुळे गुजराती लिपी वाचता येऊ लागली, भाषा समजू लागली. गुजरात-समाचार मध्ये मुख्यत्वे गुजरात राज्यातल्या बातम्या. महाराष्ट्रातल्या बातम्यासाठी टाइम्स ऑफ इंडियावर अवलंबून राहावं लागायचं. त्यामुळं इंग्रजी पेपर वाचता येऊ लागला.

वसतिगृहाच्या मेसमध्ये स्वादिष्ट जेवण मिळे. गुजरातमध्ये तेल, तूप, दुधाचा वापर जास्त. चमचमीत जेवणाचा मासिक खर्च अवघा तीस रुपये होता. इंजिनियरिंगचा जयराम मराठे वसतिगृहात राहत होता. तो गुजरातचा रहिवासी, पण मराठी भाषिक. मैत्री जमली. एकट्याला अभ्यासाचा कंटाळा आल्याव दोघं मिळून अभ्यास करायचो.

विद्यापीठ ग्रंथालयाची टोलेजंग बिल्डिंग सायन्स फॅकल्टीसमोर होती. वेळ मिळताच अभ्यास, अवांतर वाचन करणं अगदी सोयीस्कर. आयडेंटिटी कार्ड देऊन, पदव्युत्तर विद्यार्थ्यांना केव्हाही हवी ती पुस्तकं हुडकून वाचता यायची. चारी मजल्याव एकांत खुर्च्याटेबलं.

गेल्या आठधा वर्षात कार्ल मार्क्सच्या कम्युनिस्ट विचारसरणीनं भारून टाकलंवतं. परंतु माहिती होती ती सारी ऐकीव. एकोणिसाव्या शतकाच्या उत्तरार्धात प्रकाशित झालेला मार्क्सचा *दास कॅपिटल* हा जगप्रसिद्ध ग्रंथ; बायबल ऑफ दी वर्किंग क्लास!– असा ज्याचा उल्लेख होतो, त्याचं दर्शनही घडलं नव्हतं. ग्रंथालयात हुडकल्याव *दास कॅपिटल*ची इंग्रजी आवृत्ती हाती लागली. गगनात न मावणारा आनंद! साम्यवादी, समाजवादी तत्त्वज्ञानाचा खजिनाच सापडला. वि. म. भुस्कुटे लिखित *कार्ल मार्क्स : चरित्र व शिकवण*, अमरेंद्रचं *स्टॅलीन चरित्र*, *माओ त्से तुंगची* आत्मकथा, प्रभाकर पाध्येंचं कॉम्रेड एमेन रॉयवरील पुस्तक. सारं वाचून झपाटून गेलो.

बघता करता दिवाळी सुट्टी लागली. घरी दोन दिवस काढल्याव आर्थिक तरतूद, भेटीगाठीसाठी बाहेर पडलो. पत्रातून आशा निराशेचा खेळ दिसायचा. एका मित्रानं पत्रोत्तरात लिहिलंवतं, 'मी गावाजवळ नोकरी करतोय. परंतु मिळणारा संपूर्ण पगार वडलाकडं द्यावा लागतो. त्यामुळं व्हेरी व्हेरी सॉरी!'

त्याला विचारण्यात अर्थ नव्हता.

आनंदराव पवारनं मात्र लिहिलंवतं, 'कधीही पैसे माग. पाचपन्नास रुपये जवळ असतातच. नसले तरी शंभरेक रुपये कुणाकडूनही मिळतील एवढी साताऱ्यात पत आहे. तेही न जमल्यास मनगटी घड्याळ, सायकल विकून तीनशेक रुपये कधीही उभे रहातील!'

दिलदार उत्तरामुळे निर्धास्त होतो. त्याने शंभर रुपये दिले.

सुट्टी संपताच बडोद्याला निघालो. मुंबईच्या पुढं तितकंच. मुंबईला जाणाऱ्या रोजगाऱ्याप्रमाणे माझ्या निरोपाचं वातावरण. आमची माणसं, शेलारवाड्यातली बायकापोरं असं लोंबाळं वडाच्या पारापर्यंत. गळामिठी भेटून पाया पडलो. रडारड झाली. आईनं पाण्याचा तांब्या आणलावता. चूळ भरून, तोंडावनं हात फिरवून दोनतीन घोट घेतले न् निघालो. वेशीबाहेरच्या ओघळीपलीकडे शिरंग शेलाराच्या आंब्याखाली थडग्याव दादा बसलेवते. गलबलून म्हणाले, "जपून जा. काटंकाळजीनं आब्यास कर. टपाल पाटवून खुशाली कळव."

दुसऱ्या टर्मला जोमाने फिजिक्स अभ्यास सुरू. पुरोगामी साहित्य, कथा-कविता वाचनही चालू होतं. इंडियाशी सांस्कृतिक, राजकीय जवळीक असलेला

इंडोनेशिया आवडायचा. दहा कोटी लोकसंख्येच्या इंडोनेशियातली बलदंड कम्युनिस्ट पार्टी चीन, रशियानंतर जगात तिसऱ्या क्रमांकावर होती. तिथल्या कम्युनिस्ट पार्टीचा लीडर : कॉम्रेड दिपा नुसंतारा एदित. त्याच्या सहकार्यानं प्रेसिडेंट डॉ. सुकार्नो देशाचा कारभार हाकत. कॉम्रेड दिपा एदित! –माझं लाडकं व्यक्तित्व.

'धोंडीराम' या नावाबद्दल मनात अप्रियता होती. हायस्कूलचा स्कॉलर बेंचमेट भोईटेनं मारुती नाव बदलून विलासचंद्र केलंवतं. त्यानं मला सुचवलंवतं, "धोंडीराम हे नाव तुला आवडत नाही, तर ते बदलून दिलीप हे नाव घे. 'डी. जी.' इनिशियलही कायम राहील." सूचना पटलीवती. पण कशी का होईना ती कल्पना तेव्हा बाजूला पडली. आता नाव बदलण्याच्या कल्पनेनं उचल खाल्ली आणि कॉम्रेड एदितचं 'दिपा' नाव धारण केलं. पत्राशेवटी 'आपला, दिपा महानवर' असं लिहू लागलो.

नाताळची सुट्टी लागली. सातारला जाऊन रयतच्या लक्ष्मीबाई भाऊराव पाटील शिक्षणोत्तेजक पतपेढीचा सभासद झालो न् पाचशे रुपये कर्ज घेतलं. बडोद्याला परतलो तेव्हा शंभर रुपयांचा ड्राफ्ट मिळाला. हायस्कूलच्या तीन वर्षांचे वर्गशिक्षक एस्जी भोसले सरानी पाठवलावता. पत्रात लिहिलंवतं, 'एमेस्सी होण्याची माझी इच्छा अपुरी राहिली. माझा लाडका विद्यार्थी ते ध्येय गाठतोय त्याचा अभिमान वाटतो. ध्येयपूर्तीसाठी हा अल्पसा हातभार!'

पहिल्या वर्षाचा परीक्षा फॉर्म भरल्यावर नेटानं अभ्यास सुरू होता. टेबलखुर्ची असल्यानं डोकेदुखीचा मागमूस नव्हता. पेपर्स चांगले गेले. प्रॅक्टिकल परीक्षा व्यवस्थित पार पडली. वर्षाचा खर्च साडेबाराशे रुपये.

गावी दोनतीन दिवस काढल्याव लोणंदनजीक कोरेगावला जाऊन आजी-बाईची गाठ घेतली. तसाच पुढं निगडी-धनगरवाडीत आक्काला भेटून गावी परतलो. जाताना लगडवाडी ते शिरगाव चालत गेलो. येताना भुईंज ते लगडवाडी चालत आलो. प्रत्येक वेळच्या साताठ मैलांच्या पायपिटीकडं आता वेगळ्या दृष्टिकोनातून पाहू लागलो.

बडोदे परिसरातल्या खेड्यापाड्यातही डांबरी रस्ते, बसेस. इथं मात्र साताठ मैल पायपीट केल्याखेरीज स्टँड सापडत नव्हतं. लगडवाडी ते किकली दोन मैलांचा रस्ता तर बैलगाडीलायकही नव्हता. हे चित्र बदललं पाहिजे!– असं प्रकर्षानं वाटू लागलं. लगडवाडी डोंगरपायथ्याला वसली ती वसली!– ती स्थिती बदलणं कुणाच्या हाती नाही. लगडवाडी ते किकली रस्ता सुधारून चांगला करणं मात्र माणसाच्या हाती आहे!– हा विचार चमकून गेला.

चावडीत चिमणीच्या उजेडात गप्पांचा फड जमलावता. विठोबा भोसला,

राजराम सुबुगडा, सिराजभाई, सायबू मोजर, वासदेव शेलार, बलाडु-केसू कदम, येसू धांदले, खलिप, खाशाबा घाडगा, लक्ष्मणबुवा सावत, धोंडी धाराव, वामन पवार ही प्रमुख मंडळी. गप्पा ऐन रंगात आल्या असताना म्हणालो, "राजराममामा, भुताखेतांच्या, जत्रंखेत्रंच्या त्याच त्या गप्पापेक्षा महत्त्वाचं वेगळं काही तरी बोलाल की नाही?"

"आता आन्की काय म्हत्त्वाचं? कुनबी लइतर लग्नायवाचं बोलनार."

"मुलामुलींची लग्नंदेखील नेहेमीच्या घरप्रपंचाची बाब. गावच्या हिताफाराचं काय तरी बोला की!" मुद्द्याला हात घालण्याचा माझा प्रयत्न.

"आमचं राहिलं बाबा! आमी गप बसतो. मास्तर, तुमच्या मनात काय हायं ते तरी समजू द्या." सिराजभाईनं माझ्याव सोडलं.

"अहो भाई, पावसाळ्यात चिखलापाण्यातनं किकलीच्या शाळेला जाताना मुलामुलीना किती त्रास होतो ते बघता ना? आषाढात बटाट्याच्या बेण्याची चार पोती आणताना गाडीला चार बैलं जुपावी लागतात; त्याचा साऱ्याना किती त्रास होतो? खराब रस्त्यामुळं वाडीला यायला पैपाहुणे कुचमतात. बडोद्याच्या आजूबाजूला असला गचाळ रस्ता शोधूनसुद्धा सापडणार नाही. वाड्यावस्त्यांना जोडणारे रस्तेही डांबरी." माझा विषय प्रवेश.

"मास्तर, हे आपल्याला कळून काय उपेग? सरकारला कळलं तर रस्त्याची सुधारना होनार. आपल्या हातात काय?" खाशाबा घाडगा म्हणाला.

"आपल्या हातात काय नसलं तरी, आपल्याला दोन हात तर आहेत ना? त्या हातानी श्रमदान केलं तर रस्ता सुधारणार नाही का?"

त्यावर धनचोट विठोबा भोसला म्हणाला, "ओऽऽ मास्तर, आता बारा बयादी बंद करा. रस्त्याव सरमंदान करायचं कां? आत्ताच काइ त्यो निर्न्योम सांगा."

"निर्णय मी काय सांगणार? इथं सारी प्रमुख माणसं आहेत. गावगाड्याची मीटिंग चाललीय असं समजून निकाल लावा. माझी उद्या म्हटलं तरी तयारी आहे." मी निर्वाणीचं बोललो.

"तुमी सिकल्यालं आसून तुमची तयारी हाय; आन् आमी काइ नाबर हाय का? आरं, खंडू रामुशी जागा हायं का घुरमाळलाय?" विठोबा भोसल्याची जिकीर.

"मी जागाच हाय. पन मी बैता गडी, जास्त काय बोलनार?"

"अंऽऽय खंडनाना, उगंच कायबाय फाकांड बोलू नको. लगीच उट आन् दौंडी दे;– उद्या जिऊनखाऊन सकाळी धाला घरटी एक मानूस हात्यार घिवून खालच्या यिशीत आलं पायजेल!" राजराम सुबुगड्यानं निकाल दिला.

दुसऱ्या दिवशी सकाळी जेवणं उरकून पन्नासेक गडीमाणसं मावळत वेशीत जमली. नारळ फोडल्याव विठोबा भोसल्यानं पहिली कुदळ मारली. मी, घाडगे,

लक्ष्मणबुवा मिळून दोऱ्या धरल्या. दोन्ही बाजूचे नाले आखून दिले. पंधरा फुटी नीटस कळकी काठी मापासाठी. सप्त्यातल्या पहाऱ्याच्या प्रत्येक गटाला एक काठी अंतर दिले. आमच्या पहारा-गटात मी काम करू लागलो. दोन्ही बगलेचे नाले काढून माती रस्त्याच्या मध्यभागी टाकल्यानं रस्त्याला आकार येऊ लागला. फडतरे, जाधव यांच्या दगडी ताली रुंदीकरणात ढासळल्या. तालींचे मालक डोळ्यामाघारी ओरडत होते. पण समक्ष गावापुढं राव काय करणार?

चार दिवसांच्या कामानंतर लक्ष्मण सावत म्हणाला. "मास्तर, गटात काम करनं तुमी आता बंद करा. रस्ता, नालं आखून देण्याचं काम करा. आन् शेतकऱ्यांच्या हारहारकती आल्यास मिटवा म्हंजे झालं."

मळवीपासून मापरवाडीची माणसंबी श्रमदानात सामील झाली. धबधबा वळण संपून सरळ रस्ता लागला. एव्हाना रस्त्याचा बोभाटा किकलीत पोचलावता. तालींचं, झाडांचं नुकसान झालंवतं त्याची चर्चा किकलीच्या चावडीचौकात होऊ लागली. एका दुपारी माजी सरपंच जगुबुवा बाबर रस्ता पाहायला आले न् म्हणाले, "पुढं वाकनवाडी फाट्यापासून किकलीपर्यंत एक मैल रस्ता साखळीचा–म्हणजे तेहेतीस फुटी आहे. पण हा लगडवाडी ते वाकनवाडी फाट्यापर्यंत एक मैल रस्ता फक्त आठ फुटी गाडीवाट आहे. मास्तर, तुम्हाला माहीत आहे ना?"

"श्रमदान करण्यापूर्वीच सारी माहिती घेतलीय."

"अहो पण, हे रस्तारुंदीकरण बेकायदेशीर आहे. ज्यांचं नुकसान होतंय ते शेतकरी पोलीस केस करतील. तुम्हाला अटक होईल!"

"अटक झाली तरी त्यात कमीपणा कसला? मास्तरनं चोरी मारामारी केली म्हणून अटक झाली, असं तर कुणी म्हणणार नाही ना?" मी टोक गाठलं.

"तसं तर काहीच नाही. मनात शंका आली ती बोलून दाखवली इतकंच." जगुबुवाचा नरम सूर.

पुढं लवणात काम गेलं असता माजी डी. एल. बी. प्रेसिडेंट विठ्ठलराव बाबर-पाटील श्रमदान पाहायला आले. जगुबुवाचा शेरा सांगितल्याव ते म्हणाले, "धोंडीराम, तुला अटक करायचा कुणाचा घास नाही! तसं घडल्यास मी काय करून आहे?"

थोडं थांबून पाटील म्हणाले, "पण एक करायचं धोंडीराम, नाला खांदून निघणारी माती मध्यभागी पडली पाहिजे. सेंटरपासून दोन्ही नाल्यांच्या बाजूना रस्ता उतरता झाला पाहिजे. रस्त्यात पडलेलं पावसाचं पाणी नाल्यात पळालं तर, मातीचा रस्ताही बिघडत नाही."

रस्ता लवणातनं वळल्याव वरच्या बेलमाचीच्या जमिनी. ज्यांच्या बांधाना काम असायचं त्यांच्या घरी भल्या सकाळी जाऊन, शेताजवळ हजर राहायला सांगायचो. पुढं दोन फर्लांग रस्त्याच्या दोन्ही बगलेनं किकलीतल्या कोंडीराम सावकराची शेतं

होती. त्यांची सर्वांत जास्त जमीन रस्त्यात गेली. आंब्याची मोठ्ठाली पाचसा झाडंबी तुटली. सावकराला एकनळी पाच मुलगे. पण रस्त्याच्या कामात कुणीही आडवा आला नाही.

वरच्या सोप्यापासून वाकनवाडीची मंडळी श्रमदानात आली. पुढला मैलभर रस्ता रेकॉर्डला तेहेतीस फुटी असल्यानं कुणाची हरकत येण्याचा प्रश्न नव्हता. काम उरकत गेल्यानं, उठावदार दिसू लागल्यानं कामकऱ्यांचा उत्साह वाढला. खालचा सोपा, जुना भैरुबा, खाटकंचं वळण, जानाईचं टेक करत करत शेवटी पंधराव्या दिवशी रस्ता किकली गावकुसाला भिडला!

श्रमदानाची भुमका तालुक्याला पोचली. सकाळच्या प्रहरी वाई तालुका पंचायत समितीची जीप नव्या रस्त्यावनं धुरळा उडवत लगडवाडीत शिरून चावडीपुढं थांबली. सभापती रामचंद्र पाटील गुळुंबकर कौतुकानं म्हणाले, "सभापती झाल्यापासून गेल्या तीन वर्षांत श्रमदानानं झालेलं हे सर्वांत मोठ्ठं काम!"

"काम नुसतं मोठं नसून, ते व्यवस्थित झाल्याचं बघून विशेष समाधान वाटलं." जिल्हा परिषद सदस्य मदनराव पिसाळांनी शाबासकी दिली.

"रस्त्याच्या कामातले तुमचे पुढारी म्हणायचे ते मास्तर कोणते?" सभापतींची चौकशी.

मी हात जोडून नमस्कार केला असता पिसाळांनी विचारलं, "सध्या काय करता?"

"बडोद्याच्या विद्यापीठातून एमेस्सी फर्स्ट इयरची परीक्षा दिलीय."

"शाब्बास! तुम्ही एवढं काम केल्याव आमची काही तरी जबाबदारी आहेच की. या रस्त्याव पंचायत समिती दहा हजार रुपयांचा मुरूम वाळू टाकील!" सभापतींची घोषणा.

ट्रक-ट्रॅक्टर्सचा धुमाकूळ सुरू झाला. दोन मैलांच्या लगडवाडी रस्त्याव मुरूम पडला. पसरला गेला. वाळू पडली. पसरली.

एक हुशार विद्यार्थी! – असा तोवर किकली खोऱ्यात लौकिक होता. श्रमदानानं रस्त्याचा कायपालट! –हे माझं पहिलं सामाजिक काम. त्यामुळं 'कार्यकर्ता' म्हणून भागात बोलबाला झाला.

तशात, स्कॉलर क्लासमेट डीआर कुलकर्णीचं बडोद्याहून पत्र आलं. एमेस्सी फर्स्ट इयरचा निकाल फक्त पस्तीस टक्के. मी चांगल्या मार्कांनी पास झालो! कुलकर्णी वर्गात पहिला.

सुट्टी संपली. बडोद्याला निघालो. निरोप द्यायला वेशीत गाव लोटलं. ओघळीपलीकडं आंब्याखाली दादा बसलेवते. गळामिठी भेटल्याव म्हणाले, "रस्त्यामुळं भागातली

मानसं नावाजत्यात. पैसा कुनीबी कमवंल. नाव कमवनं म्हत्वाचं!''

एमेस्सी सेकंड इयरला ॲडमिशन घेतलं. सयाजी मराठा वसतिगृहात राहणंखाणं सुरू. रयतच्या लक्ष्मीबाई पतपेढीचं पाचशे रुपये कर्ज येताना आणलंवतं. आनंदराव पवारकडून शंभर रुपये आले. विशेष म्हणजे, त्या दरम्यान पोलीस जलतरण स्पर्धेत आनंदरावने शंभर मीटर फ्रीस्टाइलमध्ये भारतात पहिला नंबर पटकावला!

पहिल्या टर्मच्या मध्याव भारत-पाक युद्धाचा भडका उडाला. लष्करी तळ असल्यानं बडोद्यात ब्लॅक आऊट होता. प्रकाशबंदीमुळे अभ्यासात व्यत्यय आला. युद्धाच्या रम्य वार्तात न घुटमळता मिळेल तो वेळ विद्यापीठ-ग्रंथालयात सत्कारणी लावत होतो. फिजिक्सच्या जोडीनं साम्यवादी तत्त्वज्ञान वाचत होतो. खोलीत स्टडी टेबलावरती भिंतीव कार्ल मार्क्सचा फोटो लावलावता. अभ्यासाला प्रेरणा देत होता.

आजी-बाई अलीकडे वरचेवर आजारी पडायची. दिवाळी सुट्टीत लोणंदनजीक कोरेगावला जाऊन तिची आवर्जून भेट घेतली. निघताना पिलूमावशीनं दोनशे रुपये दिले. पवारवाडीचे घरमालक गेनबा ढवळेनी शंभर दिले. वाईला जाऊन लगडवाडी-किकली रस्ता सुधारणेचा पाठपुरावा केला.

लगडवाडीत खालच्या आळीला वडाच्या पाराजवळ विकास योजनेतून पिण्याच्या पाण्यासाठी आड खणलावता. साताठ वर्षापूर्वी तोडीत बांधलावता. पाणी ओढण्यासाठी तीन रहाट होते. बांधकामावर दर्शनी जागी मार्बलवर मजकूर : या विहिरीचे पाणी पिण्यास सर्व जातिधर्माच्या लोकांना खुले आहे.

तशी पाटी असली तरी रहाटावनं पाणी ओढण्यास खंडू रामुशाला परवानगी नव्हती. आडाजवळ हंडा ठेवून, दुसरं कुणीतरी आडातनं ओढून पाणी वरनं वाढण्याची वाट पहात उभा रहायचा. ती अस्पृश्यता चुकीची असल्याचं कळत होतं. त्या कालबाह्य प्रथेला मी बऱ्याचदा विरोध केलावता; पण जुने म्होरके दाद देत नव्हते. रस्त्याच्या कामामुळं आता मात्र माझ्या शब्दाला वजन आलवतं. एकदा असाच खंडूनाना हंडा ठेवून पाणी वाढण्याची वाट पाहात उभा होता. पुढं जाऊन लटक्या रागानं म्हणालो, ''नाना, तुम्ही आयतं पाणी न्यायला सोकलाय. रहाटावनं पाणी ओढण्याची तसदी नकोय.''

''तसं न्हाय मास्तर. आपुन आपल्या पायरीनं ऱ्हायलेलं बरं. रहाटाला शिवून आमी पानी वडलं तर, आड इटाळनार न्हाय का?''

''उगाच बुरसटलेल्या जुनाट गोष्टी उगळू नका. मी सांगतोय म्हणून तुम्ही बेलाशक रहाटावनं पाणी ओढा. कोण-काय म्हणतंय बघू बरं?''

बिचकत बिचकत खंडुनं रहाटावनं बादली आडात सोडली. पाण्यानं भरल्याव

वर ओढून हंड्यात ओतली. हंडा भरल्याव घर गाठलं. तेव्हापासून ती लाजिरवाणी प्रथा बंद झाली.

शेवटच्या टर्ममध्ये परीक्षेच्या दृष्टिकोनातून जोमानं योजनाबद्ध अभ्यास केला. हेड डॉ. एनेस पंड्या जिव्हाळ्यानं वरचेवर चौकशी करून प्रोत्साहन देत होते. विद्यापीठ परीक्षा संपली. पेपर्स चांगले गेले. प्रॅक्टिकल्स व्यवस्थित झाली. फर्स्ट क्लासची आशा वाटू लागली. वर्षाचा खर्च साडेतेराशे आला.

निरवानिरव सुरू. रेल्वे स्टेशनला जाऊन सायकल पार्सल केली. राजेंद्रकुमार-साधनाचा 'आरजू' पाहिला. बेदर्दी बालमा तुझको, मेरा मन याद करता है! –हे आर्त प्रेमगीत विशेष भावलं. अखेरचा रामराम ठोकून बडोदा सोडलं.

घरी गेल्या गेल्या आई म्हणाली, "धोंडीराम, एक वाईट झालं. बाई वारली!"

"काय सांगतीइस? कधी?" रडके प्रश्न.

"झालं दोन म्हैनं."

"मला कळवायचं नाही का?"

"आब्यास बुडंल म्हणून कळावलं न्हायं. शेवटी शेवटी तर बाईनं तुजा लई धोसरा काडलावता."

भडभडून आलं. आईच्या गळ्यात पडून रडलो.

वाठारच्या स्टेशन मास्तरला पार्सल-पावती दाखवून सायकल घेतली. ऐंशी रुपैच्या जुन्या, पण स्वत:च्या सायकलीवनं रुबाबात निघालो. वाघोलीफाटा, शिरगाव घाट, देगाव, किकलीमार्गे कडुसं पडताना घरी.

चावडीतल्या गप्पात मी नवा मुद्दा मांडला, "रस्त्याचं काम मार्गी लागलंय. एक नवी आयडिया : वाई-लागडवाडी एस्टी सुरू व्हावी म्हणून अर्ज करू या."

अर्ज लिहिला. प्रवासी मिळणार त्या पाच वाड्यातल्या सह्या घेतल्या. डोंगरापलीकडच्या पाचसा गावातल्या सह्या घेतल्या. परिसरातल्या गावांची स्थानांतरं दर्शवणारा नकाशा जोडला. सातारला जाऊन एस्टी विभाग नियंत्रक ॲड. रेगेना अर्ज दिला. एस्टी महामंडळाच्या जनरल मॅनेजरना मुंबईला प्रत पाठवली. सुदैवानं जनरल मॅनेजर होते आमच्या जांबचे सुपुत्र आर्जी शिंदे.

नेटानं पाठपुरावा केला. विभागीय वहातूक अधिकारी ओकसो रस्त्याची पाहणी करत लगडवाडीला येऊन गेले. ग्रामस्थात नवचैतन्य. सिराजभाई म्हणाले, "मास्तर, आता मातर ढिल्लं पडू नका. एकदा तरी एस्टीची लाल गाडी आपल्या रस्त्यावनं फिरू द्याच. लगडवाडी रस्त्याव लाल गाडी कशी दिसतीइ ते तरी बगू!"

भुईंजेपासून दीड मैलाव ईशान्येला नव्वदेक घरांची धनगरवाडी : भिरडाचीवाडी आहे. भुईंज ग्रामपंचायतीचा एक वॉर्ड. ती येसू धांदलेची सासरवाडी. पांडतात्याची बहीण तिथं दिलेली. दादांचा जवळचा पाहुणा तिथं नसल्यानं माझं जाणंयेणं नव्हतं. भिरडाच्यावाडीतली बकरी धांदलेच्या वावरात बसलीवती. धापंद्रा खंड्या शेरडामेंढराचं खांड. एका मेंढक्यानं अभिमानानं सांगितलं. ''बरकड्याचा ह्यो भावड्या कालिज शिकतुइ.'' ठुणगा, सावळा मुलगा चुणचुणीत दिसला. विचारलं, ''बरकडे, कोणत्या वर्गात शिकताय?''

''टीवाय बीए इंग्लिश स्पेशल!''

''पुढं एमे करा. चांगला स्कोप मिळेल. बरं पण, भिरडाच्यावाडीत कितवीपर्यंत शाळा?''

''कितवीपर्यंत काय विचारताय? सर, वाडीत शाळाच नाही!''

''असं कसं होईल? डोंगराच्या खोनपाडीतल्या लगडवाडीत चौथीपर्यंत शाळा गेली पंचवीस वर्षे सुरू आहे. आणि तुमची वाडी तर हायवेपासून अवघ्या दीड मैलाव!''

''म्हणणं बरोबर आहे, पण वाडीत शाळा नाहीच! खोटं वाटल्यास येऊन बघा.''

भिरडाच्यावाडीत गेलो. भाऊ बरकडेच्या घरी उतरलो. रात्री चौकात मीटिंग घेतली. नवीन शाळा मागणीचा अर्ज लिहिला. पन्नासेक सह्या घेतल्या. सकाळी भुईंजेला चालत जाताना बरकडेला म्हणालो, ''ही सगळी पायवाट काळवटीतून. पावसाळ्यात पहिलीतल्या बारक्या मुलामुलींचे काय हाल होत असतील?''

''मी त्यातनं गेलोय. पावसाळ्यात अगदी नको जन्म व्हायचा.''

साताऱ्यात जिल्हा परिषद शिक्षण सभापती साहेबराव बाबराना अर्ज सादर केला. वाचल्याव ते म्हणाले, ''माझ्या तालुक्यातल्या भुईंज या तालेवार गावाखालच्या चारशे लोकवस्तीच्या वाडीत प्राथमिक शाळा नाही, ही बाब मलाही कमीपणाची आहे. जूनपासून पहिली-दुसरीचे वर्ग सुरू करू या. मात्र, जाताजाता भुईंजेत सरपंच परबतराव भोसलेना भेटा.''

ग्रामपंचायतीपुढं सरपंच भोसले उभे होते. म्हणालो, ''भिरडाच्यावाडीत जूनपासून दोन वर्ग सुरू केले तर बरे होईल.''

''पहिली-दुसरीच काय, चौथीपर्यंतचे वर्ग सुरू करू. पण मेढक्यानी पोरं शाळेत पाठवली पाहिजेत ना? शाळेत न पाठवता मेंढरामागं पाठवतात. विद्यार्थी नसल्याव शाळा कशी निघणार?''

''सरपंच, शाळा नाही म्हणून विद्यार्थी नाहीत आणि विद्यार्थी नाहीत म्हणून

शाळा नाही!– हे दुष्टचक्र आपण थांबवू या!''

"तुम्ही निर्धास्त जा. तुम्हाला लवकरच निरोप पाठवतो."

सरपंचाच्या निरोपाची आठपंधरादी वाट पाहिली न् सातारा गाठला. शिक्षण सभापती साहेबरावबापूंची दिवसभर पाठ सोडली नाही. मग काय? भिरडाच्यावाडीत पहिली-दुसरीचे वर्ग काढण्याच्या एक शिक्षकी शाळेच्या परवानगीचं पत्र त्यानी दिलं. तडक भिरडाच्यावाडीत जाऊन रात्री मीटिंग घेतली. शाळा निघतेय म्हणताना वाडीत नवचैतन्य!

सकाळी तुकाराम भिसेचा सहा खणी सोपा पाहिला. दोन खंड्या बकरीकोकरी तिथं बसलीवती. लेंड्यामुतारीचा भपकारा नाकात शिरला. बकरी उठून रानात गेल्याव बीटी बरकडेनं पोरं जमवून खराट्यानं सोपा लोटला. तेवढ्यात नवे गुरुजी आले. वाडीत फिरून पटनोंदणी केली. पहिलीत अडतीस, दुसरीत अकरा. धनगरवाडीत शाळा सुरू झाली!

लगडवाडीत पोचलो, तर दादानी आंतर्देशीय पत्र दिलं. स्कॉलर क्लासमेट डीआर कुलकर्णीनं बडोद्याहून पाठवलेलं पत्र. उत्सुकतेनं फोडून वाचलं. आनंदाला पारावार उरला नाही; –फर्स्ट क्लास मिळवून एमेस्सी झालो!

आईदादाना निकाल सांगून पाया पडलो. कुलकर्णीनं लिहिलंवतं, "हा तुझ्या आयुष्यातला सर्वोच्च आनंदाचा क्षण असावा. त्रिवार अभिनंदन! मी डिस्टींक्शन मिळवून एमेस्सी (फिजिक्स) मध्ये विद्यापीठात पहिला आलो."

निकालाची बातमी चावडीत सांगताच सर्वांना आनंद झाला. सिराजभाई म्हणाले, "मास्तर, तुमी गावची कामं करताय त्याचं पुन्य मिळालं. सगळ्यांचा दुवा उपेगी पडला."

सुट्टीव आल्या आल्या रयत शिक्षण संस्थेत जाऊन लेक्चररसाठी अर्ज केलावता. 'एमेस्सी परीक्षा सेकंड क्लासमध्ये पास होण्याच्या अटीवर'–निकाल लागण्यापूर्वीच तीनशे रुपये पगाराव 'सायन्स कॉलेज, सातारा' येथे फिजिक्सचा लेक्चरर म्हणून प्रोबेशनची ऑर्डर संस्थेनं दिलीवती. एमेस्सी निकालानंतर मार्कशीट सादर केलं. नेमणूक पक्की झाल्याचं पत्र जॉईंट सेक्रेटरीनी दिलं.

जीवनातलं पहिलं पर्व संपलं. या अध्ययन – पर्वात गरीबीमुळं आर्थिक शोषण झालं, पण आत्मिक पोषण घडलं!

*

## २. बहर

'बुझर्वा विद्वानापेक्षा,
विरोधकांशी त्यांच्याच भाषेत बोलणारा
भडक माथ्याचा माणूस
अधिक कार्य करतो!'

– एकार्ट

# एक

मी डेमॉन्स्ट्रेटर असताना छत्रपती शिवाजी कॉलेजमध्ये तिन्ही शाखा. गेल्या साली विज्ञान शाखा विभक्त होऊन 'सायन्स कॉलेज, सातारा' निर्माण झालं. डॉ. बी.एस. पाटील नव्या कॉलेजचे प्राचार्य. लेक्चरर म्हणून हजर करून घेताना ते म्हणाले, ''बघ महानवर, बडोद्यात गेलेला मराठी माणूस यशस्वी होऊनच परत येतो.''

''सर, यात तुमचं मार्गदर्शन मोलाचं ठरलं. ऋणी आहे.''

लेक्चर्स, प्रॅक्टिकल्सचं रुटीन सुरू झालं. जिथं शिकलो तिथं शिकवू लागलो. सिटीत कमानी हौदासमोर चिटणीस-माडीव वास्तव्य.

भिरडाचीवाडी शाळेसंबंधी जि.प. शिक्षण सभापती साहेबराव बाबरांच्या भेटीगाठी होत. एकदा ते म्हणाले, ''प्रोफेसर, बरं झालं आलात. आणखी एक चांगलं काम करण्याची संधी आलीय. किकली ग्रामपंचायतीचं विभाजन करून लगडवाडी, मापरवाडी, वाकनवाडी मिळून एक ग्रुप ग्रामपंचायत आणि दोन्ही बेलमाच्यांची दुसरी; अशा नव्या ग्रामपंचायती स्थापन करायच्यात. ही चिठ्ठी वाईत बी.डी.ओ. गर्देना द्या.''

चिठ्ठी वाचून गर्देसाहेब म्हणाले, ''तालुका पंचायत समितीची ही जीप न् ड्रायव्हर तुमच्या ताब्यात घ्या. ग्रामपंचायत विभाजनाचा ठराव करूनच परत या.''

जीपने किकलीत. सहा वाड्यातून ग्रामपंचायत सदस्य गोळा केले. बॉडीची मीटिंग घेतली. मूळ किकली, ग्रुप ग्रामपंचायत लगडवाडी व ग्रामपंचायत बेलमाची अशा तीन पंचायतीत विभाजन करण्याचा ठराव मंजूर केला. ठरावाची प्रत घेऊन जीपने वाईला परत. बी. डी. ओ. गर्दे म्हणाले, ''सर, तुम्ही फार महत्त्वाचं काम केलंय. धन्यवाद.''

"साहेब, वेगळं निघण्याचा वाड्यांचा फार वर्षांपासूनचा इरादा. त्याचा आज शुभारंभ झाला."

"शुभारंभ नव्हे, शेवट झालाय. हे गॅझेटमध्ये पब्लिश झाले की संपले."

चावडीत रात्री गावगाड्याची मीटिंग. खाशाबा घाडगेनं सुरुवात केली. "मास्तर चांगल्या मार्कानी पास झाल्यात. एमेस्सी होणारा हा भागातला पहिला माणूस. सत्कार करू या."

सिराजभाई म्हणाले, "तुमी आमच्या मनातलं बोलला. पन आपल्याला उपेगी पडनारं पावनं बोलवा."

"डबल डिग्रीबद्दल सत्कार आहे. शिक्षण सभापती साहेबराव बाबर प्रमुख पाहुणे म्हणून बोलवा. शिवाय त्यानी आपली वेगळी ग्रामपंचायत तयार केलीय." शेलारगुरुजी.

"आपल्या रस्त्याचं मोठ्ठं काम केलंय म्हणून तालुका सभापती रामचंद्र पाटील गुळुंबकर बोलवा." लक्ष्मणबुवाची सूचना.

शेलारगुरुजीनी पुढाकार घेऊन निमंत्रण पत्रिका छापल्या, परिसरात वाटल्या, पोस्टानं पाठवल्या. पत्रिका छापून होणारा लगडवाडीतला तो पहिला समारंभ. वडाच्या पाराला लागून स्टेज. सभापती पाटील जीपनं वेळेव आले. पाठोपाठ शिक्षण सभापती बाबर अम्बॅसिडरमधून उतरले. प्रमुख पाहुणे, अध्यक्ष, सत्कारमूर्ती व स्वागताध्यक्ष शेलारगुरुजी व्यासपीठावर स्थानापन्न झाले. स्वागत गीत चालू असताना शिक्षण सभापतीनी विचारलं, "प्रोफेसरांचे वडील कुठंयत?"

"तिथं समोर बसलेत." शेलारगुरुजी.

"त्याना स्टेजवर खुर्चीव बसवा!" सभापती.

जागेवनं उठून खुर्चीत बसेपर्यंत दादांचे डोळे डबडबले. आयुष्यात पहिल्यांदा स्टेजवर बसल्यानं, कावरेबावरे होऊन लोकांच्या नजरा चुकवत होते.

शाल-श्रीफळ देऊन सत्कार झाल्याव मनोगत व्यक्त करताना मी म्हणालो, "कर्मवीर भाऊराव पाटलांची रयत शिक्षण संस्था आहे म्हणून शिकू शकलो. हा माझा नसून, कर्मवीरांच्या शिक्षणकार्याचा गौरव आहे! तपापूर्वी दादांनी पंचवीस मैल चालवत नेऊन लोणंदला आठवीत नाव घातलं. सत्कार माझा नसून, दूरदर्शी वडलांचा आहे!"

प्रमुख पाहुणे बाबर म्हणाले, "आजचा विद्यार्थी शिकलासवरला की खेड्यापासून दूर जातो. प्रा. महानवर मात्र तसे बिघडले नाहीत. त्यानी गावचा रस्ता केला. धनगरवाडीत शाळा काढली."

अध्यक्षीय समारोपात सभापती पाटील म्हणाले, "धोंडीराम हा केवळ प्राध्यापक नसून धडाडीचा चिवट कार्यकर्ता आहे."

गावी गेल्याव, भेटेल त्याचा प्रश्न, ''मास्तर, एस्टी कधी सुरू होणार?'' सर्वांच्या डोक्यात एस्टी हा एकच विषय घर करून बसलावता. आणि ते साहजिक होतं; वर्षानुवर्षे मैलोगणती रस्ता चालण्यात लगडवाडीच्या अनेक पिढ्यांची वेळ, शक्ती वाया गेलीवती. आता एस्टी सुरू होण्याची शक्यता निर्माण झाल्यानं, सारे अधीर झाले होते.

सातारा-वाई-लगवाडी-सातारा असा माझा त्रिकोणी प्रवास सुरू होता. सभापती, बीडीओना भेटून रस्ता सुधारणेला चालना दिली. तालुका पंचायतीने भरीव फंड रस्त्याव खर्च केला. विभागीय वहातूक अधिकारी ओक, एकदाचे रस्ता तपासणीसाठी एस्टीतून लगडवाडीला आले. वाडीत लाल गाडी बघून लोक हरखून गेले. ओकसाहेब म्हणाले, ''सर, लगडवाडी-किकली रस्ता बराचसा एस्टीलायक झालाय. कडेच्या झाडांच्या रस्त्याव आलेल्या फांद्या मात्र तोडल्या पाहिजेत.''

रस्त्याव झुकलेल्या फांद्या गावकऱ्यांनी लगोलग तोडून टाकल्या. त्याचा रिपोर्ट वाई, सातारा कार्यालयांना दिला. शेवटी जिल्हा परिषद एक्झिक्युटिव्ह इंजिनियरनं 'रोड फिटनेस सर्टिफिकेट' एस्टी महामंडळाला दिलं. ते मिळताच विभाग नियंत्रक रेगेसाहेब म्हणाले, ''सर, आता वाई-लगडवाडी एस्टी उद्‌घाटनाच्या तयारीला लागा!''

''साहेब, तुमचे आभार मानण्यासाठी माझ्याकडे शब्द नाहीत.''

आमदार किसन वीर प्रमुख पाहुणे व एस्टी विभाग नियंत्रक ॲड. ग.रा. रेगे अध्यक्ष निश्चित केले. निमंत्रण पत्रिका छापल्या, वाटल्या. पत्रिका मिळताच तालुका पंचायत ओव्हरसियरने 'लगडवाडी-किकली-देगाव-शिरगाव' या सहा मैल रस्त्याच्या डागडुजीवर शेवटचा हात फिरवला. मैलांचे दगड रोवून, रंगवून आकडे टाकले. 'लगडवाडी' अशी लाकडी पाटी गावच्या वेशीत रोवली.

वडाच्या पारापुढं स्टेज. वाडीत सणाचं वातावरण. एस्टी बस स्टेजकडे तोंड करून उभी. ऊस, तोरण, पताका बांधून बस नवरीगत सजवलीवती. 'लगडवाडी-वाई' एस्टी-बोर्डाला पुष्पहाराची मुंडावळी बांधलीवती.

स्वागतपर भाषणात म्हणालो, ''लगडवाडी-किकली हा दोन मैल रस्ता दोन वर्षापूर्वी फक्त आठ फूट रुंदीचा होता. जिद्दी ग्रामस्थांनी श्रमदानाने तो पंचवीस फुटी केला आणि नव्या युगाचं प्रतीक असलेल्या एस्टीचं आज आगमन झालं. हा आमचा भाग्यदिन!''

प्रमुख पाहुणे आ. आबासाहेब वीर म्हणाले, ''निमंत्रण पत्रिकेतील एक एप्रिल वाचून क्षणभर बुचकळ्यात पडलो. मनात शंकेची पाल चुकचुकली; प्रोफेसर

एप्रिल-फुल तर करणार नाहीत ना? पण तसं न घडता, सर्वांच्या साक्षीनं आजचा समारंभ संपन्न होतोय.''

आबा पुढे म्हणाले, ''ग्रामस्थांचे ऐक्य, श्रमदान आणि तरुण सुशिक्षित कार्यकर्ते प्रा. महानवर यांच्या चिकाटीमुळं एस्टीनं आज वाई तालुक्याचं पूर्व टोक गाठलंय. स्वातंत्र्योत्तर काळातल्या सुधारणांची ही नांदी आहे.''

शेवटी आबांच्या हस्ते फीत कापून 'लगडवाडी-वाई' एस्टीचं उद्घाटन रणशिंगाच्या निनादात संपन्न झालं. एस्टीमुळं शेकडो वर्षांची पायपीट तर थांबलीच, परंतु त्यामुळं लगडवाडी उजेडातही आली.

आमच्या प्रयत्नाला यश येऊन किकली ग्रामपंचायतीचं विभाजन झालं. मापरवाडी, वाकनवाडीसह 'ग्रुप ग्रामपंचायत लगडवाडी' अस्तित्वात आली. तिन्ही वाड्यांची मीटिंग घेऊन नव्या पंचायतीच्या सात पंचांची निवडणूक बिनविरोध केली. 'पहिली अडीच वर्षे लगडवाडीचे खाशाबा घाडगे सरपंच, वाकनवाडीचे शामराव मतकर उपसरपंच; आणि पुढे अडीच वर्षे वाकनवाडीचे बाबुराव गोळे सरपंच, मापरवाडीचे ज्ञानू पवार उपसरपंच!' –हा प्रस्ताव सर्वमान्य झाला. घाडगे पहिले सरपंच झाले. रस्त्याच्या कामापासून जमलेली आमची मैत्री आणखी घट्ट बनली.

प्रापंचिक प्रगती सुरू होती. मोसंबी, लिंबू विक्री चालू होती. पगार अनियमित असला तरी संसाराला शक्य तेवढा आर्थिक हातभार लावत होतो. आईदादांची हयगय होऊ देत नव्हतो. लग्नाला उभा होतो. वधूशोध सुरू.

भिरडाचीवाडी-शाळा सुरू झाली. भिसेच्या सोप्यात रात्री मेंढरं न् दिवसा पोरं बसायची. रात्री मेंढरं बेऽऽ बेऽऽ ओरडायची अन् दिवसा पोरं बेऽऽ एके बेऽऽ म्हणायची. पुढं भिसेला घरगुती अडचण आली. सोपा मोकळा करून द्यावा लागला. आण्णा धुरगुडेच्या पडवीला शाळा भरू लागली. आतल्या डालनात मालकाची बायकापोरं, सैपाक. पडवीला कोपऱ्यात न्हाणी होती.

शाळा बघाय न्याहरीच्या वक्ताला गेलोवतो. तर मास्तर, मुलं-मुली अंगणात उभी. विचारलं, ''गुरुजी, बाहेर का थांबलाय?''

''पडवीला बाईमाणूस न्हातंय. आठवड्यातनं एकदोनदा अशी अडचण येतेच.''

उत्तर ऐकून मती गुंग.

रात्री चौकात मीटिंग घेतली. ''शाळा तर सुरू झाली. पण जागेची अडचण बघून मुलांची न् मास्तरची दया येतेय. शाळेसाठी खोली बांधली पाहिजे.'' मी मुद्द्याला हात घातला.

"खोली बांधाय किती खर्च येईल?" लक्ष्मण धुरगुडे.

"श्रमदान केल्यास तीनेक हजारात भागेल."

"पन जावाई, तेवडं पैसं तरी कुटनं आनायचं?" शंकरमामाची शंका.

पंचायत मेंबर धर्मा भिसे डाफरला, "आपापली घरं बांदली तवा कुटनं पैसं आनलं? गावचा विषय निगाला की कोड्यात कसं पडताय?"

"आवं मेंबर, त्ये काम कोड्यात पडन्यासारकंच हायं. पैलं कोडं जागा." मल्लारी खरात.

जगू गडदे उसळला, "जागा आपुन दिवू. वाडीच्या बगलंला खंडुबाच्या वाटंवली लागंल तेवडी जागा घ्या."

"खोली आखून सकाळी नारळ फोडून कुदळ मारू." माझा उत्साह.

"चालंल, ठरलं. पन साऱ्या कामाचा हिशोब मातर चोक ठेवा. न्हायतर पाटीमागनं गोळ्या झाडनारी मंडळी वस्तीत रग्गड." आबा बरकडे मुद्द्याचं बोलला.

मी खुलासा केला, "जमाखर्च स्वतः ठेवणार. पावती बुकं छापू. वाडीतनं घरटी वर्गणी तर काढूच; पण भुईंजेतनंबी पैसं जमवू. रक्कम जिल्हा बँकेत ठेऊ."

तेवढ्यात गेना ठोंबरा खाकरून म्हणाला, "मास्तर, मी जरा बोलू का?"

"बेलाशक बोला. कुणाच्या मनात आडरोग रहाय नको."

"ही सर्वी तुमच्या तोंडाव पोपटावानी गोडगोड बोलत्यात. पन मागं सारा आंदार. आवं, दोन वर्साखाली पंचायतीनं आडात सुरंगाची चारपाच होलं उडावलीवती. तर त्ये डबार आजून वर निगतंय. आन् आता निगाल्यात मोट्टं तोंड करून साळा बांदाय!" बीटी बरकडे झिटाल्ला, "अन् ठोंबरं, वाडीनं शाळा बांधली तर?"

"तर मग म्हानवर पावन्याला ह्यो फाकड्या पदरच्या पैशानं पटका गुंडील."

"ठरलं! तुमचा पटका आताच घेऊन ठेवा. वर्षाच्या आत शाळाखोली बांधून पूर्ण झाली नाही, तर बापाचं नाव सांगणार नाही. माझ्या बापाचं नावही तुमच्यागत गेनबा आह!" गावकऱ्यांच्या मनात मी पीळ भरला.

सरकारी मापाची शाळाखोली आखून सकाळी पायाखुदाई चालू केली. पावतीबुकं छापून निधी जमवू लागलो. प्रतिसाद चांगला. मी साताऱ्यात असल्यानं सातारा बँकेत खातं उघडून रक्कम ठेवली. बांधकामामुळं भिरडाच्यावाडीला माझं जाणंयेणं वाढलं. आबा बरकडेच्या घरी अनेक मुक्काम. बांधकाम भराभर वर येऊ लागलं. आढं, तीर, पाखाड्या ठोकून झाकण टाकलं. मुरूम टाकून, पाणी मारून, ढोमसानं बडवून भुई गुळगुळीत बनवली. शेणानं सारवल्याव हक्काच्या इमारतीत शाळा भरू लागली.

शाळा काढली, शाळाखोली बांधली त्यामुळं सरपंच परबतराव भोसलेना मात्र वाईट वाटलं. लगडवाडीतली पंच, सरपंच निवडणूक बिनविरोध झाली त्याचंही त्याना दुःख झालं. ते माझा द्वेष करू लागले. एव्हाना ते वर वर चाललेवते.

जूनमध्ये प्राचार्यानी सायन्स कॉलेज होस्टेल रेक्टरची जबाबदारी माझ्यावर सोपवली. रेक्टर-रूममध्ये वास्तव्य सुरू झालं.

सदोष अनुदानसूत्र, शास्त्रीय साहित्याचा भरमसाट खर्च, उधळं प्रशासन या साऱ्याचा परिणाम म्हणून पगार अनियमित होत होता. माझी तंगी असल्यानं अॅडव्हान्स मागायचो. त्यामुळे प्राचार्य माझ्याशी फटकून वागू लागले. पगारावरून प्राचार्य व प्राध्यापकात ताणतणाव. एकदा बॉटनीचा प्राध्यापक म्हणाला, ''साहेब, पगार लवकर होणार नसल्यास दहा रुपये अॅडव्हान्स द्या. अत्यंत निकड आहे.''

''चार दिवस थांबा.'' प्राचार्य म्हणाले.

''थांबणं अशक्य! दहा रुपयसाठी ऑफिसपुढे उपोषण करावे लागेल.'' असं म्हणत तो केबिनपुढल्या पॅसेजमध्ये मांडी ठोकून बसलासुद्धा.

मग काय? प्राचार्यानी कपाळाव हात मारून घेतला न् म्हणाले, ''उठा, दहा रुपयेचं व्हौचर लिहा.''

त्याकाळी ती भरीव रक्कम होती. सातारा ते मुंबई एस्टी तिकीट दहा रुपये होते.

नाताळच्या आधी अघटित घडलं. गावी पडवीला झोपलोवतो. रात्री अचानक खालून गडगडाट झाला. खांबांचा, तुळ्यांचा कच् कच् कच् कच् आवाज झाला. खडबडून उठलो न् पळालो अंगणात. चुलत्याच्या, आमच्या माणसांचा कालवा. जनावहिनी म्हणाली, ''फळीवाली पितळी खाली पडली. आवाजानं दचकून जागी झाली न् बाहेर आली.''

कळाय लागल्यापासून असं घडलं नव्हतं. कधीतरी वर्तमानपत्रात वाचल्याने म्हणालो, ''बहुधा भूकंप झालाय!''

धांदले आश्चर्यानं म्हणाला, ''आरं लेका, कसला ह्यो भूकम? बापजल्मी आसलं आक्रीत घडलं न्हाय!''

आमचा न् चुलत्याचा कायम वाकुडपणा, अबोला. पण त्या घडीला सारी एकमेकाशी बोलत होती. सर्वांची एकच भावना;– निसर्गाचा कोप होऊन भयंकर आपत्ती सगळ्याव कोसळलीय!

सकाळी सातारा गाठला. होस्टेलवर हलकल्लोळ. वरच्या दोन मजल्यावले विद्यार्थी घाबरून धावतपळत खाली येताना जिन्यात गर्दी होऊन धडपडलेवते. किरकोळ दुखापती झाल्यावत्या. रेडिओ बातम्यानं समजलं;– कोयना डॅम परिसरात मोठ्ठा

भूकंप झालाय. पाटण तालुक्यात प्रचंड पडझड!

किकली व सहा वाड्यातल्या शेतकऱ्यांची 'नवभारत वि.का. सहकारी सोसायटी'. सभासदसंख्या, कर्जपुरवठा यांचा विचार करता वाई तालुक्यातल्या पाच लार्ज-साइज सोसायट्यांपैकी ती एक. स्थापनेपासून जगुबुवा बाबर सेक्रेटरी. सोसायटीचं स्वस्त धान्य दुकान. सेल्समन बाबरच. पुढं चेअरमन, सेक्रेटरी, सेल्समन या तीन बाबरात मतभेद झाले. विकोपाला गेले. चौदा वर्षांत सोसायटी डबघाईला आली.

एके दिवशी हरिबापू शेलारनं मला घरी बोलावलं. जगुबुवा, घाडगे, कोंडीराम फडतरे आधीच आलेले. हरिबापू म्हणाले, "मास्तर, तुमी आमचं एक म्हत्वाचं काम केलं पायजेल."

"अवसानातलं असल्यास नकार देणार नाही." जगुबुवा म्हणाले. "आपल्या नवभारत सोसायटीचं चेअरमन तुम्ही व्हा!"

"माफ करा! तीन बाबर-पाटलांच्या भांडणात मला कशाला ओढताय?"

"तुम्ही चेअरमन झालात की डोकं चालवून तीन पाटलांचं भांडण मिटवाल. कृपा करून होय म्हणा." जगुबुवाचा आग्रह.

"ठीक आहे." माझा होकार.

जगुबुवानी पिशवीतनं दप्तर काढलं. पाच रुपयची शेअर पावती फाडून मला सभासद केलं. चेअरमन असलेल्या पंचकमिटी मेंबरचा राजीनामा घेतला. मंजूर केला. रिक्त जागी मला पंच म्हणून कॉप्ट केलं. आणखी एक ठराव करून चेअरमनपदी माझी निवड केली!

चेअरमन होताच तडफेनं काम सुरू केलं. पहिल्यांदा स्वस्त धान्य दुकानाला टाळा लावला. येणंदेणं भागवताच सेल्समन सोसायटीतनं आऊट. जगुबुवानीही सेक्रेटरीपदाचा राजीनामा दिला. देगावचे इथापे-पाटील नवे सेक्रेटरी. तोवर माझं चेअरमनपद तालुक्याला पोचलं. आमदार त्यांच्या कंपूत टिंगलीनं म्हणाले, 'विशेष म्हणजे, वाई तालुक्यातल्या दोन सोसायट्यांचे चेअरमन प्राध्यापक आहेत. एक केंजळचे प्रा. बुवासाहेब जगताप आणि दुसरे लगडवाडी-किकलीचे प्रा. डीजी महानवर.'

महाविद्यालयीन अध्यापन, वसतिगृहाचं प्रशासन व भागातलं समाजकार्य चालू असताना वधूशोधही सुरू होता. गावकऱ्यानी लग्नासाठी लकडा लावलावता. 'रस्ता, एस्टीप्रमाणे मास्तरचं लगीन हे गावाला करावं लागणारं एक सामुदायिक काम आहे!'–असा चावडीतल्या गप्पात लोकांचा आविर्भाव. शेवटी माळशिरसच्या बाळासाहेब पाटलाची एसेस्सी झालेली सुंदर सुकन्या वधू नेमस्त झाली. एमेस्सी

आणि प्राध्यापक यामुळे सोयरिकीत दोन टोकं एकत्र आली: लगडवाडी डोंगरपायथ्याशी, तर माळशिरस पालखीमार्गावलं तालुक्याचं गाव. आम्ही अल्पभूधारक जिराईत शेतकरी, तर सासरे बिग बागायतदार. वाडीत आमची बलुत्यागत तीन घरं, तर सासरे तालुका प्लेसचे पोलीस पाटील!

माळशिरसला सुपारी-साखरपुडा उरकून गावी परतलो. पडवीला टेकलो तोच पुतण्या राम म्हणाला, ''दादांची तब्बेत बिघडलीय.''

''काय झालंय?''

''लघवी तुंबलीय.''

विस्मय, दुःख, उद्वेग या भावभावनांचा मनात कल्लोळ. शुभकार्याची मुहूर्तमेढ रोवली त्याच दिवशी चिंतेचं सावट. अशुभसूचक पाल मनात चुकचुकली. कारण, – अशीच घटना गेल्या साली वाडीत घडलीवती. सिराजचे वडील इब्रामभाईची लघवी तुंबलीवती. दोन ऑपरेशन झाली. साताठ महिने खितपून भाई पैगंबरवासी झाले!– विस्मय धक्क्यातून तत्काळ सावरलो. चिंतेमुळं आलेलं भांबावलेपण संपलं. दादाना धीर दिला. कशीबशी रात्र काढली. सकाळी सातारला नेलं. आर्यांग्ल हॉस्पिटलमध्ये सर्जन डॉ. माधवराव आगाशेनी 'प्रोस्टेटोक्टॉमी' सिंगल स्टेज ऑपरेशन केलं. टाके तोडल्याव दादा घरी परतले.

सर्वांनी घाई लावली, ''उतारवयात अशा आजारानंतर भरवसा नसतो. ठरलंयच तर म्हाताऱ्याच्या डोळ्यादेखत लगीन उरकून घ्या.''

माळशिरसला जाऊन म्हणालो, ''पाटील, लग्नाची तारीख नक्की करू या.'' दादांच्या तब्बेतीची विचारपूस संपतेय तेवढ्यात ब्राह्मण आला. पंचांग उघडून म्हणाला, ''मुला-मुलीच्या नावावरून येत्या महिन्यात मुहूर्त नाही.''

हस्तक्षेप करून म्हणालो, ''काका, येता रविवार जाऊन पुढल्या रविवारी काय आहे बघा बरं?''

''नऊ जून. शिवराज्याभिषेक दिन!''

''आणखी चांगला मुहूर्त कोणता असणार? नऊ जून नक्की करा.'' माझी ठाम सूचना.

बस्ता व सोन्यासाठी पंढरपूरला गेलो. पाटील म्हणाले, ''शुभ कार्याला आलोय तर पहिल्यांदा पांडुरंगाचं दर्शन घेऊ या.''

प्रथमच पंढरीला गेलोवतो. देवाशी संबंध नसला तरी सासऱ्याबरोबर देवळात गेलो. पाया न पडता विठ्ठलाची, रुक्मिणीची मूर्ती न्याहाळली.

दोन्ही बस्ते बांधले. एकशेऐंशी रुपये तोळ्याप्रमाणे सोनं घेतलं. लग्नपत्रिकेत 'गणपती' ऐवजी 'कर्मवीर भाऊराव पाटील' यांचा फोटो छापला. आमचा उद्धार करणारं आराध्य दैवत कर्मवीरच. ।।श्री गजानन प्रसन्न।। असं न छापता, ।।कर्मवीर

कृपा।। छापलं. लगडवाडी व माळशिरसच्या मध्याव 'श्रीराम मंदीर फलटण' हे विवाहस्थळ. चारशे रुपये भरून एस्टीच्या दोन गाड्या बुक केल्या.

ज्येष्ठ स्नेही स्वातंत्र्य सैनिक रामचंद्रबुवा भोईटेंच्या आग्रहामुळे श्रीमंत मालोजीराजे नाईक-निंबाळकर लग्नास उपस्थित. माझे साम्यवादी सर नगराध्यक्ष ॲड. जीबी माने हजर. मित्र सभापती चिमणराव कदम जातीने देखभाल करीत होते. माझ्या लग्नाचा ध्यास घेतलेल्या कैलासवासी आजी-बाईची मंगल समयी आठवण. डोळे पाणावले.

रात्री लगडवाडीत बैलगाडीतून वरात निघाली. लगडवाडी, मापरवाडी व वाकनवाडीचे ढोल-लेझीम डाव आळीपाळीने वरातीपुढं चालू. भिरडाच्यावाडीचं गजनृत्यही होतं. वरातीच्या शेवटी भिरडाचीवाडी व लगडवाडीच्या शाळाना शंभर रुपये देणगी दिली.

दुसऱ्या दिवशी सायन्स कॉलेज प्राचार्याकडून पत्र आलं. वाचून धक्का बसला;– 'माझी बदली सातारहून सांगली जिल्ह्यात विटा येथे झालीवती! नव्या ठिकाणी लागलीच हजर व्हायचंवतं!' बातमी कोणाला न सांगता तंबाखूची मिसरी घासू लागलो. डोकं गरगराय लागलं. बदलीच्या धक्क्यातनं हळूहळू सावरत गेलो.

सत्यनारायणाची घरगुती पूजा दुपारी उरकली. संध्याकाळी गोंधळ थोडक्यात आटोपला. तेवढ्यात पाऊस सुरू झाला. खंडोबा-जागरणाचा चौक भरून वाघ्या-मुरळीनं लंगीर पुजून बोकडाच्या काळजाचा निवद दावला. पंगत बसली. कडान वरपताना भुरक्यांचा आवाज पंगतभर. नळ्या, हाडकं फोडल्याचा आवाजबी अधूनमधून येत होता. मला मात्र वेगळीच काळजी लागलीवती. सासरे बाळासाहेब पाटील अजून आले नव्हते. पावसाची रिपरिप सुरू होती. दुसरी पंगत बसली असताना सासरे अंगणात दिसले. विचारलं, "मामासाहेब, इतका उशीर?"

"उशिराचं काय घेऊन बसलात? इथं पोचलो ते नशीब. तिकडं मुसळधार पाऊस. वाई-लगडवाडी एस्टी शिरगावातच थांबली. तेवढ्यात सिराजभाई भेटले. त्यानी ओळखीनं कंदील व छत्री घेतली. भाई पुढं न् मी मागं असं ओढ्याओघळीतनं वाट काढत, सहा मैल चिखल तुडवत अंधारातनं कसाबसा इथं पोचलो. लेकीच्या गावी जाण्याची हौस पुरती फिटली आज!"

शेवटी सोळाव्याचा विधी. पडवीला अंधारात झोपलेल्या बायकापोरांना लाथ लागणार नाही अशा बेतानं, लाजत लपत आतल्या घरात जाऊन अंथरुणाव लवंडलो. चिमणी मालवली. खेड्यामधल्या कौलारू घरात मधुचंद्र! सोळावा पार पडला!

लग्नाचे सारे विधी संपलेवते. पाठराखीण बहीण व वडिलाबरोबर सौ. क्रांती माहेरी माळशिरसला गेली आणि मी बदलीच्या विटा गावी रवाना झालो.

*

# दोन

विट्याला प्रथमच गेलोवतो. महाराष्ट्राचे शिल्पकार ना. यशवंतराव चव्हाणांचं गाव. वडील बळवंतराव कोर्टात बेलिफ. त्यांचं स्मारक म्हणून रयतनं 'बळवंत कॉलेज, विटा' सुरू केलंवतं. कला, वाणिज्य शाखांच्या जोडीला यंदा विज्ञान शाखा काढली. त्यासाठी स्लॅबची अद्यावत इमारत बांधली. विज्ञान विभाग प्रमुखाची जबाबदारी प्राचार्यानी माझ्याव सोपवली.

रुटीन बसताच, लग्नातल्या प्रतिष्ठित उपस्थिताना आभारपत्रं पाठवली. दैवदुर्विलास प्रकर्षानं जाणवला;– लग्नपत्रिकेवर प्रेषक म्हणून 'प्रा. डीजी महानवर, सायन्स कॉलेज, सातारा' हा पत्ता आणि लग्नानंतर आठवड्यानं पाठवलेल्या आभारपत्रावर प्रेषक म्हणून 'प्रा. डीजी महानवर, बळवंत कॉलेज, विटा (सांगली)' असा पत्ता! मनाशी खूणगाठ बांधली;– रयत शिक्षण संस्थेत नोकरी करताना मेंढक्याप्रमाणं भटकंती होणार. त्यासाठी सदैव तयार रहायचं!

साताऱ्यापुढं साठ मैलाव बदली झाल्यानं गावाकडल्या कामाचं त्रांगडं झालं. त्यात सोसायटीचं चेअरमनपद स्वीकारून बसलोवतो. निकड भासल्यानं चार हजारची नवीकोरी काळी राजदूत फटफटी मुंबईत खरेदी केली. कमी पडलेले पैसे मुंबईतल्या पाचसा लगडवाडीकरांनी उसने दिले.

सोळाव्यानंतर सौ. क्रांती माळशिरसला न् मी विट्याला. त्याकाळची 'आषाढ पाळणे' ही जनरीत बदलीच्या व्यापात आपोआप पाळली गेली. नागपंचमीनंतर सौ. लगडवाडीत आली. दुष्काळी माळशिरसला तिला कमी पावसाची सवय. इथं मात्र रात्रंदिन धो धो पाऊस. अंगणात, गावात, रानात चिखलपाण्याचा राडारबडा. पाऊस बघून नव्या नवरीच्या छातीत धडकी भरली. आभाळातनं पावसाच्या धारा, डोळ्यातनं

अश्रूंच्या धारा. माळशिरसभोवती डोंगर दिसायचा नाही. इथं मात्र बघावं तिकडं उंचच उंच डोंगर, किल्ले. वनात पडल्यागत वाटायचं. साताठ दिवसानी मुराळकी विट्याला आली तेव्हा वनातनं जनात आल्यासारखं वाटलं.

विट्यात त्याकाळी शेतकरी कामगार पक्षाची उल्लेखनीय ताकद. ॲड. आनंदराव आकोजी पवार शे. का. पक्षाचे एक नेते. त्यांचा 'शुभानंददीप' बंगला पक्षाचं ऑफिस. स्टँडसमोरच्या त्या बंगल्यात माडीव मी रहात असल्यानं डाव्या वर्तुळात वावर. 'पुरोगामी विद्यार्थी संघटना' ही शे. का. पक्षाची बलाढ्य विद्यार्थी-युवक आघाडी. एमे झालेला भाई संपतराव पवार संघटनेचा नेता. जोडीला बाबा महिंद, सुभाष पाटील, सुभाष पवार हे लढवय्ये विद्यार्थी. माझ्या खोलीतली कार्ल मार्क्सची तसबीर डावी ओळख पटवायची. विद्यार्थी नेत्यांची, कार्यकर्त्यांची माझ्या घरी वर्दळ. पुरोगामी विद्यार्थी संघटनेचा प्राध्यापक म्हणून सारे ओळखू लागले.

सोसायटीच्या कामासाठी शनिवारी गावी जाऊन सोमवारी विट्याला यायचो. पेट्रोल एक रुपया लिटर असल्यानं मोटरसायकल परवडायची. सोसायटीच्या सात गावात संपर्क साधणं सोपं जायचं. कामबी उरकायचं. कारभार सुधारणेची पहिली पायरी म्हणून सभासद-पासबुक छापून घेतलं. शेअर्स, कर्ज, ठेव ही माहिती भरून प्रत्येक सदस्याला दिलं. सुधारणेचा दुसरा भाग म्हणजे, स्थापनेपासून प्रथमच वार्षिक अहवाल व आरंभापासून चौदा वर्षांचा सामान्य अहवाल असलेली अठरा पानी पुस्तिका वार्षिक सभेच्या नोटिसीसह सदस्याना घरपोच केली.

वार्षिक सभा लगडवाडीत माझ्या अध्यक्षतेखाली भरली. सदस्य पासबुक, वार्षिक अहवाल या नव्या उपक्रमाबद्दल सभासदांचे गौरवोद्‌गार. पंच कमिटीची बिनविरोध निवड झाली. देशभक्त आ. किसन वीर यांच्या भगीरथ प्रयत्नाला यश येऊन 'सातारा सहकारी साखर कारखाना' जांब-किकलीच्या माणिकमाळाव मंजूर झालावता. त्याचे शेअर्स घेण्याचा निर्णय सभेत झाला. चांगल्या कामामुळं सोसायटीच्या चेअरमनपदी माझी बिनविरोध फेरनिवड झाली. त्या निवडीचं सात गावात कौतुक झालं. परंतु आमच्या शिवधडी आमदाराला रुचलं नाही. माझ्याव आगपाखड करताना ते जातीव घसरले. सरपंचाला म्हणाले, "त्या धनगरालाच चेअरमन केलंत ना? आता तुम्ही बसा शिवाजी महाराजांच्या किल्ल्यांची राखण करत पायथ्याला!"

नवभारत सोसायटीचे केवळ रूटीन सांभाळणारे सेक्रेटरी बदलून बापूराव काळूसकर आले. कष्टाळू, कामात तरबेज. त्यानी रेकॉर्डचा चेहरामोहरा बदलला. जुनी जीर्णशीर्ण रजिस्टर्स बाद करून नवी तयार केली. जप्तीचा बडगा दाखवून लाखभर थकबाकी वसूल केली. त्यांच्या तडफदार कार्यामुळं माझं चेअरमनपदाचं काम सोपं झालं.

त्याच काळात वाई तालुक्याचा, सातारा जिल्ह्याचा कायापालट करणाऱ्या धोम धरणाचं भूमीपूजन ना. यशंवतराव चव्हाणांच्या हस्ते झालं. धरणाचा अंदाजित खर्च शंभर कोटी. दीड लाख एकर जमीन भिजणार. त्यामुळे नवभारत सोसयटीचाही कायापालट होणार होता. दरम्यान केंद्र सरकारच्या आर्थिक धोरणात क्रांतिकारी बदल झाला. पंतप्रधान इंदिरा गांधीनी चौदा बड्या बँकांचं राष्ट्रीकरण केलं. परिणामी, जिल्हा सहकारी बँकानीही आपलं पतधोरण सुलभ, गतीशील बनवलं. त्याचा उपयोग करून आम्ही नवभारत सोसायटीची उलाढाल वाढवली.

आमची सोसायटी आधी लागोपाठ सहा वर्षे 'ड' वर्गात. गाळात! चेअरमन झाल्यापासून गेल्या दीड वर्षात कारभारात सर्वांगीण सुधारणा केल्यामुळं ऑडिटरनं त्यावर्षी 'अ' वर्ग दिला. जिल्हा मध्यवर्ती बँकेचे चेअरमन आ. आबासाहेब वीरांनी पत्राद्वारे अभिनंदन केले.

भैरुबाची जत्रा म्हणजे किकली व बारा वाड्यांच्या जिव्हाळ्याचा विषय. खर्चाची बाब. सोसायटी स्थापनेपासून यंदा प्रथमच आम्ही दोन वर्षांच्या नफ्यावर मिळून बारा टक्के डिव्हिडंड सभासदाना जत्रेच्या आदल्या दिवशी वाटला. ऐन मोक्यावल्या अनपेक्षित धनलाभामुळे भागातल्या लोकानी वाहवा केली.

अशाप्रकारे सर्व त्या सुधारणा करून परिश्रमपूर्वक सोसायटीची घडी बसवल्याव, चेअरमनपदाची जबाबदारी व्हाइस चेअरमन रघुनाथ निंबाळकर यांच्यावर सोपवून नवभारतच्या कारभारबंधातनं विमुक्त झालो. साम्यवादी होतो; बुझ्र्वा नव्हतो!

दिवाळसणाचे तीनचार दिवस वगळता संपूर्ण सुट्टी उभयतानी लगडवाडीत घालवली. साऱ्या शिवारात ज्वारी खुरपणीची झुंबड. मोलाची माणसं मिळणं अवघड. भाऊ, वैनी, पुतणे व आम्ही नवराबायको मिळून ज्वारी खुरपायचो. सौ. क्रांती ट्रॅक्टरवाल्या बिग बागायतदाराची मुलगी. त्यांच्या पाऊणशे एकरात बारा महिने न् अठरा काळ वीसेक बाया भांगलाय असायच्या. त्या बायाव देखरेख करण्यासाठीही क्रांती कधी रानात गेली नव्हती. इथं मात्र आमच्या बरोबरीनं दिवसभर उनातानात भांगलू लागली. इळभर खुरपून निघालेलं तणगवत धोतराच्या धडप्यात बांधून, गाठोडं डोकीव घेऊन बैलगुरासाठी घरी आणू लागली. दिवसभराच्या काबाडकष्टानं न हिरमुसता वैनीबरोबर सैपाकाला लागायची. डोंगरबारीच्या खेडवळ जीवनाशी बघता बघता ती एकरूप झाली!

दिवाळीनंतर सांगलीला गेलो. सौ. क्रांतीसाठी मनगटी घड्याळ घेतलं. सरकारनं नुकतीच लॉटरी काढलीवती. रुपयाच्या लॉटरी तिकीटाव लाखाचं बक्षीस. वॉचमेकरनं घड्याळासोबत गिफ्ट म्हणून लॉटरी तिकीट फ्री दिलं. आठनऊ वर्षापूर्वी जरंडेश्वराच्या पायथ्याला तीनपानी जुगाराव आठ आणे हरल्यापासून कानाला खडा लावलावता.

घड्याळजीला म्हणालो, ''लॉटरी म्हणजे सरकारी जुगार. मला तो खेळायचा नाही. हरामचा पैसा नको. कष्टानं मिळंल तेच खरं!''

तिकीट परत केलं. लॉटरीला पुढंही कधी शिवलो नाही.

ऑपरेशननंतर दादांची तब्बेत पूर्ववत झाली. विश्रांतीसाठी विट्याला आणलं. सुखासमाधानात त्यांची तब्बेत आणखी सुधारली. गावी हळद, बटाटा या परंपरागत नगदी पिकांचं उत्पन्न. त्यात मोसंबीच्या बागेची भर पडलीवती. पगारातून शक्य तेवढे पैसे घरी देत होतो. तरीही उधळपट्टीमुळं अव्यवहारी भाऊनं सोसायटीचं कर्ज थकवलं. जप्ती येऊ घातली. मग काय? राजदूत मोटरसायकल विकणं भाग पडलं. दरम्यानच्या काळात किंमती वाढल्यानं खरेदीपेक्षा तीनशे रुपये जादा आले. सोसायटीची थकबाकी भरून टाकली. नव्या हिरव्या 'हंबर' सायकलनं कॉलेजला जाऊ लागलो.

एस्टी सुरू झाल्याव लगडवाडीत वीज आणायचं ठरवलं. गावात स्ट्रीट लाइट लावणं व शिवारातल्या साऱ्या चालू विहीरीव इलेक्ट्रीक मोटारी बसवणं हे लक्ष्य ठेवलं. सरपंचाच्या खांद्याला खांदा लावून जिद्दीनं कामाला लागलो. एमेसीबीकडे खेटे सुरू झाले. सिमेन्स कंपनीच्या आधुनिक मोटारी पसंत केल्या.

ते सारं चालू असताना शिवधडी आमदारानं तिरकी चाल सुरू केली. 'सुशिक्षित स्वयंभू असतो, अशिक्षित मात्र बहुधा होयबा. सुशिक्षिताला भुलवणं अवघड. त्यापेक्षा अशिक्षिताला झुलवणं सोपं!' –या सवंग आडाख्यांचा भाग म्हणून, आमदारानं मला बाजूला सारून सरपंचाला हाताशी धरण्याची खेळी सुरू केली. लगडवाडीत फोडा-झोडाची गोरी नीती अवलंबली.

घाडगे गेल्या पाच वर्षात माझे जिवलग मित्र बनलेवते. गरीबीची जाण, समाजकार्याची गोडी यावर आमची मैत्री उभी. त्यामुळेच घाडगेंची पंच, सरपंच म्हणून आम्ही बिनविरोध निवड केलीवती. परंतु सारं विसरून ते आमदाराच्या कच्छपी लागले. मतलबी वेळी, आर्थिक बाबीत मला टाळू लागले. सायबूनाना मोजर एकदा म्हणाले, ''मास्तर, तुमी समजताय तेवडा सरपंच सरळा न्हाय. कामं करायची तुमी आन् क्रेडिट घ्यायचं त्यानं! शिकार करायची वाघानं आन् ताव मारायचा गिधाडानं!''

न पेलणारी अडचण आली तरच आता सरपंच मला बोलवू लागले. लाइटचे पोल आणण्यासाठी बैलगाड्या जुपताना लोक त्याना दाद द्यायचे नाहीत. अशावेळी ते मला बोलवायचे. अवजड ट्रान्सफॉर्मर डीपीवर बसवताना मला बरोबर घेण्यावाचून गत्यंतर नसायचं. इलेक्ट्रीक मोटारींच्या व्यवहारात मात्र मला जाणीवपूर्वक बाजूला ठेवलं. सिराजभाई म्हणाले, ''मास्तर, मोटरींच्या बाबतीत सावद ऱ्हा. न्हायतर मदल्या मदी कुनी गाळा मारील. धाबारा मोटरीमागं एजंटानं एक मोटर फ्री दिलीय! –आसं आमच्या

कानाव आलंय. फ्री मोटर कुनाच्या हिरीव बसलीय ते आमाला कळू द्या!''

मी मात्र निक्षून सांगितलं, ''एस्टी आणली, तशीच लाईट आणण्यासाठी प्रयत्नांची पराकाष्ठा करणार! गाळा, कमिशन ही लफडी तुमची तुमी बघा.''

''बगा न्हाय तर;– एक गाव बारा भानगडी– हा सिनेमा लगडवाडीत सुरू व्हयाचा!'' सायबूनानानं शेंडा खुडला.

विद्युत उद्‌घाटनाचा दिवस उजाडला;– म्हणण्यापेक्षा रात्र पडली. प्रमुख पाहुणे होते सातारा सहकारी साखर कारखान्याचे चेअरमन आ. किसन वीर आणि अध्यक्ष होते एमेसीबीचे इंजिनियर पाठकसाहेब. मळ्यातल्या विहिरीवर आमच्या इलेक्ट्रीक मोटारची कळ आमदारांनी दाबली. पाणी बदाबदा थारोळ्यात पडलं. वीजपंपाचं उद्‌घाटन झालं!

रात्रीचा समारंभ असल्यानं गावातल्या स्ट्रीट लाईटचं उद्‌घाटन आधीच वायरमननं केलंवतं. नंतर पाठकसाहेबांनी विजेची कळ दाबली. 'विद्युत उद्‌घाटन, लगडवाडी' असा कापडी बॅनर रंगीबेरंगी रोषणाईनं प्रकाशमान झाला. टाळ्यांच्या कडकडाटात गावातल्या पथदिव्यांचं औपचारिक उद्‌घाटन झालं! आता लगडवाडी अक्षरश: प्रकाशात आली!!

जित्राब राखणारा मेंढका खरा धनगर. रान हेच त्याचं घर. ऊन, वारा, पाऊस काहीही असलं तरी मुक्काम शेतात. लांडगा, वाघ, तरस अशा सावजामांजरापासून, चोराचिलटापासून कडव्या धनगरी कुत्र्यांच्या सोबतीनं मेंढरांचं रक्षण करण्यासाठी रात्रंदिन खडा पहारा. दिवसभर शेरडंमेंढरं हिंडवत, डोंगरबारीला रानामाळात. धनगरनीनं तळाव  करडंकोकरं, पोरंढोरं राखायची. जळानकाटुक जमवून वाऱ्याकावरात, पावसापाण्यात, उघड्यावाघड्या शिवारात तीन-दगडी चूल मांडून सैपाक करायचा. बकऱ्यांचा तळ आज या गावच्या रानात, तर उद्या त्या वाडीच्या शिवारात. पीठकूट, कपडालत्ता, कोबडंकुकडं सारं बिऱ्हाड धनगरी घोड्याव लादलेलं. गड्याबायानी डोकीव घेतलेलं.

कळस म्हणजे उन्हाळ्यातले सहा महिने जित्राब, प्रपंच पाणस्थळ कोकणात; तर पावसाळ्याचे सहा महिने कोरड्या माणदेशात. बारमाही भटकंतीमुळं मेंढक्या मुलामुलींच्या शिक्षणाची वाताहत. ही परवड लहानपणापासनं भिरडाचीवाडी, खंडोबाचीवाडी, देवकरवाडी या धनगरवाड्यात जवळून पाहिल्यामुळं मेंढपाळ मुलामुलींच्या शिक्षणासाठी काहीतरी करावं असं वाटायचं.

मामा-मावशीकडं लोणंदला गेलो असता अहिल्या शिक्षण मंडळाच्या मीटिंगला उपस्थित राहिलो. पोटतिडकीनं बोललो. मंडळाच्या सहसचिवपदी नियुक्ती झाली.

मंडळाच्या मालकीची पुण्यात अलका टॉकीजजवळ तेरा गुंठे जागा. तिथं धनगर मुलामुलीसाठी वसतिगृह बांधण्याचा संकल्प ऐकून आनंद वाटला. इमारत बांधकामासाठी नियुक्त केलेल्या वर्किंग-कमिटीत माझा समावेश झाला. वर्गणी जमवण्याच्या कामाला लागलो. शंभर सभासद केले. जमा रक्कम अध्यक्षाकडं पाठवली. तथापि कामाचा उरक, सेवाभाव मंडळात अभावानं दिसला. सारा सरंजामदारी खाक्या. भ्रमनिरास झाला!

मेंढपाळ व धनगर विद्यार्थी यांच्याबद्दलची कणव गप्प बसू देत नव्हती. कराडला मुक्काम पडला. प्रा. एम्जी नाचण, प्रा. ज्येम डोंबाळी, कॉलेज हेडक्लार्क बीडी काळे यांच्याशी बोलून मेंढक्यांच्या प्रश्नांचा उहापोह केला. फिलॉसॉफरच्या आविर्भावात काळे म्हणाले, "आशाळभूतपणे इतरांच्या तोंडाकडं बघत बसण्यापेक्षा महानवर सर, नवी संघटना उभारून मेंढपाळांच्या, धनगर विद्यार्थ्यांच्या प्रश्नांची तड लावा ना!"

तत्परतेनं कामाला लागलो. धनगर समाजाचे ज्वलंत प्रश्न मांडलेले निवेदन निवडक समाजबांधवांना पाठवले. सातारला बैठक आयोजित केली. तळमळीचे चौसष्ट कार्यकर्ते आले. त्यात नऊ प्राध्यापक, सतरा पदवीधर. महाविद्यालयीन धनगर विद्यार्थ्यांना पाच टक्के व्याजानं कर्जाऊ शिष्यवृत्ती देणं, मेंढक्या विद्यार्थ्यांसाठी वसतिगृह काढणं, लोकर व्यवसाय सुरू करणं व संघटना बांधून धनगरांच्या प्रश्नांची तड लावणं! –या उद्दिष्टावर एकमत. 'जागृती-प्रगती मंडळ' स्थापन करण्यात आलं. कार्यकारिणी निवडली. माळशिरसचे हणमंतराव पाटील अध्यक्ष, मी सरचिटणीस व प्रा. बिरबल शिंदे सहचिटणीस.

कार्यकारणीची पहिली बैठक लोणंदला. शिक्षण हीच जागृती, रचनात्मक आर्थिक कार्यक्रम हीच प्रगती व संघटित मंडळ हीच शक्ती! –हे बोधवाक्य. निधी संकलनासाठी सदस्याना पावती बुकं दिली.

त्याच दरम्यान मला पहिलं अपत्य झालं: कन्यारत्न! डाव्या चळवळीतलं नाव ठेवलं: अजिता!

प्राचार्य आसि मुळेंनी गेल्या जूनमध्ये प्री डिग्री सायन्सपुढचा एफ्वायचा वर्ग काढला. सायन्स खर्चाचा बोजा मोठा असला तरी काटकसरी प्रशासनामुळे आर्थिक स्थैर्य होते. प्राचार्य स्वत:चा, कॉलेजचा आब राखून होते.

बळवंत कॉलेजच्या प्राध्यापकात सरळ सरळ दोन गट होते. एका गटाचा नेता उपप्राचार्य, तर दुसऱ्या गटाचा नेता एक ज्येष्ठ प्राध्यापक. उपप्राचार्य आणि मी एकाच बंगल्यात रहात होतो. जिवलग मित्र. आमचा गट प्राचार्यांच्या विश्वासातला.

वार्षिक स्नेहसंमेलन नजिक ठेपलं. संमेलन कार्यविभागणी निश्चित करण्यासाठी प्राध्यापकांची मीटिंग सुरू झाली. फुटकळ समित्या बिनबोभाट तयार झाल्या. शेवटी प्राचार्यांनी स्नेहसंमेलन-कार्याध्यक्ष या मानाच्या जागी उपप्राचार्यांचं नाव जाहीर केलं. सन्नाटा पसरला! दुसऱ्या गटाचा इच्छुक नेता अस्वस्थ झाला न् म्हणाला, ''कार्याध्यक्ष निवड समतोल झाली नाही. प्राचार्य नि:पक्षपाती असते तर, या निवडीत त्यांनी दुजाभाव दाखवला नसता. आणि...''

त्यांचं बोलणं पूर्ण होण्याआधीच प्राचार्य तडकले, ''सिट डाऊन फर्स्ट! प्रोफेसर, तुम्ही कोणावर हेत्त्वारोप करताय? शाखाप्रमुखाचा अवमान करण्याचा तुम्हाला अधिकार नाही. तुमचे वक्तव्य 'इन्सबॉर्डिनेशन'मध्ये मोडणारे आहे. आणि त्यामुळे तुमच्या भवितव्यावर विपरित परिणाम होईल, याचं तरी भान आहे का?''

वाक्ताडन जिव्हारी लागल्यानं तो नेता मान खाली घालून मुसमुसू लागला. भावनावेग ओसरताच उभा राहून म्हणाला, ''साहेब, मला थोडं बोलायचंय?''

''बोला. पुढं येऊन बोला.''

''भावनेच्या भरात, प्राचार्यांचा अधिक्षेप करणारे शब्द तोंडून गेलेत. सभा संकेतांचा भंग करणारं वर्तन नकळत माझ्याकडून घडलंय. दिलगीर आहे.''

प्राचार्य म्हणाले, ''ठीक आहे! जे अप्रिय घडलं, ते सर्वांनी विसरून जावं आणि गॅदरिंगच्या कामाला लागावं.''

कटुता न ठेवता उपप्राचार्यांनी कार्याध्यक्ष म्हणून सर्व समित्यांच्या कामाचा समन्वय साधून स्नेहसंमेलन खेळीमेळीत पार पाडलं.

आमदाराच्या विषारी गुरुमंत्रामुळं सरपंचाच्या मनात माझ्याविषयी किल्मिष वाढलंवतं. त्याची जाणीव होती, तरीही पूर्वी झालेल्या निर्णयांची अंमलबजावणी करून सर्वांना संधी देण्याचा माझा प्रयत्न जारी होता. एकदा म्हणालो, ''घाडगे, पहिली अडीच वर्षे तुम्ही सरपंच आणि पुढली अडीच वर्षे वाकनवाडीचे बाबूराव गोळे सरपंच! –असं ठरलंवतं ना?''

''आठवतंय. पन गोळे काय म्हनतायत ते बगावं लागंल.''

''गोळे काही का म्हणेनात! सरपंचकीचा राजीनामा देऊन जागा खाली केली की तुमचं काम संपलं.''

''ठीकय! बगतो काय करायचं ते.'' घाडगे चाचरत म्हणाले.

सरपंचपदाचा राजीनामा न देता, उलट घाडगेनं ती चर्चा तिखटमीठ लावून आमदाराला सांगितली. नंतर समजलं;– वाडीतली हागल्या-मुतल्याची बित्तंबातमी सरपंच आमदाराकडं पोचवायचे. आमदार सांगायचे, ''घाडगे, मास्तरला छळण्याची एकही संधी वाया घालवू नका. तेवढं केलं की तुमचा उचित काळ जवळ आलाच

असं समजा.''

मग काय? सरपंचाला भलताच चेव चढला. खोटंनाटं कुभांड रचून; भाऊला गावगुंडी पेचात पकडून सरपंचानं आमचं घर वाळीत टाकलं. वाळीत म्हणजे संपूर्ण बहिष्कार! आमच्या माणसाशी वाडीतलं कुणी बोलायचं नाही, आमच्याशी कुणी देवघेव करायचं नाही आणि आमच्याशी संबंध ठेवील त्याच्याव वाळीत!

''भाऊचं चुकलं!'' म्हणत मोठा दंड भरल्याव आमच्या घरावला बहिष्कार उठला. अशा प्रकारे टग्यानी जुना गावगुंडी हिसका मलाबी दावला. जाणीव करून दिली, 'मास्तर, तुमी कितीबी शिकला न् मोठं झाला तरी गावात रहायचं आसलं तर आमच्या वंजळीनंच पाणी प्यावं लागंल!'

पाच वर्षांच्या अनुभवानं ठळक बाब लक्षात आलीवती; केवळ शिकत होतो तोवर 'हुशार विद्यार्थी' म्हणून गावातले भागातले नावजायचे. पण गावचा रस्ता केला, एस्टी सुरू केली, पंचायत वेगळी काढली, पंचसरपंच निवडणूक बिनविरोध झाली, गावात लाईट आणली, धनगरवाडीत शाळा काढली-बांधली व सोसायटीचा चेअरमन झालो;– त्यामुळं काहींच्या हितसंबंधाना बाधा आली. मी त्यांच्या डोळ्याव आलो.

नवभारत सोसायटीचं यडझवं कार्यक्षेत्र : किकली व सहा वाड्या! त्यामुळं कायम समज-गैरसमज. गावातला चेअरमन झाल्यास वाड्यातले लोक माझ्या नावानं बोटं मोडायचे. वाडीतला चेअरमन झाला की गावातले खडे फोडायचे. किकली शाळेतले माझे नामवंत शिक्षक सोसायटीत आमच्या विरोधी गटात. माझं नेतृत्व त्याना गैरसोयीचं. त्यानी शेरा मारला, ''महानवर माझा हुशार विद्यार्थी. पण हाय लेव्हलच्या प्राध्यापकानं सोसायटी राजकारणाच्या खातेऱ्यात पडायला नकोय.''

चेअरमन झाल्याव मी सोसायटीची सर्वांगीण प्रगती साधली. परंतु आपल्या हुशार विद्यार्थ्याच्या कामगिरीचं कौतुक न करता, गुरुजीनी उलट संताप व्यक्त केला. संतापाचा अन्वयार्थ माझ्या ध्यानात आला; –राजकारणात आपली पार्टी महत्वाची! पार्टीपुढं शिक्षक-विद्यार्थी, भाऊ-भाऊ, बापलेक, मायलेकी अशी सारी नाती राजकारण्याला कुचकामी वाटतात. तो आणि अनुयायी एवढं एकच नातं उपयुक्त असतं!

दैवदुर्विलास असा की, कालांतरानं गुरुजींच्या भावकीतले आमदार नवभारत सोसायटीचे चेअरमन झाले; तेव्हा मात्र गुरुजीना सोसायटीचं राजकारण खातेरा वाटलं नाही!

उन्हाळी सुट्टीत जागृती-प्रगती मंडळाच्या कामकाजाला चालना दिली. घटना

तयार करून रजिस्ट्रेशन केलं. वार्षिक बैलबाजाराच्या मोक्याव माणदेशात करगणीला सभा घेतली. तोपर्यंत दहा विद्यार्थ्यांना कर्जाऊ शिष्यवृत्ती दिलीवती. त्यातला एकजण सातारला शिवाजी कॉलेजात शिकत होता. त्याला जमीन नव्हती, वडील नव्हते, आई मोलमजुरी करायची व दोन भाऊ हॉटेलात कामाला. चांगुलपणा व हुशारी हेच तारण समजून कर्ज द्यायचो. सुट्टीत मिशनरी पद्धतीनं पंचवीसेक गावात पायपीट करून वर्गणी, देणगी जमवली. लोक पैसे देत होते. जिव्हाळाही देत होते.

त्यावर्षी रयतमध्ये प्राचार्यांच्या बदल्या झाल्या. बळवंत कॉलेज नावारूपाला आणणारे प्राचार्य मुळे रामानंदनगर कॉलेजला गेले. नव्या प्राचार्यांनी पुढला एस्वायचा वर्ग काढला नाही. विज्ञान विभाग दोन वर्गाव विसावला. चारशे मीटर्स रनिंग ट्रॅकच्या ग्राऊन्डचं काम मात्र प्राचार्यांनी धूमधडाक्यानं सुरू केलं. त्या खर्चिक प्रकल्पामुळे आर्थिक ओढाताण सुरू झाली. प्राध्यापक-सेवकांचे पगार चारपाच महिने थकले. आमचा प्रपंच उधारउसनवारीव सुरू.

प्राचार्यांनी नोटिस काढली, 'प्रा. डीजी महानवर हे विज्ञान विभागाचे उपप्राचार्य म्हणून काम पहातील. विज्ञान विभागातील प्राध्यापक-सेवकानी रजेवर जाण्यापूर्वी प्राचार्य व उपप्राचार्यांना कल्पना द्यावी.'

स्वत:बरोबर कुटुंबाचीही उन्नती व्हावी म्हणून पुतण्या राम अकरावीला यंदा विट्यात आणला. दोघांचं कुटुंब बघता बघता चिमुकल्या अजितासह चौकोनी झालं.

जागृती-प्रगती मंडळाच्या कार्यकारिणीनं तीन महत्वाचे निर्णय घेतले. लोकर उत्पादक संघ स्थापून लोणंद मार्केट यार्डात अडत दुकान सुरू करणं, स्मरणिका काढणं व कॅलेंडर छापणं. तिन्ही निर्णयांची सांगता लोणंदच्या महत्वाकांक्षी समारंभात करायचीवती. जोमानं कामाला लागलो. कळपासोबत मेंढपाळ जोडपं!- असं कलात्मक रंगीत चित्र असलेलं मोठं कॅलेंडर दीड हजार प्रतीत शिवकाशीहून छापून घेतलं. अडत दुकानासाठी लोणंद मार्केट यार्डात मोक्याची जागा घेतली, लायसेन्स घेतलं. शेअर भांडवल जमवलं. मी एक शेअर तर घेतलाच, पण भांडवलासाठी दोन हजार रुपये बिनव्याजी ठेव ठेवली.

स्मरणिका मजकुराचं संकलन, संपादन, मुद्रण हा जिकिरीचा भाग. कष्टाचं काम होतं जाहिरात संकलन. अध्यक्ष माळशिरसचे हणमंतराव पाटील यांच्यासह सर्व कार्यकर्ते धडाक्याने कामाला लागले. सारा मजकूर हाती आल्याव संपादक या नात्यानं साहित्यिक स्पर्श असलेली मुद्रण प्रत तयार केली. गजानन प्रेसकडे विट्यात छापाय दिली. छपन्न पेजेस सुबक स्मरणिका एकदाची छापून तयार झाली. मंडळाचं दैनंदिन कामकाज जोमानं सुरू होतं. सात जिल्ह्यातील बेचाळीस विद्यार्थ्यांना

उच्च शिक्षणासाठी कर्जाऊ शिष्यवृत्ती दिलीवती.

समारंभाचा दिवस उजाडला. आठधा तालुक्यातील समाजबांधव मेळाव्याला मोठ्या संख्येनं उपस्थित. सातारा जिल्हा मध्यवर्ती बँकेचे चेअरमन आ. आबासाहेब वीरांनी मार्केट यार्डात अडत दुकानाचे उद्‌घाटन केले. लोणंद ग्रामपंचायतीपुढं मंडपात सभा सुरू झाली. सरचिटणीस म्हणून प्रास्ताविक भाषणात म्हणालो, ''सह्याद्रीच्या दऱ्याखोऱ्यात वणवण भटकणाऱ्या मेंढक्यांचं रान हेच घर. आज इथं तर उद्या तिथं. पावसाळा देशावर, तर उन्हाळा कोकणात. त्या मेंढपाळ धनगरांच्या समस्या सोडवण्याचं काम मंडळाला करायचंय.''

सोलापूर जि.प. बांधकाम सभापती रामभाऊ वाघमोडेनी स्मरणिकेचं प्रकाशन, कॅलेंडरचं वितरण केलं. ते मनोगतात म्हणाले, ''ज्या जुन्याना उपजीविकेचं अन्य साधन नाही, त्यानी मेंढीपालन करावं. इतरानी नवी क्षितिजं शोधावीत. त्यासाठी शिक्षण हवं.''

अध्यक्षीय समारोपात आ. किसन वीर म्हणाले, ''भूतपिशाच्च, अंगारेधुपारे या बुरसट चालीरितींचा धनगर समाजानं त्याग करून नव्या युगाशी जुळवून घ्यावे. परिवर्तनासाठी शिक्षण आवश्यक असल्याचं ओळखून मंडळानं कर्जाऊ शिष्यवृत्ती सुरू केली आणि सहकाराचं महत्व जाणून लोकर उत्पादक संघ-अडत दुकान सुरू केले ते कौतुकास्पद आहे.''

महत्वाकांक्षी समारंभ यशस्वी झाल्यानं सुटकेचा नि:श्वास सोडला.

माळशिरस तालुक्यात धनगर समाज मोठा. दक्षिण तालुका दुष्काळी. त्या भागातल्या विद्यार्थ्यांसाठी वसतिगृह काढावे!– अशी विधायक सूचना मंडळाचे अध्यक्ष हणमंतराव पाटलानी मांडली. तरुण उत्साही कार्यकर्ते मामा मोटेनी पुढाकार घेतला. माळशिरसच्या मध्यवस्तीत पैलवान बाजी देशमुखाची दहा खण जुनी इमारत बंद स्थितीत होती. गवंडी, सुतारासह तीन आठवडे राबून इमारतीची डागडुजी, रंगरंगोटी करून तिथं वसातिगृह सुरू केलं.

धनगरांच्या अडाणी चालीरितीबद्दल मला तिटकारा. एक वेडगळ चाल म्हणजे;– धनगरनीचं आडवं कुंकू. धनगरनीनं कुंकवाचा कपाळभर आडवा मळवट भरावा! असं धर्मशास्त्रानं सांगितलेलं नाही. परंतु परंपरेचा अडाणी कित्ता मागील पानावरून पुढं गिरवला जातो. त्या प्रथेला मी घरात विरोध केला. वृद्ध आईला म्हणालो, ''कपाळभर आडवा मळकट भरण्याऐवजी आजपासून तू कुंकवाचा उभा टिकला लाव.''

आढेवेढे न घेता आईनं मान्य केलं. उभट मोठा टिकला लावू लागली. आडव्या कुंकवाची धनगरीन दिसली की, तिलाही टिकला लावाय सांगायचो.

बळवंत कॉलेजच्या रनिंग ट्रॅक-ग्राऊंड डेव्हलपमेंटचं काम वर्षभर चालू होतं. त्यात हजारो रुपयांचा चुराडा झाला. परिणामी, प्राध्यापकांचा पगार नऊधा महिने थकला. बॅ. पी.जी. पाटलांचा भाचा तात्यासाहेब पाटील बळवंतला मराठीचा प्राध्यापक. आमची घनिष्ठ मैत्री. सोमवारच्या बाजारात भेटल्याव विचारलं, "तात्यासाहेब, झाला का बाजार?"

"बरं झालं तुम्ही भेटलात. बाजारला आलोय पण खिशात गिन्नी नाही."

"नसू द्या. मी देतो."

एकुलती एक पाचाची नोट मोडली. तीन रुपये पाटीलसरांना दिले न् म्हणालो, "तुमच्या घरात खाणारी तोंडं अधिक असल्यानं एक रुपया जादा."

कॉलेजची आर्थिक स्थिती डबघाईला आल्यानं प्रशासनातली अस्थिरता वाढून चुकीचे निर्णय घेतले जात होते. अशीच एक अनपेक्षित घटना घडली;– कॉलेज एन्सीसीने प्रदेश काँग्रेसच्या अध्यक्षाना एस्टी स्टँडवर मानवंदना दिली. लागलीच पुरोगामी विद्यार्थी संघटनेच्या नेत्यानी मानवंदनेचे नियम-संकेत तपासले. राजकीय पक्ष प्रमुखाला एन्सीसी मानवंदना देता येत नाही! –हे स्पष्ट होताच, सकाळचे वर्ग सुटताना विद्यार्थी संघटनेनं कॉलेज प्रांगणात प्राचार्यांना मानवंदनेबाबत जाब विचारला. प्रश्नोत्तरं, शब्दाशब्दी, वादावादी वाढून चर्चेचं रुपांतर घेरावमध्ये झालं. दुपारच्या भर उन्हात घेराव दीडेक तास चालला. प्राध्यापकांच्या दोन गटातला ताणतणाव पराकोटीला गेला. प्राचार्यवादी गटाव 'मानवंदना' चा शिक्का, तर आमच्या गटाव 'घेराव'चा शिक्का.

बंगलोर अधिवेशनात फूट पडून काँग्रेसची सिंडीकेट-इंडिकेट अशी शकले झाली. पाकिस्तानचे दोन तुकडे होऊन बांगलादेश निर्माण झाल्याने पंतप्रधान इंदिरा गांधीच्या नेतृत्वाला झळाळी आली. लोकसभेची मध्यावधी निवडणूक होऊन भारी बहुमताने इंदिराजी पुन्हा पंतप्रधान झाल्या. गरीबी-हटाव घोषणा प्रत्यक्षात आणण्यासाठी चंद्रशेखर, मोहन धारिया आदी तरुण-तुर्कांनी पक्षांतर्गत दबाव गट निर्माण केला. त्याचाच भाग म्हणून 'काँग्रेस फोरम फॉर सोशॅलिस्ट ॲक्शन' ही प्रक्षांतर्गत फ्रंट काढली.

विधानसभा निवडणूक जवळ आली असताना फोरमच्या महाराष्ट्र-युनिटचे अधिवेशन पुण्याला काँग्रेस-भवन आवारात भरले. पक्ष म्हणून काँग्रेसशी माझा सुतराम संबंध नव्हता. पण तासगावचे आ. गणपतराव कोळी व आमचे आ. किसन

वीर यांच्यामुळे अधिवेशनात सहभागी झालो. महाराष्ट्र फोरमचे अध्यक्ष ना. शरद पवार. त्यांच्या नेतृत्वाखालील अधिवेशनाचे उद्‌घाटन केंद्रीय अर्थमंत्री यशवंतराव चव्हाणांनी केले. नऊ ठराव झाले. 'सामाजिक समता' हा आठवा ठराव प्राचार्य पीबी पाटलांनी मांडला. त्याचा आशय; –सर्व वसतिगृहात पन्नास टक्के मागास विद्यार्थी घ्यावेत. वर्गभेदाइतकाच वर्णभेदाचा तिरस्कार करावा. त्याखेरीज सामाजिक समता प्रस्थापित होणार नाही.

ठरावाचा विषय, आशय भावला. ॲड. सुशिलकुमार शिंदे, प्रा. रतनलाल सोनग्रा यांच्यानंतर मी अनुमोदन देणारे भाषण केले, "सामाजिक विषमता हा देशाच्या प्रगतीतला मोठा अडसर आहे. म. फुलेंनी सत्यशोधक समाजाच्या माध्यमातून समता प्रस्थापित करण्याचा आटोकाट प्रयत्न केला. तेच काम मिश्र-बोर्डिंगद्वारे कर्मवीर भाऊराव पाटलांनी पुढे नेले. आजही देशात वर्णविषमता पराकोटीची आहे. त्यामुळेच घटनेचे शिल्पकार डॉ. बाबासाहेब आंबेडकरांना लोकसभा निवडणुकीत दोनदा पराभव पत्करावा लागला!"

पुणे अधिवेशनानंतर रयतचं पत्र आलं, 'संस्था-सेवकाचा राजकारणात भाग!– या संबंधातील अ.शा. टिमधरेंचं पत्र सोबत जोडलं आहे. त्याबाबत आपला खुलासा त्वरित इकडे पाठवावा.'

टिमधरेनी लिहीलेवते, 'फोरम अधिवेशनात भाषण करून बळवंत कॉलेजच्या प्रा. महानवरांनी राजकारणात भाग घेतलाय. त्यांच्या कडक भाषणामुळे कॉंग्रेसजनांच्या मनात रयत शिक्षण संस्थेविषयी कटुता निर्माण झालीय. तरी, प्रा. महानवर यांच्यावर कडक कारवाई करावी.'

संस्थेचा खलिता व सोबतचं पत्र वाचून प्रथम चांगलाच सटपटलो. परंतु 'अ.शा. टिमधरे' हे विचित्र नाव व बेपत्ता पत्र; यावरून लक्षात आलं: पत्र बोगस असून विट्यातल्या आणि वाई तालुक्यातल्या हितशत्रूंनी माझ्याविरुद्ध रचलेलं ते कुभांड! शांत डोक्यानं विचार करून खुलासा पाठवला. रयतनं माझ्याव कसलीही कारवाई न करता प्रकरण फाईलबंद केलं.

फोरम अधिवेशनात दोन नंबरचा ठराव होता : कमाल जमीन धारणा कायदा. केंद्रीय नियोजन राज्यमंत्री ना. मोहन धारियांनी कायद्याचा पुरस्कार केला. विरुद्ध बाजूला सहकार महर्षी आ. शंकरराव मोहिते-पाटील. दोघात जुंपली. शनिवार वाड्याच्या सभेत ना. धारियांनी, सहा महिन्यापूर्वी झालेल्या आ. मोहिते-पाटलांच्या लक्षभोजनाचाही उद्धार केला. प्रत्युत्तर म्हणून सहकार महर्षीनी सदाशिवनगरला शेतकरी परिषद आयोजित करून ना. धारियावर तोफ डागली; "जरूर तर कॉंग्रेसमधून

बाहेर पडू. अव्यवहारी कमाल जमीन धारणा कायद्याला मात्र कसून विरोध करू!''

लागलीच ना. धारियांनी पत्रकार परिषद घेऊन ठणकावले, ''काँग्रेसच्या कार्यक्रमावर ज्यांचा विश्वास नाही आणि पक्षात राहून पक्षाचा कार्यक्रम उधळून लावण्याचा जे प्रयत्न करतात, असे लक्षभोजनवाले बिग बागायतदार बाहेर पडले तर काँग्रेस पक्ष स्वच्छ, मजबूत होईल!''

ना. धारिया विरुध्द आ. मोहिते-पाटील अशी कलगीतुऱ्याची रणधुमाळी सुरू असतानाच विधानसभा निवडणुकीचे पडघम वाजू लागले. तिकीट वाटपाची प्रक्रिया सुरू झाली. आ. मोहिते-पाटील तालुका काँग्रेसचे अध्यक्ष. त्यांचा प्रचंड दबदबा. तिकिटासाठी अन्य कुणाचा अर्ज नव्हता. तालुका कमिटीनं त्यांच्या नावाची शिफारस जिल्हा काँग्रेसकडे केली. विरोधी नामदेवराव जगताप गट व फोरमनं मोहिते-पाटलांचं तिकीट कापण्याचा चंग बांधला. फोरमच्या बैठकीत एक नेता म्हणाला, ''सोलापूर जिल्हा काँग्रेसकडे मोहिते-पाटलांचा एकट्याचाच अर्ज असल्यास, त्यांच्या उमेदवारीला विरोध करायला आपल्याला तरी जागा रहातेय का?''

त्यावर गणपतराव कोळी म्हणाले, ''या प्रॉब्लेमचं सोल्युशन आहे; प्रा. दिपा महानवर यानी सोलापूर जिल्हा काँग्रेसकडे उमेदवारीसाठी अर्ज करावयाचा!''

चार दिवसानी तर ना. मोहन धारियांचं तसं पत्र आलं. मग काय? माळशिरसची उमेदवारी मागणारा अर्ज मी जिल्हा काँग्रेसला सादर केला.

यथावकाश जिल्ह्यातल्या सर्व अर्जदारांच्या मुलाखती सोलापूरला झाल्या. राज्याचे एक मंत्री ना. सुंदरराव सोळुंके निरीक्षक. जिल्हा कार्यकारिणीच्या बैठकीत एकवीसपैकी एकोणीस सदस्यानी सहकार महर्षींच्या नावाला विरोध केला. निरीक्षकाने शेवटी जाहीर केले, ''मी माझा अहवाल प्रांतिक काँग्रेसला सादर करीन. सर्व अर्जदारानी प्रांतिक निवड मंडळापुढे मुंबईत मुलाखतीसाठी उपस्थित रहावे.''

मरीन-ड्राइव्ह चौपाटीलगत ना. यशवंतराव चव्हाणांच्या 'रिव्हिएरा' परिसरात तिकिटासाठी महाराष्ट्रातल्या अर्जदारांची चार दिवस जत्रा. माळशिरसचा नंबर आला पहाटे तीनला. निवड समितीपुढं आम्ही अर्जदार बसलो. ना. यशवंतरावजी आ. मोहिते-पाटलाना सहज म्हणाले, ''शंकरराव, डोळ्याला रांजणवडी दिसतेय. जाग्रण झालं काय?'' आमदार फक्त हसले.

ना. शरद पवार म्हणाले, ''प्रा. महानवर, तुम्ही विट्याला असता ना?''

''होय! विट्याच्या बळवंत कॉलेजमध्ये प्राध्यापक.''

'बळवंत कॉलेज' हे शब्द ऐकताच ना. यशवंतरावजीनी भुवई उंचावून माझ्याकडे कटाक्ष टाकला. ना. शरदराव पुढं म्हणाले, ''मग विट्याचा आणि माळशिरसचा मेळ कसा काय घालणार?''

''आमदार सौ. प्रभावती सोनवणे मुंबईचा आणि माणचा मेळ घालतात तसा!''

मुलाखती संपताच परत फिरलो.

मुंबईतला तिकिटाचा निकाल समजला नव्हता; परंतु विट्याला पोचताच घरातला निकाल समजला; –त्या रात्री सुपुत्र सागर जन्मला!

दोन दिवसानी उमेदवार यादी जाहीर झाली. माळशिरसची उमेदवारी सभापती चांगोजीराव देशमुखाना देण्यात आली. सूचक मित्र मामा मोटे म्हणाले, "सर, आपल्याला उमेदवारी ना मिळू द्या; पण सहकार महर्षींचं तिकीट कापण्यात आपण यशस्वी झालोत हे काही कमी नाही. अर्धी लढाई जिंकली!"

वर्ष संपता संपता न भूतो न भविष्यति! –अशी खळबळजनक घटना घडली. विधानसभा निवडणुकीच्या रणधुमाळीत राजकीय पक्षाच्या प्रचारसभेत भाषण केले म्हणून बळवंत कॉलेजच्या प्राचार्यांना रयत शिक्षण संस्थेनं सस्पेंड केलं. निलंबनाचा मुद्दा विटा परिसरात, संस्थेत चर्चेचा विषय ठरला.

स्वत:चा सत्तास्वार्थ व आमदाराचे विषारी मार्गदर्शन यामुळे, पाच वर्षे संपेपर्यंत घाडगेनं सरपंचकीचा राजीनामा दिला नाही. मुदत संपल्यानं लगडवाडी ग्रुप ग्रामपंचायतीची निवडणूक जाहीर झाली. लगडवाडीत दोन गट दिसू लागले. धनदांडगे विरुद्ध गोरगरीब असे ध्रुवीकरण झाले. श्रमदान असो, भंडारा असो की निवडणूक; गावगाड्याची मीटिंग व्हायची. पण यावेळी जुनी कारभारी मंडळी मीटिंगचं नाव काढत नव्हती. चावडीत बरीच माणसं असताना एकदा मीच विषय काढला. "घाडगे, ग्रामपंचायत निवडणूक लागलीय त्यासाठी मीटिंग कधी घेताय?"

"कदीबी घ्या." घाडगेच्या कपाळाव आठ्या.

शेवटी एका रात्री लिंबाच्या पाराखाली गावची बैठक बसली. पुढल्या तोंडाची मंडळी गपगार. जुनं मिर्दू दाताड आवळून चिडीचूप. कंटाळून सिराजभाईनं गुळणी फोडली, "सरपंच, ग्रामपंचायत निवडणुकीचं आर्जं कवा भरायच्यात?"

"उद्या शेवटचा दिवस."

"लगडवाडी वॉर्डातनं कुणी कुणी अर्ज भरायचे ते ठरवा ना घाडगे!" मी मुद्द्याव आलो.

"मास्तर, सरपंच झालो म्हणजे मी काय गावचा मालक हायं का?" घाडगेचं गपचाळीस.

"घाडगे आता टोलवाटोलवी बंद करा न् आर्जं भरान्याबद्दल काइते लौकर बोला. का मी बोलू?" सिराजभाई म्हणाले.

"बोला की भाई. तुमी काय लगडवाडीतलं न्हाय का?"

१२० । विमुक्ती

"मला वाटतं ह्या बारीला शेलारवाड्यातल्या शिरंगतात्यानं उबं व्हावं."

कुणी तरी पवारवाड्यातल्या वामनतात्याचं व मधल्या आळीतनं शांताबाई फडतरनीचं नाव सुचवलं. शेवटी सायबूनाना म्हणाले, "घाडगे, ही तीन नावं पक्की समजायची ना? न्हाय तर मागनं गोळ्या झाडाल. अताच काय ते पटकन सांगा!... पऽऽ न घाऽऽडगे, तुमच्या बगलंचं कुनीच काय बोलत न्हाय?"

"तुमी काय न् आमी काय? एकच की!" घाडगेचा साळसूदपणा. मीटिंग संपली. काही तिथंच लवंडली. बाकीच्यानी आपापली घरी गाठली.

आम्ही पाचपंचवीस मंडळी एस्टीनं वाईत. मीटिंगीत ठरल्यानुसार तिन्ही उमेदवारीअर्ज भरले. चहापाणी उरकून हॉटेलातनं बाहेर आलो, तोच बाळकू शेलाराचा वसंत म्हणाला, "मास्तर, तिकडं बगितलं का? हरिबापूचा ट्रक!"

चमकून पाहिलं तर ट्रकजवळ खाशाबा घाडगे, हरि शेलार आणि मीटिंगीत कानापल्यागत गपगार बसलेली सारी. सिराजभाई म्हणाले, "तुमी हितंच थांबा. त्यांचं कायकाय चाललंय ते बगून येतो."

लगबगीनं माघारी येऊन भाई म्हणाले, "खाशाबा घाडगेनं मापरवाडीतनं आर्जं भरलाय. हरि शेलार, पार्बती मोजरीन, संपा साळुंका ह्यांनी लगडवाडीतनं भरल्यात."

आमदाराचा गुरुमंत्र असल्यामुळेच एवढा मोठा गुपित घाला घाडगेनं घातलावता. शेवटी सरळ सामना रंगला. विरोधकानी जातीवादी प्रचार सुरू केला. हरिबापू म्हणू लागले, "आपल्या घाडगेमागं जायाचं का धनगर मास्तरमागं? लोकानी पुरता इचार करावा!"

घाडगे म्हणाले, "ही निवडणूक आपन हरलो तर, आमदार जोड्याजवळ उबं करणार न्हाईत."

"आरं घाडगे, धनगरानं बाबळीच्या झाडाव छकाटा हालावला की जसी मेंडरं धूमचकाट पळत्याती, तसीच मास्तरनं हाक दिली की आपली मराठा मानसंबी मेंडरावानी पळत सुटत्याती. जागसूद व्हावून तू परचार कर. पैसापानी लागंल तेवडा माग!"

आम्हीही नेटानं प्रचार सुरू केला. आमच्या चिन्हावनं घोषणा बेतली, 'माणुसकीसाठी माणसाला मत, चपळाईसाठी वाघाला मत आणि वक्तशीरपणासाठी घड्याळाला मत!'

मतदान झालं. मतमोजणी संपली. आमचे तिन्ही उमेदवार दोनतीन मतानी पडले! मोठा अपेक्षाभंग! दुःखीकष्टी झालो. सिराजभाई म्हणाले, "मास्तर, तुमच्या एस्टीपक्षी निवडनुकीत जात वरचड ठरली!" सायबूनाना मोजर म्हणाले, "आपल्याला गापील ठिवून त्यानी गुपित घाला घातला. आपन आपला हिसका पाच वर्सानी

फुडल्या विलक्शनला दाकवू.''

द्यानबा पाटील वेगळंच बोलले, ''शेलारवाड्यातली म्हातारी गेल्या म्हैन्यात पुचाकली त्ये वंगाळ झालं. आपलं हक्काचं मत गेलं.''

''कमाल करताय! म्हातारी मेल्याच्या दु:खापेक्षा एक मत गेल्याचं तुम्हाला अधिक दु:ख झालंय म्हणा की?'' माझा विस्मय. निवडणुकीच्या राजकारणामुळं लोकांची विचारपद्धती कशी विचित्र झालीय त्याचं चमत्कारिक प्रतिबिंब पाटलाच्या उद्गारात दिसलं.

खर्चिक प्राचार्यांची बदली झाली. नव्या प्राचार्यांनी बळवंत कॉलेजचा कारभार काटकसरीनं सुरू केला. एस्वाय बीएस्सीचा वर्ग मात्र सुरू केला नाही. त्यानीही विज्ञान विभाग प्रमुख म्हणून माझ्याव जबाबदारी टाकली. सायन्सचे दोनच वर्ग असले तरी फिजिक्स –बोर्ड ऑफ स्टडीज आणि सायन्स –फॅकल्टीचा मेंबर होतो. शिवाजी विद्यापीठ प्राध्यापक संघटना (सुटा) क्रियाशील. मी बळवंत कॉलेजचा सुटा-प्रतिनिधी, सांगली जिल्हा सुटा-कार्यकारिणीचा सदस्य.

लगडवाडीची निवडणूक प्रातिनिधिक ठरली. ग्रामपंचायतीपासून जिल्हा परिषदेपर्यंत उभी दुफळी माजली. आ. किसन वीरांच्या नेतृत्वाखाली अधिकृत कॉंग्रेस व पालकमंत्री ना. वसंतदादा पाटलांच्या आशीर्वादाने ना. दादासाहेब जगतापांच्या नेतृत्वाखाली पर्यायी कॉंग्रेस असे प्रबळ गट जिल्ह्यात तयार झाले. अधिकृत कॉंग्रेस उमेदवारांचा पराभव करून पाटणच्या भागवतराव देसाईंची जि. प. अध्यक्ष, तर वाईच्या प्रा. बुवासाहेब जगतापांची उपाध्यक्ष म्हणून फेरनिवड झाली. जिल्हा परिषदेत कॉंग्रेसचा पराभव होण्याची ती पहिली वेळ.

कॉंग्रेस पराभवाचा आम्हाला मोठा फायदा झाला. त्यावर्षी महाराष्ट्रात भीषण दुष्काळ. पालकमंत्री ना. वसंतदादाना भेटून आम्ही, दुष्काळी काम म्हणून 'लगडवाडी ते बनवडी घाटरस्ता' मंजूर करून घेतला. ग्रामपंचायत ताब्यात नसल्यानं, दुष्काळी कामाचं नियंत्रण करण्यासाठी 'झुंजार तरुण मंडळ' लगडवाडीत स्थापलं. घाटरस्त्याचा भूमिपूजन समारंभ आयोजित केला. वडाच्या पारालगत स्टेज. प्रमुख पाहुणे भागवतराव देसाई व अध्यक्ष प्रा. बुवासाहेब जगताप. समारंभ संपन्न.

दुष्काळी काम सुरू झालं. डोंगराच्या अलीकडं पलीकडं मिळून आठनऊ गावातले साडेपाचशे स्त्रीपुरुष घाटरस्त्यावर राबू लागले. केंद्रीय मंत्री ना. आनंदराव चव्हाणांनी संक्रांतीदिवशी दुष्काळी कामाला भेट देऊन पाहणी केली. त्यांच्या सुविद्य पत्नी सौ. प्रेमलाकाकींनी लगडवाडीतल्या बायकात संक्रांतीचा वसा घेतला.

ऊन खाली झाल्याव शिळोप्यात दादा दुष्काळी काम बघाय हौसेनं घाटात

जायचे. कामावली बायाबापडी नमस्कार करून म्हणायची, "ह्या भयान दुस्काळात तुमच्या लेकामुळं चुली पेटत्यात्या. घाटाचं काम नसतं तर बुरं हाल झालास्तं!"

दुष्काळग्रस्त सारी माणसं सहा महिने घाटरस्त्याव राबली.

त्याच दरम्यान पुण्याच्या *'माणूस'* साप्ताहिकात-सातारा : बिनविरोधातून भाऊबंदकीकडे!–हा माझा दीर्घ लेख प्रसिद्ध झाला. खळबळजनक ठरला!

दादांचे दिवस सुखासमाधानात चालेलेवते. परंतु सतरा वर्षापूर्वी कुटुंबात घडलेल्या क्लेशकारक घटनेचं शल्य माझ्या मनात डाचत होतं. तेव्हा बोरीच्या पटीतली विहीर बांधण्यासाठी दादानी तगाई काढलीवती. बांधकाम तर झालं नाहीच, उलट तगाई भागवण्यासाठी धबधबीचं भिजाऊ तुकडं धांदलेला विकलं. दादांची घरात, गावात नाचक्की झाली. त्या आतबट्ट्याच्या व्यवहारावनं भाऊ अजूनही दादांच्या नाकदुऱ्या काढायचा. तो कलंक पुसण्यासाठी मी रयत बँकेतून साडेतीन हजार रुपये कर्ज काढून दादांच्या हस्ते विहीर बांधकाम सुरू केले. वेगाने पूर्ण केले.

स्वातंत्र्याच्या रौप्य महोत्सवी वर्षात 'एलिया पेरुमल कमिटी'चा रिपोर्ट बाहेर पडला. म. गांधी जन्मशताब्दी दरम्यानच्या दीड वर्षात देशात अकराशेसतरा दलितांच्या कत्तली झाल्या!– हे विदारक सत्य उजेडात आले.

*'साधना'* साप्ताहिकाच्या विशेषांकात राजा ढालेंचा 'काळा स्वातंत्र्यदिन' हा लेख प्रसिद्ध झाला. लेखानं देशभर खळबळ माजवली. महाराष्ट्र ढवळून निघाला. राष्ट्रध्वजाचा अपमान! –अशी हाकाटी सवर्णांनी केली. दलित-पँथरनं डरकाळी फोडली, 'दलित माणसं कापता नि प्रतीकं जपता? हाच का स्वतंत्र भारतातला न्याय?' राजा ढालेंनी लेखात लिहिलं, 'ब्राहमणगावच्याा दलित बायकांची लुगडी फेडायला सांगणारा रामा धनगरही स्पृश्य प्रतिनिधी आहे. वर्णव्यवस्थेचा पाईक आहे!'

खलिता खुळ्या खंडोबास! –या शीर्षकानं मी रामा धनगरास अनावृत्त पत्र लिहीले; *'साधना'* मध्ये प्रसिद्ध झाले. धनगरांच्या दलितसदृश्य हीन समाज स्थितीची वास्तव जाणीव त्या पत्रातून रामा धनगरास करून दिली.

विट्याच्या दक्षिणेस घाडगेवाडी. डोंगरबारीचं खेडं. लगतच्या ओढ्याव दुष्काळात मोठा पाझर तलाव बांधण्यात आला. काम घिसाडघाईनं झालं. पहिल्याच मुसळधार पावसानं तलाव फुटला. शासनानं तातडीनं तुंबला. परंतु तेही काम कच्चं झालं. तलाव पुन्हा फुटला. उभ्या पिकांचं, विहिरींचं, रस्त्याचं अतोनात नुकसान झालं. 'कथा दोनदा फुटलेल्या पाझर तलावाची' हा माझा लेख दै. *महाराष्ट्र टाइम्सने* रविवार पुरवणीत छापला. शासनानं लेखाची दखल घेतली. जिल्हा प्रसिद्धी अधिकाऱ्यानं

म.टा. मध्ये विस्तृत खुलासा केला.

पुतण्या राम दिवाळी सुट्टीव लगडवाडीला गेलावता. बिल्डिंग कामासाठी प्राचार्यानी मला थांबवलंवतं. एका दुपारी राम आला न् म्हणाला, ‘‘दादा आजारी पडल्यात.’’

‘‘काय होतंय? कधीपासून?’’

‘‘आठवडा झाला. हगवण लागलीय ती थांबेना. तापबी येतोय. तापात बरळतायत. तुमचा धोसरा काढलाय. लगेच निघू या.’’ रडका आवाज. पडका चेहरा.

लगेच सर्वजण निघालो. झांजड पडताना घरी पोचलो. दादांचा हात हातात घेतला. ताप जास्त. डोळे खोलखोल. उशिरा झोपलो.

पहाटे जाग आली ती आक्काच्या हाकेनं, ‘‘आरं उठा, दादा कसनुसं करत्यात!’’

उठून बघतोय तर, डोळे फिरवता फिरवता दादांची मान कलली ती कायमची! माझा शिल्पकार हरपला!! हलकल्लोळ!!!

अंत्ययात्रा निघाली. भाऊनं चितेला अग्नी दिला. सावडणं झालं. कर्मकांडावर विश्वास नसल्यानं मी केशवपन केलं नाही.

तसं तर दादांचं जीवन यशस्वी झालंवतं. माझ्या यशामुळं ते तृप्त होते. वय पाऊणशेच्या घरात. उत्तरकार्याला पुरणपोळीचं जेवण. लगडवाडीतलं पुरणपोळीचं असं ते शेवटचं गावजेवण!

जागृती-प्रगती मंडळाची ‘गरीब धनगर विद्यार्थ्यांना अल्प व्याजी कर्ज योजना’ यशस्वी झाली. माळशिरसचं विद्यार्थी वसतिगृह चाललंवतं. लोणंदचा ‘लोकर अडत विभाग’ मात्र भांडवला अभावी अडचणीत आला. एकदा व्हाइस चेअरमन विष्णुपंत कुंडलकर पेमेंटचे पैसे मागाय विट्याला आले. अन्य पर्याय नसल्याने पत्नीचे दागिने गहाण ठेवून तीन हजार रुपये लोणंदला पाठवले. मी जमवलं तेवढंच भागभांडवल. इतर सारे निवांत. अडत दुकानाच्या कामकाजात प्रारंभी काही नेते, कार्यकर्ते उत्साहाने सहभागी झाले. परंतु, त्या कामामुळे ‘पोलिटिकल लिफ्ट’ मिळण्याची शक्यता नसल्याचे स्पष्ट होताच सारे स्तब्ध. सामील प्राध्यापकाचं काम सभा-मीटिंगपुरतं मर्यादीत. तुटपुंज्या भांडवलामुळे अडत दुकानाचं कामकाज पुढं रेटणं अशक्य असल्याचं स्पष्ट होताच, कार्यकारणीत ठराव करून ते बंद केलं.

वडील वारल्याव प्रापंचिक विवंचना वाढल्यानं सरचिटणीसपद सोडलं. माळशिरसच्या एम्डी शीद या शिष्यवृत्तीधारक पदवीधर तरुणाची सरचिटणीसपदी निवड केली. अध्यक्ष हणमंतराव पाटीलही माळशिरसचे. संपूर्ण दप्तरासह जागृती-प्रगती मंडळाच्या कार्यालयाचं विटा येथून माळशिरसला स्थलांतर झालं!

माझ्या कारकिर्दीत मंडळानं नव्वद हजार रुपयांची उलाढाल केली. चारपाच वर्षांच्या अनुभवावरून काही ठळक बाबी स्पष्ट झाल्या; –जो मेंढका रानोमाळ भटकतो, त्याला त्याचे प्रश्न सोडवण्याइतकी फुरसत नसते. तो परंपरागत पद्धतीनं मेंढीपालन करतो. जमीनदार धनगर सरंजामदारीत मश्गूल असतो. राजकीय, कौटुंबिक सोयीपुरता 'धनगर' या शब्दाचा तो आधार घेतो. भटक्या मेंढपाळांचे प्रश्न बागायतदाराच्या काळजाला भिडत नाहीत. रहाता राहिला सुशिक्षित धनगर तरुण. समाजाचे प्रश्न, मेंढक्याची दैना पाहून तो तडफडतो, पोटतिडकीनं धडपडतो; परंतु दीर्घकाळ संघटित कार्य करू शकत नाही. सारांश, केवळ धनगर समाजाचे प्रश्न घेऊन कुणी संघटनेच्या  संस्थेच्या माध्यमातून दीर्घकाळ भरीव असे स्थायी रचनात्मक कार्य करू शकत नाही!

भल्या सकाळी बातम्यांची जिज्ञासा. दै. *केसरी*चा वर्गणीदार झालो. पुढे दै. *महाराष्ट्र टाइम्स*ची गोडी लागली. *केसरी* बंद करून *म.टा.* सुरू केला. नंतर तर *म.टा.* वाचनाचं रूपांतर व्यसनात झालं. विट्यात शंकरराव गुळवणी हे जागरूक संपादक. *लालबहाद्दूर* साप्ताहिक चालवत. शाहू जन्मशताब्दीनिमित्त 'रयतेचा राजा : शाहू छत्रपती' हा माझा लेख *लालबहाद्दूर* ने छापला.

शाहू महाराज अस्पृश्यता निवारक. जन्मशताब्दी निमित्त महाराष्ट्र सरकारने 'एक गाव, एक पाणवठा' कार्यक्रम राबवण्यासाठी ना. शरद पवारांच्या अध्यक्षतेखाली समिती नेमली. ठळक सदस्य डॉ. बाबा आढाव. शाहूंच्या कोल्हापूर जिल्ह्यात निमशिरगाव (ता. शिरोळ), सोळांकूर (ता. राधानगरी) व सोनगे (ता. कागल) या तीन गावाना समितीनं एकाच दिवशी भेटी देऊन 'एक गाव, एक पाणवठा' कार्यक्रम राबवला. संपादक गुळवणी म्हणाले, ''महानवर सर, तिन्ही गावातली सहा महिन्यानंतरची पाणवठा स्थिती काय आहे? प्रत्यक्ष पहाणी करून लेख लिहा.''

सांगली-कोल्हापूर एस्टीनं निमशिरगाव फाट्याव उतरून गावात गेलो. निमशिरगाव हे ना. रत्नाप्पा कुंभारांचं गाव. हरिजनांच्या मुलाखती घेतल्या. सवर्णांना भेटलो. प्रत्यक्ष पाहणी केली. गावातल्या सार्वजनिक विहिरीचं पाणी सवर्ण पित. दूरवरच्या दोन विहिरींचं पाणी दलित आणत. एक गाव-एक पाणवठा झालेला नव्हता.

कोल्हापूरात मुक्काम करून पश्चिमेला सोळांकूर या कोकणी गावात गेलो. स्वतंत्र बुद्धीनं वागतो म्हणून ज्याला सवर्णांनी बेदम चोपलंवतं, तो दिनकर सुभाना कांबळे भेटला. एक गाव-एक पाणवठा झालेला नव्हता.

मुरगूड-कागल रस्त्यावल्या सोनगे गावात गेलो. एमे झालेल्या सीताराम कांबळेची भेट घेतली. बौद्ध वस्तीवर चाल करून सवर्णांनी दंगली मारामारी केल्याने

सत्तावीस सवर्णांव हरिजन ॲक्टखाली खटला चालू होता. एक गाव-एक पाणवठा तर दूरच!

निमशिरगावचा लेख दै. *म.टा.* च्या रविवार पुरवणीच्या मुखपृष्ठावर सचित्र प्रसिद्ध झाला. सोनगेवरील सचित्र लेख साप्ताहिक *मनोहर* ने पहिल्या क्रमांकाव छापला. सोळांकूरचा लेख सा. *साधना* त आला. त्याच काळात माझ्या तीन कथा मासिकात प्रसिद्ध झाल्या. *किर्लोस्कर* मधली 'संघर्ष' उल्लेखनीय!

विट्याला आलिशान प्रसाद-चित्रमंदीरात डॉ. आप्पासाहेब इनामदारांच्या अध्यक्षतेखाली तमाशा परिषद झाली. नगराध्यक्ष हणंमतराव पाटील संयोजन समितीचे अध्यक्ष. लेखनामुळे संयोजन समितीत माझा समावेश. तमासगीर-समस्यांचा परिषदेत उहापोह झाला. जगताप-पाटील पिंपळेकर तमाशा फड त्या काळी नामवंत. परंतु फडाचे मालक गणपतराव जगताप-पाटील व मॅनेजर कौलापूरचे यशवंत बाड यांच्यातले मतभेद विकोपाला गेले. परिषद अध्यक्ष डॉ. इनामदारांनी, त्या प्रश्नात लक्ष घालण्याबद्दल नगराध्यक्ष हणमंतराव पाटलांना विनंती केली. मतभेदांचे स्वरूप समजावून घेण्यास नगराध्यक्षांनी मला सांगितलं.

लहानपणापासून आमची लाडकी करमणूक म्हणजे तमाशा. आनेवाडीला वार्षिक बैलबाजारच्या जत्रेत जगताप-पाटील पिंपळेकरांचा तमाशा पाहिलेला. जगताप-पाटलाशी बोलायची संधी मिळतेय याचंच मला अप्रूप. माझ्या घरी तिघे चर्चेला बसलो असता जगताप-पाटील म्हणाले, "कलाकार आम्ही. रात्री जागवून कष्ट करायचं आम्ही. मात्र मलिदा खायचा मॅनेजरनं! हा कुठला न्याय? तर आता यापुढं आम्हाला मॅनेजरच नको!"

बाड तडकले, "मॅनेजर नकोय ना? राहिलं! मी तरी कुठं कोरडं खातोय? खर्चाय घेतलेलं पाच हजार रुपये टाका न् खुशाल गमजा करा."

"कुठलं पाच हजार? गेल्या वर्षातला आमच्या खेळांचा हिशेब दाखवा. तुमच्याकडंच आमचं ढीगभर पैसं फिरतील!"

"सर, माझे पैसे आठ दिवसात न मिळाल्यास ह्याना फार जड जाईल. पाटील, माझा हिसका तुम्हाला ठाऊक आहेच!" असे धमकावून बाड उठून गेले.

धमकीला घाबरून पिंपळेकर-पाटील घाम पुशीत म्हणाले, "सर, हा माणूस खतरनाक आहे. गुंडाना हाताशी धरून आम्हाला लुबाडतो. त्याच्या कचाट्यातनं आम्हाला सोडवा."

धिप्पाड मराठा पाटलाचे दीनवाणे उद्‌गार ऐकून वाईट वाटलं.

चर्चा नगराध्यक्षांच्या कानी घातली न् म्हणालो, "साहेब, हा प्रश्न सहजासहजी सुटणारा नाही. जगताप-पाटील पडला भोळाभाबडा कलाकार; तर बाड पक्का

पाताळयंत्री. दोघांची विट्यात रीतसर बैठक घेऊन एकमेकांचे हिशेब मिटवू या. आपण लक्ष न घातल्यास जगतापांचा तमाशा फड लयाला जाईल.''

''आपल्या दोघांच्या सह्यानिशी मीटिंगची नोटिस पाठवा. विट्याला सरकारी गेस्ट हाऊसमध्ये आज आठा दिसा मीटिंग ठेवा. हिशेबाच्या कागदपत्रासह दोघाना हजर रहायला सांगा.'' नगराध्यक्षांचा निर्णय.

ठरल्या दिवशी फडाचे मालक गणपतराव पाटील पिंपळेकर व मॅनेजर यशवंतराव बाड कवलापूरकर आले. नगराध्यक्ष हणमंतराव पाटलांच्या अध्यक्षतेखाली मीटिंग झाली. नगराध्यक्षांच्या शारीरिक व राजकीय धिप्पाडपणाचा प्रभाव पडून मालक व मॅनेजर यांच्यात तडजोड झाली.

दोनतीन महिन्यांच्या खंडानंतर जगताप-पाटलांचा तमाशा विट्यालगत लेंगरे गावच्या उरुसात उभा राहिला. आमच्या आवडत्या भाबड्या जगताप-पाटलाला बेरकी मॅनेजरनं खूप छळलंवतं. आर्थिक नाड्या आवळून तमाशातल्या त्या राजाचा अगदी शिपाई करून टाकलावता! मॅनेजरच्या वेठबिगारी कचाट्यानं पिंपळेकर-पाटलाची सुटका करण्यात आम्ही यशस्वी झालोवतो. त्या योगदानाची जाणीव ठेऊन, आम्हाला मानाचा मुजरा करूनच जगताप-पाटील गण गायला बोर्डाव चढले. आमचे परिश्रम सार्थकी लागले.

वर्ष संपता संपता मला तिसरं अपत्य–दुसरं कन्यारत्न प्राप्त झालं. नाव समता!

डावी विचारसरणी व अन्यायाविरुद्ध चीड! –ही मूळ ठेवण असल्यानं प्राध्यापक संघटनेत मी नेहमी आघाडीवर. तेव्हा प्राध्यापकांच्या समस्यांनी अक्राळविक्राळ रूप धारण केलंवतं. परिणामी, राज्यातल्या प्राध्यापकांची भव्य परिषद मुंबई विद्यापीठ दीक्षा-सभागृहात भरली. महाराष्ट्र राज्य प्राध्यापक महासंघ (एम्फक्टो)ची स्थापना झाली. शिवाजी विद्यापीठ प्राध्यापक संघा (सुटा) तर्फे जनरल बॉडी मेंबर म्हणून स्थापना परिषदेस उपस्थित होतो. चेकनं नियमित पगार, नवी वेतनश्रेणी, सेवा शाश्वती या तीन प्रमुख मागण्यासाठी महासंघानं 'परीक्षा बहिष्कार' आंदोलनाचा निर्णय घेतला. 'कॉंप्रोमाइज', 'ॲडजस्टमेंट' या शब्दांच्या कुबड्याव नेहमी चालणारा प्राध्यापक प्रतिष्ठेचं कवच फोडून रस्त्यावर आला. विधीमंडळ अधिवेशन सुरू असताना प्राध्यापकांचा विशाल मोर्चा विधानभवनावर गेला. मोर्चा दिवशीच पुण्याच्या दै. *तरुण भारत* मध्ये 'जेव्हा प्राध्यापक जागा होतो'–हा माझा लेख प्रसिद्ध झाला.

परीक्षा बहिष्कार अर्ज प्रत्येक प्राध्यापकाकडून भरून घेण्याचं फील्डवर्क सुरू झालं. प्रा. व्ही. सी. देवधर, प्रा. भास्कर जोगळेकर यांच्यासह फिरून सांगली जिल्ह्यातल्या प्राध्यापकांचे बहिष्कार अर्ज जमवले. सांगलीला विलिंग्डन कॉलेजमध्ये प्राध्यापकांचा मेळावा भरला. महाराष्ट्र प्राध्यापक महासंघाचे अध्यक्ष प्रा. डॉ.

लीलाधर केणी मुख्य वक्ते. वातावरण परीक्षा बहिष्काराला अनुकूल. परंतु प्रत्येक वक्ता काही तरी हातचं राखून बोलत होता. शेवटी एका प्राध्यापकानं शंका बोलून दाखवली, "रयत शिक्षण संस्थेचे माजी सचिव बॅ.पी.जी. पाटील शिवाजी विद्यापीठाचे कुलगुरू आहेत. रयतची बरीच महाविद्यालये. त्यांचे प्राध्यापक किती ठाम भूमिका घेतील त्यावर परीक्षा बहिष्कार आंदोलनाचे भवितव्य ठरेल!"

ऐकल्यावर मी आवेशात भाषण केले, "सांगली जिल्ह्यातल्या प्राध्यापकांचे बहिष्कार अर्ज आम्ही गोळा केले. कुलगुरू कोण आहेत त्याची जाणीव असूनही ते काम हिरिरीने पार पाडले. माझ्याप्रमाणेच रयतचे सर्व प्राध्यापक पूर्ण शक्तीनिशी मैदानात उतरून, परीक्षा बहिष्कार आंदोलन यशस्वी करतील याची सर्वांनी खात्री बाळगावी. तत्त्वाशी फारकत घेऊन, लढवय्याशी गद्दारी करून रणांगणातनं पळ काढण्याची शिकवण कर्मवीर भाऊराव पाटलांनी रयतच्या शिक्षकाना दिलेली नाही. रयतच्या तमाम प्राध्यापकांच्या वतीने जाहीर करतो की, आम्ही परीक्षांवर बहिष्कार तर टाकूच; पण आघाडीवर राहून आंदोलन यशस्वी होईपर्यंत जिद्दीनं लढू!"

टाळ्यांच्या कडकडाटात भाषण संपलं. परीक्षा बहिष्काराच्या निर्णयावर शिक्कामोर्तब होऊन सभा संपली.

परीक्षा बहिष्काराला पोषक वातावरण. तथापि, असं आंदोलन महाराष्ट्रात प्रथमच होत असल्यानं विद्यापीठ प्रशासनानं, महाराष्ट्र शासनानं प्राध्यापकांच्या ताकदीचा अंदाज घ्यायचं ठरवलं. वेळपत्रकानुसार थिअरी, प्रॅक्टिकल परीक्षा होतीलच! –असं विद्यापीठानं जाहीर केलं. प्रत्यक्षात मात्र प्राध्यापकांच्या बहिष्कारामुळं, परीक्षा न देताच विद्यार्थी केंद्रावरून घरी परतले. राज्यभर खळबळ माजली. नियमित पगार, नवी वेतनश्रेणी व सेवा शाश्वती! –या तिन्ही मागण्यांचा प्रतिवाद करण्यासाठी विचारवंताकडे मुद्दे नव्हते. त्यानी शासनाच्या नाकर्तेपणावर कोरडे ओढले. शेवटी महाराष्ट्र शासनाशी यशस्वी वाटाघाटी केल्याव प्राध्यापक महासंघानं परीक्षावरील बहिष्कार उठवला.

नव्या वेळापत्रकानुसार परीक्षा सुरू झाल्या. प्रयोग परीक्षक म्हणून विलिंग्डन कॉलेजला गेलोवतो. त्याच दिवशी संध्याकाळी रेडिओ न्यूज झळकली; –पंतप्रधान इंदिरा गांधींनी देशात आणीबाणी लागू केली! विरोधी पक्षांच्या पुढाऱ्याना तुरुंगात डांबले! वृत्तपत्रातल्या बातम्यावर कडक निर्बंध लादले!

दुसऱ्या दिवशी वर्तमानपत्रांच्या मुखपृष्ठावर काही कोऱ्या चौकटी. काही बातम्या सेन्सॉर होऊन वगळल्यानं त्या जागा कोऱ्या!

विट्यातले माझे सातवे वर्ष संपत आले. मधल्या काळात पुलाखालून भरपूर पाणी वाहून गेलेवते. मित्र प्रा. डॉ. विलासराव घाटे विट्यातून बदलून कराडला गेलेवते. रयत

शिक्षण संस्थेच्या सत्ताधीश 'त्रिमूर्ती' पैकी ऑनररी सेक्रेटरी ॲड. आयेमेस मुल्ला पैगंबरवासी झालेवते. त्यांच्या जागी पगारी सचिव कार्यरत. ॲड. रामभाऊ नलवडेंचं पंधरा वर्षांचं चेअरमनपद संपलंवतं. बळवंत कॉलेजचे प्राचार्य बदलून गेले. नवीन तरुण प्राचार्य विट्याला आले. प्रा. डॉ. घाटे व नवे प्राचार्य यांच्यात वितुष्ट. मित्राचा शत्रू तो आपला शत्रू! –या न्यायानं नव्या प्राचार्याशी माझं असख्य. संस्थेतल्या विविध सत्ताबदलामुळे आणि परीक्षा बहिष्कार आंदोलनातल्या माझ्या सक्रिय सहभागामुळे मला बदलीची शक्यता वाटू लागली.

नव्या प्राचार्यांच्या घरातले कुणीतरी वारल्याने विट्यात ते एकटे आले. फॅमिली नसल्याने त्याना रोज कुणी ना कुणी प्राध्यापक जेवाय बोलवायचे. साहेबही अनमान न करता निमंत्रणं स्वीकारायचे. त्या जेवणावळी दीड महिना पाहिल्यावर नाइलाजानं मीही प्राचार्यांना घरी बोलावलं. जेवल्याव पानतंबाखू खाताना ते सहज बोलून गेले, "असं प्राध्यापकांच्या घरी जेवल्यामुळे प्रत्येकाशी जिव्हाळ्याचं नातं निर्माण होतंय. गप्पांच्या ओघात कॉलेज-संस्था-प्राचार्य याबाबत त्यांची भूमिकाही समजतेय."

ते वक्तव्य सांगितलं असता प्रा. तात्यासाहेब पाटलांनी कपाळाव हात मारून घेतला.

शेवटी अंदाज खरा ठरला! कॉलेज कार्यालयातनं माझ्या बदलीचा सुगावा लागला. तडक स्टाफ रूममध्ये जाऊन मोठ्यांदा म्हणालो,

"येणार, येणार, येणार ती एकदाची आली!"

प्रा. नेताजी पाटलानं कुतुहलानं विचारलं, "अहो महानवरसर, कोण आली तिचं नाव तरी सांगा! असं कोड्यात काय बोलताय?"

"माझी बदली ऑर्डर आली!"

"बदली झाली? आणि कुठं हो?" प्रा. तात्यासाहेब पाटील.

"आर्ट्स, सायन्स अँड कॉमर्स कॉलेज पनवेल, जि. रायगड."

"फार वाईट झालं. आता पुढं?" प्रा. नेताजी.

"पुढं काय? घरसामान गुंडाळून सहकुटुंब पनवेल गाठणार." आवेशात म्हणालो.

प्रा. तात्यासाहेब आस्थेने म्हणाले, "अहो सर, काहीतरीच काय बोलताय. पनवेल म्हणजे कोकण! तिथं खोल्या मिळत नाहीत म्हणून काही प्राध्यापक दोन दोन वर्षे लॉजवर राहिलेत. बदली रद्द व्हावी म्हणून तातडीनं प्रयत्न करा बघू!"

"मुळीच नाही! चॅलेंज स्वीकारून पनवेलला जाणार. मी साम्यवादी आहे; बुझ्र्वा नाही!"

बदलीसाठी आधीच मनाची तयारी केल्यामुळे स्टाफ रूममध्ये बिनधास्त

बोललो. पण घरी आल्याव धास्ती वाटली ती पैशाची. पनवेलला खोलीसाठी चारपाच हजार डिपॉझिट द्यावं लागतं! –असं ऐकून होतो. पैशाची तारांबळ पाचवीला पुजलेली. नुसती काळजी करत न बसता हालचाल सुरू केली. स्नेही प्रा. केपी माळी पनवेलला होते. त्याना पत्र पाठवले. उत्तर आले, ''दीड हजार डिपॉझिट, लाईटसह शंभर रुपये भाड्याची खोली मिळालीय.''

विट्यातली निरवानिरव सुरू केली. कापड, किराणा, स्टेशनरीची दोन हजार रुपये उधारी भागवली. तो आकडा तसा मोठा होता. कारण त्यावेळी गॅस सिलिंडर वीस रुपयेला. मित्राकडं, स्नेह्याकडं निरोपाची जेवणं सुरू.

छोटी समता चार महिन्यांची, सागर तीन वर्षांचा, अजिता पहिलीत जाणार होती. बायकोपोरांची ससेहोलपट नको म्हणून चौघाना माळशिरस एस्टीत बसवून दिलं. सौ.ला सांगितलं, ''कळवेन त्या तारखेला चौघं पनवेलला या. डिपॉझिटसाठी दोन हजार रुपये वडलांकडून उसने आणा.''

मुंबईला जाणाऱ्या अंडीवाल्याच्या डेली सर्व्हिस ट्रकात रात्री घरसामान भरलं. लग्नानंतर ऐन उमेदीच्या सात वर्षे वास्तव्यानंतर विट्याचा निरोप घेताना डोळ्याना धारा. प्रा. तात्यासाहेब पाटील, प्रा. नेताजी पाटील, ग्रंथपाल राघवेंद्र मोरे डोळे पुशीत होते. मी केबिनमध्ये बसल्याव ट्रक पनवेलकडं सुसाट निघाला.

*

## तीन

उजाडता उजाडता ट्रक पनवेल स्टँडवर थांबला. पेणचा कंडक्टर चुलतभाऊ नारायण आलावता. प्रा. केपी माळी म्हणाले, ''मिरची गल्लीत मिळालेल्या खोलीचा प्रॉब्लेम झालाय. ट्रकातलं साहित्य स्टँडपुढं उतरून घेऊ.''

घरसामान उतरवलं. पावसात भिजत होतं. सामानातनं सायकल काढून कॉलेजवर गेलो. आठच्या आत मस्टरवर सही केली. माळीसर न् मी मिरची गल्लीत गेलो. घरमालकीन फटारेबाईनी चाळावणी लावली. साताठ तासांच्या वांझोट्या चर्चेतनं लक्षात आलं; –बाईना जादा डिपॉझिट हवंय! दीड हजार ठरलंवतं. एक हजार वाढवून वाद मिटवला. एक हजार रुपये देऊन बाकीसाठी आठवड्याचा वायदा केला. त्या घोळात घरसामान दिवसभर भिजलं. संध्याकाळी सारं टेंपोत भरून खोलीत कोंबलं. अशाप्रकारे ऑर्डरनुसार एक तारखेला मस्टरवर सही करून, त्याच दिवशी घरसामानासह खोलीत मुक्काम करणारा पनवेल कॉलेजमधला मी पहिला प्राध्यापक ठरलो.

दुसऱ्या दिवशी नारायणला माळशिरसकडं पाठवलं. फॅमिली घेऊन परतला. मिसेस स्वयंपाकाला लागली. पहिलाच डबा उघडला, तर पनवेलच्या दमट हवेनं बुरशी लागून तूरडाळ हिरवीगार! पीठकुटही सादळलेलं. खराब झाल्यानं बरचसं खाद्यसामान फेकून दिलं. कोकणी हवामानाचा पहिला झटका बसताच सौ. क्रांती हादरून गेली. पावसाची संततधार. बाहेर आभाळातनं पावसाच्या धारा, घरात अंगातनं घामाच्या धारा. दमट हवामानाचा कोकणी विरोधाभास.

पावसाचा असा काही सटका असायचा की, सायकलनं कॉलेजला जाताना छत्री कुचकामी. जेवण उरकून, पाऊस उघडण्याची वाट पहात दबा धरून बसायचो. उघडताच सायकलनं वेगात कॉलेजकडं. कधी कधी घरून निघताना खडखडीत

ऊन; पण एक मैलावलं कॉलेज गाठण्याआधी मलाच पावसानं गाठलेलं असायचं. मग काय? अर्धवट भिजलेल्या अवस्थेत तासाव जायचो.

उघडीप झाल्याव सायंकाळी सहकुटुंब खाडीकाठी फिराय गेलो. समुद्र न पाहिल्यानं बायकोपोराना खाडी अथांग वाटली. फिरत फिरत पोदीव प्रा. माळींच्या घरी गेलो. कॉलेज मराठी शाळेच्या इमारतीत भरत होतं. कॉलेजच्या नव्या इमारतीचं बांधकाम निसर्गरम्य डोंगरपायथ्याला उरकत आलंवतं. सायकलीवनं जाऊन सारं पाहिलं.

ते सारं घडतंय तोवर संस्थांतर्गत राजकारणाचा परिणाम म्हणून कोपरगावच्या गंगागीर कॉलेजमधील एका फिजिक्स-प्राध्यापकाची बदली पनवेलला झाली, आणि माझी कोपरगावची बदली ऑर्डर आली! खोली मिळून फॅमिली सुराला लागल्यानं, कोपरगाव बदली धर्मसंकट वाटली. पण घाटावले झाडून सारे प्राध्यापक म्हणाले, "ताबडतोब सुटायचं बघा! बुरशी आल्यानं डाळी फेकून दिल्या ते विसरला का?"

"अहो, पण अवघ्या तीन आठवड्यात बदली म्हणजे काय?"

"महानवर सर, संस्थेला तुमच्या हस्ते इथं रेकॉर्ड करायची असतील तर? घरसामानासह एक तारखेला पनवेलला येणारे व आठपूर्वी मस्टरवर सही करणारे तुम्ही पहिले प्राध्यापक! आणि तीन आठवड्यातच या अंदमानातनं सुटून घाटाव जाणारेही तुम्हीच पहिले प्राध्यापक! लवकर हलायचं बघा."

सारं चित्र स्पष्ट झाल्याव पनवेल कॉलेजमधून रिलीव्ह झालो. निघताना मिसेसला म्हणालो, "कोपरगावला खोली मिळाल्याव न्यायला येतो. तोपर्यंत नारायण कंडक्टर, माळी सर अडीअडचणीकडं लक्ष देतील."

*

# चार

पनवेल-पुणे एस्टीनं शिवाजीनगर. त्याआधी पुण्यापलीकडं गेलो नव्हतो. कोपरगाव गाडी लागली नव्हती, म्हणून अहमदनगर एस्टीत बसलो. एकदीड तासात नगर येईल असं वाटलं. पण तब्बल तीन तास लागले. नगर-कोपरगाव प्रवास अर्ध्या तासाचा असेल असं वाटलं. परंतु तीन तासानी कोपरगाव आलं. होस्टेलवर पोचलो तेव्हा झांजड पडलीवती.

गंगागीर कॉलेजमध्ये हजर झालो. प्राचार्य होते एस्डी पाटील. मी सातारला शिकत असताना ते प्राणीशास्त्राचे प्राध्यापक होते. सध्या रयतचे प्रभावी लाइफ मेंबर. कार्यकारिणी सदस्य म्हणून पुणे विद्यापीठातलं बडं प्रस्थ. एका महिन्यातल्या दोन बदल्यांची परवड सांगितली. गाव सातारा जिल्ह्यात, फॅमिली रायगड जिल्ह्यात, नोकरी नगर जिल्ह्यात. त्रिस्थळी! काकुळतीनं म्हणालो, "सर, नवख्या पनवेलला फॅमिली न् मी इथं. अवघड झालंय. प्लीज, रहाण्याची सोय करा."

व्यथा ऐकून प्राचार्य म्हणाले, "लगेच फॅमिली आणा. होस्टेलच्या गेस्ट रूममध्ये तात्पुरतं रहा. बोरावके चाळीतली खोली खाली होताच महिन्याने तिकडे जा."

पुन्हा बांधाबांध करून घरसामान ट्रकात भरलं. सहकुटुंब केबिनमध्ये बसलो. महिन्यापूर्वी खंडाळ्याचा घाट उतरून कोकणात गेलेलं घरसामान, आता तोच घाट चढून नगर जिल्ह्यात निघालं. होस्टेलच्या गेस्ट रूममध्ये उतरलं.

प्राचार्य पाटलांनी दहा वर्षे खपून बावीस एकर जागेचा योजनाबद्ध विकास केलावता. टोलेजंग मेन बिल्डिंग. समोर तुटक जेन्ट्स होस्टेलची दुमजली इमारत. होस्टेल ते कॉलेज रस्त्याव दुतर्फा, गोल छाटलेली कॅज्युरिना झुडपं. प्रांगणाच्या

तिसऱ्या बाजूला दुमजली प्राचार्य-निवास आणि विरुद्ध टोकाला लेक्चर हॉल्स. आवारात विस्तीर्ण क्रीडांगण. सुयोग्यरित्या विकसित केलेलं रयत शिक्षण संस्थेचं एकमेव कॉलेज : गंगागीर कॉलेज!

माझा वाई तालुका आणि हा कोपरगाव तालुका. जमीन अस्मानाचं अंतर. वाईभोवती बघावं तिकडं उंच उंच डोंगर. तर कोपरगावातनं सभोवती पाहिल्याव कुठंच डोंगर दिसत नाही. वाई तालुक्यात एकच साखर कारखाना. तर कोपरगाव तालुक्यात सहा साखर कारखाने. डोळे दिपवणारी सधनता!

गेस्ट हाऊसला महिना काढल्याव बोरावके चाळीतली खोली मिळाली. सोय झाली, काटकसर साधली. लाईटसह महिना चाळीस रुपये भाडं. चाळीतल्या प्रत्येक ब्लॉकमध्ये तीन खोल्या. चार चाळीत मिळून पस्तीस नोकरदार कुटुंबं. त्यात धाबारा प्राध्यापक. गप्पाटप्पासाठी छान कंपनी. चारी चाळीसाठी मिळून दोन कॉकचं नळकोंडाळं. त्यापलीकडे पाटीचे आठ संडास. चाळीतलं वातावरण खेळीमेळीचं असल्यानं गैरसोयींचा त्रास वाटायचा नाही.

दोन बदल्या, घर बदल या घोळात अजिताची पहिली टर्म शाळेविना. टर्मअखेरीस पहिलीत नाव घातलं. छोटीकडं पहात मिसेस म्हणायची, "जन्मतःच समताच्या पायात भिंगरी. चार महिन्याची असताना विटा, लगडवाडी, माळशिरस, पनवेल, कोपरगाव. पाच जिल्ह्यांचा प्रवास!"

विट्याला सहासात वर्षे प्री डिग्री सायन्स आणि एफ्वाय हे दोनच वर्ग. अध्यापन तेच ते. इथं मात्र एस्वाय आणि टीवाय बीएस्सी वर्गांना 'सॉलीड स्टेट फिजिक्स' या माझ्या स्पेशलचं अध्यापन. त्याची तयारी मेहनतीनं करावी लागायची. नव्या कॉलेजात उत्तम अध्यापक म्हणून स्थिरावणे आवश्यक होते. ते काम चोख करीत होतो. विटा व पनवेलला विभाग प्रमुख होतो. इथं मात्र प्रा. डीएल पाटील फिजिक्सचे हेड. त्यांचा अहंभाव प्रखर असल्याने मी त्यांच्या खिजगणतीत नव्हतो.

वर्ष संपता संपता गंगागीर कॉलेजात विशेष घटना घडली. भूमिहीन शेतमजूर महादू सातपुते कॉलेजचं बागकाम करायचा. त्याचा पाच वर्षाचा मुलगा कैलास रक्तक्षयानं एवढा आजारी पडला की, कैलासवासी होणंच बाकी राहिलं. प्राचार्य, प्राध्यापक, विद्यार्थी मिळून साऱ्यानी धावपळ केली. हजार रुपये जमवले. कैलासचा प्राण वाचवला. घटनेचं वैशिष्ट्य हेरून मी लेख लिहिला. *महाराष्ट्र टाइम्स* ला पाठवला. शुक्रवार म.टा.च्या मुखपृष्ठाव जाहिरात झळकली;-

रविवार पुरवणीत वाचा :

प्रा. दिपा महानवर यांचा वार्तालेख

–कैलास जायचा नव्हता!

*म.टा.* पुरवणीत मुखपृष्ठाव लेख प्रसिद्ध झाला. त्यामुळे कोपरगाव पंचक्रोशीतल्या प्रतिष्ठित वर्तुळात पोचलो.

दिवसातनं चारपाचदा तंबाखूची मिसरी लावायचो. प्रॅक्टिकल परीक्षक म्हणून जळगावात मुळजी जेठा कॉलेजला गेलोवतो. परीक्षा सुरू असताना मिसरीची तल्लफ आली. काही सुचेनासं झालं. विद्यार्थ्यांदेखत मिसरी कशी लावणार? माझी चुळबुळ लक्षात आल्यानं एक तंबाखूबहाद्दर प्राध्यापक म्हणाला, ''तंबाखूची मिसरी घासणं अन् तंबाखू खाणं यात फार फरक नसतो. तल्लफ आलीय तर, चुना न लावता तंबाखूची चिमूट दाढेला धरा. चक्कर आलीच तर थुंकून टाका.''

तेव्हापासून बिनचुन्याची तंबाखू खाणं सुरू.

दादा वारले तेव्हा भाऊचं न् माझं नाव रेकॉर्डला आठाठ आणे नोंद झालंवतं. वैतागवाडी अशी की, भाऊचं घरात न् बाहेर अव्यवहारी वागणं सुरू होतं. यावेळी तर कळस झाला. चुलतभाऊ विठोबा म्हणाला, ''मास्तर, भाऊनं माज्या डोक्याला लई कलई केलीय.''

''का? काय झालं?''

''धाकट्या दिवाळीत मी न् भाऊ बटाटं इकाय मंबईला गेलतो. निलाव झाल्याव बिलाची पट्टी घेऊन गावी आलो.''

''बरं मग पुढं?'' माझी जिज्ञासा.

''कामाची तारांबळ असल्यानं, पट्टी भाऊकडं दिवून बटाट्याचं पैसं आनाय सांगीतलं. भाऊनं माज्या पट्टीचं दोन हजार आनलं न् खर्चूनबी टाकलं. मास्तर, आसलं खराब वागनं तुमच्या घराला सोबतंय का?''

घरी भाऊ दिसताच तळपायाची आग मस्तकाला गेली. तडकून विचारलं, ''आम्हाला अब्रूनं जगू देताय का नाही? विठोबाचं दोन हजार रुपये काय म्हणून खर्चून टाकलं?''

''नको खर्चू तर देनंपानी कशातनं भागवू? माजंच चुकलंय तर घ्या त्ये पायतान आन् हाना टाळक्यात!''

मग मीही अखेरचं बोललो, ''ठीक आहे. रामराम! रोज फोदंवाद घालण्यापेक्षा तुटाफाट केलेली काय वाईट?''

''तसं करा. सवतं ऱ्हायल्याव आमी जगतुइ का मरतुइ त्ये तरी बगा!''

आणखी वितंडवाद नको म्हणून चावडीकडं सरकलो.

त्या प्रकरणापासून भावाभावांचे सर्व व्यवहार विभक्त झाले.

हळूहळू भाऊला चूक उमजली. मोजराच्या सायबूनानाला म्हणाला, ''मीच

गाडवपना केला. म्हामूर्क ठरलो. मास्तर थोडंफार पैसं देत हुता. त्ये तर आता बंद झालंच, पन निम्मा कुनबावाबी गेला. बसा बोंबलत!''

सायबूनाना म्हणाला, ''भाऊ, तुमी बऱ्याचदा शेटासाटी शिष्टान जाळता! आता बोलून काय फायदा? बैल गेला न् झोपा केला. भोगा आपल्या कर्माची फळं!''

दुपारी वडाच्या पाराव दोघंच बसलोवतो. सायबूनाना हळूच म्हणाले, ''मास्तर बऱ्याच दिवसापासनं इचारीन इचारीन म्हंतूइ, पन जिबच रेटाना.''

''वाट्टेल ते विचारा. आपल्या दोघात कसला आडपडदा आहे का?''

''आमदार म्हंत्यात; -मीच लगडवाडीच्या मास्तरची बदली लांब नगर जिल्ह्यात कोपरगावला केली! खरंय?''

''रयत शिक्षण संस्थेत त्यांचं काही चालत नसावं. त्यामुळं त्या म्हणण्यात तथ्य वाटत नाही.''

''त्ये म्हंत्यात; -संस्थेचं सेक्रेटरी, चेअरमनपर्यंत आमचं हात पोचल्यात!''

''तितक्यातूनही आमदारांच्या सांगण्यामुळे माझी बदली झाली असली, तरी त्याचं मला सोयरसुतक नाही. कारण लाईफ मेंबर्सच्या काही नातेवाईकांचा अपवाद सोडल्यास प्रत्येक प्राध्यापकाला कधी तरी नगर जिल्ह्यात जावंच लागतं. शिवाय सायबूनाना; -गुजरमारवाडी, भय्ये, उडपी, शीख यांच्याप्रमाणे मराठी माणसानं आपला भाग सोडून लांब गेलं पाहिजे. तुम्ही मुंबईला बरीच वर्षे काढलीच ना? दूर गेल्याखेरीज ठळक प्रगती नाही.''

''म्हननं बरुबर हायं. पन तुमाला तरास देन्यात आमदाराला यास आलं त्याजा मनाला खर्खरा लागतो.''

''असू द्या! पण एका मार्मिक संस्कृत श्लोकाचा अर्थ ऐका सायबूनाना; -हंसावर ब्रह्मदेव कोपला तर काय करेल? कमलकुंजातून त्याला हाकलून देईल. पण दूध व पाणी वेगळं करण्याची हंसाच्या अंगी जी शक्ती आहे, ती काढून घेण्याचं सामर्थ्य ब्रह्मदेवातही नाही!

-आमदार काय की संस्थेचा पदाधिकारी काय; तो बदली लांब करेल. परंतु माझी बौद्धिक शक्ती कुणीही हिरावून घेऊ शकत नाही! बुद्धीच्या-कष्टाच्या जोरावर, त्यांच्या नाकाव टिच्चून कोपरगावात मी माझं अलौकिक विश्व निर्माण करून दाखवतोय की नाही ते तुम्ही बघत रहा सायबूनाना!''

''मग झकास! आमाला तेच पायजेल.''

अत्याचार तिथं भीमटोला! -या बाण्याची दलित-पँथर संघटना स्थापन झाली. दोन वर्षात फुटली. अध्यक्ष राजा ढालेंचा एक गट, संरक्षणमंत्री नामदेव ढसाळचा दुसरा व पालकमंत्री भाई संगारे अधिक अर्थमंत्री अविनाश महातेकर यांचा तिसरा

गट. *किर्लोस्कर* मासिकात माझी 'संघर्ष' कथा प्रसिद्ध झाल्याव सहसंपादक ह. मो. मराठेंचं पत्र आलं, ''दलित-पँथर चळवळ ज्या झपाट्यानं प्रकाशात आली, त्याच वेगानं नि:शक्त झाली. नेत्यांच्या मुलाखती घेऊन त्या चळवळीचं विश्लेषण करणारा लेख *किर्लोस्कर* साठी लिहा. मानधनासोबत प्रवासखर्चही देऊ.''

होकार देऊन मुंबईला गेलो. नामदेव ढसाळना वांद्र्यात गाठलं. म्हणाले, ''मुलाखती देणं बंद केलंय. तरीही कार्यकारिणीला विचारून सांगतो. रात्री आठला गोलपिठ्याच्या नबाबचाळीत भेटा.''

गोलपिठ्याच्या वेश्यावस्तीत जाण्याचा पहिला प्रसंग. नबाबचाळ हुडकून काढली. ढसाळ जेवत होते. माझ्याही पुढ्यात मटणाचं ताट आलं. त्या बाया नामदेवला देवापेक्षा अधिक मानत होत्या. साऱ्याजणी सभ्यपणे वावरत होत्या. वारंवार 'भाऊ' म्हणत आग्रह करकरून वाढत होत्या. जेवण संपल्याव पानतंबाखूचा बार भरून, आयाबहिणींचा निरोप घेऊन आम्ही हुतात्मा चौकात गेलो. नामदेवचा सल्लागार मित्र ॲड. सुनिल दिघे तिथं होता. विचारविनिमय केल्याव ढसाळ म्हणाले, ''चला निघू या. चेंबूरला अर्जुन डांगळेच्या घरी मुलाखत होईल.''

चेंबूरला जय-विक्रांत बिल्डिंगमध्ये नामदेव, सुनिलबरोबर गेलो. अर्जुन डांगळे, लतिफ खाटिक, सुधाकर खडताळे तिथं होते. मुलाखत संपली तेव्हा तारीख बदललीवती.

दुसऱ्या दिवशी वडाळ्याला सिद्धार्थ-विहारमध्ये राजा ढालेंची भेट झाली. रामदास आठवले, ज.वि. पवार आधीच बसलेवते. कुर्रेबाज ढालेंनी व्यासंगी मुलाखत दिली, ''दलित बाईचं लुगडं फेडणाराला पन्नास रुपये दंड आणि राष्ट्रध्वजाचा अपमान करणाराला तीनशे रुपये दंड! हा कुठला न्याय? युद्ध करून किंवा हा देश सोडून, दलिताना या प्रश्नाचा निकाल लावावा लागेल!''

दलित-पँथरचे पालकमंत्री भाई संगारेंची मुलाखत सात रस्त्याच्या घरी. अर्थमंत्री अविनाश महातेकर रिझर्व बँकेत नोकरीच्या ठिकाणी भेटले. दलित साहित्यिक बाबूराव बागूल, प्रा. केशव मेश्रामना भेटलो. ते तटस्थ होते.

मुलाखतीचं संकलन चालू असताना '*किर्लोस्कर*'चे सहसंपादक ह.मो. मराठेना पत्र पाठवलं, 'दलित-पँथरच्या सर्व नेत्यांच्या भेटी झाल्या, मुलाखती घेतल्या. दलित पँथर : एक शोध! –हा प्रदीर्घ लेख आठवड्यात पाठवतो.'

मराठेंचं उत्तर आलं, 'दलित-पँथरवर लेख म्हणजे राजकीय संदर्भ आले. ओघानं आणीबाणीतलं सेन्सॉर आलंच. सारा वांधा! तर एवढी वेळ क्षमा करा!'

सारे परिश्रम वाया जाण्याच्या बेतात असताना, मुंबईच्या *नवशक्ती* दैनिकानं तो प्रदीर्घ लेख स्वीकारून रविवार पुरवणीत चार भागामध्ये क्रमश: छापला. सुटकेचा नि:श्वास सोडला.

दुसरी एक आनंददायी घटना;– *सत्यकथा* हे साहित्य विश्वातले प्रतिष्ठित मासिक होते. त्यात माझी 'उलघाल' कथा प्रसिद्ध झाली. माझे मित्र–मराठीचे प्रा. तात्यासाहेब पाटलांचं पत्र आलं, '*सत्यकथा* मासिकात कथा प्रसिध्द होणं, हा तुमच्या लेखनातला महत्वाचा टप्पा!'

पुण्याच्या *तरुण भारत* दैनिकात माझे वार्तालेख प्रसिध्द झालेवते. कैलास जायचा नव्हता! –हा हृदयस्पर्शी लेख वाचून संपादक चं.प. भिशीकरांचं विशेष पत्र आलं, 'समाजात जे आशादायक, मानवी सद्‌भावनांचा आविष्कार करणारं घडतं त्याची आवर्जून दखल घेण्याचा तुमचा उपक्रम भावला. आपण एखादं साप्ताहिक-सदर किमान तीन महिने दै.*त.भा.* त लिहावं अशी इच्छा आहे. काय ते त्वरित कळवा.'

होकार कळवून तयारीला लागलो. लोखंड असो वा सोनं; आघात झाल्याव त्याला आकार मिळतो. तद्वत व्यक्तीवरही आघात झाल्याव आकार निर्माण होतो!– ही कल्पना केंद्रस्थानी ठेवून लिहिलेलं माझं 'आघात-आकार' सदर *त.भा.* दैनिकाच्या रविवार पुरवणीत प्रसिद्ध होऊ लागलं. तीन महिन्यात तेरा लेखांक प्रसिद्ध झाले. वाचकांच्या पंचवीसेक प्रतिक्रिया *त.भा.* ने छापल्या.

दीड महिन्यात सहा लेखांक प्रसिध्द होऊन, सदर मध्याव आलं असताना चमत्कृतीपूर्ण प्रसंग घडला; –रोज सकाळी हिरव्या हंबर सायकलीवनं पेपर वाचाय जायचो. नगर वाचनालयात तासभर वर्तमानपत्रं वाचायचो. एका रविवारी वाचन संपवून बाहेर आलो नू सायकल वळवून निघणार तेवढ्यात विशीतला युवक म्हणाला, "नमस्कार सर, मी विजय पाटील-वहाडणे."

"नमस्कार. जनसंघाचे नेते सूर्यभान पाटील-वहाडणे?"

"माझे वडील."

"छान! बोला, काय विशेष?"

"तुमचं आघात-आकार दर रविवारी वाचतो. आज सदर वाचून बाहेर आलो, तर हिरव्या सायकलच्या चेन कव्हरवर–प्रा. दिपा महानवर–नाव दिसलं. ओळख व्हावी म्हणून अर्धा तास वाट पहात सायकलजवळ थांबलोय."

"व्वा! आनंद वाटला."

"सर, तुमचे लेख आवडतात. लेखन प्रवाही असल्यानं वाचक शेवटपर्यंत जातो. विषय निवडीतला चोखंदळपणा भावतो."

"थँक्यू! गंगागीर कॉलेजच्या फिजिक्स डिपार्टमेंटला या सवडीनं. अधिक बोलू या."

महापुराचा पहिला अनुभव. नाशिकहून आलेली गोदावरी नदी कोपरगावला अर्धगोल वळसा घालून पुणतांब्याला गेलीय. वरती त्र्यंबकेश्वरला एकाच दिवशी पंधरा इंच पाऊस पडला. नाशिक जिल्हातल्या चारी धरणांचे दरवाजे उघडावे लागले. शुक्रवारी रात्री नगरपालिकेची सायरन कोपरगावच्या कानाकोपऱ्यात घुमली. महापुराच्या धोक्याची सूचना मिळाली. सकाळी पहातोय तर, जगाशी संपर्क साधणारा खंदक नाल्यावला पूल पाण्याखाली. एस्टी वाहतूक बंद.

शनिवारी नागपंचमीचा सण, तर गोदावरीच्या पात्रात महापुरानं फणा उभारलेला. टपाल गावात आलं नाही, की बाहेर गेलं नाही. सायंकाळपर्यंत अर्धे कोपरगाव पाण्याखाली. रात्रीही ताशी एक फूट वेगानं पाणी चढत होतं. तशात लाइट गेलेली. अंधारात बुडालेलं कोपरगाव संपूर्ण पाण्यात बुडणार की काय? ही धास्ती. पंधरा हजार लोकानी स्थलांतर केलं. त्यात दहा हजार झोपडपट्टीतले. एस्टी स्टँडचा तळमजला पाण्यात. नगरपालिका इस्पितळात तीन फूट पाणी. सोमय्या कॉलेजमध्ये पाणी शिरलं. गंगागीर कॉलेजच्या प्रदर्शन-होस्टेलमध्ये पाणीच पाणी.

शिवाजी पुतळा ते प्रदर्शन अॅप्रोच रोडवर शुक्रवारी एस्टी धावली, तर रविवारी त्याच रस्त्याव एकवीस फूट उंचीच्या पाण्यातनं होडी चालली. पाणी चढत होते. होडीचे दरही चढत होते. नेहेमी पंधरा पैसे घेणारा नावाडी दोन रुपये घेत होता.

रविवारी दुपारपासून ताशी अर्धा फूट वेगानं पाणी उतरू लागलं. चौथ्या दिवशी सोमवारी सकाळी पाण्याची लेव्हल नॉर्मल झाली. एस्टी स्टँड, खंदकनाला परिसरात डांबरी रस्त्याव महापुरामुळे तीनेक फूट जाडीचा गाळथर साचलावता. तीनचार बुलडोझर गाळ बाजूला ढकलून, रस्ता वाहतुकीसाठी खुला करत होते. शाळा-कॉलेजाना पाच दिवस सुट्टी. विद्यार्थी खूष!

महापुरानं घातलेल्या धुमाकुळाची पहाणी करून लिहीलेला: गोदामाता झाली कालीमाता!– हा माझा लेख *महाराष्ट्र टाइम्स* मध्ये प्रसिद्ध झाला. लेख वाचून साहित्यप्रेमी डॉ. सतीश मेहता बोरावके चाळीत आले न् म्हणाले, "महापुरानं केलेली जनजीवनाची वाताहत, एवढ्या ललित शैलीत लिहिणारी व्यक्ती कोण? या जिज्ञासेनं आलोय. अभिनंदन!"

सांगोल्याचे व्यासंगी प्राचार्य य.ना. कदमांचं पत्र आलं, "*म.टा.*तला लेख वाचला. कोपरगावात मी प्राध्यापक होतो. महापुराचं वर्णन एवढं प्रत्ययकारी आहे की, प्रलयंकारी पूर प्रत्यक्ष पहातोय असं वाटलं."

चार दिवसानी *म.टा.*च्या 'धावते जग' सदरात, माझ्या लेखाचा संदर्भ देऊन 'कोपरगावचे पुनर्वसन' ही संपादकीय टिपणी प्रसिध्द झाली.

पुणे विद्यापीठाच्या पाच जिल्ह्यातल्या प्राध्यापकांची 'पूना युनिव्हर्सिटी अँड

कॉलेज टीचर्स ऑर्गनायझेशन : पुक्टो' ही बलाढ्य संघटना. 'पुक्टो'च्या अहमदनगर, नाशिक, धुळे, जळगाव, पुणे (ग्रामीण) या पाच जिल्हा शाखा प्रबळ. कोपरगावला आल्याव संघटनेच्या मेळाव्याना इतराबरोबर 'आल्सो रॅन' स्वरूपात गेलोवतो.

म. गांधी पुण्यतिथी दिवशी श्रीरामपूरच्या प्राध्यापक सभेला मात्र गंगागीर कॉलेजचा अधिकृत प्रतिनिधी म्हणून गेलो. अहमदनगर जिल्हा शाखेची महत्वाची सभा बी.एड्. कॉलेजात भरली. पुक्टो-जिल्हाध्यक्ष व कोपरगावच्या सोमय्या कॉलेजचे प्रा. ना.स. फरांदेंच्या अध्यक्षतेखाली सभेचे कामकाज सुरू झाले. नेहेमीचे औपचारिक विषय संपल्याव, जिल्हा कार्यकारिणीची द्वैवार्षिक निवडणूक–हा विषय आला. निर्वाचन अधिकारी होते प्राचार्य व. सा. रोकडे. निवडणूक प्रक्रिया सुरळीत पार पडून पुक्टोच्या अहमदनगर जिल्हा प्राध्यापक संघटनेचा अध्यक्ष म्हणून माझी बिनविरोध निवड झाली!

नव्या जोमानं कोपरगावला परतलो. सूर्य बुडण्याच्या बेतात. तडक कॉलेजला जाऊन प्राचार्य एस्डी पाटीलसराना नमस्कार केला. जिज्ञासेनं विचारलं, "अरे पण महानवर, असं विशेष काय घडलंय?"

"सर, मी पुक्टोचा जिल्हाध्यक्ष झालो! घरी जाण्याआधी तुमचा आशीर्वाद घ्यायला आलोय."

पाठीव थाप मारत प्राचार्य म्हणाले, "भले बहाद्दर! शाब्बास पठ्ठ्या! आपल्या गंगागीर कॉलेजचं नाव प्राध्यापक संघटनेत झळकवलंस. पुक्टोच्या सभा संमेलनाना जाऊन आम्ही फक्त जेवणाव ताव मारला. वर्गणीत, आंदोलनात गंगागीर कॉलेज आघाडीवर. पद मिळवण्यात मात्र पिछाडीवर. आज बेस्ट काम केलंस. अभिनंदन!"

नगर जिल्हा प्राध्यापक संघटनेच्या उपाध्यक्षा होत्या प्रा. ॲड. चित्रा देशपांडे. अहमदनगर जिल्हा मराठा विद्या प्रसारक संस्थेच्या नगर येथील न्यू लॉ कॉलेजात त्या पूर्णवेळ प्राध्यापिका. तीन वर्षे सेवा झाली असूनही संस्थेने त्याना सेवामुक्त केलेवते. आपल्या उपाध्यक्षाच अन्यायित असतील, तर संघटनेला काय अर्थ? या विचाराने अस्वस्थ झालो.

त्याच संस्थेच्या न्यू आर्ट्स, सायन्स अँड कॉमर्स कॉलेज, अहमदनगरमधील मराठीच्या प्रा. सौ. मेधा काळे यानाही संस्थेनं अन्याय्यरित्या बडतर्फ केलेवते. तेव्हा शिक्षण संस्थांचं प्रशासन असं काही चमत्कारिक होतं की, –प्रा. सौ. काळे ही मराठा विद्या प्रसारक संस्थेचे अध्यक्ष बाळासाहेब काळेंची सून! अध्यक्षांच्या सुनेची ससेहोलपट, तर मग सामान्य प्राध्यापकाची काय हालत असेल?

दोन्ही प्राध्यापिकांच्या प्रश्नासाठी कुलगुरूना नोटिस पाठवली, 'पुणे विद्यापीठ सिनेटची बैठक तेवीस मार्चला सुरू होतेय. त्यापूर्वी प्रा. सौ. चित्रा देशपांडे, प्रा. सौ. मेधा काळे यांच्या सह्या मस्टरवर झाल्या नाहीत तर तेवीस मार्च रोजी विद्यापीठासमोर

बेमुदत उपोषण सुरू करू.'

प्राध्यापकांचा मोर्चा सिनेट सभेवर नेला. ''बडतर्फ प्राध्यापिकांना सेवेत घेतलेच पाहिजे! प्राध्यापक एकजुटीचा विजय असो!'' अशा घोषणा सुरू. मोर्चाला सामोरं येऊन कुलगुरू प्राचार्य देवदत्त दाभोळकरांनी मागण्यांचं निवेदन स्वीकारलं.

सिनेटबाहेर हिरवळीव उपोषणाला बसलो. प्राध्यापकांच्या मागण्यांना, उपोषणाला पाठिंबा देणारी तहकुबी सूचना पुक्टो-सरचिटणीस प्रा. ना. द. शिरोळकरांनी मांडली. अध्यक्षा प्रा. सौ. नलिनी तारळेकरांनी अनुमोदन दिले. प्राचार्य एस्डी पाटील, प्रा. डॉ. शां. ब. मुजुमदार यानी पाठिंब्याची भाषणे केल्याव तहकुबी सूचना एकमताने मंजूर झाली. दुसऱ्या दिवशी कुलगुरूनी, नगर जिल्हा मराठा विद्या प्रसारक संस्थेच्या पदाधिकाऱ्याना बोलावून दोन्ही प्राध्यापिकाना सेवेत घेण्याचा आदेश दिला. कुलगुरूंच्या हस्ते सरबत घेऊन उपोषण सोडले. माझ्या सामाजिक जीवनातलं पहिलं उपोषण!

अडीच वर्षापूर्वी प्राध्यापकानी विद्यापीठ परीक्षावर बहिष्कार टाकलावता. मागण्यांची पूर्तता करण्याचं आश्वासन शासनानं दिल्यावर बहिष्कार उठला. तथापि, मागण्यांची तड न लावता, उलट आणीबाणीचा फायदा घेऊन सरकारनं महाराष्ट्र राज्य प्राध्यापक महासंघाचे अध्यक्ष प्रा. डॉ. लीलाधर केणी व सरचिटणीस प्रा. किशोर ठेकेदथ याना पंधरा महिने तुरुंगात डांबले. प्राध्यापकांची स्थिती दयनीय झाली. राज्यात साडेतीनशे प्राध्यापक बडतर्फ. पावणेदोनशे कॉलेजातल्या प्राध्यापकांचा पगार कुठं पाच, तर कुठं तेरा महिन्यांचा थकलेला. 'प्री डिग्री'चे रूपातंर 'बारावी'त झाल्याने नवे भयानक प्रश्न खडे ठाकलेले.

नाक दाबल्याशिवाय तोंड उघडायचे नाही!–ही शासकीय मानसिकता. प्राध्यापक महासंघाने पुन्हा परीक्षा बहिष्कार आंदोलन छेडले. परीक्षांचा बट्ट्याबोळ महागात पडेल! –या भीतीनं मुख्यमंत्री वसंतदादा पाटलांनी महासंघाशी वाटाघाटी करून काही मागण्या मार्गी लावल्या. आंदोलन थांबले.

'*किस्त्रीम*'चे संपादक मुकुंदराव किर्लोस्करांचं पत्र आलं, 'राहुरी स्टँडवर अचानक आपली भेट झाली. पुण्याला परतल्याव, राहुरीजवळच्या सय्यदबाबाचा चमत्कार कानी आला. त्वरीत 'लाख' गावी जाऊन बाबा-प्रकरणाचा साद्यंत शोध घ्या. सा. *मनोहर* साठी फीचर तयार करून पाठवा.'

दोन हजार वस्तीच्या निसर्गरम्य 'लाख'ला सकाळी पोचलो. राहुरी-श्रीरामपूरच्या मध्यावलं सधन खेडं. लगतच प्रवरा नदी व दौंड-मनमाड रेल्वेलाईन. गावच्या कडेला 'मिठू गफूर सय्यदबाबा'चं सोपावजा घर. अंगणात कबर. नक्षीदार, हिरव्या-रेशमी कापडानं झाकलेली. त्यावर मोरपिसांचे झुबके.

बाबाचं पितळ उघडं पाडणारी चौकशी कराय गेलेल्या तीन तरुणाना, बाबाच्या

साथीदारानी निबार चोपलंवतं. त्यामुळे मी सावधपणे शोध घेतला. मिठू गफूर सय्यद श्रीरामपूरच्या बोरावके कॉलेजात एफ्वायला. अचानक त्याच्या अंगात हाजी मलंगबाबा संचारला. सत्यसाईबाबा छाप चमत्कार घडू लागले. बाबाच्या तोंडातनं ताईत, सोनसाखळी, गुलाबपुष्पं निघू लागली. नव्या देवस्थानाच्या दर्शनानं दुःखं दूर व्हावीत म्हणून लाख गावी भाविकांची रीघ लागली.

मी तयार केलेलं फीचर '*मनोहर*' साप्ताहिकात फर्स्ट प्लेसला झळकलं. शीर्षक होतं : आणखी एका बुवा(बाजी)चा जन्म!

पंधरा जिल्ह्यात शैक्षणिक पसारा असलेल्या रयत शिक्षण संस्थेच्या शिक्षक, सेवकांची साताऱ्यात रयत सेवक सहकारी बँक. संस्थेच्या लाईफ मेंबरात पूर्वापार दोन प्रबळ गट. परंतु दोन्ही गटात समझोता होऊन स्थापनेपासून सदतीस वर्षे बँक निवडणूक बिनविरोध होत असे. यंदा मात्र दोन पॅनेल होण्याचं चिन्ह दिसू लागलं. संस्था संघटक-कर्मवीरपुत्र आप्पासाहेब पाटलांनी तडजोड सुचवली, 'दोन्ही गटांचे समसमान संचालक, चिठ्ठी उचलून चेअरमन.'

सत्ताधाऱ्यांचा दुराग्रह, 'दोन तृतीयांश संचालक आमचे, चेअरमन आमचा.'

माजी पदाधिकारी गटाचे म्हणणे, 'शिक्षण क्षेत्रात बाद पद्धत-एलिमिनेशन मेथड असावी. एका व्यक्तीनं अनेक पदं भूषवू नयेत. सत्तेचं विकेंद्रीकरण हवं.'

वाटाघाटी फिसकटल्या. आजी पदाधिकारी विरुद्ध माजी. तुल्यबल पॅनेल आमनेसामने खडी ठाकली. संस्थेचे माजी चेअरमन ॲड. रामभाऊ नलावडे निर्वाचन अधिकारी. रयतच्या सव्वाचारशे शाखातल्या साडेपाच हजार मतदारासाठी पंचवीस मतदान केंद्रे.

बँकेच्या चारपाच वार्षिक सभात मी प्रभावी चर्चा केलीवती. त्यामुळे या निवडणुकीत इंटरेस्ट. शिवाय माजी पदाधिकारी पॅनेलमधून आमचे प्राचार्य एस्डी पाटील उभे. क्लार्क जया जामदारला घेऊन जावा फटफटीवनं नाशिक जिल्ह्यात प्रचार केला. दौरा सुरू असताना '*तरुण भारत*' दैनिकात माझं वार्तापत्र झळकलं. ते आमच्या पॅनेलसाठी उपयुक्त ठरल्याचं दौऱ्यात दिसलं.

मतदान नव्वद टक्के. सातारला मतमोजणी झाली. आमच्या पॅनेलचे पाच उमेदवार विजयी होऊन बहुमत मिळाले. आमचे प्राचार्य एस्डी मात्र थोड्या मतानी पडले. गड आला पण सिंह गेला! विरोधी पॅनेलला चार जागाव समाधान मानावं लागलं. मतमोजणी संपल्याव 'लक्ष्मी' बंगल्यात संघटक आप्पासाहेब पाटील आनंदात म्हणाले, "सर्वसामान्य सेवकापैकी महानवरनं चांगलं काम केलं."

साक्षात भगवंतावरही माझा विश्वास नसल्यानं भगवान रजनीशापासून दूर.

परंतु *'संभोगातून समाधीकडे'* हे त्यांचं फँटॅस्टिक पुस्तक भलतंच गाजलं. जिज्ञासेनं वाचलं;– 'धर्मांनी आपल्या तत्त्वज्ञानांचं विष पाजून कामवासनेला ठार मारण्याचा यत्न केला. ती मेली असती तर बरं झालं असतं. परंतु ती मेली नाही. उलट विषारी बनून जिवंत राहिली.'

बुद्धीवादी विवेचन भावलं. त्यांची इतरही पुस्तकं वाचली. तर्कशुद्ध मांडणी, चमत्कृतीपूर्ण लोककथांची पेरणी, नर्म विनोदानं सजलेली ओघवती निवेदन पद्धती! प्रभावित झालो. बिनधास्त हिप्पी संप्रदाय व गूढ आश्रम पहावा, रजनीशांचं प्रवचन ऐकावं अशी तीव्र इच्छा.

नवीन आकृतीबंधाच्या बारावी प्रशिक्षणासाठी पुण्यात मुक्काम पडला. एका सकाळी सातला कँपात कोरेगाव पार्कचा आश्रम गाठला. दहा रुपयांचा डोनेशन पास काढला. भगव्या गोऱ्या हिप्पी जोडप्यांची लाईन लागलेली. माझ्यागत सिव्हील ड्रेसातले सिंगल तुरळक. प्रवचन-मंडपाच्या अलीकडे बोर्डाव सूचना; –जोडे आणि मने येथे ठेवा!

आठ वाजता स्पीकरनं आचार्यांच्या आगमनाची वर्दी दिली. गुरुशर्टातले लुंगीधारी आचार्य रजनीश अवतरले. प्रवचन सुरू झाले. आचार्यांची धीरगंभीर आकाशवाणी कानी पडताच, हॉलमधले पंधरावीसजण फीट आल्यावानी पालथे, उताणे वेडेवाकडे पडले. 'सुखशांतीसाठी प्रवास करावाच लागतो. प्रवासाच्या लांबीला महत्व नसून, महत्व असते दिशेला!....'

दीड तास झाला. आवाज थांबला. आचार्य मागे वळून अंतर्धान पावले. हॉलमधले अनेक भाविक सपशेल पालथं पडून व्यासपीठाच्या दिशेनं हात जोडून निश्चल. श्रोत्यात बहुसंख्य हिप्पी जोडपी. त्यानी गळ्यात गळे घालून किसिंग-प्रेसिंगचे कामुक चाळे सर्वासमक्ष सुरू केले. अशी 'समाधिस्थ' जोडपी अर्धा तास सभामंडपात झुलत राहिली.

नंतर सारी जोडपी सभास्थान सोडू लागली. परतीच्या वाटेवरही कामोद्दीपक प्रकार सर्रास सुरू. एक हिप्पी पुरुष दोन्ही बगलेत दोन स्त्रियाना घट्ट आवळून चाललावता. दुसरीकडे हिप्पी स्त्री दोन्ही बगलेत दोन पुरुषाना कवटाळत संथपणे चाललीवती. सारी भगवी हिप्पी जोडपी आपापल्या निवासाकडे परतली. माझं विचारचक्र सुरू: शिष्याना 'संभोगातून समाधीकडे' नेणाऱ्या आचार्य रजनीशांचं प्रवचन दीड तास श्रवण केल्यानंतर ती हिप्पी जोडपी सभामंडपातल्या 'समाधीतून' निवासात 'संभोगाकडे' तर गेली नसतील ना?

रजनीशांच्या मठीत एक दिवस!– या शीर्षकाचा माझा सचित्र लेख सा. *मनोहर*ने प्रसिद्ध केला. ते शीर्षक व रजनीशांचा फोटो अंकाच्या रंगीत मुखपृष्ठावरही छापलावता. माझ्या लेखनाचा बहर!

केंद्रीय दरानं महागाई भत्ता मिळावा! –या मागणीसाठी राज्य कर्मचाऱ्यानी दोन वर्षापूर्वी सदतीस दिवसांचा संप केलावता. मागणी मुख्यमंत्र्यानी तत्त्वत: मान्य केली. तथापि, आणीबाणीत विविध संघटनांच्या मागण्यांची वाट लागली; तीच गत याही मागणीची झाली. आंदोलन करायचे फक्त राज्य कर्मचारी संघटनेनं; लाभ मात्र उठवायचा कर्मचाऱ्याबरोबर कामगार, शिक्षक-प्राध्यापकानीही. हे विचारात घेऊन यंदा 'राज्य कर्मचारी, कामगार, शिक्षक-प्राध्यापक समन्वय समिती' स्थापन झाली. राज्य सरकारी कर्मचारी संघटनेचे बुद्धिवादी रगदार नेते र.ग. कर्णिक समन्वय समितीचे निमंत्रक.

एकशेतीन संघटनांचे दहा लाख कर्मचारी, कामगार, शिक्षक, समन्वय समितीच्या झेंड्याखाली एकत्र आले न् बेमुदत संपाव गेले. आंदोलनाचं रान उठवताना प्राध्यापक महासंघ आघाडीवर होता. परंतु प्रत्यक्ष संप सुरू होताच पिछाडीवर. प्राध्यापक-नेत्यांच्या कचखाऊ धोरणाचा राग आला आणि समन्वय समितीच्या आंदोलनात मी व्यक्तिश: आघाडीव राहिलो. लढ्याचा प्रभावी टप्पा म्हणून संपाच्या विसाव्या दिवशी 'जेलभरो' आंदोलन सुरू झालं. दहा जणांच्या पहिल्या तुकडीचं नेतृत्व करून मी जेलमध्ये गेलो. जामीनाव सुटण्यास नकार दिल्यानं सात दिवस न्यायालयीन कोठडीत होतो. गजाआड जाण्याचा तो पहिला प्रसंग!

माझ्या तुरुंगवासाची बातमी दै. *सकाळ* मध्ये आली. साताऱ्यानजीक धनगरवाडीतल्या बहिणीला कुणीतरी ती सांगितली. आक्का रडली. नेमकं काय घडलंय ते समजावं म्हणून, तिनं सकाळ पेपर पैदा केला. बातमी वाचल्याव रिटायर सुभेदार म्हणाला, "अशी अटक होऊन तुरुंगात जाणं कमीपणाचं नसतंय; उलट त्ये अभिमानाचं आसतंय. बिल्कूल काळजी करू नका!"

कोपरगावात रोज संपकऱ्यांचा मोर्चा निघत होता. हम सब एक है! –ही घोषणा गल्लोगल्ली घुमत होती. शेवटी वाटाघाटी होऊन, मुख्यमंत्र्यांच्या आश्वासनानंतर चोपन्न दिवसांचा संप समन्वय समितीनं मागे घेतला.

यावेळी मात्र महाराष्ट्र शासनानं आपला शब्द पाळला. राज्य सरकारी कर्मचारी, कामगार, शिक्षक-प्राध्यापकाना केंद्रीय दरानं महागाई भत्ता देण्याचा जीआर जारी केला.

आणीबाणी उठली. लोकसभा निवडणूक झाली. लोकनायक जयप्रकाश नारायण यांच्या साक्षीनं केंद्रात प्रथमच बिगरकाँग्रेसी जनता पक्षाचं सरकार आलं. ना. मोरारजी देसाई पंतप्रधान. पाठोपाठ महाराष्ट्र विधानसभा निवडणूक झाली. राज्यात प्रथमच आघाडीचं सरकार आलं. संघटना काँग्रेसचे ना. वसंतदादा पाटील मुख्यमंत्री, तर आयकाँग्रेसचे ना. नाशिकराव तिरपुडे उपमुख्यमंत्री.

विधानसभा निवडणुकीनंतर उन्हाळ्यात लगडवाडी ग्रामपंचायतीची निवडणूक लागली. सहा वर्षापूर्वी आमचा दोनतीन मतानी पराभव झालावता. रस्ता, एस्टी, वीज ही भरीव कामं केलेली असतानाही झालेला पराभव जिव्हारी लागलावता. पुढे दुष्काळात घाटरस्त्याचं जबरदस्त काम आम्ही केलंवतं. नवभारत सोसायटी गेली दहा वर्षे आमच्या ताब्यात होती. मागच्या पराभवाचा कलंक यंदा धुऊन काढण्याचा चंग बांधला.

गेल्यावेळी माझे बिनीचे तरुण कार्यकर्ते होते वसंत शेलार, इन्नूस शेख. प्रमुख उमेदवार होता शिरंग शेलार. यावेळी आघाडीचे तरुण कार्यकर्ते होते दिलीप शेलार, वसंत पवार. मुख्य उमेदवार तोच होता शिरंगतात्या. दुसरा उमेदवार बाबुभाई शेख-सुतार व स्त्री सीट धुर्पा मोजर. सुयोग्य पॅनेल, केलेली कामं व चिकाटीचा चाणाक्ष प्रचार यामुळे आमच्या उमेदवाराना सरासरी एकशेपंधरा मतं मिळाली; तर विरोधकाना पंचेचाळीस मतं. आमचे तिन्ही उमेदवार सत्तर मतानी विजयी झाले!

यंदाच्या विजयानं सर्वाधिक आनंद झाला दादांचा रोजंदारीतला मैतर विठोबा भोसलेला. म्हणाले, ''चार वर्साखाली दादा वारलं. आज ते आसतं तर ह्या फट्टयानं बैलगाडी जुपली आसती!''

''दादा नसले तरी भोसलं तुम्ही आहातच की!'' मी म्हणालो.

''मंग काय जुपू का गाडी?''

झुंजार तरुण मंडळाचे सारे कार्यकर्ते एका सुरात बोलले, ''आग्रहाची कशाला वाट बघताय? जुपा जा गाडी लवकर. आमीबी ढोल-लेझीम काढतो.''

भोसलेनं खिल्लारी बैलजोडीला झुली घालून, बाशिंगं बांधून, गळ्यात चाळ अडकवून, शिंगात शेंब्या ठोकून गाडी जुपली. दोन्ही बावकाडाव फळी बांधली. विजयी उमेदवार व मी फळीव बसलो. गुलालाची उधळण. ढोल-लेझमीच्या जल्लोषात मिरवणूक गावभर फिरली. शेवटी म्हणालो, ''विरोधकानी मतदारांची दिशाभूल केल्यानं गेल्यावेळी आपण पडलोवतो. सहा वर्षात गावकऱ्याना सत्य उमगलं. आमचं सोनं आज कसाला उतरलं! आपले तिन्ही उमेदवार मोठ्या फरकाने विजयी झाले. विरोधकाना त्यांची जागा दाखवून दिल्यावर, मी यापुढे ग्रामपंचायत निवडणुकीत भाग घेणार नाही!''

पुक्टोचे मुखपत्र असावे! –हा विचार संघटनेत वारंवार मांडला गेला. शेवटी, लेखनाचं अंग लक्षात घेऊन संपादकपदाची जबाबदारी माझ्याव सोपवली. मग काय? उत्साहानं कामाला लागलो. 'पुक्टो बुलेटिन' असं नामकरण केलं. प्रकाशनकाळ द्वैमासिक. बावीस पेजी प्रथम अंकाचं मुद्रण कोपरगावला विकास प्रेसमध्ये केलं. बुलेटिनच्या जन्मअंकाचं प्रकाशन पुक्टो-अधिवेशनात शिक्षक दिनी पुणे विद्यापीठ

दीक्षा-सभागृहात कुलगुरू डॉ. राम ताकवलेंच्या हस्ते झालं. अध्यक्षस्थानी माजी कुलगुरू प्राचार्य देवदत्त दाभोळकर.

पुक्टो-बुलेटिनच्या तिसऱ्या अंकाचे प्रकाशन चाळीसगावच्या शैक्षणिक परिषदेत झाले. परिषदेला जोडून शेवटी पुक्टो-जनरल कौन्सिलची द्वैवार्षिक सभा झाली. 'प्रत्येकी दोन वर्षांच्या दोन टर्म' पूर्ण केल्यानं प्रा. सौ. नलिनी तारळेकर घटनेनुसार अध्यक्षपदावरून निवृत्त झाल्या. निवडणूक प्रक्रियेत पुक्टो-अध्यक्षपदी माझी बिनविरोध निवड झाली. परंतु प्राध्यापकानी टाळ्या वाजवण्यापूर्वी तत्परतेनं म्हणालो, "माझ्या प्रिय मित्रानो, अध्यक्षपदी माझी निवड करून विश्वास दाखवलात त्याबद्दल ऋणी आहे. तथापि, पुक्टोच्या स्थापनेपासून अध्यक्षा सौ. तारळेकरांच्या खांद्याला खांदा लावून, सरचिटणीस म्हणून काम केलेल्या प्रा. ना. द. शिरोळकर यांचा अध्यक्षपदावर पहिला हक्क आहे. प्रा. शिरोळकरांचं नाव अध्यक्ष म्हणून सुचवतो; त्यास पाठिंबा द्यावा."

सभेने सूचना स्वीकारली. दिलदारपणाचे कौतुक करून उपाध्यक्षपदी माझी निवड केली.

योजनाबद्ध प्रयत्नामुळे पुक्टो-बुलेटिनचे प्रेस ॲक्टखाली अल्पावधित रजिस्ट्रेशन झाले. पोस्टल कन्सेशन परमिट मिळाले. अवघ्या दोन पैशात चाळीस पेजी अंक पोस्टाने जाऊ लागला. वर्गणी, जाहिरातीद्वारे बुलेटिन आर्थिकदृष्ट्या स्वयंपूर्ण बनवले. संघटनेचं मुखपत्र म्हणून केवळ सर्क्युलर्स, जी.आर. छापून गॅझेटगत रूक्ष न बनवता, पुबुतल्या मजकुराला सतत साहित्यिक स्पर्श दिला. कोपरगाव येथील विकास-प्रेसच्या मुद्रण क्षमतेला मर्यादा होती. सक्षम प्रेसच्या शोधात होतो. शेवटी 'कल्पना मुद्रणालय, पुणे' चा शोध लागला. मोठी कपॅसिटी म्हणूनच नव्हे, तर 'क्वालिटी प्रिंटर' म्हणून 'कल्पना' महाराष्ट्रात ख्यातनाम. मालक चिं.स. लाटकरांची ओळख झाली. पुढे गट्टी जमली. कल्पना मुद्रणातयातून पु.बु.चा सहावा देखणा अंक बाहेर पडला. कौतुक झालं.

पुबुच्या पहिल्या वर्धापन अंकाचं प्रकाशन महाराष्ट्र राज्य प्राध्यापक महासंघ: एम्फक्टोचे अध्यक्ष प्रा. डॉ. लीलाधर केणींच्या हस्ते संगमनेरला प्राध्यापक-मेळाव्यात झालं. भाषणात ते म्हणाले, "पुक्टो बुलेटिनचे अंक वर्षभर वक्तशीर येत असल्याचे पाहून आश्चर्याचे गोड धक्के बसले. आम्ही मुंबई विद्यापीठ प्राध्यापक संघटनेचे बुलेटिन प्रकाशित करण्याचा प्रयत्न केला. यश आले नाही. ती अवघड कामगिरी संपादक प्रा. दिपा महानवर पुक्टोत जोमाने पार पाडत आहेत. अभिनंदन!"

मेळाव्याच्या शेवटी पुक्टोच्या अहमदनगर जिल्हा शाखेची निवडणूक झाली. दोन वर्षासाठी अध्यक्षपदी माझी बिनविरोध फेरनिवड. 'झोत'कार दलित विचारवंत

प्रा. रावसाहेब कसबे उपाध्यक्ष आणि नगरचे प्रा.क.शं. सहाणे सरचिटणीस म्हणून निवडले.

बोरावके चाळीत दहाबारा प्राध्यापक. चाळकऱ्यात तसे जिव्हाळ्याचे संबंध. तुरळक हेवेदावेही उद्भवत. चाळीत एक होते प्रा. मनिल लोहार. त्यांचं पहिलं नाटक गाजलं. आशा उंचावल्या. ते आपली तुलना विजय तेंडुलकर, वसंत कानेटकर यांच्याशी मनातल्या मनात करू लागले. *सकाळ, महाराष्ट्र टाइम्स* दैनिकात अधूनमधून आपल्या नाटकाची जाहिरात दिसावी ही त्यांची अपेक्षा. परंतु दुर्दैवानं त्यांची अन्य नाटकं चालली नाहीत. त्यामुळे ते सतत अतृप्त. दुसरा एकादा प्राध्यापक उजेडात आला रे आला की त्याची टिंगल करीत. त्या टवाळीत शेवटी माझा नंबर लागला. त्यांच्या मनात विचारचक्र, 'महानवर साधा सायकलवाला प्राध्यापक. परंतु सत्यकथा, मनोहर, महाराष्ट्र टाइम्स अशा आघाडीच्या मासिक, साप्ताहिक, दैनिकात लिहितो. पुक्टो-बुलेटिनचं संपादन करतो, प्राध्यापकांचं नेतृत्व करतो, महानवरचं नाव वरचेवर पेपरात झळकतंय म्हणजे काय?'

लोहारसरांच्या मनात हेवा-द्वेष धुमसू लागला. त्यांनी मला ठोकायचं ठरवलं. पण ठोकायचं कशावरून? शेवटी 'दिपा' नावावरून झोडपायचं नक्की केलं. दै. म. टा.मध्ये वाचकांच्या पत्रव्यवहारात लिहिलं. 'स्त्री लेखिका व पुरुष लेखिका या संदर्भातला एक ताजा गमतीदार किस्सा : दिपा महानवर हे सामाजिक प्रश्नांवर लेखन करणारे प्राध्यापक. त्रेपन्नाव्या साहित्य संमेलनाला पुण्यास गेले असता त्यांची निवासव्यवस्था लेखिकांच्या खोलीत केल्यानं साऱ्यांची धावपळ झाली.'

त्यावर म.टा.मध्ये माझं पत्र प्रसिद्ध झालं, 'प्रा. मनिल लोहारांचं पत्र वाचून करमणूक झाली. त्रेपन्नाव्या पुणे साहित्य संमेलनाला मी गेलोच नव्हतो. त्यामुळे माझ्या निवासव्यवस्थेवरून कुणाची धावपळ होण्याचा प्रसंग कसा उद्भवणार? केवळ माझी कुचाळकी करण्यासाठी प्रा. लोहारांनी चक्क खोटा मजकूर वृत्तपत्रात लिहावा, यावरून त्यांच्या किडक्या विचारांची सडकी मनोवृत्ती स्पष्ट झाली.

नावाबाबत काही संदर्भ : 'दिपा नुसंतारा एदित' हा इंडोनेशियन कम्युनिस्ट पार्टीचा नेता. राज्यक्रांतीच्या काळात तुरुंगातून निसटून जाताना, पोलीस गोळीबारात तीस सप्टेंबर एकोणीसशे पासष्टला ठार झाला. कम्युनिस्ट विचारप्रणालीचा मी पुरस्कर्ता असल्यानं तेव्हाच 'दिपा' हे टोपणनाव धारण केलं. प्रा. क्रांती जेजुरकर स्त्री, तर क्रांती शहा पुरुष. कमल देसाई स्त्री, तर कमल शेडगे पुरुष. तसेच दीपा गोवारीकर लेखिका असली तरी, प्रा. दिपा महानवर लेखक असायला हरकत नसावी. शिवाय लेखनकर्त्या व्यक्तीच्या लिंगामुळे लेखन आशयावर परिणाम संभवत नाही.'

माझं पत्र प्रसिद्ध झाल्याव प्रा. लोहार आणखी इरेला पेटले. दुसरं पत्र स्वतःच्या

नावानं लिहिलं तर व्यक्तीद्वेष स्पष्ट होईल म्हणून की काय, त्यानी धडधडीत लबाडी करून 'रा.वा. लोहार, अमळनेर' या सज्जनाच्या नावानं स्वत:च म.टा.त पत्र लिहिलं, 'लेखनकर्त्या व्यक्तीच्या लिंगामुळे लेखन आशयावर परिणाम संभवत नाही; हे प्रा. महानवरांचे मत वाचले. लिंग विशेष व मानवी वृत्ती यांची सांगड फ्राइडनं घातल्यापासून मी अशा लिंगविषयक गोष्टींचा गंभीरपणे विचार करतो. प्रा. महानवरांच्या मताशी मी सहमत नाही. 'दिपा' हे नाव जगात कुणाकुणाचं आहे याबाबत प्रा. महानवरांचा अभ्यास कौतुकास्पद आहे. ते भौतिकशास्त्राचे प्राध्यापक असूनही, त्यांचा इंडोनेशियाचा अभ्यास वाखाणण्याजोगा आहे.'

त्या बोचऱ्या पत्रानंतर खुलाशाचं माझं दुसरं पत्र म.टा.ने प्रसिद्ध केलं, 'अमळनेरच्या रा.वा. लोहारांचं पत्र वाचलं. मला अकारण नामोहरम करण्यासाठी दुसरंही पत्र धुळे परिसरातील 'लोहार' आडनावाच्याच इसमानं लिहावं, यामागील कार्यकारणभाव समजणं अवघड नाही.

'दिपा' हे नाव लेखन करण्याच्या उद्देशानं धारण केलेलं नाही. डावा नेता दिपा एदितच्या क्रांतिकारी कर्तृत्वानं प्रभावित झालो आणि कम्युनिस्ट विचारांच्या प्रेमापोटी 'दिपा' नाव धारण केलं. तेव्हा स्त्रीचे 'दीपा' हे नाव प्रचलित नव्हते. तसं असतं तर लिंगसंभ्रम निर्माण करणारं ते नाव मी घेतलं नसतं आणि विरोधकाना 'नाव' या खाजगी बाबीवर जाहीर कुचाळकी करण्याची संधी दिली नसती.

नाव पासष्ट साली धारण केले; तर त्यानंतर आठ वर्षांनी मी पहिला वार्तालेख लिहीला. तो 'दिपा महानवर' या नावानं साधना साप्ताहिकात प्रसिद्ध झाला;– ब्राह्मणगावच्या दलित स्त्रियांची विटंबना करणाऱ्या रामा धनगरास! विशेष म्हणजे त्या शीर्षकाखाली, माझे लिंग जाहीर करणारे–'एका धनगर तरुणाचे अनावृत्त पत्र'– हे संपादकीय अवतरण छापलेले होते.'

प्रा. मनिल लोहारांनी बोगस पत्र 'रा. वा. लोहार, अमळनेर' या नावानं पाठवलं. 'एक लोहार दुसऱ्या लोहाराची लबाडी झाकून नेईल' हा त्यांचा होरा मात्र चुकला, आणि सत्यवादी रा.वा. लोहारांचं मला तातडीनं पत्र आलं –'म.टा.तलं आपलं दुसरं पत्र वाचलं. आश्चर्य असं की, माझ्या नावानं म.टा.त छापलेलं 'ते' पत्र माझं नव्हतंच! मला ते कुणी तरी सांगितल्यावर, तसा खुलासा करणारं पत्रही तातडीनं मी म.टा.कडे पाठवलं. त्यानी ते लागलीच न छापल्यानं, मी अंदाजलेला धोका खरा ठरला. आता मी पुन्हा म.टा.कडे पत्र पाठवलं असून त्याची प्रत तुमच्या माहितीसाठी सोबत जोडली आहे.

तुमच्या वादातलं मला काहीही ठाऊक नाही आणि 'लोहार' नावानं कड घेण्याइतका मी निश्चितच मागास नाही. ते पत्र स्वत: प्रा. मनिल लोहारानीच लिहून

माझ्या नावावर खपवले असावे. आपणास व मलाही निष्कारण मनस्ताप झाला. त्याबाबत दिलगीरी व्यक्त करणे, एवढेच माझ्या हाती आहे.'

दोन आठवड्यानी रा.वा. लोहारांचे पत्र *म.टा.* ने छापले, 'प्रा. दिपा महानवर व प्रा. मनिल लोहार यांचे, पुरुष लेखक व स्त्री नावे या वादात म.टा.मध्ये माझ्या नावाने एक पत्र प्रसिद्ध झाले. परंतु ते पत्र माझं नसून माझ्या नावानं दुसऱ्याच कुणी तरी पाठवलं आहे.'

रा.वा. लोहारांच्या पत्रामुळे प्रा. मनिल लोहारांचा खोटारडेपणा व दुष्टपणा उघडकीस आला. त्यांच्या विकृत मनोवृत्तीतून निर्माण झालेला जाहीर वाद, रा.वां.च्या खुलाशानंतर म.टा.ने थांबवला!

प्राचार्य एस्डी पाटलांचे बहुमोल सहकार्य संघटनाकार्यात लाभत होते. त्याचा दोघानाही फायदा होत होता. पुणे विद्यापीठ निवडणुका लागल्या. एस्डी सर सायन्स फॅकल्टी डीनसाठी उभे राहिले. परममित्र प्रा. डॉ. एस्बी मुजुमदार मुख्य पुरस्कर्ते. पुक्टोनं पाठिंबा दिला. सर्वांनी जीव तोडून काम केलं. प्राचार्य एस्डी पाटील विजयी झाले. प्राध्यापक संघटनेच्या गोटात, सिम्बायोसिसच्या प्रांगणात, गंगागीर कॉलेजमध्ये जल्लोष!

सर डीन झाल्यामुळे विद्यापीठ परीक्षाकार्याची महत्वपूर्ण जबाबदारी माझ्याव आली. बी. एस्सी. तिन्ही भागांच्या फिजिक्स प्रॅक्टिकल परीक्षेसाठी 'अहमदनगर डिस्ट्रिक्ट कोऑर्डिनेटर' म्हणून काम करण्याची संधी मिळाली. त्यामुळे नगर जिल्ह्यातल्या फिजिक्स प्राध्यापकाशी जो जिव्हाळा निर्माण झाला, तो संघटनाकार्यासाठी उपयुक्त ठरला.

सर्व जातीधर्माच्या विद्यार्थ्यांना घेऊन मिश्र वसतिगृहाचा प्रयोग देशात पहिल्यांदा कर्मवीर भाऊराव पाटलांनी यशस्वी केला. पण त्याचा अर्थ, रयतमधून जात हद्दपार झाली असं नाही. प्राचार्य एस्डी पाटलांच्या निकट वावरताना मात्र जातीपातीचा लवलेश दिसला नाही. ते आपल्या अम्बॅसिडरने पुणे, सातारा, मुंबई प्रवास करताना एकदोन प्राध्यापक सोबत घेत. त्यात माझा नंबर पहिला. सदोदित त्यांच्या संगतीत दिसल्यानं एकदा रयतचे सहसचिव म्हणाले, "प्रा. दिपा महानवर आले; प्राचार्य एस्डी पाटलांचे मानसपुत्र आले!"

क्षणार्धात म्हणालो, "सर, तुम्ही मला प्राचार्य एस्डींचा मानसपुत्र मानत असाल, तर माझ्याइतका भाग्यवान मीच! मला त्याचा गर्व राहील."

असंच एकदा प्राचार्य एस्डींच्या कारनं उपप्राचार्य डॉ.व्ही.डी. पाटील, बॉटनीचे हेड डॉ.टी.के. पवार आणि मी पुण्याला निघालोवतो. लाईफ मेंबर होण्यासाठी आम्ही तिघानीही रयत शिक्षण संस्थेकडे अर्ज केलावता. एस्डीसर लाईफ मेंबर-

बोर्डाचे अध्यक्ष. कार धावत होती. अचानक व्ही.डी. पाटील म्हणाले, "पाटीलसाहेब, समजा बोर्डानं सांगितलं;– तुमच्या कॉलेजमधल्या तिघापैकी जे एक नाव सांगाल, त्याला लाईफ मेंबर करू. तर मग कुणाचे नाव सांगाल?"

प्राचार्य पाटील तत्काळ उत्तरले, "प्रा. दिपा महानवर!"

"का बरं? आम्ही दोघानी घोडं मारलंय का?" व्हीडींचा प्रश्न.

"तुम्ही दोघानी घोडं मारलं नाही किंवा गाढवही मारलेलं नाही. परंतु महानवर अभ्यासू आहे, संघटनाकुशल आहे आणि विशेष म्हणजे तो स्वतंत्र बुद्धीनं विचार करतो, बोलतो. मीटिंगमध्ये तुम्हाला एकाद्या विषयावर मत विचारलं, तर तुम्ही दोघं माझा अंदाज घेऊन मत मांडाल. महानवर मात्र माझं काहीही मत असलं तरी, पटेल तेच ठामपणे मांडेल."

"पण साहेब, एवढं करून लाईफ मेंबर झाल्याव महानवर तुमच्याशी एकनिष्ठ राहिल याची काय गॅरंटी?" डॉ. पवारांची शंका.

"तो माझ्या गटात नाही राहिला तरी चालेल. पण तो जिथं असेल तिथून संस्थेच्या हिताचाच विचार करेल याची खात्री आहे. दॅटीज इनफ!"

यथावकाश बोर्डाची मीटिंग झाली. तिघापैकी एकाचं नाव सांगण्याचा तो काल्पनिक प्रश्न कुणी विचारला नाही. बोर्डातल्या जीवघेण्या गटबाजीमुळं, मीच काय पण पंचवीसेक अर्जदारापैकी कुणीही लाइफ मेंबर झालं नाही. तथापि, कारमधल्या प्रश्नोत्तरामुळं प्राचार्य पाटील सरांची ओळख अधिक स्पष्ट झाली.

कर्मवीरांनी रयत शिक्षण संस्था स्थापन करून वाड्याखेड्यात शिक्षणप्रसार केला. पंधरा जिल्ह्यात वीस महाविद्यालये, तीनशे हायस्कूलासह साडेचारशे शाखात साडेआठ हजार शिक्षक-सेवक कार्यरत. विस्तार वाढत गेला तसा प्रशासनाचा नि:पक्षपातीपणा कमी झाला. पदाधिकारी, लाईफ मेंबर्सच्या सग्यासोयऱ्याना एक न्याय, तर इतराना वेगळा. बदली हे शिक्षक-सेवकात वेठबिगारी मनोवृत्ती, गुलामीवृत्ती निर्माण करण्याचं हत्यार बनलं. संस्थेत ज्याचं नाही कोण, त्याला कोकणातलं पिरकोण! संस्थेत ज्याचा म्हातारा, त्याला मिळतो सातारा!–अशा म्हणी प्रचलित झाल्या. त्यामुळे संस्थांतर्गत संघटनेची आवश्यकता निर्माण झाली.

सातारची 'रयत' व कोल्हापूरची 'विवेकानंद' यांच्यात साधर्म्य. दोन्हींचाही ग्रामीण भागात पसारा. 'विवेकानंद सेवक संघ' ही संस्थांतर्गत संघटना अस्तित्वात आली. विवेकानंदपेक्षा रयतमध्ये दहशत अधिक. त्याकाळी 'पोलीस मित्रमंडळ' नावानं पोलिसांची संघटना हवालदार नारायण चव्हाण चालवत. रयतमधील बॉटनीचे प्रा. डॉ. प्रताप चव्हाण धाडसाने पुढे सरसावले. सेकंड-गव्हर्मेंट वाटणाऱ्या रयत शिक्षण संस्थेतल्या सेवकासाठी संघ, संघटना हे शब्द घेणंही धोक्याचं वाटल्यानं

'पोलीस मित्रमंडळ' धर्तीवर डॉ. चव्हाणानी 'रयत सेवक मित्रमंडळ' स्थापन केलं. स्थापना मीटिंगच्या इतिवृत्तात साताऱ्यातल्या बावीस प्राध्यापक-सेवकांची नावं होती. माझं तेविसावं नाव. नेटानं कामाला लागलो. सभासद होताना प्राध्यापक कच खात. तरीही चिकाटीने मी बेचाळीस सभासद केले.

भाऊचे न् माझे व्यवहार विभक्त झालेवते. मात्र संपूर्ण शेती भाऊ कसत होता. वाटणीवेळचा भावाभावातला तणाव निवळलावता. गावी गेल्याव पूर्वीप्रमाणे घरी रहातखात होतो. आईला म्हणालो, ''तुझी गाडी उताराला लागली असताना, लगडवाडीत तुझं काय गटुळं पुरलंय का? उद्या चल माझ्याबरोबर कोपरगावला.''

''नगं बाबा! तितं मला करमायचं न्हाय. हितं कासू कदमीन, गजरानानी, मोजराची रेनुका, आबई मोरीन ह्या माज्या सिनंच्या बाया हायत्या. तसं कोपरगावला गप्पा माराय कोन हायं?''

आईनं सत्तरी ओलांडलीवती. शरीर थकलंवतं, वाकलंवतं. समजूत काढून आईला कोपरगावला नेलं.

पुणे विद्यापीठ 'हाय कमांड'चा सर्वेसर्वा असलेल्या कार्यकारिणी सदस्यानं भ्रष्टाचाराचा उच्छाद मांडला. पुक्टोनं त्या भ्रष्ट भस्मासुराला तीव्र विरोध सुरू केला. जेव्हा 'कुंपणच शेत खाते' हे संपादकीय पुक्टो– बुलेटिन मध्ये लिहून आम्ही घणाघाती हल्ला चढवला. 'पुक्टो' संघटनेनं जहाल ठराव मंजूर केला; 'पुणे विद्यापीठाची फसवणूक केल्याच्या आरोपावरून कार्यकारिणी सदस्य एल्जी दोशीना अटक झाली. ते जामिनावर सुटले. फौजदारी खटला न्यायप्रविष्ट असताना आरोपी विविध समित्यांवर काम करत असेल, तर विद्यापीठाची विश्वासार्हता धोक्यात येईल. फौजदारी खटला निकाली निघेपर्यंत दोशीना विद्यापीठ कामकाजात भाग घेण्यास कुलपती व कुलगुरूनी प्रतिबंध करावा. तसे न झाल्यास पुक्टो संघटना सिनेट सभाप्रसंगी उग्र निदर्शने करील.'

कुलपती, कुलगुरूंनी काहीही कारवाई केली नाही. मग काय? 'पूना युनिव्हर्सिटी अँड कॉलेज टीचर्स ऑर्गनायझेशन : पुक्टो'ने प्राध्यापकांचा विराट मोर्चा, सिनेट सभा सुरू असताना पुणे विद्यापीठावर नेला. ''भ्रष्टाचार नष्ट करा, नाहीतर खुर्च्या खाली करा!'' या घोषणेनं विद्यापीठ दणाणलं असतानाच पुक्टो-बुलेटिनचा 'भ्रष्टाचार विशेषांक' प्रकाशित केला! मासिक-आकाराच्या पन्नास पेजेस अंकानं विद्यापीठ प्रांगणात खळबळ उडवून दिली.

भ्रष्टाचार विशेषांक चाळल्याव काहीना घाम फुटला; तर अनेकानी आमचं अभिनंदन केलं. दै. केसरीचा प्रतिनिधी मधु प्रभुदेसाई म्हणाला, ''दिपा महानवर,

संपादक म्हणून तुम्ही मोठ्ठं धाडस केलंय. पहिल्या वाचनावरून वाटतंय, तुमच्यावर मोजून अठरा केसेस होतील!''

भ्रष्टाचाराबद्दल कमालीची चीड, चाळिशीतलं सळसळतं रक्त आणि पुक्टोचं भक्कम पाठबळ!– यामुळे, मधुचे मत ऐकून किंचितही डगमगलो नाही.

भ्रष्ट भस्मासुराने इंद्रायणी कॉलेज प्राचार्याच्या हातून अंक हिसकून घेतला आणि आमच्याकडे पहात सर्वदेखत निगरगट्टपणे म्हणाला, ''मी भ्रष्टाचारी असल्यानं अंक विकत न घेता फुकटात वाचणार!''

फिजिक्सचे सिनीयर प्रोफेसर म्हणाले, ''यापुढे माझी वेगळी ओळख करून देण्याची गरज नाही. फिजिक्सचा करप्ट प्रोफेसर!– अशी माझी ओळख पुक्टो-बुलेटिननं उभ्या महाराष्ट्राला करून दिलीय!''

भ्रष्ट गोटातला एक डीन म्हणाला, ''मी देखील भ्रष्टाचारी आहे. कारण एका बँकेची गाडी घेऊन सिनेट सभेला आलोय.''

आपल्या मित्रावर छापलेली टीका सहन न झाल्यानं एका सिनेटरनं आम्हाला सुका दम दिला, ''...याचा खुलासा करा. नाहीतर अंकाची होळी करू!''

अशा बेदरकार लोकांच्या भ्रष्टाचारी विळख्यात पुणे विद्यापीठ सापडले होते.

मोर्चाला सामोरं येऊन कुलगुरू डॉ. राम ताकवले म्हणाले, ''ज्यांच्याविरुद्ध भ्रष्टाचाराची प्रकरणे न्यायप्रविष्ट आहेत, अशा व्यक्तींनी विद्यापीठ कामकाजात भाग घेऊ नये! –असे माझे वैयक्तिक मत आहे.''

पतित पावन संघटनेचे अध्यक्ष प्रदीप रावतने पुक्टो-मोर्चाच्या वेळीच एक निवेदन प्रसारित केले, 'विद्यापीठ कार्यकारिणीच्या त्या भ्रष्ट सदस्याने पदाचा राजीनामा द्यावा. तसे न झाल्यास कुलपतींनी त्याला निलंबित करावे. विद्यार्थ्यांच्या तीव्र भावनांची कुलगुरूंनी तातडीनं दखल घेतली नाही, तर रस्त्यावर येऊन पुणे विद्यापीठाची प्रतिष्ठा जपणं आम्हाला भाग पडेल.'

विशेषांकामुळे विद्यापीठाच्या पाच जिल्ह्यातलं उच्च शिक्षणक्षेत्र ढवळून निघालं. सर्वांत मोठी प्रतिक्रिया दिली साप्ता. *साधनाचे* संपादक यदुनाथ थत्तेंनी. अनर्थावह गप्प बसणे!– या शीर्षकाचं संपादकीय लिहून, त्यातील अवतरण साधनाच्या मुखपृष्ठावर छापलं. संपादकीयात लिहीलं, 'प्राध्यापक संघटनेनं पुक्टो-बुलेटिन मुखपत्राचा भ्रष्टाचार-विशेषांक प्रसिद्ध केलाय. पुणे विद्यापीठातील भ्रष्टाचाराची अनेक प्रकरणं तपशीलानं अंकात दिलीत.

पु.बु. हे जबाबदार संघटनेचं मुखपत्र आहे. त्यात नावानिशी धडधडीत आरोप केले जातात तेव्हा विद्यापीठाची प्रकृती चांगली नाही! –हे स्पष्ट होतं. विद्यापीठानं एक तर बुलेटिनवर बदनामीचा दावा दाखल करून आपली अब्रू न्यायालयातून साफ

करून घ्यावी; किंवा भ्रष्ट व्यक्तीना विद्यापीठातल्या पदावरून काढून टाकावं.

लोकप्रियता हा भ्रष्टाचाराचा परवाना ठरू लागला तर देश रसातळाला जाईल. कोणी विद्यापीठ कार्यकारिणी सदस्य आहे म्हणून त्याची गय करता कामा नये. अशा व्यक्तींना कोर्टात खेचले पहिजे. कुलपती, कुलगुरू गुन्हेगारावर कारवाई करीत नाहीत! –असा समज जनतेत दृढमूल होणे घातक आहे. विद्यापीठ ही लुटारूंची सोनेरी टोळी आहे!– असे विद्यार्थ्यांना वाटू लागले तर विद्यापीठाची विश्वासार्हता संपुष्टात येईल.'

पुण्याच्या डॉ. अरुण लिमयेपासून मुंबईतल्या अविनाश महातेकरपर्यंत चाळीसेक प्रतिष्ठितानी प्रतिक्रिया पाठवल्या. बळवंत कॉलेज विटा मधल्या प्रा. तात्यासाहेब पाटलांनी लिहिलं, 'भ्रष्टाचार विशेषांक म्हणजे गुहेत शिरून वाघाचे दात मोजण्याचा प्रयत्न. अतुलनीय धाडस दाखवल्याबद्दल अभिनंदन.'

पुणे विद्यापीठ कार्यकारिणी ठरावानुसार कुलसचिवानी आम्हाला पत्र दिलं, 'भ्रष्टाचार-विशेषांकात विद्यापीठातली अनेक प्रकरणं दिलीत. त्याबाबतची विद्यापीठाची भूमिका जनतेस समजावी म्हणून एक निवेदन सोबत जोडलं आहे. त्यास पुक्टो-बुलेटिनमध्ये प्रसिद्धी द्यावी ही विनंती.' विशेषांकातल्या बारा प्रकरणावरील विद्यापीठाचे निवेदन पु.बु.च्या अंकात छापले आणि तळटीपांच्या स्वरूपात सतरा मुद्द्यांची संपादकीय टीकाटिपणीही छापली.

चोपडा (जि. जळगाव) येथे झालेल्या पुक्टो-अधिवेशनाचं उद्घाटन नगराध्यक्ष प्रा. अरुण गुजराथींनी केलं. अधिवेशनात ठराव मंजूर झाला. 'पु.बु.चा भ्रष्टाचार-विशेषांक निर्भयपणे प्रसिध्द केल्याबद्दल संपादकांचं हार्दिक अभिनंदन! अंकाबाबत न्यायालयीन प्रश्न उद्‌भवल्यास कायदेशीर कारवाई करण्याचे अधिकार संपादकास देण्यास येत आहेत.'

महाराष्ट्र राज्य प्राध्यापक महासंघ : एम्फक्टोने आपल्या द्वैवार्षिक पुणे अधिवेशनात ठराव मंजूर केला, 'पुक्टो-बुलेटिनच्या विशेषांकात पुणे विद्यापीठातली भ्रष्टाचार-प्रकरणे धाडसाने उजेडात आणल्याबद्दल संपादक प्रा. दिपा महानवरांचे अभिनंदन.

पुणे विद्यापीठ कार्यकारिणीने ठराव केलाय;– पु.बु.च्या भ्रष्टाचार विशेषांकाचे प्रकाशक, संपादक, लेखक यांच्याविरुद्ध संबंधित शिक्षण संस्थानी कारवाई करावी! –अशाप्रकारे चौकशीविना प्राध्यापकावर कारवाई करण्याचा आदेश देणं; म्हणजे नैसर्गिक-न्याय तत्वाचा भंग करणे. अशा कृतीबद्दल महाराष्ट्र प्राध्यापक महासंघ, पुणे विद्यापीठ कार्यकारिणीचा तीव्र निषेध करीत आहे!'

त्या अधिवेशनात 'महासंघाचा कार्यकारिणी सदस्य' म्हणून दोन वर्षासाठी माझी निवड झाली. पुक्टो-बुलेटिनचा संपादक म्हणून जे उल्लेखनीय काम केले,

त्यामुळेच त्या प्रतिष्ठेच्या जागी माझी निवड झाली.

खर्चाची बाब म्हणजे, भ्रष्टाचार-विशेषांकामुळे आम्ही काही कट्टर शत्रू निर्माण करून बसलो. परंतु त्याचं फारसं सोयरसुतक वाटलं नाही. कारण,– न्यायाची चाड बाळगायची तर केवळ चर्चा करून, सोयीस्करपणे गप्प बसून भागत नसते. दुष्प्रवृत्तीविरुद्ध कधी ना कधी लढा पुकारावाच लागतो. आणि लढाई झाली की वार होणारच! ते झेलण्याची, प्रसंगी होणाऱ्या जखमा सहन करण्याची तयारी ठेवावीच लागते. प्रासंगिक फायद्यावर नजर ठेवून सर्वांनी वागायचं ठरवल्यास सत्य कधीच प्रस्थापित होणार नाही! दुर्दैवानं सत्य हे आपल्या अनुयायांच्या रक्षणाबाबत उदासीन असते. तथापि, अंतिम विजय मात्र सत्याच्या अनुयायांचाच होतो! ट्रुथ इज दी बेस्ट डिफेन्स अँड ॲबसोल्यूट प्रिव्हीलेज!

दोन वर्षात तीनचारदा सामुदायिक रजा झाली. अधिवेशन काळात विधानभवनावर दोन जंगी मोर्चे झाले. तरीही मागण्यांची पूर्तता शासनानं केली नाही. त्यामुळे परीक्षा बहिष्काराचा अप्रिय मार्ग अवलंबणं प्राध्यापक-महासंघास भाग पडलं. बहिष्कार सुरू असताना गुप्तवार्ता विभागाचा सिव्हील ड्रेसातला पोलीस दररोज येऊन रिपोर्ट घेऊ लागला. एका सकाळी गंगागीर कॉलेजचा शिपाई बोरावके चाळीत येऊन म्हणाला, "सर, प्राचार्यांनी बोलावलंय. कलेक्टर आलेत. मामलेदार, फौजदारबी आहेत." लागलीच गेलो. प्राचार्य-केबिनमध्ये जाताच कलेक्टर अनिलकुमार लखिनाना नमस्कार केला. त्यांनी भुवया उंचावताच म्हणालो, "प्रा. दिपा महानवर."

"अच्छा! बऱ्याचदा तुमचे नाव पेपरमध्ये वाचलेय. आज समक्ष भेट झाली. बरं पण, परीक्षा बहिष्कार आंदोलनातल्या तुमच्या डिमांड्स तरी काय आहेत?"

"पहिली मागणी : वेतनश्रेणी सुधारणा."

"सध्या टोटल सॅलरी किती मिळते?"

"महिना पंधराशे रुपये."

"मला कलेक्टरचा पगार साधारण तेवढाच मिळतो."

"साहेब, तुमच्यागत मलाही अम्बॅसिडर कार आणि रेन्ट फ्री बंगला मिळाल्यास परीक्षा बहिष्कार त्वरीत मागं घेतो!"

ते ऐकून सारे खळखळून हसले. रिलॅक्स झालो.

कलेक्टर म्हणाले, "तुमच्या मागण्या, आंदोलनाबाबत माझ्या मनात मुळीच ग्रज नाही. परंतु परीक्षा अनिश्चिततेमुळे विद्यार्थ्यांची कुचंबणा सुरू आहे. आमच्यावर प्रेशर आहे. लवकर तोडगा निघेल असं पहा. आम्हीही योग्य तो रिपोर्ट मंत्रालयाला देतो."

मुख्यमंत्री ना. शरद पवारांनी प्राध्यापक महासंघाशी वाटाघाटी केल्याव आंदोलन समाप्त. मुख्यत्वे नियमित पगाराचा प्रश्न मार्गी लागला. युजीसी ग्रँट व राज्य सरकारी

अनुदान याबाबतचा 'एटी:ट्वेन्टी फॉर्म्युला' मागे अंमलात आल्यानं पगाराचा प्रश्न बराचसा सुटलावता. आता वेतन-बँक खाते वेगळे काढून त्यावर कडक निर्बंध लादून, वेतनखर्चावर शंभर टक्के अनुदान देणे राज्य शासनाने मान्य केल्यामुळे प्राध्यापकांच्या नियमित पूर्ण पगाराचा प्रश्न कायमचा निकालात निघाला.

विधानसभा निवडणूक लागली. कोपरगावात पुलोदचे शंकरराव काळे विरुद्ध आयकाँग्रेसचे शंकरराव कोल्हे यांच्यात अटीतटीचा सामना रंगला. कोल्हे विजयी झाले. 'इंदिराभक्त प्राचार्य एस्डी पाटलांनी कोल्हेंचा प्रचार केला. गंगागीर कॉलेजच्या प्राध्यापक-सेवकानाही प्रचाराला जुंपले.'– अशी आवई उठली. रयत शिक्षण संस्थेचे चेअरमन शंकरराव काळे व प्राचार्य एस्डी पाटील यांचे संबंध बिघडले. परिणामी प्राचार्य एस्डींची बदली सातारला झाली.

प्राचार्य पाटील आपल्या सातारा-सांगली भागात गेले. नगर जिल्ह्याचे रहिवाशी प्राचार्य एम्डी भोस कोपरगावला आले. पाच वर्षापूर्वी प्राचार्य भोस बळवंत कॉलेजला आल्यावर माझी बदली विट्याहून पनवेलमार्गे कोपरगावला झालीवती. आता ते न् मी एकत्र आल्यावर, रात्रंदिन आम्हा युद्धाचा प्रसंग! –असं होण्याची धास्ती वाटली. परंतु स्टाफ मीटिंगमध्ये धक्कातंत्रांचा वापर करून 'गॅदरिंग चेअरमन' या मानाच्या पदावर प्राचार्य भोसांनी माझी नियुक्ती केली. प्राध्यापक संघटनेतर्फे पुणे विद्यापीठ कार्यक्षेत्रात छोटेमोठे लढे द्यावे लागत होते. बाहेर यशस्वीरित्या लढायचे असेल, तर घरच्या आघाडीवर शांतता हवी!– हे गणित मांडून कॉलेज कामकाजात मीही समन्वय सुरू ठेवला.

'रयत सेवक मित्रमंडळ' स्थापन होऊन नऊधा महिने झालेवते. संघटना बाळसे धरू लागली असताना रयत सेवक बँकेची त्रैवार्षिक निवडणूक जाहीर झाली. संघटना बळकट होण्यासाठी मित्रमंडळाने निवडणूक लढवण्याचा निर्णय घेतला. रयत बँकेच्या गेल्या निवडणुकीत संस्थेच्या लाईफ मेंबर्समधील प्रतिस्पर्धी गट एकमेकाविरुद्ध लढलेवते. सेवक संघटनेचं वादळ थोपवण्यासाठी यंदा दोन्ही गट एकत्र आले. संस्था पॅनेल विरुद्ध मित्रमंडळ पॅनेल! ज्येष्ठ लाईफ मेंबर बा.ना. येडेकर निर्वाचन अधिकारी. संस्था पॅनेल मध्यवर्ती प्रचार समितीचे अध्यक्ष प्राचार्य एस्डी पाटील, तर उत्तर विभाग प्रचार प्रमुख प्राचार्य भोस. मित्रमंडळ पॅनेल मध्यवर्ती प्रचार समितीचे अध्यक्ष डॉ. पी.बी. चव्हाण, तर उत्तर विभाग प्रचार प्रमुख मी.

संस्था पॅनेलच्या प्रचारासाठी प्राचार्य एस्डी पाटील कोपरगावला आले. अडीचशे मतदारांची मीटिंग घेतली. मी पहिल्या रांगेत बसलोवतो. एस्डीसरांची दृष्टीभेट होताच नमस्कार करणार होतो. परंतु दीडेक तासात त्यानी माझ्याकडं एकदाही

पाहिलं नाही. त्यांचा रोष लक्षात आला. सभेनंतर एस्डी सरांनी एका प्राध्यापकामार्फत मला चिठ्ठी दिली, 'बँक निवडणूक प्रचारापासून अलिप्त रहाणे तुमच्या हिताचे ठरेल. मित्रमंडळ पॅनेलचा प्रचार करून विध्वंसक प्रवृत्तीला पाठिंबा देणे म्हणजे आत्महत्या करणे!'

संघटना ही माझी प्रमुख जीवननिष्ठा असल्याने, गर्भित धमकीची चिठ्ठी मिळूनही मित्रमंडळ पॅनेलचा नगर, नाशिक जिल्ह्यात हिरिरीने प्रचार केला. दसऱ्याला प्रचारपत्रक छापून उत्तर विभागात वाटले.

पंधरा जिल्ह्यातल्या सहा हजार मतदारानी वीस केंद्रावर मतदान केले. मतमोजणी होऊन संस्था पॅनेलचे सर्व उमेदवार विजयी झाले. आमचे उमेदवार सरासरी तेराशे मतानी पराभूत.

बँक निवडणुकीचे रामायण संपले. परंतु माझ्या ध्यानीमनी नसताना दिवाळी सुट्टीत अकल्पित महाभारत सुरू झाले. माझी बदली श्रीरामपूरला झाली! वार्ता समजताच तडक सातारा गाठला. बदली रद्द होण्यासाठी सचिवाकडे अर्ज केला: 'संस्थेने माझी बदली गुरुवार, एकवीस नोव्हेंबरपासून गंगागीर कॉलेज कोपरगावहून बोरावके कॉलेज श्रीरामपूरला केलीय. रयत-बँक निवडणुकीत मित्रमंडळ पॅनेलचा प्रचार केला म्हणून संस्थेने सूडबुद्धीने माझी बदली केली आहे. अशाप्रकारे सेवकाचे मेंटल-टॉर्चर करणे कर्मवीरांच्या शैक्षणिक तत्वज्ञानाशी विसंगत आहे.

तरी माझी बदली रद्द केल्याचे पत्र संस्थेने उद्या बुधवारी मला द्यावे ही विनंती. दुर्दैवानं तसे न झाल्यास गुरुवार, एकवीस नोव्हेंबरला सकाळी दहापासून रयत शिक्षण संस्थेच्या सातारा कार्यालयासमोर मी आमरण उपोषण करेन.'

सचिव प्राचार्य ए.बी. मगदूमना भेटून अर्ज दिल्यावर समजलं;– माझ्याबरोबरच मित्रमंडळ अध्यक्ष प्रा.डॉ.पी.बी. चव्हाण, प्रा.डॉ.सौ. एस्पी चव्हाण, निवडणुकीतले आमचे क्लार्क उमेदवार व पोलिंग एजंट असलेले एक प्राध्यापक अशा साताऱ्यातल्या चौघांच्या बदल्या नगर जिल्ह्यात वा कोकणात झाल्यात.

सचिवानी संस्थेच्या मॅनेजिंग कौन्सिलची तातडीची मीटिंग गुरुवारी सकाळी भरवली. दहा वाजता आम्ही संस्थेसमोर उपोषणाला बसलो. मित्रमंडळाचे नेते-कार्यकर्ते सोबत. रयत शिक्षण संस्थेपुढे उपोषण ही अनपेक्षित घटना होती. समोरच्या राजपथावरून जाणाऱ्या येणाऱ्या सहानुभूतीदर्शक व्हिजिटर्सची उपोषणस्थळी वर्दळ.

शेवटी गुरुवारीच दुपारी बारा वाजता संस्थेनं मला पत्र दिले, 'गंगागीर कॉलेज कोपरगाव येथून बोरावके कॉलेज श्रीरामपूरला केलेली आपली बदली रद्द करण्यात आली आहे!'

आमचे उपोषण दोन तासात समाप्त.

प्राध्यापक संघटनेच्या कामासाठी वारंवार पुणे विद्यापीठात जावे लागायचे. विद्यापीठ गेस्ट हाऊसमध्ये वावर. सायन्स डीन असल्याने प्राचार्य एस्डी पाटीलही विद्यापीठात वरचेवर येत. बँक निवडणुकीपासून आमचे बिनसलेले. गेले पाचसा महिने बोलणंभाषण बंद. दुपारी युनिव्हर्सिटी मेन बिल्डिंगकडे चाललोवतो. तेवढ्यात समोरुन प्राचार्य एस्डीसर आणि पुक्टोचे नेते प्रा. राधेशाम अग्रवाल येत होते. सोबत प्रा. चंद्रकांत पाटील, प्रा. शशी नांद्रे. एस्डीसरांची नजर टाळून, अग्रवालशी शेकहँड केला असता हात न सोडता त्यानी गेस्ट हाऊसला नेलं. चहा पिताना प्रा. अग्रवाल म्हणाले, ''महानवर, तुम्ही दोघे जिवलग मित्र असताना गेल्या पाचसा महिन्यात एकदम जिवलग शत्रू कशामुळे झालात?'' तरीही आम्ही दोघे गप्प. मग मात्र चंद्रकांत पाटील व शशी नांद्रेनी गिल्ला केला, ''दोघातल्या भांडणाचा आज सोक्षमोक्ष लावायचाच. खरा प्रॉब्लेम काय? बोला दिपाजी!''

''मी लहान माणूस! काय सांगणार? तुम्ही पाटीलसाहेबानाच विचारा.'' रुक्ष सुरात म्हणालो.

''महानवर म्हणजे प्राध्यपकांचा स्वाभिमानी नेता ना? मग तो कशाला काय सांगेल?'' प्राचार्य पाटील.

''सर, मी स्वाभिमानी जरूर आहे; परंतु तो स्वाभिमान तुम्हाला कधीही दाखवला नाही. आपलं जिव्हाळ्याचं नातं प्रथम तुम्ही तोडलं.''

''मुळीच नाही! मी नाती जोडणारा आहे, तोडणारा नव्हे. आजही माझ्या मुलग्याइतकाच–बाळूइतकाच महानवरला मी जवळचा मानतो.''

''माफ करा सर! हे साफ खोटंय! बँक निवडणुकीत बाळू तुमच्या विरोधात गेला असता तर, त्याची बदली केली असती?''

''म्हणजे तुमची बदली मी केली?''

''कदाचित नसेलही केली, परंतु माझी बदली तुम्ही थांबवाय पाहिजेवती.''

हस्तक्षेप करून अग्रवाल म्हणाले, ''आता वितंडवाद थांबवा अन् गट्टीफू संपवा.''

मग काय? चंद्रकातनं एस्डीसरांचा हात धरला, शशीनं माझा हात धरला नि इनोसंटली आमचा शेकहँड घडवला. तिघानी लहान मुलागत टाळ्या पिटल्या.

जिवलग मित्रातलं जिवलग शत्रुत्व संपुष्टात आलं.

दिवाळीनंतर ज्येष्ठ साहित्यिक वि.वा. शिरवाडकर तथा कवी कुसुमाग्रजांच्या हस्ते पुक्टो-बुलेटिनच्या दुसऱ्या वर्धापन अंकाचं प्रकाशन झालं. 'ग्रंथ मुद्रण श्रेष्ठता'

राष्ट्रीय पारितोषकाचा तिहेरी मुकुट प्राप्त केल्याबद्दल पु.बु.चे मुद्रक चिं.स. लाटकरांचा सत्कार शिरवाडकरांच्या हस्ते केला. दै. गावकरीचे संपादक दादासाहेब पोतनीस अध्यक्ष. संपादकीय मनोगतात म्हणालो, ''अनंत आमुची ध्येयासक्ती, अनंत अन् आशा, किनारा तुला पामराला! कवी कुसुमाग्रजांच्या गर्वगीतातल्या या ओळीनी सतत प्रेरणा दिली. त्या पूज्य तात्यांच्या हस्ते *बुलेटिन* ने आज तिसऱ्या वर्षात पदार्पण केलंय. प्रथितयश साहित्यिकाच्या हस्ते, ज्येष्ठ संपादकाच्या अध्यक्षेतेखाली व ख्यातकीर्त मुद्रकाच्या साक्षीने पुक्टो-बुलेटिनचे प्रकाशन ही आमच्या संपादकीय जीवनातली अविस्मरणीय घटना!''

पु.बु.ची दोन वर्षातली प्रगती उत्साहवर्धक. पहिल्या वर्षअखेर वर्गणीदार सव्वादोनशे. दुसऱ्या वर्षअखेरीस साडेपाचशे.

अहमदनगर जिल्हा प्राध्यापक संघटनेचा मी अध्यक्ष. त्याच जिल्ह्यातल्या राहुरी कॉलेज मॅनेजमेंटने इतिहास घडवला;– प्राचार्यासह सर्व बावीस प्राध्यापकाना बडतर्फीच्या नोटिसा दिल्या. स्थापनेपासून लागोपाठ तीन वर्षे दरसाल मार्चअखेर सर्वांना बडतर्फ करणारे महाराष्ट्रातले एकमेव कॉलेज! बडतर्फीच्या बातम्या कानाव यायच्या. परंतु राहुरीत शांतता असायची. कारण, राहुरी सहकारी कारखान्याचे चेअरमन शामदास पाटील-ढमाळ हेच, कॉलेज चालवणाऱ्या शिवाजी शिक्षण संस्थेचे अध्यक्ष. त्यांची प्रचंड दहशत. 'प्राध्यापक संघटना' 'पुक्टो' हे शब्द उच्चारण्याची कुणाची हिंमत नसायची.

बडतर्फीच्या नोटिसा मिळाल्याव यंदा मात्र एका प्राध्यापकानं मला तार पाठवली, 'प्राचार्यासह बावीस प्राध्यापक बडतर्फ. तातडीनं लक्ष घाला.'

राहुरीत दाखल झालो. प्राध्यापकांची मीटिंग घेऊन पुक्टोचे 'राहुरी कॉलेज युनिट' स्थापन केले. प्रा. आण्णासाहेब भांड अध्यक्ष, प्रा. रमेश भदाणे सेक्रेटरी. एकमतानं ठराव मंजूर केला;– 'सर्वांच्या सेवामुक्ती नोटिसा रद्द न केल्यास, प्राचार्याखेरीज सर्व एकवीस प्रध्यापक सहा एप्रिलला सकाळी आठपासून कॉलेजसमोर प्राणांतिक उपोषण करतील. नोटिसा रद्द करून सर्वांना कंटिन्यूएशन ऑर्डर्स मिळेपर्यंत उपोषण चालू राहील.'

अर्जाच्या प्रती कुलपती, कुलगुरूना पाठवल्या. आघाडीच्या दैनिकात बातम्या झळकल्या. नगरच्या दै. नवा मराठाने तर 'नवा मराठा' टायटलच्या वरती सहाकॉलमी हेडलाईन दिली.

सहा एप्रिलला आठ वाजता राहुरी कॉलेजसमोर एकोणीस प्राध्यापक, दोन प्राध्यापिकांचे प्राणांतिक उपोषण सुरू झाले. मंडपात मधोमध पुक्टोचा बॅनर, त्या खाली खुर्चीवर म. गांधींचा फोटो व मागण्यांचा फलक उजवीकडे. पाठिंबा

देणाऱ्यांची रीघ लागली. विद्यार्थी नेता सुरेश निमसे, शिवाजी संस्थेचे विश्वस्त हौशीनाथ लोहार व सेक्रेटरी ॲड. पीबी म्हेत्रे, दलित नेता सुमंत कदम व अनेक संघटनांचे प्रतिनिधी. 'पुक्टो' जिल्हा सरचिटणीस प्रा. क. शं. सहाणे व खजिनदार प्रा. प्रकाश कुलकर्णी यांच्यासह नगर जिल्ह्यातून दीडशेक प्राध्यापक राहुरीत दाखल झाले.

सकाळी दहाला संस्थेचे अध्यक्ष शामदास पाटील-ढमाळ, तहसीलदार धामणे, फौजदार घुले यानी उपोषणस्थळी आमच्याशी वाटाघाटी केल्या आणि दुपारी एकला प्राचार्यासह सर्व बावीस प्राध्यापकावरील बडतर्फी नोटिसा रद्द केल्याची पत्रं दिली. मागण्यांची तड लागल्यानं उपोषण समाप्त.

राहुरी आंदोलनाच्या आनंदात पुण्याला गेलो. बारावी भौतिकशास्त्र परीक्षक म्हणून यंदा प्रथमच केंद्रीय मूल्यमापनात सहभागी झालो. पाचसा दिवस शांतपणे पेपर तपासणी. तेवढ्यात काही परीक्षकानी चर्चा सुरू केली, "मानधन-भत्ते वाढवून मिळायला हवेत!"

बघता-बघता चर्चेचे रूपांतर आंदोलनात होत गेले. पुण्याबाहेरच्याना पस्तीस रुपये दैनिक भत्ता व स्थानिक परीक्षकाना पंधरा रुपये वहानभत्ता मिळावा या मागण्या. प्रारंभी 'सावकाश काम' आंदोलन सुरू झाले.

आंदोलनाला वेग आला. पुक्टोमधील संघटनाकार्यामुळे कृती समितीच्या अध्यक्षपदी माझी निवड झाली. ज्युनियर कॉलेज टीचर्स ऑर्गनायझेशनचे प्रा. कल्याण पुजारी कार्यवाह. चौदा एप्रिलपासून उत्तरपत्रिका तपासणीवर बहिष्कार टाकला. कृती समितीनं बाराशे परीक्षकांचा मोर्चा एसेस्सी बोर्डाव नेऊन मागण्यांचं निवेदन दिलं.

पंधरा एप्रिललाही सकाळी एचेस्सी बोर्डाव बाराशे परीक्षकांचा मोर्चा घोषणा देत गेला. बोर्डाचे अध्यक्ष प्रा.पी.टी. महाजन मोर्चाला सामोरे आले व कृती समितीच्या शिष्टमंडळाशी वाटाघाटी सुरू केल्या. परंतु त्यातून फलनिष्पत्ती न झाल्यानं मी अंतिम निर्णय मोर्चापुढं जाहीर केला, "उद्या सोळा एप्रिलला आमच्या मागण्या मान्य झाल्या नाहीत तर सर्व बाराशे परीक्षक तत्काळ मोर्चाने येऊन आपले परीक्षकपदाचे राजीनामे बोर्डाला सादर करून आपापल्या गावी जातील!"

आंदोलनाच्या बातम्या विविध दैनिकात ठळक मथळ्यानं मुखपृष्ठाव झळकल्या. डेक्कन जिमखान्याच्या स्वागत-लॉजमधली माझी खोली 'कृती समिती'चं कार्यालय.

सोळा एप्रिलला सकाळी कृती समितीच्या शिष्टमंडळानं बोर्ड अध्यक्षाशी यशस्वी वाटाघाटी केल्या. पुण्याबाहेरील परीक्षकांचा दैनिक भत्ता वाढवून सत्तावीस रुपये करण्याचं व स्थानिक परीक्षकाना दहा रुपये वहानभत्ता देण्याचं बोर्डानं मान्य केलं. सर्वांशी संबंधित दोन मागण्या मान्य झाल्याने;– उत्तरपत्रिका तपासणीवरचा

बहिष्कार उठवल्याची घोषणा मी मोर्चासमोर केली.

पुक्टो-बुलेटिनचा भ्रष्टाचार विशेषांक प्रसिद्ध करून पुणे विद्यापीठातल्या अनेक प्रकरणावर क्षकिरण झोत टाकला असताना; –दैवदुर्विलास असा की, पुक्टोच्या सरचिटणीसावर भ्रष्टाचाराचे आरोप झाले. ते सेक्रेटरी असलेल्या सोसायटीत भ्रष्टाचार केल्याबद्दल त्यांच्यावर खटला दाखल झाला. सोसायटीचा पदाधिकारी असलेल्या एका प्राध्यापकाने पुराव्याच्या कागदपत्रासह संघटनेकडे तक्रार केली. पुक्टो-कार्यकारिणी सभेत विषय चर्चेला आला असता एकजण म्हणाला, ''आपल्या सरचिटणीसावर आरोपपत्र दाखल झाल्याने संघटना बदनाम होते. सरचिटणीसाने राजीनामा द्यावा.''

त्यावर सरचिटणीस म्हणाले, ''खटला काय कोर्टात कुणावरही दाखल होऊ शकतो. निकाल लागून दोषी ठरलो तर लगेच राजीनामा देईन.'' ते ऐकून मी सात्विक संतापाने म्हणालो, ''सर, तुम्ही चुकताय! एल्जी दोशीदेखील हेच म्हणत होते. तेव्हा आपण विद्यापीठ सिनेटवर मोर्चा नेऊन सांगितलेवते;– कार्यकारिणी सदस्यावर कोर्टात खटला दाखल झाल्यामुळे पुणे विद्यापीठाची विश्वासार्हता कमी होते. कोर्ट केसचा निकाल लागेपर्यंत एल्जी दोशीनी विद्यापीठ कामकाजात भाग घेऊ नये!– दोशीना एक न्याय नि आता तुम्हाला वेगळा? हे कसे चालेल?'' माझ्या बिनतोड युक्तिवादानंतर सरचिटणीसानी राजीनामा दिला.

महिन्याभरात पुक्टो-जनरल कौन्सिलची सभा श्रीरामपूरला भरली. द्वैवार्षिक निवडणुकीची प्रक्रिया सुरू झाली. प्राचार्य आनंदराव खरात निर्वाचन अधिकारी. प्रा. ना. द. शिरोळकरांची अध्यक्षपदी, तर माझी सरचिटणीसपदी दोन वर्षासाठी बिनविरोध निवड झाली. मीच बदलाचा आग्रह धरल्याने 'पुक्टो बुलेटिन'च्या संपादकपदी प्रा. जयप्रकाश म्हात्रेंची निवड झाली.

प्रा. म्हात्रेंनी आपल्या संपादनाच्या पहिल्या अंकात माझं निरोपाचं मनोगत छापलं; –'पावणेतीन वर्षापूर्वी पुक्टो-बुलेटिनचा जन्मअंक प्रकाशित झाला. माझ्यातला लेखक संपादक बनला. भ्रष्टाचार विशेषांकानं तुम्हाला संपादक म्हणून प्रस्थापित केलं! –एका चोखंदळ सिनेटरच्या प्रशंसोद्गारानं आम्ही सुखावलो. पण त्याच अंकानं आम्हाला कोर्ट दाखवलं.

बुलेटिन अधिकाधिक अचूक, आकर्षक, आक्रमक बनवण्याचा सातत्यानं प्रयत्न केला. उच्च शिक्षण क्षेत्रातील अपप्रवृत्तीविरुद्ध आमचा प्राध्यापक चवताळावा अशा प्रक्षोभक शब्दांची, विचारांची पेरणी बुलेटिनच्या पानापानातून केली. पेशा, प्रपंच, प्रकृती सांभाळत साडेपाचशे पेजेस प्रकाशित करून अडीच हजार प्राध्यापक-वाचकापर्यंत पोचवली.

'पुक्टो' संघटनेच्या भरभक्कम पाठबळामुळे अन्यायकर्त्यावर, भ्रष्टाचाऱ्यावर आम्ही बुलेटिनमधून बुलेट्स झाडू शकलो. प्राध्यापकानी पु.बु.वर वर्गणीचा पाऊस पाडला; तो आमच्या तोंडाकडे बघून नव्हे, तर पुक्टोवरील प्रेमापोटी!– या वस्तुस्थितीचं भान न ठेवणं आत्मवंचना ठरेल. 'पुक्टो' या बॅनरमुळेच शून्यावर सुरुवात करून, बत्तीस महिन्यात बुलेटिनचा संपादक साडेपस्तीस हजार रुपयांची उलाढाल करू शकला. कृतार्थ भावनेने आता अलविदा!'

'रयत' : विस्ताराच्या दृष्टीनं महाराष्ट्रात सर्वांत मोठी शिक्षण संस्था. सेवकांची मित्रमंडळ-संघटना प्रा. पीबी चव्हाणांच्या नेतृत्वाखाली कार्यरत. स्थापनावर्षाच्या अखेरीस मित्रमंडळानं 'रयत सेवक विश्व' हे मासिक मुखपत्र सुरू केलं. माध्यमिक शिक्षक आबासाहेब महाडीक संपादक. मी सहसंपादक. रयत-बँक निवडणुकीत मित्रमंडळाचा पराभव करून संस्था-पॅनेलनं सर्व जागा जिंकल्या. विजयोन्मादात संस्थाचालकानी मित्रमंडळाच्या चार नेत्यांच्या बदल्या लांब केल्या.

संस्थेनं दुसरा वार केला 'रयत सेवक विश्व' मुखपत्रावर. पहिला अंक प्रसिद्ध होताच संस्था-सचिवांचं मला पत्र आलं, 'आपण सहसंपादक असलेल्या रयत-सेवक-विश्वच्या अंकात संस्थेची बदनामी करणारा खोडसाळ मजकूर छापलाय. त्याबाबतचा खुलासा त्वरीत इकडे पाठवावा.'

लगेच उत्तर दिलं, 'विश्वच्या अंकात संस्थेची बदनामी करणारा खोडसाळ मजकूर छापलेला नाही. तरीही आपणास तसं वाटत असल्यास कोणत्या मजकूरामुळं संस्थेची बदनामी झालीय ते कळवावं, म्हणजे खुलासा करता येईल.'

त्यावर काही न कळवता संस्थेनं पुढचा हल्ला चढवला मित्रमंडळाच्या सभासद नोंदणीवर. संस्था-सचिवानी एक कडक निवेदन शिक्षक, सेवकाना पाठवले, 'रयत-सेवक-मित्रमंडळ स्थापन करून काहीजण संस्थेच्या कारभाराबाबत निष्कारण गैरसमज पसरवतायत. शिक्षक-सेवकानी मित्रमंडळापासून अलिप्त रहावे. संस्थाहितास बाधा येईल अशा हालचाली करणाऱ्या सेवकाविरुद्ध कारवाई केली जाईल.'

त्या निवेदनाचा परिणाम होऊन काही शिक्षक-सेवकानी मित्रमंडळाचा राजीनामा दिला. संपादक मंडळास पाठवलेलं पत्र व शिक्षकाना पाठवलेलं निवेदन यामुळे संघटन व अभिव्यक्ती या घटनादत्त स्वातंत्र्यावर प्रहार झालावता. त्या गळचेपीचा उपोषणाच्या मार्गानं प्रतिकार करण्याचा आम्ही निर्णय घेतला.

साताऱ्यात संस्थेसमोर मंडप टाकून चक्री उपोषण सुरू केले. अध्यक्ष डॉ. पीबी चव्हाण यांच्या नेतृत्वाखाली माझ्यासह सतराजण पहिल्या दिवशी उपोषणास बसले. मागण्या होत्या : संघटना-स्वातंत्र्य व अभिव्यक्ती-स्वातंत्र्यावरील बंधने दूर

करावीत आणि बदलीचे नियम करून त्यांची नि:पक्षपाती अंमलबजावणी करावी.

संस्थेसमोर अकरा दिवस चक्री उपोषण चालले. संस्थेकडून प्रतिसाद नव्हता. आंदोलनाची तीव्रता वाढवण्यासाठी बाराव्या दिवशी आठ मे रोजी आमरण उपोषण सुरू केले. अध्यक्ष प्रा. पीबी चव्हाण यांच्या नेतृत्वाखाली माझ्यासह एकवीसजण आमरण उपोषणाला बसले.

कर्मवीर पुण्यतिथीचा नऊ मे उजाडला. त्याच दिवशी रयतच्या पदाधिकाऱ्यांची त्रैवार्षिक निवडणूक होती. कर्मवीर समाधी परिसरात तोबा गर्दी. सभेला जाण्यापूर्वी संस्था अध्यक्ष ना. यशवंतराव चव्हाण, मॅनेजिंग कौन्सिल मेंबर आ. शरद पवार उपोषण मंडपात आले. आमची आस्थेनं विचारपूस केल्यावर पुण्यतिथी समारंभात भाषण करताना ना. यशवंतरावजी म्हणाले, ''लोकशाही संकेतानुसार उपोषणाचा विचार करावा लागेल.''

उपोषण आंदोलनामुळे संस्था जनरल बॉडी मीटिंगमध्ये तणाव होता. ना. चव्हाणांच्या अध्यक्षतेखालील मीटिंगमध्ये समन्वयाची भूमिका घेऊन आ. शरदरावजी म्हणाले, ''आपले प्रश्न सोडवण्यासाठी सेवकाना उपोषण करावं लागलं; हे बरोबर नाही. संस्था पदाधिकाऱ्यानी जसं वागाय हवं होतं, तसं ते न वागल्यानं प्रकरण चिघळलं. संस्था व मित्रमंडळ यांच्यात समन्वय साधण्यासाठी एक समिती नियुक्त करावी. चेअरमन शंकरराव काळे समितीचे अध्यक्ष आणि आ. शरद पवार, प्रिं. एन्डी पाटील, शं. ब. सुखटणकर, नूतन सचिव, माजी सचिव हे सदस्य रहातील.''

जनरल बॉडी मीटिंग संपताच पवारसाहेब उपोषण मंडपात आले व समन्वय समिती नेमल्याचा निर्णय जाहीर केला. समितीवरील आमच्या सहा सदस्यांची नावे अध्यक्षानी दिली : डॉ. पीबी चव्हाण, प्रा. दिपा महानवर, प्रा. संभाजी देसाई, शांताराम आवटे, सुरेश काकडे, बीके कुंभार. सुयोग्य तोडगा निघाल्यानं उपोषणाची सांगता झाली.

समन्वय समितीची महत्वपूर्ण बैठक मुंबईत आ. पवारांच्या 'माहेश्वरी मॅन्शन' या निवासस्थानी भरली. मागण्या पूर्ततेचा तपशील निश्चित केला. बैठकीनंतर अनौपचारिक चर्चा सुरू असता पवारसाहेब म्हणाले, ''तुमच्या याच जर मागण्या आहेत, तर त्याबाबत तुम्ही आजवर प्राचार्य पाटील यांच्याशी का चर्चा केली नाही? असा पुरोगामी नेता संस्थेत असताना समितीची तरी काय गरज?''

त्यावर मी म्हणालो, ''साहेब, हा साधा प्रशासकीय व्यवहार आहे. प्राचार्य पाटील बाहेर पुरोगामी पुढारी असले तरी मॅनेजिंग कौन्सिल मेंबर म्हणून रयत शिक्षण संस्थेत त्याना मालकाची भूमिकाच पार पाडावी लागणार!''

आ. शरदरावजींनी मनसोक्त हसून सहमती दर्शवली.

लगेच मी एक वेगळा मुद्दा धाडसानं मांडला, "साहेब, संस्थेचे आजीव सदस्य शासनमान्य पगारापेक्षा जादा घेतात. त्या जादा पगारावर शासन अनुदान देत नाही. आजीव सदस्य म्हटले की त्याग!– ही संकल्पना असताना, हा अतिरिक्त भुर्दंड संस्थेवर पडतो ते विसंगत वाटते." आ. पवार म्हणाले, "अशा अमान्य पगाराची आकडेवारीसह नावनिशीवार यादी मला द्या म्हणजे त्याचा बंदोबस्त करु."

त्याबाबतचा तपशील गोळा केला. सर्व आजीव सदस्यांच्या अमान्य पगारापोटी संस्थेस दरसाल पावणेतीन लाख रुपये अनुदान अपात्र भुर्दंड सोसावा लागत होता. नावानिशी व आकडेवारीसह यादी पवारसाहेबाना मी मुंबईत सादर केली. नंतर ती यादी आम्ही 'रयत सेवक विश्व'च्या विशेषांकात प्रसिद्ध केली. परिणामी, अनुदान अपात्र जादा पगाराची खिरापत बंद झाली.

पुढे समन्वय समितीच्या आणखी बैठकी झाल्या. पण त्यातून फारसे ठोस निर्णय झाले नाहीत. आणि जे निर्णय झाले त्यांचीही काटेकोर अंमलबजावणी झाली नाही.

कोपरगावला आणल्याव पाचसा महिन्यानी आई म्हणाली, "त्ये असताना आमा दोगान्ला पंढरी, आळंदी, देहूची तीर्तयात्रा घडावलीवतीस. गेल्या म्हैन्यात शिर्डी सायबाबाचंबी दर्शान झालं. आता नाश्काचं तीर्त घडव. मजी मंग मी डोळं मिटाय मोकळी."

रविवारी दोघं एस्टीनं नाशिकला गेलो. गोदावरीत आईला आंघोळ घातली. पंचवटीतल्या राम, सीता आदी देवदेवतांचं दर्शन घेतलं. नारळ फोडला. आई देवांचं दर्शन घेत होती. मी प्रसादाचं खोबरं खातखात तिच्याबरोबर फिरत होतो. सगळे देव संपल्याव शेवटी भक्तिभावानं आईच्या पायाव डोकं ठेवलं. आईचा परमेश्वर मूर्तीत; माझा आईत! आई रहात होती ती माझी जन्मभूमी लगडवाडीच माझं तीर्थक्षेत्र!

पुढं त्र्यंबकेश्वर. मुख्य मंदिराकडं गेलो. प्रवेशद्वारी एका बाजूला बोर्ड : पादत्राणे येथे ठेवावीत. दुसऱ्या बाजूला बोर्ड : फक्त हिंदूनाच मंदिरात प्रवेश मिळेल! –सर्वधर्मसमभावाचा पदोपदी जप चाललेल्या आपल्या देशात मंदिराबाहेरचा तो बोर्ड पाहून शरम वाटली! नास्तिक असल्याचा अभिमान वाटला.

एका पांढरपेशा आजीनं सांगितलं, "त्र्यंबकेश्वरच्या डोंगरात उंचावल्या गंगामंदिराचं महात्म्य मोठं."

तीनशेक पायऱ्या चढून जाणं आईला अशक्य. मग काय? आईला पाळण्यात बसवलं. दोघा भुयानी पाळणा देवळापर्यंत नेला. सारं होता करता झांजड पडली. नाशिक स्टँडवर एस्टीला गर्दी नव्हती. तीन सीटच्या बाकाव दोघं ऐसपैस बसलो.

दिवसभराच्या धावपळीनं आई दमलीवती. पेंगाय लागली. शेवटी माझ्या मांडीची उशी करून गाढ झोपली. घोराय लागली. आई जात्याव दळताना मी बाळपणी तिच्या मांडीव डोकं ठेवून झोपायचो. आता म्हातारी आई बाळावानी माझ्या मांडीव डोकं ठेवून झोपलीवती. म्हातारपण अन् बाळपण सारखंच!

कोपरगावला येऊन आठधा महिने झाल्याव आई रोज लगडवाडीच्या आठवणी काढू लागली. जेवताना उचकी लागली की म्हणायची, "सदूनं सय केली वाटतं!"

यसाक्का, लळूआत्या या म्हाताऱ्या मैतरणींचा विषयबी वरचेवर काढू लागली. शेवटी मग आईला लगडवाडीत पोहचवलं.

कोपरगाव नगरपालिका प्रशासकाने ऐन पावसाळ्यात एकशेतीन रोजंदारी, बदली कामगाराना तडकाफडकी सेवामुक्त केले. आरोग्य, पाणीपुरवठा विभागात आठधा वर्षे काम केलेले सफाई कामगार. एकशेतीन कामगाराव बेकारीची कुऱ्हाड कोसळली. शिवाय नोकरीवल्या सत्तर कामगाराव कामाचा अतिरिक्त ताण आला.

नेहेमीप्रमाणे पेपर वाचाय नगर वाचनालयात चाललो असता, लाल निशाण युनियनचे कॉम्रेड बी. आर. बावकेंचे भाषण सुरू होते. समोर दीडशेक कामगार धरणं धरून बसलेवते. कॉ. बावकेंनी भाषण थांबवून मला जवळ बोलावलं. आंदोलनाची पार्श्वभूमी सांगितली. मी भाषण करून पाठिंबा दिला.

राज्य कर्मचारी, कामगार, शिक्षक समन्वय समितीच्या विद्यमाने तीन वर्षापूर्वी झालेल्या चोपन्न दिवसांच्या संपामुळे, जेलभरो आंदोलनामुळे बहुतेक नगरपालिका कामगारांची ओळख. आता अर्धेअधिक बेकार झालेवते. आम्ही लगेच समन्वय समितीची मीटिंग घेऊन आंदोलनाला पाठिंबा दिला. समन्वय समितीतर्फे प्राध्यापक, प्राथमिक शिक्षक, माध्यमिक शिक्षक, राज्य कर्मचारी यांच्या संघटनांचे प्रतिनिधी धरणे-आंदोलनात सामील झाले. हम सब एक है!– या घोषणेनं नगरपालिका परिसर दणाणू लागला.

धरणे-आंदोलन बरेच दिवस चालले तरी प्रशासनाने दखल घेतली नाही. रोज सकाळी दोन तास थांबून, भाषण करून मी कामगाराना प्रोत्साहन देत होतो. पुढे युनियन लीडर कॉ. बावके म्हणाले, "गेले बावीस दिवस आंदोलन चालू ठेवले. जिल्ह्यातल्या इतर कामगारांचेही प्रश्न मला सोडवायचेत. त्यामुळे हे आंदोलन आज एकतर्फी मागे घेणार आहे."

ऐकून चाट पडलो. कामगार तर पिसाळल्यागत अद्वातद्वा बोलू लागले. युनियनचे स्थानिक कार्यकर्ते रावसाहेब आढाव, संजय जोशी, शिवा नागू साबळे याना मी विचारलं, "पुढं तुमचा काय विचार?"

"अधेमधे माघार घेणं म्हणजे आत्मघात!" रावसाहेब आढाव.

"प्रा. दिपा महानवर नेतृत्व करणार असतील, तर यापुढेही जिद्दीनं लढण्याची तयारी आहे!" तरुण कार्यकर्ता संजय जोशी म्हणाला. होकार देऊन मी भाषण सुरू केलं, "एकशेतीन कामगार मित्रांचे संसार उद्ध्वस्त झाल्याचं पाहून गप्प बसू शकत नाही. न्याय मिळेपर्यंत आंदोलन चालेल. दे धडक बेधडक!– पद्धतीनं लढण्याची सर्वांची तयारी असल्यास हात वर करा!"

सर्व कामगारानी मुठी हवेत फेकून घोषणा दिली, हम सब एक है! पुढे म्हणालो, "ठीक आहे! उद्यापासून चक्री उपोषणाने आंदोलनाचा दुसरा टप्पा सुरू होईल. पहिल्या दिवशी दहा कामगारासह मी उपोषणाला बसणार!"

चक्री उपोषण सुरू असताना समन्वय समितीमधील संघटनाबरोबरच साखर कामगार युनियन, शेत मजूर संघ, हमाल पंचायत, दलित महासंघ यानी पाठिंबा दिला. आमचे नीतिधैर्य वाढले.

तिसऱ्या टप्प्यात आंदोलन तीव्र करताना, सत्तेचाळिसाव्या दिवशी सोमवारी सकाळी नऊपासून नगरपालिकेला, प्रशासक धारणेना घेराव घालून चार तास कामकाज बंद पाडले. पोलिसानी सव्वाशे कामगाराना अटक करून नगरपालिकेचा वेढा उठवला. कामगाराना कोर्ट उठेपर्यंत कैदेची शिक्षा झाली.

मंगळवारी एक सप्टेंबरला कामगारानी आमच्या नेतृत्वाखाली सकाळी दहापासून कोपरगाव तहसील कचेरीला घेराव घातला. ऐन पगार, पेन्शनच्या दिवशी तहसील कचेरीत कामकाज ठप्प झाले. अहमदनगरचे निवासी उपजिल्हाधिकारी जे.पी. बुधवंत, अतिरिक्त जिल्हा पोलीस अधिक्षक ओझरकर तातडीनं कोपरगावला आले. दोन तास चर्चा करून, कलेक्टरशी वाटाघाटी करण्यासाठी नगरला येण्याची त्यानी आम्हाला विनंती केली. निमंत्रण स्वीकारून तहसील कचेरीचा घेराव उठवला.

दोन सप्टेंबरला बुधवारी सरकारी अम्बॅसिडरने अहमदनगरला गेलो. कलेक्टर अनिलकुमार लखिना, आर्डीसी बुधवंत व तहसीलदार-प्रशासक धारणे यांच्याशी प्रदीर्घ वाटाघाटी झाल्या. सर्व एकशेतीन बडतर्फ कामगाराना कामाव घेण्याचा निर्णय झाला!

आंदोलनाच्या एकोणपन्नासाव्या दिवशी आम्ही विजयश्री मिळवून कोपरगावला परतलो. त्या दिवशी गणेश चतुर्थी! गणेशमूर्तींच्या मिरवणुकीपाठोपाठ ब्रासबँड, ढोलताशांच्या निनादात नगरपालिका कामगारांची विजय-मिरवणूक. गुलालात न्हाऊन निघाल्यानं आम्ही ओळखू येत नव्हतो. कामगारानी जल्लोषात आम्हाला खांद्यावरून शहरभर मिरवलं. तो माझ्या संघटना-जीवनातला अत्युच्च आनंदाचा दिवस!

सर्व बडतर्फ कामगार नगरपालिकेत रुजू झाले. तेव्हा झालेल्या सभेत म्हणालो,

"आमच्या प्राध्यापकावर बडतर्फीची संकटं आली असता राहुरी, नाशिक, मालेगाव, नंदुरबार, बीड, कोल्हापूर या ठिकाणी प्राध्यापक-संघटनानी प्रखर आंदोलनं केली. कामगारानी मोठे सहकार्य केल्यामुळे ते लढे यशस्वी झाले. अशा लढ्यांच्या शेवटी ट्रेड युनियनचे नेते प्रश्न उपस्थित करीत; –प्राध्यापकावर अन्याय होताच सहाय्याला कामगार धाऊन जातात. परंतु कामगाराव अन्याय होईल तेव्हा उच्चभ्रू प्राध्यापक पाठिंब्याचे ठराव तरी करतील का?–कामगार नेत्यांच्या प्रश्नाला आम्ही 'पुक्टो'च्या माध्यमातून सकारात्मक उत्तर दिलंय. या निमित्तानं प्राध्यापक संघटनेने तळागाळातल्या दीनदलिताशी असलेली आपली सामाजिक बांधिलकी सिद्ध केलीय.

प्राध्यापकानीही ध्यानात ठेवावे;– कामगार रोजंदारीने : डेली वेजेसवर नेमला जातो. परंतु प्राध्यापक तर तासवारीने : क्लॉक अवर बेसिसवर नेमला जातो. म्हणजे प्राध्यापकांचे प्रश्न कामगारांच्या प्रश्नापेक्षा भयानक आहेत!"

महाराष्ट्र राज्य प्राध्यापक महासंघ कार्यकारिणी मीटिंगसाठी महिन्यातून एकदा मुंबईला जायचो. परती प्रवासाशेवटी कोपरगाव स्टँडपासून बोरावके चाळीपर्यंत सकाळच्या प्रहरी मैलभर चालत जाताना, सफाई कामगार गडीबाया झाडू खाली ठेवून नमस्कार करत. एकोणपन्नास दिवस चाललेल्या एकशेतीन कामगारांच्या यशस्वी लढ्याला मिळालेला तो लाल सलाम!

पूना युनिव्हर्सिटी अँड कॉलेज टीचर्स ऑर्गनायझेशन : पुक्टो स्थापन होऊन साताठ वर्षे उलटली तरी रजिस्ट्रेशन झाले नव्हते. सरचिटणीस होताच ते काम हाती घेतले. ट्रेड युनियन अॅक्टखाली नोंदणी व्हावी म्हणून डेप्युटी रजिस्ट्रार ऑफ ट्रेड युनियन्स, पुणे यांच्याकडे अर्ज सादर केला. योजनाबद्ध प्रयत्न, सातत्यपूर्ण पाठपुरावा, तांत्रिक त्रुटिंची वक्तशीर पूर्तता यामुळे 'पुक्टो' संघटनेचे ट्रेड युनियन अॅक्टखाली रजिस्ट्रेशन झाले! विविध विद्यापीठातल्या प्राध्यापक संघटना सोसायटी अॅक्ट, पब्लिक ट्रस्ट अॅक्ट अशा वेगवेगळ्या अॅक्टखाली रजिस्टर झाल्यावत्या. 'ट्रेड युनियन अॅक्ट'खाली नोंदणी झालेली मात्र 'पुक्टो' ही राज्यातली पहिली प्राध्यापक संघटना ठरली!

रयत शिक्षण संस्था स्थापनेला साठ वर्षे पूर्ण झाली. हीरक-महोत्सव साजरा करण्याचा निर्णय झाला. स्मरणिका-समिती अध्यक्ष प्राचार्य एस्डी पाटील. माझं नाव स्मरणिका समितीत. लेखनाचं अंग, संपादनाचा अनुभव लक्षात घेऊन समितीच्या पहिल्या बैठकीत एस्डीसरांनी मला कार्यकारी संपादक केले.

संस्थेचे साठ वर्षातील पदाधिकारी, त्यांचे फोटो, कार्यकाळ; कर्मवीरांच्या

जीवनातले विशेष फोटो, त्यांचा सालवार तपशील; विचारवंतांचे लेख, मुलाखती; या साऱ्याचं संकलन, संपादन, रचना! तसं जिकिरीचं काम होतं. नववीत शिकताना सर्वांगीण प्रगतीबद्दल बक्षिस म्हणून 'महाराष्ट्राचे उपेक्षित मानकरी' हे गं. बा. सरदारांचे पुस्तक मिळालेवते. त्या विचारवंत प्रा. सरदारांची मुलाखत घेतली. दिवसभर त्यांचा सहवास लाभला.

कार्यकारी संपादकाची जबाबदारी पार पाडताना वर्षभर अधूनमधून कोपरगाव, पुणे, सातारा भ्रमंती. शेवटी प्रत्यक्ष छपाई सुरू असता रचना, प्रूफ रीडिंगसाठी महिनाभर डेक्कन जिमखान्याच्या स्वागत लॉजला मुक्काम. गंगागीर कॉलेजचे प्रा. एनेस पाटील विद्यापीठ कामासाठी आलेवते. उन्हाळी सुट्टीत कुटुंबापासून दूर राहून, एकट्यानं प्रूफ रीडिंगचे एकसुरी काम करून कंटाळा आलावता. विरंगुळा म्हणून एनेस न् मी रात्री आर्यभूषण थिएटरमध्ये तमाशाला गेलो. चारपाच संगीत बाऱ्या झाल्याव लघवीला गेलो. पण साफ झाली नाही. संगीत बाऱ्या पाहत होतो. पुन्हा लघवी लागली. एनेसना सोबत नेलं. लघवी झाली नाही. संकोच सोडून म्हणालो, "लाज वाटल्यानं काही सांगितलं नाही. पण आता सोसवत नाही. लघवी तुंबलीय!"

"दिपाजी, लघवी तुंबणे गंभीर बाब."

अर्ध्या कार्यक्रमातनं उठलो. लॉजवर जाऊन झोपलो.

पंधरा वर्षापूर्वीचा विद्यार्थी नामदेव काळे एम्डी होऊन पुणे स्टेशन पलीकडं प्रॅक्टिस करत होता. सकाळी त्यांच्याकडे गेलो. तपासून गोळ्या दिल्या. जेवल्याव गोळ्या घेऊन झोपलो. तासानं जाग आल्याव लघवीला गेलो. जोर केल्याव लघवी झाली. परंतु लघवीतनं रक्त पडलं. हादरलो! दरदरून घाम सुटला.

दहा वर्षापूर्वीची दुर्दैवी घटना आठवली; –बहिणीच्या नवऱ्याची लघवी तुंबायची. जोर केल्याव व्हायची. पण लघवीतनं रक्त पडायचं. ऑपरेशन केलं. मूत्राशयात कॅन्सरच्या गाठी निघाल्या. मुंबईत परळला टाटा हॉस्पिटलमध्ये वर्षभर उपचार केले. शेवटी दाजी वारले! –आता ते सारं आठवून काळजीत पडलो. लागलीच डॉ. काळेना फोन केला, "तुम्ही दिलेल्या गोळ्यानी लघवी झाली. परंतु लघवीतनं रक्त पडलं."

"असं होतं कधी कधी."

"डॉक्टर, भयंकर काळजी वाटतेय. कारण दहा वर्षापूर्वी..." कंठ दाटून आला. शब्द फुटेना. तिकडून डॉ. काळे चिंतेने विचारत होते, "दहा वर्षापूर्वी काय झाले? तुम्ही बोलत का नाही?... हॅलोऽऽऽ! हॅलो महानवरसर..."

भावनावेग ओसरताच आवंढा गिळून म्हणालो, "दहा वर्षापूर्वी दाजींच्या लघवीतनं असंच रक्त पडत होतं. मूत्राशयाचा कॅन्सर निघाला. वर्षभर खितपून दाजी वारले."

"सर, उगाच अभद्र विचार मनात आणू नका. लगेच स्टेशनला माझ्याकडे या."

डॉ. काळेना भेटलो. त्यानी जहांगीर नर्सिंग होमला नेलं. बीपी, एक्सरे, रक्त, लघवी या तपासण्यानंतर तज्ज्ञ डॉक्टर म्हणाले, "याच हॉस्पिटलमध्ये ॲडमिट व्हायचंय."

डॉ. काळेनी वेटिंग रूममध्ये नेलं. एक ते पन्नास नंबर लिहिलेल्या बोर्डाकडे बोट दाखवून म्हणाले, "ज्या नंबरवर फुली मारलेली नाही, त्या खाटा रिकाम्या आहेत. कोणत्या नंबरची खाट योग्य वाटतेय ते सांगा."

"तुम्हाला नेमके काय म्हणायचेय ते माझ्या लक्षात आले नाही."

"जो नंबर लकी, दैवान वाटत असेल ती खाट निवडा."

"सॉरी! दैव, लकी नंबर असल्या थोतांडावर बिल्कूल विश्वास नाही. कॅन्सरच असेल, तर विशिष्ट नंबरच्या खाटेव झोपून तो थोडाच बरा होणार आहे? मी वाचणारच असेन तर डॉक्टरी उपचारानी!"

जनरल वॉर्डात कोपऱ्यातली खाट घेतली. तज्ज्ञ डॉक्टर म्हणाले, "काळजीचं कारण नाही. मोरी तुंबणे व लघवी तुंबणे या दोन्ही गोष्टी सारख्याच. मोरी तुंबल्यास, बादलीने सपासप पाणी मारताच लोंढ्याच्या रेट्यानं तुंब निघून मोरी मोकळी होते. तसाच उपाय आता करायचाय. लागोपाठ भरपूर पाणी प्या. लघवी लागली की संडासात जाऊन मोकळे व्हा."

अर्ध्या तासात धाबारा बाटल्या पाणी प्यालो. खळखळून लघवी झाली. रात्री निवांत झोप लागली.

तिसऱ्या दिवशी डिस्चार्ज मिळाला. निरोप घेताना तज्ज्ञ डॉक्टरानी स्थायी सल्ला दिला, "नेहेमी भरपूर पाणी पित जा. थोडेफार दूषित पाणी प्यायल्यामुळे फारतर डिसेंटरी लागेल. परंतु पाणी न प्यायल्याने किडनी प्रॉब्लेम्स! म्हणून मिळेल तसले पाणी भरपूर पित जा. लघवीचा त्रास कधीही उद्‌भवणार नाही."

डिस्चार्जनंतर लाटकरांच्या कल्पना-मुद्रणालयात स्मरणिकेचे अंतिम टप्प्यातले काम पूर्ण केले. सातारला हीरक महोत्सव समारंभात राष्ट्रपती मा. नीलम संजीव रेड्डींच्या हस्ते स्मरणिकेचं प्रकाशन झालं. स्व. यशवंतराव चव्हाण अध्यक्ष. कलात्मक रचना आणि थोरामोठ्यांचे वाचनीय लेख असलेली देखणी स्मरणिका संग्राह्य ठरली.

मुंबई, पुणे, शिवाजी, नागपूर, मराठवाडा व एसेन्डीटी महिला या सहा विद्यापीठातल्या प्राध्यापक संघटनांचं फेडरेशन. त्या 'महाराष्ट्र फेडरेशन ऑफ

युनिव्हर्सिटी अँड कॉलेज टीचर्स ऑर्गनायझेशन्स': एम्फक्टोचा गेली दोन वर्षे कार्यकारिणी सदस्य होतो. महासंघाची द्वैवार्षिक निवडणूक. एक व्यक्ती एकाच पदावर सलग कमाल चार वर्षे राहू शकते! –असं घटनेत बंधन. स्थापनेपासून प्रा. डॉ. लीलाधर केणी अध्यक्ष, प्रा. किशोर ठेकेदथ सरचिटणीस. यंदा दोघानाही पदे सोडावी लागणार होती.

मुंबईला एसेन्डीटी महिला विद्यापीठात महाराष्ट्र प्राध्यापक महासंघाची जनरल कौन्सिल सभा भरली. अनौपचारिक चर्चेत जनरल सेक्रेटरी म्हणून माझे नाव पुढे आले. प्रा. ठेकेदथ यांची मातृभाषा इंग्रजी म्हटलं तरी चालेल. माझ्यासाठी इंग्रजी अनैसर्गिक. मराठी माझी लाडकी. प्रामाणिकपणे सांगितलं, ''सरचिटणीसपदी निवडल्यास प्राध्यापक महासंघाच्या कारभाराचं मराठीकरण करणार! मान्य असल्यास माझी तयारी आहे.''

सर्वांची संमती. निर्वाचन अधिकारी डॉ. लीलाधर केणींनी निवडणूक प्रक्रिया सुरू केली. कोल्हापूच्या प्रा. संभाजी जाधवांची अध्यक्षपदी, तर माझी सरचिटणीसपदी बिनविरोध निवड झाली. मुंबईचे प्रा. किशोर ठेकेदथ उपाध्यक्ष, तर अमरावतीचे आमदार प्रा. बीटी देशमुख कार्यकारिणीचे एक सदस्य.

राज्य पातळीवर झालेल्या निवडीबद्दल प्राचार्य एम्डी भोसांच्या हस्ते शाल-श्रीफळ देऊन गंगागीर कॉलेजात प्राध्यापकांनी सत्कार केला. मनोगतात म्हणालो, ''प्राध्यापक महासंघाचे सरचिटणीसपद राजधानी मुंबईतून तालुका प्लेस कोपरगावला आलंय. अरबी समुद्रकाठच्या विल्सन कॉलेजमधून सरचिटणीसपद गोदावरी नदीकाठच्या गंगागीर कॉलेजात आलंय. आपणा सर्वांच्या सहकार्यानं ही जबाबदारी पार पाडण्याचा आटोकाट प्रयत्न करेन.''

प्राध्यापक महासंघ : 'एम्फक्टो' कार्यकारिणी मीटिंग महिन्यातून एकदा रविवारी मुंबईत असायची. शनिवारी दिवसभर कॉलेजकाम उरकून रात्री आठला कोपरगाव-शिर्डी-मुंबई रातराणीनं निघायचो. पहाटे मुंबई-सेंट्रलला उतरून लोकलनं मरिन-लाइन्स स्टेशनला उतरायचो. किमतराय– बिल्डिंगमधील एम्फक्टो-कार्यालयात पहाटे पाचला पोचायचो. सस्पेन्स फिल्ममधली हवेली शोभावी अशा त्या पुराण्या बिल्डिंगमध्ये अर्धवट अंधारात वॉचमनला हुडकून किल्ली घ्यायचो. पहिल्या मजल्यावल्या कार्यालयात धुळीचं साम्राज्य. कपडे बदलून संडास-बाथरूमची साफसफाई, रूमची झाडलोट. थंड पाण्यानं झकास आंघोळ. तेवढ्यात अध्यक्ष प्रा. संभाजी जाधव यायचे.

राज्यातून आलेल्या प्राध्यापकांशी विविध समस्यांवर दोनेक तास चर्चा होई. साडेदहाला प्रोसिडिंग बुक उघडून मीटिंगसाठी सज्ज. न चुकता वेळेव हजर रहाणारे

आमदार प्रा.बी.टी. देशमुख. ठीक अकरा वाजता मीटिंग सुरू झालीच पाहिजे. असा त्यांचा अट्टाहास. बहुसंख्य अघळपघळ प्राध्यापकांच्या पार्श्वभूमीवर आ. देशमुखांची काटेकोर कार्यपद्धती उठून दिसायची. वेळेबाबत दक्ष असणाऱ्या माझ्यासारख्याना दिलासा मिळायचा.

मीटिंगचे कामकाज दिवसभर उरकून रविवारी रातराणीनं परती प्रवास. सोमवारी पहाटे कोपरगाव. जेवल्याव सायकलनं कॉलेज गाठायचो. एमेस्सीचे एक, बारावीची दोन लेक्चर्स असत. प्रवासात दोन रात्री बसल्या जागी अर्धवट झोप. सोमवारी रात्री आठला झोपी जायचो. मंगळवारी सहाला उठल्यावर ताजेतवाने वाटायचे. झालेल्या मीटिंगचं इतिवृत्त सायक्लोस्टाइल केल्याव मीटिंगचं काम खऱ्या अर्थानं संपायचं. चार वर्षे हाच परिपाठ, हीच तपश्चर्या!

त्यावर्षी महाराष्ट्रात एक दुर्दैवी घटना घडली. ज्या मासिकानं मराठी नियतकालिकात अढळपद प्राप्त केलं, अनेक साहित्यिक घडवले, ते सत्यकथा मासिक बंद पडलं. सत्यकथेचा मासिक अंक वाचल्याखेरीज महिना संपायचा नाही. सात वर्षापूर्वी माझी 'उलघाल' कथा सत्यकथेत प्रसिद्ध झालीवती. आता सत्यकथेचं दर्शन, वाचन संपलं त्याची रुखरुख लागून राहिली.

रयतची हीरक-महोत्सव स्मरणिका पाहिल्याव प्राचार्य भोसांनी गंगागीर कॉलेजच्या कल्पतरू वार्षिकाचा 'प्रमुख संपादक' ही जबाबदारी माझ्यावर सोपवली. आम्ही दोन अभिनव उपक्रम हाती घेतले. विद्यार्थी-विद्यार्थिनींच्या साहित्यिक गुणाना नेमकी दिशा मिळावी, सकस साहित्य निर्माण व्हावे! –या हेतूंनी वर्षारंभी बक्षिसे जाहीर करून कथा, काव्य स्पर्धा आयोजित केली. दहा कथा, सोळा कविता निवडून त्यांचाच 'कल्पतरू'त समावेश केला.

दुसरा अभिनव उपक्रम– कोपरगाव तालुका दर्शन. ज्या तालुक्यातल्या संस्था, व्यक्तींच्या सहकार्यामुळे गंगागीर कॉलेज समृद्ध झाले; ज्या तालुक्यातील विद्यार्थी-विद्यार्थिनी ज्ञानयज्ञात सामील; त्या कोपरगाव तालुक्याचे सर्वांगीण दर्शन घडवावे! –अशी कल्पना मी मांडली. प्राचार्यानी ती उचलून धरली.

सहा साखर कारखाने असलेल्या कर्तबगार, बहुरंगी, बहुढंगी कोपरगाव तालुक्याचं दर्शन घडवणारी पुरवणी तयार करण्यासाठी प्राध्यापक, सेवक, विद्यार्थी तालुक्याच्या कानाकोपऱ्यात वणवण फिरले. एस्टी स्टँडवर थांबून गावोगावच्या लोकांच्या मुलाखती घेतल्या. तालुक्याच्या पाच रेव्हेन्यू-सर्कलमधील एक नगरपालिका, पंचान्नव ग्रामपंचायतींची पुरवणीत सर्वांगीण माहिती दिली.

कल्पतरूचे प्रकाशन वर्षअखेरीस रयतचे चेअरमन शंकरराव काळेंच्या हस्ते

झाले. अध्यक्ष न्या. वाडकर. अंकाचे मुद्रक चिं. स. लाटकर यांचा चेअरमनच्या हस्ते सत्कार. कल्पतरूतली 'तालुका दर्शन पुरवणी' संदर्भ पुस्तिका म्हणून उपयुक्त ठरली.

अहमदनगर जिल्हा ऐतिहासिक वस्तुसंग्रहालयानं आयोजित केलेल्या स्पर्धेत कल्पतरू– अंकानं प्रथम क्रमांकाचं 'प्रा. जिन्सीवाले पारितोषक' पटकावले. खास समारंभात इतिहास संशोधक डॉ.ग.ह. खरेंच्या हस्ते प्रदान करण्यात आलेले पारितोषिक संपादक म्हणून आम्ही स्वीकारले. दै. केसरीचे संपादक चंद्रकांत घोरपडे अध्यक्ष होते.

अहमदनगरच्या न्यू आर्ट्स, सायन्स, कॉमर्स कॉलेजमध्ये गंभीर प्रश्न निर्माण झाला. झूलॉजीचे प्रा.डॉ. माधव गंगोत्री, बॉटनीचे प्रा.डॉ. देवेंद्र चावला याना मॅनेजमेंटने वर्षारंभी सेवामुक्त केले. दोघे ट्रिब्यूनलमध्ये गेले. न्यायमूर्तींनी सेवामुक्तीला स्थगिती दिली. परंतु कॉलेज चालवणाऱ्या अहमदनगर जिल्हा मराठा विद्याप्रसारक संस्थेने ट्रिब्यूनलचा आदेश न जुमानता, दोन्ही डॉक्टरेट प्राध्यापकाना बेकार ठेवले.

शेवटी पुक्टो-सरचिटणीस म्हणून मी मॅनेजमेंटच्या सेक्रेटरीना आमरण उपोषणाची नोटिस पाठवली, 'अन्याय्य सेवामुक्तीमुळे दोघा उच्च विद्याविभूषित प्राध्यापकाना आठ महिने बेकार रहावे लागले. न्यायासाठी आता त्याना आमरण उपोषणाचा मार्ग पत्करावा लागतोय. प्राध्यापकाना त्वरीत कामाव रुजू करून घ्यावे आणि आमरण उपोषण टाळावे.'

नोटिशीची प्रत मिळताच कलेक्टरनी उच्च शिक्षण संचालकाना पत्र पाठवले, 'या प्रकरणी तातडीने हस्तक्षेप करून नगर शहरातील कायदा व सुव्यवस्था राखण्यास सहकार्य करावे.'

तडजोडीचे प्रयत्न निष्फळ ठरल्याने शेवटी तीन मार्चला नगरच्या न्यू आर्ट्स–सायन्स-कॉर्मस कॉलेजसमोर प्रा. गंगोत्री, प्रा. चावला आमरण उपोषणास बसले. त्याच दिवशी पुक्टोच्या पाच जिल्ह्यातून आलेल्या तीनशेक प्राध्यापकांचा मोर्चा कलेक्टर कचेरीवर गेला. निवासी उपजिल्हाधिकारी भालचंद्र पवार मोर्चाला सामोरे आले. तातडीने तोडगा काढण्याचे आश्वासन दिले.

उपोषणाच्या दुसऱ्या दिवशी शिक्षण संस्थेचे पदाधिकारी व पुक्टोचे नेते यांच्यात जिल्हाधिकाऱ्यानी वाटाघाटी घडवून आणल्या. पण त्यातून फारसं काही निष्पन्न झालं नाही. प्रश्नाची तड लागावी म्हणून तिसऱ्या दिवशी कर्मचारी, कामगार, प्राध्यापक, विद्यार्थी कृती समिती स्थापन केली. चौथ्या दिवशी कृती समितीनं मराठा विद्याप्रसारक संस्थेला, आंदोलन तीव्र करण्याबाबत निर्वाणीचा इशारा दिला.

उपोषणाच्या पाचव्या दिवशी कृती समितीनं मॅनेजमेंटच्या कार्यकारिणीशी

साडेपाच तास केलेल्या वाटाघाटी यशस्वी झाल्या! त्यात ठरले, 'प्रा.डॉ. माधव गंगोत्रीना आठ मार्चला नगरच्या न्यू कॉलेजमध्ये रुजू करून घ्यावे. प्रा.डॉ. देवेंद्र चावला यांचा पुणे विद्यापीठात 'लीन' असल्याने, त्यानी विद्यापीठाच्या सेवेत रुजू व्हावे.'

रात्री उपोषणाची समाप्ती मराठा विद्याप्रसारक संस्थेचे सेक्रेटरी खासदार चंद्रभान पाटील-आठरे यांच्या उपस्थितीत झाली. तेवढ्यात अचानक गारांचा पाऊस पडावा तसा खाड् खाड् खाड् आवाज परिसरात घुमला. काय होतंय ते क्षणभर कुणालाच काही कळेना. मंडपापुढे असलेल्या खासदारांकडे पाहिले; तर त्यांच्या चेहऱ्यावर हास्य दिसले. त्याना वाटलं असावं, 'उपोषण मंडपावर, पुक्टोच्या प्राध्यापकावर दगडफेक झाली.' आम्हालाही तीच शंका आल्यानं दोन्ही प्राध्यापकाभोवती संरक्षक कडं केलं.

सावध होऊन आवाजाचा वेध घेतला असता खासदाराना वस्तुस्थिती उमगली, 'उपोषण मंडपावर एकही खडा न पडता, कॉलेजच्या पत्राइमारतीवर तुफान दगडफेक सुरू होती.'

खासदारांचा चेहरा खाडकन उतरला. कॉलेज इमारतींची, मालमत्तेची मोडतोड-नासधूस टाळण्यासाठी पोलीसांनी शिट्ट्या वाजवत सौम्य छडीमार करून जमाव पांगवला.

अहमदनगर या संवेदनशील जिल्हास्थळी पाच दिवसांचं आमरण उपोषण-आंदोलन करणं तसं जोखमीचं काम होतं. आंदोलनाचे नेतृत्व माझ्याकडे असले तरी, जिल्हा सरचिटणीस प्रा. क. शं. सहाणे, सहचिटणीस प्रा. रंजन मुरुमकर, खजिनदार प्रा. प्रकाश कुलकर्णी, कृती समितीचे सर्वपक्षीय नेते वगैरेंचे सहाय्य मौलिक ठरले. नगर शहरातल्या सर्व सहा कॉलेजचे प्राध्यापक अहोरात्र झटले.

बऱ्याचदा सुट्टीला जोडून संघटनाकार्यासाठी माझी फिरती. असाच शनिवारी रातराणीने परगावी गेलोवतो. रविवारी सायंकाळी परतलो. घरात पाऊल टाकताच रडक्या सुरात मिसेस म्हणाली, "लगडवाडीचा फोन आलावता. आई काल वारली!"

अकस्मात नको ते ऐकून रडू कोसळले! आवेग ओसरल्यावर आवराआवर करून रातराणीनं निघालो.

सोमवारी दिवस उगवताना लगडवाडीत पोचलो. घरी जाताच हलकल्लोळ! बहिणीच्या गळ्यात पडून रडलो. ती रडून सांगत होती, "शनिवारी इळबर आई कसनुसं करत हुती. धोंडीराम आला का आसं सारकी इचरायची. तुला फोन लवकर लागला न्हाय. तुजी सय काडतच आयनं परान सोडला!"

नगर जिल्ह्यातल्या लांबच्या नोकरीमुळं आईची शेवटची भेट झाली नाही. मयतीलाबी हात लागला नाही. सावडायचं तेवढं सापडलं. कर्मकांडाव विश्वास

नसल्यानं डोक्याचा खवर केला नाही. आई बसायची तो पडवीचा कोपरा रिकामा बघून भडभडून येत होतं. काळीज कातर करणारं आईच्या मायेचं पर्व संपलंवतं!

पुणे विद्यापीठ प्राध्यापक संघटना : पुक्टोची द्वैवार्षिक सभा संगमनेरला भरली. 'सलग चार वर्षे अध्यक्षपदी राहिल्यानं' घटनेनुसार प्रा. शिरोळकर निवृत्त होत होते. निवडणूक बिनविरोध पार पडून माझी 'पुक्टो'च्या अध्यक्षपदी निवड झाली. नाशिकचे प्रा. जयप्रकाश म्हात्रे सरचिटणीस, ओतूरचे प्रा. पांडुरंग कापडणीस खजिनदार, भुसावळचे प्रा. युवराज वाणी 'पुक्टो बुलेटिन' संपादक.

गंगागीरचे प्राचार्य आणि मी रयत शिक्षण संस्थांतर्गत राजकारणात एकमेकांचे विरोधक. पुणे विद्यापीठ राजकारणातही आम्ही परस्परविरोधी गटात. परंतु कॉलेज कामकाजात सरळपणे माझी सहकार्याची भूमिका असे. प्राचार्यांच्या मनात मात्र कटकारस्थानं असत. त्यामुळे, पुणे विद्यापीठ सिनेट निवडणुकीच्या ऐन तोंडावर त्यानी माझी बदली पुणे विद्यापीठातून शिवाजी विद्यापीठात विट्याला केली. मग मीही त्यांच्या शहाला काटशह देऊन बदली रद्द केली.

पुणे विद्यापीठ सिनेटच्या पंचवीस प्राध्यापकांची निवडणूक दोन वर्षापूर्वी लागलीवती. पुणे शहर प्राध्यापक संघ : 'पुटा' आणि नगर, नाशिक, धुळे, जळगाव, पुणे (ग्रामीण) या पाच जिल्ह्यातल्या प्राध्यापकांची 'पुक्टो' अशा भौगोलिकदृष्ट्या विभक्त कार्यक्षेत्रं असलेल्या दोन प्राध्यापक संघटना परस्पर सहकार्यानं कार्यरत होत्या. दोन्ही संघटना संयुक्तपणे पंचवीस जागा लढवत होत्या. अर्धाअधिक प्रचार झालावता. परंतु त्या निवडणूक पद्धतीतल्या त्रुटीबाबत प्राध्यापक संघटनानी दोन ठोस मागण्या केल्या; –पोस्टल व्होटिंगमध्ये भ्रष्ट मार्गांचा अवलंब होतो. म्हणून प्रत्येक शहरात किमान एक मतदान केंद्र ठेवावे. दुसरी मागणी होती: प्रत्येक प्राध्यापकानं फक्त त्याच्या विद्याशाखेतील उमेदवाराना मतदान करण्याऐवजी सर्व विद्याशाखातील उमेदवाराना मतदान करावं.

परंतु कुलगुरूनी आमच्या मागण्याना वाटाण्याच्या अक्षता लावून निवडणूक प्रक्रिया सुरू केलीवती. मग काय? प्राध्यापक संघटनानी हायकोर्टात रिटअर्ज दाखल केला. हायकोर्टानं त्या चालू निवडणुकीला स्थगिती दिली. संपूर्ण निवडणूक प्रक्रिया थांबली. दोन वर्षानी आता रिटअर्जाचा निकाल लागला: हायकोर्टानं आमच्या दोन्ही मागण्या मान्य केल्या!

लगेच विद्यापीठानं सिनेटच्या पंचवीस प्राध्यापकांची निवडणूक नव्यानं जाहीर केली. प्राध्यापक संघटनांनी उमेदवार निवड प्रक्रिया सुरू केली. सवता सुभा

असलेल्या वैद्यक, अभियांत्रिकी विद्याशाखांच्या चार जागा वगळून एकवीसपैकी चौदा 'पुक्टो'ला, सात जागा पुणे शहरातल्या 'पुटा'ला. आमच्या एकवीस उमेदवारानी अर्ज भरले. गलथानपणाचा कळस म्हणजे, या ना त्या कारणाने छाननीत संघटनांच्या चार उमेदवारांचे अर्ज बाद झाले. परिणामी पुक्टोचे अकरा व पुटाचे सहा मिळून प्राध्यापक संघटनेचे सतरा उमेदवार निवडणूक रिंगणात होते. निवडणूक प्रेफरन्शियल व्होटिंग– क्रमदेय मतदान पद्धतीने. आमचे सर्व उमेदवार निवडून यावेत म्हणून संघटनेनं प्रत्येकाला मतं विभागून दिली. मी विज्ञान शाखेतून उभा. अहमदनगर, जळगाव व पुणे (ग्रामीण) या जिल्ह्यातली प्रथम पसंतीक्रमाची मतं माझ्या वाट्याला.

जिद्दीनं योजनाबद्ध प्रचार केला. पुणे शहरात पंचेचाळीस टक्के मतदान झालं. पुक्टोच्या पाच जिल्ह्यात मात्र भरघोस ऐशी टक्के मतदान झालं. मतमोजणीत पुक्टोचे सर्व अकरा, तर पुटाचे सहापैकी चार उमेदवार विजयी झाले. म्हणजे प्राध्यापक संघटनेचे पंधरा प्राध्यापक सिनेटर झाले. विज्ञान विद्याशाखेतून मी कोट्यापेक्षा पन्नास अधिक मते मिळवून विजयी झालो! विरोधी गटाच्या सोळा उमेदवारापैकी फक्त सहाजण जिंकले.

सिनेट निवडणुकीत प्राध्यापक संघटनेचा दणदणीत विजय! भ्रष्ट गटाचा धुव्वा! अशा मथळ्यांच्या ठळक बातम्या दैनिकांच्या मुखपृष्ठाव झळकल्या. अभिनंदनाची शंभरेक पत्रं, तारा. अभिनंदनाचा कळस म्हणजे माझे गुरू प्राचार्य एस्डी पाटलांचं पत्र;– 'आपण सिनेटवर निवडून आल्यावर मीच जिंकलोय असं वाटलं. आपल्या संघटनाकार्याची चोख पावती प्राध्यापकानी या विजयाद्वारे दिलीय. आता इथेच थांबून चालणार नाही. कार्यकारिणीवर जाणे जरूरीचे आहे. आमच्या सातारा सायन्स कॉलेजमध्ये तुमचा सत्कार करायचाय. लवकर या.'

अभिमानास्पद आणखी एक पत्र होते सिम्बायोसिसचे संस्थापक, माझे दुसरे गुरू प्रा. डॉ. एस्बी मुजुमदारांचे;– 'तुम्ही या निवडणुकीत जे अपार कष्ट घेतले त्याबद्दल प्रथम तुमचे कौतुक करतो आणि मग विजयाबद्दल अभिनंदन करतो. प्राध्यापकातील स्वाभिमानाचे, भ्रष्टाचाराविरुद्धचे निखारे अद्याप विझलेले नाहीत!– हेच या विजयामुळे सर्वांना समजले.

तुमच्या तळमळीबद्दल, प्रामाणिकपणाबद्दल मला नेहमीच आदर वाटत आलाय. तुम्ही कार्यकारिणीवर जाणे अनेक दृष्टीनी महत्वाचे आहे. त्यासाठी माझ्याकडून शक्य ते सारे करीन. मी आता पुणे विद्यापीठ राजकारण थांबवलंय. जिथे आम्ही थांबतो तिथून तुमच्यासारखी माणसं वाटचाल करू लागतात तेव्हा आगळं समाधान लाभतं.'

विज्ञान विद्याशाखेतून पुणे विद्यापीठ सिनेटवर सहा वर्षासाठी निवड झाल्याबद्दल गंगागीर कॉलेजचे ऑनररी सेक्रेटरी म्हाळूशेठ आव्हाड यांच्या हस्ते स्टाफनं सत्कार

केला. अध्यक्षस्थानी प्राचार्य भोस.

निमंत्रणानुसार सातारच्या सायन्स कॉलेजला गेलो. प्राचार्य एस्डींनी प्राध्यापक-सेवकातर्फे शाल-श्रीफळ देऊन हृद्य सत्कार केला नि म्हणाले, ''पुणे विद्यापीठातल्या बलदंड अशा सत्तारूढ भ्रष्ट शक्तींचा पराभव करणं कठीण काम होतं. त्या दुष्प्रवृत्तींचा पाडाव करून प्रा. दिपा महानवर जायंट-किलर ठरलेत!''

मनोगतात मी म्हणालो, ''झोकून देऊन योजनाबद्ध काम केल्यास यश नक्की मिळते. पदांच्या मागे धावून पदे मिळत नसतात. सचोटीने सातत्यपूर्ण कार्य केल्यास पदे चालून येतात.''

पुक्टो-सरचिटणीस प्रा. जयप्रकाश म्हात्रेंच्या पुढाकाराने आमच्या पंधरा सिनेटर्सचा सत्कार नाशिकला झाला. प्रमुख पाहुणे आमदार प्रा. ग.प्र. प्रधान आपल्या भाषणात म्हणाले, ''आज बदमाश कार्यक्षम, चारित्र्यवान माणसे निष्क्रीय!– असे दुर्दैवी चित्र समाजात दिसतेय. ते बदलण्यासाठी या पंधरा सिनेटर्सनी कार्यरत रहावे.''

सिनेटनंतर कार्यकारिणी निवडणूक लागली. पंचवीस सिनेटर प्राध्यापकातून दोघे कार्यकारिणीव निवडून जाणार. पुक्टोनं मला उमेदवारी दिली. पुटानं वाडिया कॉलेजच्या प्रा. सौ. जोशीना दिली. विरोधी एल्जी दोशी गटानं पुण्यातल्या मॉडर्न कॉलेजचे प्रा. डॉ. नवलगुंदकर, धुळे जिल्ह्यातले प्रा. जगताप उभे केले. पाचवे अपक्ष उमेदवार पुण्यातले पै. प्रा. लांडगे. आरेसेसचे डॉ. नवलगुंदकर सर्वांत मातब्बर उमेदवार होते.

एकशेऐंशी सिनेटर मतदारांपैकी तीसेक आमदार, चाळीसेक प्राचार्य, अनेक संस्थाचालक. बहुसंख्य प्रस्थापित मंडळी. प्राध्यापकाव अन्याय केल्यानं किंवा भ्रष्टाचार केल्यामुळं ज्यांच्याविरुद्ध मोर्चे, उपोषणं, धरणं या मार्गांनी मी लढलोवतो आणि ज्यांच्या भ्रष्टाचाराची प्रकरणं पुक्टो-बुलेटिनमध्ये छापलीवती; त्यापैकी बरेचजण मतदार होते. मागण्या मान्य करून घेण्यासाठी शिक्षण संचालक वगैरे अधिकाऱ्यांशी भांडलो-तंडलो तेही मतदार. निर्माता-दिग्दर्शक रामानंद सागर, क्रिकेटपटू एन्डी नगरवाला अशा दिग्गज मतदारापर्यंत पोचू शकत नव्हतो. साऱ्यांचा विचार करता ती निवडणूक अत्यंत अवघड होती. तरीही समाजातल्या चांगुलपणामुळे आशा!

छापील पत्रक मतदाराना पाठवलं. सर्वांगीण परिचय दिला, भूमिका स्पष्ट केली. ते पत्रक पुक्टोच्या सर्व कॉलेज युनिटना पाठवून प्राध्यापकाना प्रचारात सक्रिय केलं. रयत शिक्षण संस्थेचे चेअरमन शंकरराव काळेंनी माझा पुरस्कार करणारे पत्रक काढून संस्थाचालक, प्राचार्य मतदाराना पाठवलं. संजीवनी साखर कारखान्याचे चेअरमन आ. शंकरराव कोल्हेंनी पाठिंब्याचे पत्रक काढून आमदार-मतदाराना पाठवलं. कॉंग्रेस सोशॅलिस्ट फोरमचे आ. गणपतराव कोळींनीही निवेदन काढलं.

पाहुण्याच्या जीपनं पाची जिल्हे अकरा दिवसात पिंजून काढले. एक दिवस मुंबईत घालवला. पुण्यात जीपनं फिरून तीन दिवस मतदारांच्या भेटी घेतल्या. दलित साहित्यिक शंकरराव खरातना भेटून म्हणालो, ''मतासाठी तर आलोयच, पण या निमित्ताने तुमच्या भेटीचा योग आला त्याचा आनंद मोठा.''

''तुमचं परिचयपत्रक मिळालंय. आपल्यातला दुवा म्हणजे कर्मवीर भाऊराव पाटलांच्या बोर्डिंगचे दोघेही विद्यार्थी. माझ्या माताबद्दल निर्धास्त रहा.''

पुक्टोइतक्याच अहमहमिकेनं माझा प्रचार 'सिम्बायोसिस'मधून डॉ. एस्बी मुजुमदार, प्राचार्य एस्डी पाटील करीत होते. अनेक उच्चभ्रू मतदार त्याना मानणारे होते. डेक्कन जिमखान्याच्या स्वागत लॉजची माझी खोली हेच प्रचार कार्यालय आणि 'सिंबायोसिस' हे संकेत-स्थळ.

मतदानादिवशी सकाळपासून मीटिंगपर्यंत मतदारांच्या भेटीगाठी घेतल्याव 'बेस्ट ऑफ लक' देऊन प्राचार्य एस्डीसर म्हणाले, ''आज माझ्या कॉलेजच्या एनेसेसचा समारंभ आहे. गेलेच पाहिजे. समारंभ नसता तर निकाल ऐकाय थांबलो असतो.''

सिनेट मीटिंग दुपारी एकला सुरू झाली. औपचारिक कामकाज संपल्याव तासभर मतदान झालं. अडतीसजण गैरहजर. उपस्थित एकशेबेचाळीस सिनेटर्सनी मतदान केलं. लगेच मतमोजणी. तीन मतं बाद. क्रमदेय मतदान पद्धतीच्या शास्त्रानुसार निवडून येण्यासाठी सत्तेचाळीस मतांचा कोटा. पहिल्या पसंतीची बावन्न मते मिळवून प्रा. डॉ. नवलगुंदकर पहिल्या फेरीत कोट्यापेक्षा पाच मते अधिक मिळवून विजयी. त्यांची अतिरिक्त पाच मते वाटल्यावर माझी मते चाळीस झाली, प्रा. जगतापांची सत्तावीस, सौ. जोशींची पंधरा झाली, प्रा. लांडगेंची दहाच राहिली.

किमान मते असलेले प्रा. लांडगे गळाले व त्यांची मते वाटल्यावर दुसऱ्या फेरीअखेर माझी मते पंचेचाळीस झाली, प्रा. जगतापांची एकोणतीस झाली, सौ. जोशींची पंधराच राहिली.

तिसऱ्या फेरीत प्रा. सौ. जोशी वगळल्या नि त्यांची मते वाटल्याव माझी मते बावन्न झाली, प्रा. जगतापांची तीस झाली. अशाप्रकारे तिसऱ्या फेरीअखेर योगायोगानं माझी मते प्रा. नवलगुंदकर इतकीच बावन्न होऊन, कोट्यापेक्षा पाच मते जास्त मिळवून मी पुणे विद्यापीठ कार्यकारिणीवर तीन वर्षासाठी निवडून आलो! पुणे विद्यापीठ कार्यकारिणीवर निवडून येणारा 'पुक्टो' संघटनेचा पहिला प्राध्यापक ठरलो! विद्यापीठ आवारात पुक्टो-प्राध्यापकानी फटाक्यांची आतषबाजी केली. माझ्यावर जिवापाड प्रेम करणाऱ्या प्राध्यापकांचा उत्कट जिव्हाळा पाहून, दिवंगत निरक्षर आईवडिलांची आठवण होऊन डोळे आनंदाश्रूनी डबडबले. माझ्या कार्यकर्तृत्वाचा बहर!

तिकडे एनेसेसचा समारंभ कसाबसा उरकून सातारला घरी येताच प्राचार्य एस्डी पाटलांनी विचारलं, ''पुण्याचा फोन आला?''

''आला. तुमचा महानवर निवडून आलाय!'' मिसेसनी आनंदाने सांगितले.

''अरे व्वा, बेस्ट झालं! शिपाई कुठाय? चल लवकर. हे शंभर रुपये घे न् एक किलो पेढे आण.''

सहकारी प्राध्यापकाला जिवलग मित्र मानून त्याच्या प्रगतीसाठी, यशासाठी जीव टाकणारा एस्डी पाटलांसारखा उमदा प्राचार्य विरळा!

त्या पहिल्या सिनेट मीटिंगमध्ये मी विशेष ठराव मांडला तो मंजूर झाला;– दिवाळी अंकांच्या खालोखाल, महाविद्यालयांच्या वार्षिक नियतकालिकावर मोठा निधी दरसाल खर्च होतो. तो खर्च योग्यप्रकारे कारणी लागावा, त्यातून दर्जेदार साहित्य प्रकाशित व्हावे म्हणून, प्रोत्साहन देण्याच्या हेतूने पुणे विद्यापीठाशी संलग्न महाविद्यालयांच्या नियतकालिकांची स्पर्धा विद्यापीठाने यंदापासून दरसाल आयोजित करावी.'

सिनेट सभा संपताच जीप पाहुण्याना परत करून एस्टी बसनं मी कोपरगाव गाठलं.

रयतचे चेअरमन शंकरराव काळेंच्या हस्ते गंगागीर कॉलेजनं शाल-श्रीफळ देऊन सत्कार केला. चेअरमन भाषणात म्हणाले, ''तत्वाची कास धरून अन्यायाविरुध्द निर्भयपणे लढले म्हणून प्रा. दिपा महानवर विद्यापीठ कार्यकारिणीवर निवडून आले. त्यांची निवड हा कॉलेजचा, संस्थेचा गौरव आहे. माणूस नेहेमी समाजाच्या विश्वासावर पुढे जात असतो. म्हणून समाजाच्या मनात विश्वास निर्माण होईल असे काम केले पाहिजे.''

पुणे विद्यापीठ प्राध्यापक संघटना : 'पुक्टो' स्थापनेला दहा वर्षे पूर्ण झाली म्हणून मालेगावला एमेस्जी कॉलेजात विशेष समारंभ आयोजित करण्यात आला. विद्यापीठ कार्यकारिणीवरील निवडीबद्दल अप्पर पोलीस अधिक्षक शमसुद्दीन मुश्रीफ यांच्या हस्ते माझा सत्कार झाला. भाषणात मुश्रीफ म्हणाले, ''समन्वयाच्या मार्गाने देखील प्रश्न सुटू शकतात. समन्वय कुंठित होतो तेव्हाच संघर्ष सुरू होतो.''

मी मनोगतात म्हणालो, ''पुक्टो ही आमच्या हृदयाची भाषा आहे! पुणे विद्यापीठ कार्यकारिणीवर गेलो असलो तरी, महाराष्ट्र प्राध्यापक महासंघाचं सरचिटणीसपद आणि पुक्टोचं अध्यक्षपद मी श्रेष्ठ मानतो.''

मी संपादित केलेल्या गंगागीर कॉलेज नियतकालिक 'कल्पतरू'चे सर्वत्र

कौतुक झाल्याने दुसऱ्या वर्षीही प्रमुख संपादकत्व माझ्याकडे राहिले. विद्यार्थ्यांच्या वाङ्मयीन अभिरुचीला प्रोत्साहन देण्याच्या हेतूने मी मांडलेला ठराव सिनेटनं मंजूर केला होता. त्याबाबत कार्यकारिणीनं तपशील ठरवला व नियतकालिकांची स्पर्धा आयोजित केली. मी संपादित केलेल्या यंदाच्या 'कल्पतरू'ला सर्वोत्तम नियतकालिक म्हणून पुणे विद्यापीठाचा प्रथम पुरस्कार मिळाला!

पुणे विद्यापीठ कार्यकारिणी सदस्य म्हणून आमच्या कारकिर्दीतला अत्युच्च आनंदाचा क्षण म्हणजे, महाराष्ट्राचे शिल्पकार यशवंतराव चव्हाण याना डी.लिट्. पदवी. कुलपती-राज्यपाल एअर चीफ मार्शल आयेच लतिफांच्या हस्ते पदवी स्वीकारल्याव खा. चव्हाणसाहेब आपल्या भाषणात म्हणाले, "डी.लिट्. पदवी प्रदान केली त्याबद्दल कार्यकारिणी सदस्याना, सिनेटर्सना मनापासून धन्यवाद! पुणे विद्यापीठाला आज मी काहीही देऊ शकत नाही. जीवनातल्या अखेरच्या पर्वात विद्यापीठाच्या कारभारी मंडळीनी माझी आठवण ठेवून सन्मान्य पदवी दिली. ऋणी आहे."

डी.लिट्. पदवीचा तो ऐतिहासिक निर्णय घेणारी आमची कार्यकारिणीही तशीच तोलामोलाची होती. डॉ. पतंगराव कदम, श्रीमती पुष्पाताई हिरे, विधान परिषदेचे माजी विरोधी पक्षनेते ॲड. विठ्ठलराव हांडे, प्रा. डॉ. केबी पवार, प्रा. डॉ. श्रीधर गुप्ते, कामगार नेते ॲड. मोहनराव गवंडी ही महनीय मंडळी त्या कार्यकारिणीत. कुलगुरू होते डॉ. राम ताकवले.

कोपरगावात रयतचं गंगागीर कॉलेज, लोकल संस्थेचं सोमैया कॉलेज. दोन्हींच्या प्राचार्य, संस्थाचालकात पूर्वी टोकाचं वैमनस्य होतं. दोन कॉलेजच्या प्राध्यापकानी एकमेकाशी संबंध ठेवू नयेत!– अशी प्राचार्यांची इच्छा असे. सोमैया-प्राध्यापकाशी मैत्री केली म्हणून गंगागीर कॉलेजच्या इतिहास-प्राध्यापकाची मागे नोकरी गेलीवती. पुणे विद्यापीठ प्राध्यापक संघटना : 'पुक्टो'मुळे मात्र दोन्ही कॉलेज प्राध्यापकातली ईर्षा संपून सौहार्द निर्माण झाले. 'पुक्टो' : ही पाच जिल्ह्यातल्या प्राध्यापकांच्या हृदयाची भाषा बनली! 'प्राध्यापक' महत्वाचा. तो कोणत्या संस्थेच्या कॉलेजमधला ते कुणी पहात नव्हतं. प्राध्यापक संघटनामुळे मातृसंस्थेबाबतच्या वृथा अभिमानाचे कंगोरे झिजून गुळगुळीत झाले. परिणामी, रयतचे एक मातब्बर उमेदवार रिंगणात असतानाही, प्राध्यापक-महासंघाचे उमेदवार प्रा. संभाजी जाधव यांचा विधान परिषद निवडणुकीत आम्ही उघड प्रचार केला. प्राध्यापक संघटनात संस्थाभेद, जातीभेद आदी परंपरागत भेदाना थारा नव्हता.

महाराष्ट्र प्राध्यापक महासंघाचा सरचिटणीस झालो; पुणे विद्यापीठ कार्यकारिणीवर निवडून आलो. त्यानंतर का कोणास ठाऊक पण रयत सेवक मित्रमंडळाचे अध्वर्यू आणि माझ्यात अंतर पडत गेले. मित्रमंडळात मला दुरावा जाणवू लागला. रयत सेवक विश्वच्या संपादक मंडळावर माझे नाव दोन नंबरला होते, ते घसरून फश्शी नंबरला गेले. विश्वच्या एका अंकात केवळ पांचटपणा म्हणून एका महापुरुषाच्या कथित अंगवस्त्राबाबत मजकूर छापला. परिणामी, रयत सेवक विश्व मासिकाच्या कार्यकारी संपादकास मी पत्र लिहिले, 'यापुढे व्यक्तिगत, वादग्रस्त मजकूर संपादक मंडळ सदस्यांच्या संमतीनंतरच प्रसिध्द करावा. एखाद्याचे चारित्र्यहनन होईल असा मजकूर छापून यलो-जर्न्यालिझमचा अंगिकार करू नये.'

परंतु माझ्या पत्राची दखल न घेता, त्यानंतर 'विश्व' मध्ये;– एका प्राध्यापकाचा उल्लेख 'दादा' आणि एका प्राध्यापिकेचा उल्लेख 'वहिनी' करून चारित्र्यहनन केले. मग मात्र 'रयत सेवक विश्व' संपादक मंडळ सदस्यत्वाचा मी राजीनामा दिला. तेवढेच नव्हे तर, लहरी कार्यपद्धतीला कंटाळून 'रयत सेवक मित्रमंडळ' सदस्यत्वाचाही राजीनामा दिला. योगायोगाने त्याचवेळी त्या संघटनेच्या अध्वर्यूंची कोपरगावहून बदली झाली आणि 'विश्व-मित्र' विषय पूर्णपणे दूर गेला!

आजीव सदस्यांच्या एका गटाचे म्होरके असलेल्या प्राचार्य एस्डींची सचिवपदी वर्णी लागण्याची दाट शक्यता होती. नऊ मेचा कर्मवीर पुण्यतिथी समारंभ संपला. खा. यशवंतराव चव्हाणांच्या अध्यक्षतेखाली जनरल बॉडी मीटिंग सुरू झाली आणि अपेक्षेप्रमाणे प्राचार्य शिवलाल ज्ञानदेव पाटील यांची रयत शिक्षण संस्थेच्या सचिवपदी तीन वर्षांसाठी निवड झाली. सरांच्याच मुत्सद्दी डावपेचामुळे, पुढे माझे मित्र प्राचार्य डॉ. विलासराव घाटेंची रयतच्या सहसचिवपदी निवड झाली. संस्थेत मोक्याच्या दोन्ही पदावर माझ्या जिवातले प्राचार्य आले तो सर्व्हिसमधला भाग्यकाळ!

संस्थेबाहेर माझी क्षमता सिद्ध झालीवती. गंगागीर कॉलेजात मात्र अडवणूक सुरू होती. त्याचे असे झाले;– फिजिक्स हेड प्रा. डीएल पाटील रयत सोडून खानदेशात प्राचार्य झाले. डिपार्टमेंटच्या उर्वरित प्राध्यापकात मी जेष्ठ होतो. रूटीन बाब म्हणून हेडकडून चार्ज घेण्यास प्राचार्यांनी मला तोंडी सांगाय हवे होते. पण तसे न करता मला पत्र दिले, ''प्रा. डीएल पाटलांकडून चार्ज घ्यावा आणि पुढील आदेश मिळेपर्यंत 'प्रभारी विभाग प्रमुख, भौतिकशास्त्र' म्हणून काम पहावे.''

दीर्घकाळ प्रभारी (?) विभाग प्रमुखपद सांभाळल्यावरही 'प्राचार्यांचा पुढील आदेश (?)' आला नाही. मग काय? रयत शिक्षण संस्थेकडे रीतसर अर्ज केला, 'अठरा वर्षे संस्थेत फिजिक्स लेक्चरर म्हणून काम करीत असून गेली नऊ वर्षे

गंगागीरमध्ये आहे. या कॉलेजचे फिजिक्स हेड प्रा. डीएल् पाटील माझ्याकडे चार्ज देऊन संस्थेबाहेर गेले.

रयतमध्ये फिजिक्स लेक्चरर्सपैकी हेड नसलेल्यात मी सिनीयर– मोस्ट असल्याने व येथील लेक्चरर्समध्येही सिनीयर असल्याने, प्राचार्यानी विभाग प्रमुख म्हणून मला नेमणे आवश्यक होते. परंतु 'प्रभारी विभाग प्रमुख' म्हणून त्यानी मला काम पहाण्यास सांगितले. 'प्रभारी विभाग प्रमुख' हा हुद्दा संस्थेच्या प्रचलित धोरणाविरुद्ध असून, माझ्यावर अन्याय करणारा आहे. तरी या कॉलेजमध्ये पूर्वलक्षी प्रभावाने 'विभाग प्रमुख, भौतिकशास्त्र' म्हणून काम करण्याबाबतची ऑर्डर पाठवावी.'

रयतच्या कार्यालयातून सूत्रे हलल्याने शेवटी, चार्ज घेतल्यापासून साडेचार महिन्यानी गंगागीर कॉलेज प्राचार्यानी 'भौतिकशास्त्र विभाग प्रमुख' म्हणून पूर्वलक्षी प्रभावाने नेमल्याचे पत्र मला दिले. म्हणजे विभाग प्रमुख हे कॉलेजचे छोटे पद मिळवण्यासाठी साडेचार महिने मोठी लढाई लढावी लागली; दुर्लक्ष न करता निकराने लढून जिंकली!

विद्यापीठ कार्यकारिणीत सत्तारूढ गटाचे दहा सदस्य, आमचे तीन आणि तटस्थ चौघे सरकारी अधिकारी वगैरे. आम्ही अगदी अल्पमतात. पुक्टोचा सरचिटणीस व अध्यक्ष, पुक्टो-बुलेटिनचा संपादक या नात्यांनी प्रस्थापिताना धक्के दिलेवते. त्यामुळे कोणत्याही समिती, उपसमितीवर नावं घेताना एल्जी दोशी माझे नाव कटाक्षाने टाळायचे. मला वगळून समितीची रचना होताना माझा चेहरा पडायचा. पण लागलीच स्वत:ला सावरून मनात म्हणायचो, 'सत्याची, तत्वाची बाजू घेतल्यानं मोजावी लागणारी ही किंमत म्हणजे अपमान नसून, बहुमान आहे!'

पूर्वी डॉ. राम ताकवले दोशी गटातर्फे कार्यकारिणीवर निवडून आलेवते. त्यामुळे ते कुलगुरू झाल्याव दोशी गटाला पूरक भूमिका घेतात! –असा माझा समज. मी कार्यकारिणी सदस्य झाल्याव डॉ. ताकवले आठ महिने कुलगुरू होते. त्यांची मुदत संपल्याव 'भौतिकशास्त्राचे संशोधक' अशी ख्याती असलेले डॉ. व्हीजी भिडे कुलगुरू झाले. 'संशोधक असल्याने नवे कुलगुरू तत्त्वाबाबत तडजोड करणार नाहीत' अशी आशा होती. परंतु कुलगुरूंच्या मानांकित खुर्चीवर बसल्याव गुणवत्ता, तत्त्व या शब्दांची बूज राखण्याचं संपूर्ण स्वातंत्र्य त्या व्यक्तीला रहात नाही. आपण त्या खुर्चीवर स्थिर कसे राहू याचाच सतत विचार करणं भाग पडतं. प्रसंगी बहुमतवाल्या गटाच्या गफलतीकडे सोयीस्करपणे कानाडोळा करावा लागतो.

आणखी एक आश्चर्यकारक बाब ध्यानात आली;– पदवी प्रमाणपत्रावरच्या सहीमुळे मिळणारं अमरत्व आणि प्रचलित मानमरातब यांचं ग्लॅमर एवढं नेत्रदीपक

असतं की;– राष्ट्रीय, आंतरराष्ट्रीय कीर्तीच्या महान विभूतीनादेखील कुलगुरूपदाची भुरळ पडते!

दारूपासून कटाक्षाने दूर राहिलो. विद्यापीठ कार्यकारिणी सदस्य झाल्याव ओल्या पार्ट्यांचे प्रसंग आले. असेच एका लेक्चररला रीडरचे प्रमोशन मिळाले. रात्री पार्टी. आम्ही पाचसा प्राध्यापक पॉश हॉटेलात. रिझर्व टेबलवर अॅरेंजमेंट. कलात्मक ग्लासात वेटर दारू ओतत होता. माझ्या ग्लासात ओतणार तेवढ्यात हाताने ग्लास झाकून म्हणालो, "सॉरी! प्लीऽऽज नको."

"का बरं? साहेब तुम्ही घेता ना?" यजमान प्रध्यापक.

"कधीच नाही!"

वरमून सर्वजण एकमेकांच्या तोंडाकडे बघू लागले. चाचरत यजमानानं विचारलं, "पऽऽण आम्ही घेतली तर चालेल ना?"

"चालवून घेऊ. तुमच्या रंगाचा भंग कशाला?"

माझा सहभाग नसल्याने पिण्याचा कार्यक्रम थोडक्यात आटोपला. पाठोपाठ नॉनव्हेज पार्टीही माफक गप्पाटप्पात संपली.

दोघा जिवलग मित्रांसमवेत खाण्यापिण्याच्या पार्ट्यात अनेकदा बसावं लागायचं. दोघंही मला खूप आग्रह करायचे. एकजण म्हणायचे, "हा अजिबात पित नाही; तर मग याच्यावर विश्वास तरी कसा ठेवायचा?"

"दारू पिणाराच विश्वासाला पात्र असतो असं कुठं लिहिलंय?" माझा प्रश्न.

"बरं ते जाऊ दे. दारू राहिली पण बिअर घ्यायला काय हरकत आहे?"

"बिअर दारूचीच चुलतबहीण. दारू चढते न् बिअर उतरते असे थोडेच आहे?" मी ठाम.

"मग तू पिणार तरी काय? का नुसताच आमच्या तोंडाकडे बघत बसणार?"

"तसल्याच ग्लासात थम्सप घेईन. तुम्ही कराल तेवढ्या वेळा रिपीट करीन."

मग एकजण बिअरच्या ग्लासात बोट बुडवून, टिचकी मारून माझ्या थम्सपमध्ये बियरचे शिंतोडे उडवून म्हणायचे, "आता तरी बाटलास की नाही?"

"असे कितीही बाटवा. पण दारू-बिअर पिणार नाही म्हणजे नाही."

तिन्ही ग्लास भिडवून चिअर्स केल्याव पार्टीला रंग चढायचा. थम्सपचे हळुवार घुटके घेत घेत खारे शेंगदाणे मनसोक्त खायचो. पापड तोंडी लावायचो. पार्टी रंगात आल्याव गप्पा टिपेला. मी जोरकस बान्या मारायचो. चेष्टा मस्करी करायचो. एक मित्र म्हणायचे, "आयला, पितोय आम्ही न् चढतेय तुला! तू आमच्यापेक्षा इरसाल, फास्ट गप्पा ठोकतोयस."

''दारूचा न् गप्पांचा काय संबंध? गप्पा झोडण्यासाठी दारू प्यावी लागते असे थोडेच आहे?'' माझा सवाल. पिणे संपल्याव मस्तपैकी चिकनमसाला. प्यायचो नाही पण जेवण भरपेट चापायचो.

दुसऱ्या दिवशी सकाळी स्वत:च्या दोन्ही गालाव हलक्या चापट्या मारून तोबा करत एक मित्र दुसऱ्याला म्हणायचा, ''लेका, महानवरच आपल्यापेक्षा हुशार! आपण महामूर्ख आहोत ते दारू उतरल्याव आता कळतंय सकाळी! आणि रात्रीचा अंधार दाटला की पुन्हा विसरतंय!''

दुसरे मित्र दोन्ही हातानी स्वत:चे कान पकडून लटक्या उठाबशा काढून म्हणायचे, ''खरंय दादा! आता पुन्हा न्हाय घ्यायची!''

तंबाखू खाणं वाईट! –ही जाणीव मनात कायम. तंबाखू सोडली की सुटायची. पण मग तंबाखूची मिसरी वाढायची. प्रगती म्हणजे तंबाखू खाणं व मिसरी लावणं दोन्ही बंद व्हायचं. पण मग पान खाणं सुरू आणि तल्लफ येताच पानात तंबाखूची चिमूट पडायची. विद्यापीठ कार्यकारिणी मीटिंगमध्येही लाजत लपत तंबाखू खायचो.

विद्यापीठाने नगर जिल्ह्यासाठी 'वसतिगृह तपासणी समिती' नेमली. मी आणि सोनाली-सिंहीण फेम चाळीसगावचे डॉ.वा.ग. पूर्णपात्रे. डॉक्टरांच्या फियाटनं प्रथम श्रीगोंदा गाठलं. दोन्ही कॉलेजच्या वसतिगृह खोल्या, फर्निचर, भोजनव्यवस्था पाहून विद्यार्थी, रेक्टर, प्राचार्य यांच्याशी चर्चा करून कर्जतला गेलो. प्रवासात तंबाखू चघळणं सुरू. शेवटी नगरमधील कॉलेज-होस्टेल्सची तपासणी करून अहमदनगर कॉलेज गेस्ट हाऊसमध्ये मुक्काम केला. जेवल्याव मिसरी घासू लागलो. अचानक डॉ. पूर्णपात्रेनी विचारलं, ''कोणतं दंतमंजन लावताय?''

''दंतमंजन नाही, तंबाखूची मिसरी.''

''अरेरे, फार वाईट! दिपा, मला तुमचं सारं काही आवडतं; लढाऊ बाणा, लेखन, अभ्यासू वृत्ती, अमाप उत्साह. तुमची तंबाखू मात्र बिल्कूल आवडत नाही. शरीराला अत्यंत हानीकारक. काहीही करून तंबाखू सोडा! डॉक्टर म्हणून सांगतोय.''

''मी अनेकदा प्रयत्न केला. तंबाखू सुटतेय नि अनिवार तल्लफ होताच पुन्हा सुरू होतेय. कळतंय पण वळत नाही. आदतसे मजबूर.''

''मनाचा निर्धार असल्याव सारं शक्य होतं!''

डॉक्टर निद्राधीन. घोरू लागले. मला झोप लागेना. वेगळा विचार चमकून गेला, ''तंबाखू, मिसरी, पान एकदम सारं सोडायचं! तंबाखूचा संपर्क अजिबात आला नाही, तर कायमची सुटेल!''

सकाळी जाग आली तेव्हा उजाडलंवतं. रात्रीच्या अंधारात घेतलेले निर्णय काही वेळा दिवसा उजेडी विस्कटून जातात. पण माझा रात्रीचा निर्धार सकाळीही ठाम

होता. मग काय? तंबाखूची गायछाप पुडी खिडकीतनं भिरकावून दिली! पत्र्याचा छोटा डबा तंबाखूच्या मिसरीसकट बाहेर फेकला! कोलगेटनं दात घासताना कुशंका, 'तंबाखू न खाल्ल्यामुळे, तंबाखूची मिसरी न घासल्याने शौचाला झाले नाही तर?'

लागलीच मनातल्या मनात उत्तर दिलं, 'शौचाला झालं नाही आणि पोट फुगून मेलो तरी चालेल! पण तंबाखू, मिसरी बंद म्हणजे बंद!'

आंघोळ आटोपून बाहेर आलो. मॉर्निंग वॉक उरकून डॉ. पूर्णपात्रे खाटेवर बसलेवते. उल्हासानं म्हणालो, "गुड मॉर्निंग डॉक्टर! आनंदाची बातमी. तंबाखू, मिसरी, पान आजपासून सारं बंद!"

"व्हेरी गुड! छान निर्णय घेतलात. अभिनंदन!"

अहमदनगर जिल्ह्यातल्या सव्वीस महाविद्यालयीन वसतिगृहांची तपासणी तीन दिवसात संपली. त्या काळात तंबाखूला स्पर्श केला नाही. शौचाला साफ झालं. शरीराशी कोणत्याही स्वरूपात तंबाखूचा संबंध न आल्यानं तंबाखू सुटली ती सुटलीच!

आमचं लग्न झालं तेव्हा सौ. क्रांती टुथपेस्ट लावायची. लग्नानंतर माझ्या सहवासातून ती चांगलं काय शिकली कोणास ठाऊक? तंबाखूच्या मिसरीची सवय मात्र तिनं बेमालूमपणे उचलली. आता मी तंबाखू सोडल्यावर तिनंही तंबाखूची मिसरी कायमची बंद केली!

बारामतीच्या पश्चिमेला सोमेश्वर कारखान्याचे मु.सा. काकडे कॉलेज. इतिहासाचे प्रा. भडांगे व मराठीचे प्रा. सरवदेना संस्थेने बडतर्फ केले. प्रश्न पुक्टोकडे आला. प्राध्यापक-प्रतिनिधीने संस्थेशी संपर्क साधला. साखर कारखान्याचे चेअरमन म्हणाले, "पुक्टो अध्यक्षाना वाटाघाटीसाठी उद्या सकाळी बोलवा."

रात्री निघालो. मुसळधार पाऊस! कोपरगावपासून दोन कि.मी. अंतरावल्या रेल्वे स्टेशनकडे टांग्याने प्रवास. स्टेशनच्या अलीकडे मोठ्या ओढ्याला पूर आलावता. फरशीवनं पाणी वाहात होतं. गार्ड स्टोन पाण्यात बुडालेले. सरकारी बोर्ड सांगत होता, 'सावधान! गार्ड स्टोन पाण्यात बुडाले असता फरशीवरून वहाने हाकू नका.'

टांग्यातल्या सर्वांना महाराष्ट्र एक्सप्रेस पकडण्याची घाई होती. पाऊस उघडण्याचं चिन्ह दिसेना. पूर ओसरण्याची शक्यता नव्हती. प्रवाशांच्या रेट्यामुळं, सावधानतेचा इशारा झुगारून चालकानं टांगा पुरात घातला. पुढे जाऊ लागला तसतशी पाण्याची खोली न् पुराची गाज वाढू लागली. कमालीची धास्ती वाटू लागली. मनात अभद्र विचार येऊ लागले. पण पुढे पाण्याला उतार लागला. घोडा वेगात निघाला. टांग्यानं पैलतीर गाठला! तिकीट काढून फलाटाव गेलो तोच शिट्टी वाजवत आगगाडी स्टेशनात शिरली. रात्र संपून पुणेमार्गे महाराष्ट्र एक्सप्रेस सकाळी नीरेत आली. प्रा. भडांगे स्टेशनवर आलेवते. त्यांच्या खोलीव सारं उरकून सोमेश्वरनगर गाठलं.

गेस्ट हाऊसला आमचं चहापाणी चालू होतं. तेवढ्यात साखर कारखान्याचे चेअरमन आले. धोतर, सफेद कोट, कपाळाव झुकलेली तिरकी गांधी टोपी अशा पेहेरावातले कुर्रेबाज चेअरमन. वाटाघाटी सुरू झाल्या. चढेल, तापट अशी चेअरमनची ख्याती. पण अपेक्षेपेक्षाही समजूतदारपणे बडतर्फ प्राध्यापकांचा प्रश्न त्यानी हाताळला. तीनेक तासांच्या चर्चेत एकदाच त्यांच्या चढेलपणाचा प्रत्यय आला;– वाटाघाटी सुरू होत्या पण निर्णय होत नव्हता. अचानक इगो जागा झाला न् चेअरमन म्हणाले, "आम्ही आमच्या प्राध्यापकाशी चर्चा करून प्रश्न सोडवला नसता का? पुक्टो संघटनेकडे कशासाठी गेले?"

"काय बिघडलं? प्राध्यापक संघटना संस्थाचालकांची शत्रू थोडीच आहे? वाद झाल्यास संघटना ही संस्थाचालक व सेवक यांच्यातला दुवा. थोरामोठ्यांची देखील हीच धारणा. रयत शिक्षण संस्था व सेवक यांच्यात मागे विवाद निर्माण झाला तेव्हा संस्थांतर्गत संघटनेशी आ. शरद पवारांनी मुंबईत वाटाघाटी केल्या. सेवकांच्या शिष्टमंडळात मी होतो."

"कोण म्हणालात? ×× पवार? नाव काढू नका! त्याना सडकेच्या अलीकडे प्रवेश नाही!" चेअरमन उसळले. (पुढे धाबारा वर्षात त्या साखर कारखान्यातलं सत्ताचित्र उलटं झालं!)

"मतभेद असले तरी वाईट कशाला बोलायचं?" मी म्हणालो.

"बरं ते जाऊ द्या. मुद्द्याचं बोला."

बोलणी पुढे सरकली. वाटाघाटी फलद्रूप झाल्या. दोन्ही प्राध्यापक मु.सा. काकडे कॉलेजच्या सेवेत रुजू झाले.

जळगाव जिल्ह्यात पारोळा हे तालुक्याचं ठिकाण. तिथं किसान कॉलेज. शिक्षण संस्थेचे अध्यक्ष आ. आप्पासाहेब पाटील. अशीच काहीबाही कारणं दाखवून संस्थेनं आठ प्राध्यापकाना बडतर्फ केलं. त्या अन्याय्य बडतर्फीविरुद्ध पुक्टोनं आंदोलन छेडलं. मोर्चे, धरणे या मार्गानी केलेल्या आंदोलनामुळे शेवटी, आपलं आडदांड धोरण सोडून संस्थाचालक वाटाघाटींच्या टेबलाशी आले. चर्चेत आमदार म्हणाले, "त्यांच्या काही चुकामुळे आठ प्राध्यापकावर आम्ही कारवाई केली. पण शेवटी ते आमचेच प्राध्यापक आहेत. त्याना आम्ही थोडेच वाऱ्याव सोडणार आहोत?"

"मग विलंब कशासाठी? घ्या ना आठ प्राध्यापकांच्या मस्टरवर सह्या. म्हणजे मग तुम्ही तुमच्या कामाला मोकळे आणि आम्ही आपापल्या गावी जायला मोकळे. घर सोडून इथं आंदोलन करण्याची आम्हाला तरी कुठं हौस आहे?" मी म्हणालो.

"होऽऽ होऽऽ हो! मोर्चे काढण्याची तुम्हाला हौसच आहे. पण माझा नंगेबाबा

तुम्हाला बघून घेईल!'' वरती आभाळाकडे पाहत आ. पाटील म्हणाले.

''हे नंगेबाबा कोण?'' धुळ्याच्या एका प्राध्यापकाचा मिस्कील प्रश्न ऐकून अन्य प्राध्यापक दबक्या आवाजात खुसुखुसु हसू लागले.

''कुणी दात काढण्याचं कारण नाही. नंगेबाबा माझा जीव की प्राण आहे. हेऽऽ नंगेबाबा, या पाखंडी-नाठाळ मास्तराना चांगली बुद्धी दे रे बाबा!'' पुन्हा आभाळाकडे बघत आमदार हात जोडून म्हणाले.

प्राध्यापक संघटनेची भूमिका रास्त असल्यानं, शेवटी संस्थेनं आठही प्राध्यापकाना सेवेत रुजू करून घेतलं.

महाराष्ट्र फोडरेशन ऑफ युनिव्हर्सिटी अँड कॉलेज टीचर्स ऑर्गनायझेशन्स : एम्फक्टोची जनरल कौन्सिल सभा नाशिकला झाली. द्वैवार्षिक निवडणूक होऊन जनरल सेक्रेटरीपदी माझी बिनविरोध फेरनिवड झाली. अध्यक्षपदी प्रा. संभाजी जाधव. 'वेतनश्रेणी सुधारणा, अंतरिम पगारवाढ, पेन्शन या मागण्यांसाठी राज्यातल्या प्राध्यापकानी दिवाळीनंतर बेमुदत संपाव जावे'–असा ठराव सभेत मंजूर झाला.

संपाची तयारी पूर्ण होत आली असताना पंतप्रधान इंदिरा गांधींची हत्या झाली. देशात उद्भवलेल्या अस्थिर स्थितीमुळं संप पुढं ढकलण्यात आला. पाठोपाठ खा. यशवंतराव चव्हाणांचं निधन झालं. बेमुदत संप आणखी पुढे गेला. महिनाभर शांत राहून महासंघानं संपाची नवी तारीख जाहीर केली. मुख्यमंत्री ना. वसंतदादा पाटलांनी 'एम्फक्टो' पदाधिकाऱ्याशी वाटाघाटी करून प्राध्यापकाना पेन्शन देण्याचा जीआर तातडीनं काढला. अन्य मागण्यांबाबत ठोस आश्वासनं दिली. परिणामी, बेमुदत संपाचा निर्णय महासंघानं रद्द केला.

अहमदनगर जिल्ह्यात श्रीगोंदा हे तालुका ठिकाण. स्वातंत्र्याची पस्तीस वर्षे उलटली तरी तालुक्यात सिनीयर कॉलेज नव्हतं. नंतर मात्र मायबाप सरकारला अशी काही जाग आली की, श्रीगोंद्याला एकदम दोन सिनीयर कॉलेज निघाली. रयत शिक्षण संस्थेचं जिवाजी कॉलेज आणि साखर कारखान्याचं शिवाजी कॉलेज. जिवाजी कॉलेज प्रारंभापासून अनुदानित. शिवाजी कॉलेजला मात्र पहिली दोन वर्षे अनुदान नव्हते. यंदा शिवाजी कॉलेजच्या बावीस प्राध्यापकांचा पाच महिन्यांचा पगार थकला.

त्यांच्यातले प्रा. बीबी बळे, प्रा. जीआर निंबाळकर संक्रांतीदिवशी कोपरगावला आले न् म्हणाले, ''शिवाजी कॉलेज विनाअनुदानी असलं तरी दोन वर्षे पगार वक्तशीर होता. अलीकडे संस्थेनं अडवणुकीचं धोरण स्वीकारल्यानं पाच महिने पगार थकलाय. हा जटिल प्रश्न पुक्टोनं हाती घेतल्याखेरीज सुटणार नाही.''

श्रीगोंदा आंदोलनाचं नियोजन सुरू केलं. पुक्टो-अध्यक्ष या नात्यानं संस्था-अध्यक्षाना उपोषणाची नोटिस दिली, 'बावीस प्राध्यापकांचा पाच महिन्यांचा थकित पगार त्वरीत द्यावा. तसं न झाल्यास येत्या सोमवारी तहसील कचेरीसमोर पुक्टोचे प्राध्यापक बेमुदत उपोषण सुरू करतील. त्याच वेळी प्राध्यापकांचा मोर्चा तहसील कचेरीवर नेण्यात येईल.'

नोटिशीची पहिली प्रतिक्रिया उमटली शिवाजी कॉलेज श्रीगोंदा येथे. नोटिस मिळताच संस्थेच्या अध्यक्षानी प्राध्यापकावर प्रचंड दबाव टाकला. परिणामी, पुक्टोच्या शिवाजी कॉलेज शाखेचं पत्र आलं, 'संस्था अध्यक्ष शिवाजीराव नागवडेंनी कॉलेजला भेट दिली. आमच्याशी चर्चा केली. थकित पगार त्वरीत देण्याचं मान्य केलं. त्यामुळं मोर्चा-उपोषणाची गरज नाही.'

दुसरी प्रतिक्रिया उमटली प्रतिस्पर्धी जिवाजी कॉलेज श्रीगोंदा येथे. विद्यार्थ्यांच्या ओढाओढीमुळे जिवाजीचे प्राध्यापक व शिवाजीचे प्राध्यापक यांच्यात उभा दावा. समस्याग्रस्त होऊन शिवाजी कॉलेज बंद पडल्यास बरे! –असे जिवाजीच्या प्राध्यापकाना वाटायचं. मोर्चा-उपोषणाचं पत्र मिळताच पुक्टोच्या जिवाजी कॉलेज शाखेचं पत्र आलं, 'उपोषण-मोर्चाचा निर्णय घेण्यापूर्वी आम्हाला विश्वासात घ्यायला हवं होतं. पुक्टोच्या कामकाजात बऱ्याचदा सहभागी नसलेल्या प्राध्यापकांच्या पगारासाठी संघटनेनं आंदोलन करावं हे अनाकलनीय आहे. तरी मोर्चा-उपोषणाचा निर्णय मागं घ्यावा. अन्यथा त्या आंदोलनास प्रखर विरोध करणे आम्हाला भाग पडेल.'

आंदोलनाच्या आदल्या दिवशी दुपारी श्रीगोंद्यात दाखल झालो. शिवाजी कॉलेज प्राध्यापक खाजगीत उपोषणाला, मोर्चाला संमती देत होते. प्रतिस्पर्धी जिवाजी कॉलेज प्राध्यापकांच्या भेटीगाठी घेऊन समजूत काढली, विरोध संपवला.

सोमवारी सकाळी दहाला प्राध्यापक तहसील कचेरीपुढे उपोषणाला बसले. तहसील कचेरीवर प्राध्यापकांचा मोर्चा नेला. दुपारी तहसीलदारांच्या मध्यस्थीने शिवाजी शिक्षण संस्था सेक्रेटरी मुरलीधर होनरावांनी लेखी आश्वासन दिले, 'पंधरा दिवसात दोन महिन्यांचा पगार करू. त्यानंतर अल्पावधित तीन महिन्यांचा पगार होईल.'

लेखी आश्वासनामुळे उपोषण दुपारी मागे घेतले. सेक्रेटरींची तळमळ स्तुत्य. अध्यक्ष मात्र श्रीगोंद्यात फिरकले नाहीत.

आठवड्याच्या आत सेक्रेटरी होनरावांचं पत्र आलं, 'स्टाफचा दोन महिन्यांचा पगार केलाय. उरलेल्या तीन महिन्यांचा पगार चारपाच दिवसात करण्यात येईल.'

पुणे विद्यापीठ प्राध्यापक संघटनेची द्वैवार्षिक सभा जुन्नर तालुक्यातल्या आडवळणी ओतूर कॉलेजमध्ये भरली. प्राथमिक विषय संपल्याव निवडणूक प्रक्रिया सुरू झाली.

'पुक्टो'च्या अध्यक्षपदी माझी बिनविरोध फेरनिवड झाली. तेवढ्यात एक नवखा इसम व्यासपीठाजवळ येऊन म्हणाला, ''मी कोर्टाचा बेलीफ आहे. धुळ्याचे प्रा. बाबा हातेकर यांच्या निवडीवर स्थगिती आदेश बजावण्यासाठी आलोय.''

त्याने कोर्टाची स्टे ऑर्डर दाखवली.

''आता निवडणूक प्रक्रिया सुरू झालीय. स्टे ऑर्डरची अंमलबजावणी आम्ही करू शकत नाही!'' असं त्याला सांगून सारी वस्तुस्थिती मी सभेपुढे मांडली.

काही प्राध्यापक जाम भडकले आणि बेलिफाच्या हातून स्टे ऑर्डरचा कागद हिसकावून तुकडे तुकडे केले. बेलिफ तणतणत निघून गेला. धुळ्यातल्या काही हितशत्रू प्राध्यापकांच्या पाताळयंत्री कारवायामुळे तो प्रकार घडला.

सभागृहातला कोलाहल अल्पावधीत शांत झाला. निवडणूक प्रक्रिया पुढे सरकली. स्थगिती आदेशामुळे उलट चेव येऊन प्राध्यापकानी, वादग्रस्त प्रा. बाबा हातेकरांची सरचिटणीसपदी निवड केली. सभागृहात आकस्मित उद्भवलेल्या कोर्टबाजीमुळे प्रारंभी मी अस्वस्थ झालोवतो. तथापि, पुक्टोच्या निवडणुकीला प्राध्यापक एवढं महत्व देतात, प्रसंगी कोर्टात जातात ते पाहून मात्र नंतर मनोमन सुखावलो!

पुक्टो-बुलेटिनचा संपादक असताना 'भ्रष्टाचार विशेषांक' काढलावता. अजूनही त्याचे पडसाद उमटत होते. विशेषांकात अठरा व्यक्तींचा मजकूर छापलावता. त्यातल्या दोघानी यंदा उचल खाल्ली. एक होते विद्यापीठातले प्रभावी प्राध्यापक डॉ. एनार बिडवे. त्यांच्या वतीनं ॲड. कर्णिकानी आम्हाला नोटिस दिली: 'भ्रष्टाचार-विशेषांकातल्या मजकूराद्वारे आमच्या अशिलाची आपण बदनामी केलीय. तरी,– आपण आमच्या अशिलाची बिनशर्त माफी मागावी. माफीपत्र पु. बु. मध्ये छापावे व पुण्यातल्या दैनिकातही प्रसिद्ध करावे.

–सिनेटर, बेरकी पुणेकर, प्रा. मिश्किल या टोपण नावानी लेख लिहलेत. त्या लेखकांची खरी नावं आम्हाला कळवावीत.

–अब्रु नुकसानीबद्दल आमच्या अशिलाला एक लाख रुपये द्यावेत!

तिन्ही बाबींची आठवड्यात पूर्तता न झाल्यास आपणाविरुद्ध दिवाणी व फौजदारी खटला भरणे आम्हाला भाग पडेल.'

नोटिस आल्याव, नाही म्हटलं तरी धास्ती वाटली. अब्रु नुकसानीबद्दल एक लाख रुपये द्यावेत! –हे वाचून हबकलो. केस हरलो तर एक लाख रुपये कुठून आणायचे? पैसा हा आमचा विक पॉईंट.

ख्यातनाम वकील बीजी कोळसे-पाटलांशी चर्चा केली असता म्हणाले, ''अजिबात काळजी करू नका. विशिष्ट मजकुरामुळे व्यक्तीच्या अब्रुचे नुकसान झालेय! –हे सिद्ध करण्याची जबाबदारी त्या व्यक्तीची असते; संपादकाची नव्हे.''

ॲड. बीजींशी सल्लामसलत करून ॲड. विजय नहार यानी डॉ. बिडवेंच्या

नोटिशीला उत्तर पाठवले, 'विद्यापीठ ही सरकारी अनुदानावर चालणारी सार्वजनिक संस्था आहे. तेथील घडामोडींचा-निर्णयांचा शिक्षणक्षेत्रावर, समाजजीवनावर मोठा परिणाम होत असतो. ते ध्यानात घेऊन तेथील कारभारावर मत व्यक्त करणारे लेख विशेषांकात प्रसिद्ध केलेत. अंकात कोणाविरुद्ध व्यक्तिगत टीका (वैयक्तिक सवयी, व्यसने) नाही. विद्यापीठात ते भूषवित असलेल्या पदावरून त्यानी घेतलेल्या निर्णयाविषयी मते व्यक्त करणारे लेखन केलेय.

भ्रष्टाचार विशेषांकात प्रसिद्ध केलेला कोणताही मजकूर असत्य नाही. त्या द्वारे आम्ही आपल्या अशिलाची बदनामी केलेली नाही. म्हणून;– तुमच्या अशिलाची आम्ही बिनर्शत माफी मागणार नाही.

–टोपण नावानं लेखन केलेल्या लेखकांची मूळ नावं आम्ही आपणास कळवणार नाही.

–अब्रुनुकसानभरपाई म्हणून एक लाख रुपये आम्ही देण्याचा प्रश्नच उद्‌भवत नाही.'

उत्तरानंतर प्रकरण थांबले.

दुसरी व्यक्ती म्हणजे कार्यकारिणी सदस्य ॲड. मोतीराम तलाठी. स्वत: राजकारणी वकील असल्यानं नोटिशीत न घुटमळता त्यानी अहमदनगरच्या कोर्टात दावा गुदरला. विशेष म्हणजे भ्रष्टाचार विशेषांकाच्या श्रेय नामावलीतल्या सर्वांना पाटा केलं. तो घाव आमच्या वर्मी बसला. मुद्रण श्रेष्ठतेची डझनभर राष्ट्रपती पदकं मिळवलेल्या चिं.स. लाटकरांनाही समन्स आलं. खजिल मनानं पुण्यात भेटलो असता ते म्हणाले, "तुम्ही मनाला लावून घेऊ नका. अशा केसेसना तोंड देणं हाही माझ्या सामाजिक बांधिलकीचा भाग आहे!"

प्रतिस्पर्धी स्वत: वकील असल्याने आम्हाला वकील मिळणे मुश्किल झाले. अशावेळी नगरचे कनवाळू विधिज्ञ ॲड. जी.जी. खाननी आमचं वकीलपत्र घेतलं. तारखा पडू लागल्या. ॲड. तलाठी नगरचेच असल्यानं त्याना त्रास होण्याचा प्रश्न नव्हता. आमच्या लोकांना मात्र पुणे, नाशिक, धुळे, जळगाव, कोपरगाव येथून नगरला जावं लागायचं.

हेलपाट्यामुळे वैतागून आम्ही तडजोडीच्या मनस्थितीत. प्रा. क. शं. सहाणेंच्या मध्यस्थीला यश येऊन, शेवटी कॉँप्रोमाइज झालं. खटला संपला तेव्हा कुठे खऱ्या अर्थानं मी 'पुक्टो बुलेटिन'मधून मुक्त झालो. त्या खटल्याच्या अनुभवातून समजलं की, –खरखोटं बाजूला रहातं. तारखाना खेटे घालून सामान्य माणूस हैराण होतो. शहाण्यानं कोर्टाची पायरी चढू नये!– या म्हणण्यातले तथ्य त्या खटल्यामुळे उमगले.

प्राचार्य एस्डी पाटलांनी सचिव होताच रयत संस्थेत बऱ्याच सुधारणा केल्या.

नीटनेटकेपणा, शिस्तीबद्दल त्यांचा कटाक्ष. पहिल्यांदा मध्यवर्ती कार्यालयाचा चेहरामोहरा बदलून टाकला. सचिव-केबिनचे दार सतत सताड उघडे असे. डोअर-क्लोजर बसवून दार झुलतं केलं. व्हिजिटर्स, सचिवाना लिमिटेड प्रायव्हसी मिळू लागली. स्टाफ-ऑफिसचं स्वरूप चावडीगत होतं. मोठ्या हॉलमध्ये पंचवीसेक क्लार्क कार्यरत असत. व्हिजिटर्स धाडदिशी क्लार्कना भिडत. स्टाफला कामासाठी निवांतपणा मिळत नसे. सचिवानी मधल्या पॅसेजच्या उजव्याडाव्या बाजूना आकर्षक काउंटर्स बसवली. हॉलला ऑफिसचं स्वरूप प्राप्त झालं.

संस्थेचा वार्षिक अहवाल आधी पुस्तिकेच्या विविध आकारात निघायचा. त्याचं स्वरूप आमूलाग्र बदलायचं सचिवानी ठरवलं. प्राचार्य एबी मगदूमांच्या अध्यक्षतेखाली समिती नेमली. मी सदस्य. अहवालाचे भाग, परिशिष्टे यासारख्या बारीकसारीक बाबीत एस्डीसरांनी जातीनं लक्ष घातलं. मासिक आकारातला, परिपूर्ण, देखणा अहवाल पुण्याच्या ख्यातनाम कल्पना-मुद्रणालयातून छापून घेतला.

वैशाख वणवा. सासुरवाडीच्या गोतावळ्यात लग्न झालं. तीन साडू डॉक्टर, दोन साडू इंजिनियर. त्यांच्या बायका सोन्यानं मढलेल्या. मिसेस महानवरच्या अंगाव माफक दागिने. बहिणींच्या वजनदार दागिन्यांचं रसभरित वर्णन करून मिसेसनं विचारलं, "तुमची ओढाताण संपणार तरी कधी? लग्नानंतर सतरा वर्षात मला एक तरी दागिना करायचावता?"

"त्यांची श्रीमंती त्याना लखलाभ. आपलं आहे ते खरं. माणसानं आहे त्यात समाधान मानावं. भांडणतंटा करून आहे त्या सुखाव विरजण टाकू नये. आपली तीन हुशार अपत्येच आपले दागिने!"

"अहो पंडित, तसलं तत्वज्ञान मला सांगू नका. दोनेक तोळ्याचा तरी दागिना मला पाहिजे म्हणजे पाहिजे!"

तुकडा पाडण्याच्या हेतूनं म्हणालो, "दागिनाच पाहिजे ना? लग्नातली माझी दीड तोळ्याची चेन, अर्ध्या तोळाची अंगठी घे. दोन्ही मोडून हवा तो दागिना कर."

त्राग्यानं नुसतं बोलून न थांबता गळ्यातली चेन, बोटातली अंगठी काढून दिली. रागावैतागानं घेऊन नुसती ठेवील, चाराठ दिवसानी परत देईल!– असे वाटलेवते. पण तसं न घडता चेन, अंगठी मोडून तिनं सोन्याच्या बांगड्या केल्यादेखील.

चेन, अंगठी मोडल्याचं मला फार मोठं दुःख झालं नाही. परंतु सतरा वर्षांच्या सवयीमुळे चेन हरवली! अंगठी बोटातनं निसटून पडली!– अशी स्वप्नं वारंवार पडायची. अर्धवट झोपेत कमालीचा दुःखीकष्टी व्हायचो.

अलीकडं सदूभाऊची चिडचिड वाढलीवती. सारखी तकतक, घरच्याशी न् बाहेरच्याशी खिटखिट. वरचेवर आजारी पडू लागला. झोप कमी झाली. अन्नावली वासना उडाली.

अंगात कायम बारीक ताप. खितपून खितपून शेवटी भाऊचं अकाली निधन झालं! फोन आल्याव गावी गेलो. दीडशे मैलावल्या नोकरीमुळं फक्त सावडाय हात लागला. भाऊ गेल्याचं दुःख; लांब नोकरीमुळं अंत्यदर्शन झालं नाही त्याचंही दुःख.

बोरावके चाळीतल्या आठधा प्राध्यापकात सायकलवाला मी एकटा. साऱ्याकडं दुचाक्या. त्याचं मला वैषम्य नव्हतं. नववीतल्या सागरला मात्र कमीपणा वाटायचा. चाळीतल्या मित्रानी दुचाकीवनं त्याची टिंगल केली ती जिव्हारी लागली. रडतरडत मोटारसायकलचा हट्ट धरला. घेऊन घ्यायची तर चांगलीच. जपानी बनावटीची नवी लाल इंड-सुझुकी तेरा हजारात घेतली. सागर खूश! सुझुकीव माझ्यामागं बसून, विजयी मुद्रेनं चाळीतल्या मित्राकडं पहात चकरा मारू लागला.

पुढं मित्रानी नवं टुमणं लावलं, "सागर, तू गाडी नुसती पुसणार की काय? गाडी शिकणार कधी?"

सागरचा नवा लकडा सुरू. पोरवयामुळं माझा सक्त विरोध. त्याचे रुसवे फुगवे. तशात त्याचा क्लासमेट स्कूटर चालवत असता ॲक्सिडंट झाला. तेव्हा कुठं सागर म्हणाला, "तुमच्यामागं बसतोय तेच ठीक. मोठ्ठा झाल्याव गाडी शिकेन!"

इंड-सुझुकीनं कॉलेजला जाऊ लागलो. हिरव्या हंबर सायकलला पंधरा वर्षानी विश्रांती मिळाली.

संघटनेच्या काही तांत्रिक बाबी वेळीच पूर्ण करणे आवश्यक असते. त्यासाठी सातत्य, चिकाटी लागते. महाराष्ट्र राज्य प्राध्यापक महासंघ 'एम्फक्टो' नोंदणीची अनेकदा चर्चा झाली. प्रत्यक्ष वाटचाल शून्य. स्थापनेनंतर सात वर्षानी मी सरचिटणीस झाल्याव नोंदणी प्रक्रिया सुरू केली. एम्फक्टोचे ट्रेड युनियन ॲक्टखाली रजिस्ट्रेशन करावे!– असा ठराव कार्यकारिणीत मंजूर करून, पूर्ततेसाठी नोंदणी-समिती नेमली. ट्रेड युनियन ॲक्टमधील आदर्श घटनेबरहुकूम 'एम्फक्टो' घटनेत फेरबदल केले. नोंदणीअर्जाच्या पूर्ततेसाठी कार्यकारिणीच्या धाबारा मीटिंगमध्ये तो विषय ठेवला.

शेवटी मुंबईत ताडदेवला ट्रेड युनियन ऑफिसात परिपूर्ण अर्ज सादर केला. नोंदणीबाबत पहिला ठराव केल्यापासून लगातार तीन वर्षांच्या प्रयत्नांती 'एम्फक्टो'चं ट्रेड युनियन ॲक्टखाली रजिस्ट्रेशन झालं! अशाप्रकारे एका महत्वपूर्ण तांत्रिक विषयावर, महासंघाच्या स्थापनेनंतर तब्बल दहा वर्षांनी कायमचा पडदा पडला.

'कामगार संघटना : ट्रेड युनियन' प्रमाणे 'प्राध्यापक संघटना' देखील वर्गलढ्याचा अपरिहार्य परिणाम म्हणून अस्तित्वात आल्या. तिकडे कामगार शोषित व मालक शोषक असे दोन वर्ग. इकडे प्राध्यापक शोषित असतो आणि शिक्षण संस्था, विद्यापीठ, शासन हे प्रस्थापित घटक शोषकाची भूमिका पार पाडतात. जास्तीत

जास्त काम, बंधने आणि कमीत कमी वेतन हे धोरण अवलंबून प्राध्यापकाला दडपण्याचा प्रयत्न सतत सुरू असतो. प्राध्यापकात गुलामी वृत्ती निर्माण करण्याचा आटोकाट प्रयत्न संस्थाचालक करतात.

बंधनांचा, अन्यायाचा, शोषणाचा अतिरेक झाल्याने दहा वर्षापूर्वी महाराष्ट्रातल्या सर्व विद्यापीठात 'प्राध्यापक संघटना' जन्मल्या. शिक्षणक्षेत्रातल्या वर्गलढ्याचे वास्तव पुढे एवढे स्पष्ट झाले की, न्यायालयाना नाईलाजाने मान्य करावे लागले: शिक्षण हाही एक उद्योग असून शिक्षक हा कामगारागत शोषित आहे. त्याचाच परिपाक म्हणून विविध 'विद्यापीठ प्राध्यापक संघटना' आणि 'महाराष्ट्र राज्य प्राध्यापक महासंघ' यांची ट्रेड युनियन ॲक्टखाली नोंदणी करणे सरकारला भाग पडले.

मोर्चा, धरणे, घेराव, उपोषण, सामुदायिक रजा, परीक्षा बहिष्कार आणि शेवटी संप हे मार्ग अवलंबून दबाव आणल्याखेरीज प्राध्यापक-महासंघाशी वाटाघाटी करायच्या नाहीत!– हे सरकारचे अलिखित धोरण. कधी कधी प्राथमिक बोलणी कुलगुरू वा शिक्षण संचालकाशी होतात. पण ते काही शैक्षणिक धोरणं ठरवत नाहीत; केवळ अंमलबजावणी करतात. इकडे आपापल्या परगण्यात मोठे साहेब असलेले ते दोघे मंत्रालयात भेटल्याव छोटे वाटतात. संघटनांचा रेटा वाढल्याव शिक्षण सचिवाशी सविस्तर चर्चा. पुढची पायरी म्हणजे शिक्षणमंत्र्याशी वाटाघाटी. त्या पातळीव प्रश्नांची पार्श्वभूमी, मागण्यांचा तपशील समजावून घेतला जातो. प्रश्नांची उकल करण्यास, मागण्या मान्य करण्यास समर्थ असतात फक्त मुख्यमंत्री!

मी सरचिटणीस असताना मुख्यमंत्री ना. वसंतदादा पाटील यांच्याशी दोनदा वाटाघाटी झाल्या. निकडीच्या मागण्यांची तड लागली. वाटाघाटीत दादांचा चाणाक्षपणा पदोपदी जाणवायचा. विचारांती घेतलेल्या निर्णयाबाबतचा त्यांचा निर्धार एवढा ठाम असायचा की, मग कुणाला काय वाटेल? कोण काय म्हणेल? याची त्याना बिल्कूल पर्वा नसे. (तोच शिरस्ता कौटुंबिक जीवनात, शिक्षण संस्थातल्या धोरणात.)

महाराष्ट्रातल्या विद्यापीठांचे कुलपती म्हणून ना. ओ.पी मेहरा, ना. शंकर दयाळ शर्मा आणि ना. एअर चीफ मार्शल आयेच लतिफ या राज्यपालाशी निर्वाणीच्या प्रसंगी आम्ही चर्चा केली. प्राध्यापक महासंघ व महाराष्ट्र शासन यांच्यातला तणाव निवळण्यासाठी त्या भेटींचा उपयोग व्हायचा. चर्चेच्या ओघात राज्यपाल ना. लतिफ म्हणाले, ''महाराष्ट्र शासन व महाराष्ट्र प्राध्यापक महासंघ हे परस्परविरोधी पक्ष नसून, उच्च शिक्षणक्षेत्रातील ते सहकारी आहेत! शासन व संघटना या दोन पार्ट्या नसून पार्टनर आहेत!''

प्राध्यापक संघटनेने मागणी करणं, त्याबाबत सरकारशी वाटाघाटी, सरकारनं मागणी मान्य करणं आणि त्याबाबतचा शासकीय आदेश– जीआर निघणं; ही तशी

दीर्घकालीन प्रक्रिया. शिवाय जीआर निघाला तरी सहसा तो निर्दोष नसतो. शासन प्राध्यापकांची मागणी मान्य करते, परंतु त्यासाठी अशा काही जाचक अटी लादते की, ती मागणी प्राध्यापकांच्या पदरात पडलेली नसते. मग जीआर मधील जाचक अटी दूर करण्यासाठी पुन्हा वाटाघाटी. पेन्शन जीआर निघाला तरी अंमलबजावणीची तारीख कोणती? स्वेच्छा निवृत्ती घेता येईल का? अशा विविध प्रश्नांच्या उकलीसाठी वाटाघाटींच्या प्रत्येक फेरीत पेन्शन हा चर्चेचा विषय असायचा. वेतणश्रेणी सुधारणेबरोबर शासनाने प्राध्यापकांचा वर्कलोड वाढवणे, त्यामुळे प्राध्यापकांची बेकारी आणि त्यावर पुन्हा वाटाघाटी हे नेहेमी घडायचे.

महाराष्ट्राच्या सात अकृषी विद्यापीठातील प्राध्यापक नेत्यांचा समावेश असलेली पंचवीस जणांची 'एम्फक्टो' कार्यकारिणी. त्या सर्व प्रतिनिधीना वाटाघाटीसाठी शासनाकडून निमंत्रणं जायची. त्यासाठी प्रतिनिधीना ड्युटी लीव्ह मिळायची. झालेल्या वाटाघाटींचे इतिवृत्त महाराष्ट्र शासनाकडून, महासंघ-सरचिटणीस म्हणून माझ्याकडे यायचे; आणि ते चक्रमुद्रित करून पंचवीस प्रतिनिधीना पाठवायचो. माझ्या सरचिटणीसपदाच्या कार्यकाळात वाटाघाटींची प्रक्रिया व कागदपत्रं यात सुसूत्रता निर्माण झाली.

नगर जिल्हा प्राध्यापक संघटना अध्यक्ष, पुक्टो-बुलेटिन संपादक, पुणे विद्यापीठ प्राध्यापक संघटना सरचिटणीस व अध्यक्ष आणि महाराष्ट्र प्राध्यापक महासंघ सरचिटणीस!– या महत्वाच्या पदांची जबाबदारी चार चार वर्षे पार पाडलीवती. त्या त्या पदाव नुसता मिरवलो नव्हतो. झोकून देऊन काम केलंवतं. बरीच शक्ती खर्ची पडलीवती. संघटनाकार्यामळं कुटुंबाकडं थोडंफार दुर्लक्ष होत असतं. कार्यालयीन वेळेत नोकरीची व्यवधानं आणि सकाळ संध्याकाळ फावल्या वेळात, सुट्ट्यांच्या काळात संघटनेची कामं. शरीर स्वास्थ्यावरही दुष्परिणाम घडतो. त्यामुळं एक आगळा वेगळा विचार मनात आला;– नोकरीतून माणूस निवृत्त होतो, तसाच संघटनाकार्यातूनही निवृत्त झाला पाहिजे!

नोकरी सांभाळत संघटन करणाऱ्याच्या संपूर्ण जीवनाचे 'संघटना' हे ध्येय होता कामा नये. तीच व्यक्ती दीर्घकाळ नेतृत्व करत असल्यास, घटकांचे प्रश्न सोडवण्याबाबतच्या कल्पकतेला व्यक्तिगत मर्यादा पडतात. त्यामुळे नेतृत्वबदल क्रमप्राप्त. हाच विचार मनात बाळगून, प्राध्यापक संघटनांच्या 'घटनां'मध्ये आम्ही आग्रहाने तरतूद केली;– कोणीही एकाच पदावर सलग चार वर्षापेक्षा अधिक काळ रहाणार नाही!

संघटनेतली पदं बिनपगारी असली तरी, पदाधिकारी होण्यासाठी स्पर्धा असते. सेवाभावी वृत्तीने लोकांच्या उपयोगी पडणे, त्यांच्या समस्या सोडवणे!– ही कार्यकर्त्याची मूळ प्रेरणा. ते निष्काम कर्म असलं तरी नाव होतं, प्रसिद्धी मिळते, संघटनेमार्फत

विद्यापीठातल्या पदाव जाता येतं. शिक्षक वा पदवीधर मतदारसंघातल्या आमदारकीतून सरकारी सत्ताही मिळते. त्यामुळे संघटनेत दीर्घकाळ पदाधिकारी रहाण्याची वृत्ती बळावते. केंद्रीभूत होणे हा सत्तेचा गुणधर्म असतो!– या उक्तीचा प्रत्यय येतो. त्याचाच विपरित परिणाम होऊन, या ना त्या पदाव दीर्घकाळ राहिलेल्या नेत्याबद्दल दुसऱ्या फळीतल्या कार्यकर्त्यांच्या मनात हेवा-द्वेष निर्माण होतो. अशी असूया निर्माण होऊन आपल्या हकालपट्टीची कटकारस्थानं कोणी करण्यापूर्वी आपण संघटनेतून निवृत्त व्हायचं!– असा प्रबळ विचार मनात आला.

नोकरीतून निवृत्त झाल्यावर प्राध्यापकानं संघटनेत पदाधिकारी होऊ नये! – अशी माझी ठाम धारणा. माझ्या सेवानिवृत्तीला अजून चौदा वर्षे बाकी होती. तरीही, झोकून देऊन तपभर संघटनाकार्य केल्यानं आता लवकरच आपण संघटनेतून निवृत्ती घ्यायची! –असं मनोमन ठरवलं. तो विचार बिनीच्या प्राध्यापक नेत्याजवळ अनेकदा बोलून दाखवला! साम्यवादी होतो; बुझ्वा नव्हतो!

विद्यापीठ कार्यकारिणीत असतानाही संघटनातत्वाशी माझी बांधिलकी पक्की होती. प्राध्यापक संघटनाच नव्हे, विद्यापीठ कर्मचारी संघटनेशीही निकटचा संबंध. 'पुणे विद्यापीठ कर्मचारी संघ' ही दलितांचा भरणा असलेली विद्यापीठमान्य संघटना. साताठ वर्षापासून मी त्यांचा चाहता. कार्यकारिणीवर गेल्याव त्यांचा सल्लागार झालो. कर्मचारी संघाच्या प्रासंगिक बैठका, कोपरा सभा, लंच ब्रेकला होत. अनेकदा हजर रहायचो.

एकदा सत्ताधारी एल्जी दोशींनी कर्मचारी संघाच्या पदाधिकाऱ्याना दमबाजी केली. संघाला हीन लेखणारे उद्‌गार काढले. कर्मचाऱ्यांच्या दीर्घकालीन मागण्यामुळेही असंतोष खदखदत होता. परिणामी, कर्मचारी संघाचे नेते पेटून उठले. दुपारी कार्यकारिणी-सभागृहाबाहेर कर्मचाऱ्यानी जोरदार घोषणाबाजी सुरू केली;– एल्जी दोशीनी माफी मागीतलीच पाहिजे! आमच्या मागण्या मान्य करा, नाहीतर खुर्च्या खाली करा!

मेन बिल्डिंग दणाणून गेली. कार्यकारिणीचं कामकाज आत सुरू ठेवणं अशक्य झालं. मग काय? कुलगुरूसह आम्ही सभागृहाबाहेर आलो. पहातोय तर संपूर्ण पॅसेज कर्मचाऱ्यानी भरून गेलेला. कुलगुरू व कार्यकारिणीला घेराव पडालावता! त्या आणीबाणीच्या परिस्थितीत मी पुढाकार घेऊन तिथल्या तिथे चर्चा केल्यावर कुलगुरूनी कर्मचाऱ्याना सांगितलं, "आम्हाला तासभर अवधि द्या. तुमच्या मागण्याबाबत सुयोग्य तोडगा निघाल्याचे तासानंतर तुम्हाला नक्की दिसेल."

कुलगुरूंच्या म्हणण्याला दुजोरा देऊन मी विनंती केल्यावर कर्मचारी शांतपणे पांगले.

कर्मचारी संघाच्या त्या धडाकेबाज आंदोलनाचा रेटा एवढा जबरदस्त होता की, बहुमतवाले रथी, महारथी सभागृहात चिडीचूप. कर्मचारी संघाच्या मागण्यांचा विचार करण्यासाठी कुलगुरूंनी माजी आयुक्त आर्जी गुप्तेंच्या अध्यक्षतेखाली समिती नेमली. समितीत माझा समावेश.

आमच्या समितीनं दलित कर्मचाऱ्यांचं म्हणणं विस्तारानं ऐकून घेतलं. समितीच्या आठधा सभा झाल्या. साकल्यानं विचार करून; रोजंदारी कामगार-हंगामी कर्मचाऱ्याना सेवाशाश्वती, राखीव जागांचा अनुशेष तातडीनं भरून काढणं आदी नित्याच्या मागण्या तर मान्य केल्याच;– परंतु मागासवर्गीय कर्मचारी प्रतिनिधी पुणे विद्यापीठ सिनेटवर घ्यावा आणि कर्मचारी-संघ कार्यालयासाठी विद्यापीठ आवारात जागा द्यावी; याही मागण्या मान्य केल्या. समितीचा अहवाल विद्यापीठ कार्यकारिणीने जसाच्या तसा स्वीकारला.

पुढे विविध निवडणुकांमुळे पुणे विद्यापीठ कार्यकारिणीतलं चित्र बदललं. डॉ. वसंत पवार, डॉ. अरविंद संगमनेरकर, श्री. व्यंकटराव रणधीर, प्राचार्य वसंत देशमुख ही उदारमतवादी मंडळी कार्यकारिणीव आली. परिणामी, एक क्रांतिकारी घटना घडली;– कार्यकारिणीत आमचं बहुमत होऊन गणिताचे रीडर डॉ. एन्के ठाकरे प्रोफेसर झाले. नंतर ते गणित विभाग प्रमुखपदी विराजमान झाले. (आणि तेच पुढे उत्तर महाराष्ट्र विद्यापीठाचे पहिले कुलगुरू बनले!)

विद्यापीठ कर्मचारी संघाच्या आंदोलन प्रसंगी मी बजावलेली भूमिका आणि कार्यकारिणीतील दोन्ही गटांची तुल्यबल ताकद यांचा परिणाम म्हणून,- कार्यकारिणी सभेच्या कामकाजाचा वृत्तान्त प्रसिद्धी माध्यमाना देण्यासाठी कुलगुरूनी कार्यकारिणी सदस्यांची नियुक्ती केली; त्यात प्रवक्ता म्हणून माझा समावेश झाला.

सिनेट, कार्यकारिणीच्या नेत्रदीपक यशानंतर अभ्यास मंडळ निवडणुकात मात्र प्राध्यापक संघटनाना माफक यश मिळालं. डीन्सच्या निवडणुकात पुक्टोला पराभवाची चव चाखावी लागली. नेते, कार्यकर्ते नाउमेद झाले. त्यांच्यातली मरगळ घालवून संघटना कार्यप्रवण करणं आवश्यक झालं. त्यासाठी कोपरगावला 'शैक्षणिक परिषद व कार्यकर्ता प्रशिक्षण शिबिर' घेण्याचा महत्वाकांक्षी विचार पुक्टो-कार्यकारिणीत मी मांडला. सर्वांनी उचलून धरला. शिबिराच्या दोन तारखा निश्चित केल्या.

परिषदेत पुक्टो-बुलेटिनचा 'शिक्षण व संघटन विशेषांक' प्रसिद्ध करायचं ठरलं. संपादन माझ्याकडं. तज्ज्ञाकडून लेख मागवले. पाच जिल्ह्यातल्या कॉलेजकडून जाहिरातींचा ओघ सुरू झाला. परिषद तयारीसाठी गंगागीर कॉलेजच्या साठेक प्राध्यापकांनी कंबर कसली. आर्थिक नियोजन परिपूर्ण. शिवाय कुलगुरू डॉ. वि.ग. भिडेंनी पुणे विद्यापीठ ऐच्छिक अनुदानातून दोन हजार रुपये परिषदेसाठी दिले.

शैक्षणिक परिषद व कार्यकर्ता प्रशिक्षण शिबिराचा पहिला दिवस. कोपरगावला गंगागीर कॉलेजमध्ये सुशोभित व्यासपीठ. भव्य शामियाना. पाचशेक प्राध्यापकांच्या साक्षीनं कुलगुरू डॉ. भिडेंनी उद्घाटन केलं. भाषणात ते म्हणाले, ''शिक्षक हा शैक्षणिक क्रांतीचा अग्रदूत. शिक्षणाचं आव्हान पेलण्यासाठी समाजानं, शासनानं शिक्षकाला समर्थ बनवलं पाहिजे.''

परिषद अध्यक्ष म्हणून माझं प्रास्तविक भाषण झालं. 'पुक्टो बुलेटिन'च्या ऐंशी पेजेस विशेषांकाचे प्रकाशन अखिल भारतीय प्राध्यापक महासंघ 'आयफक्टो'चे अध्यक्ष प्रा. किशोर ठेकेदथनी केले. विविध विषयावरील तीन चर्चासत्रानंतर पहिला दिवस संपला.

दुसऱ्या दिवशी पहिल्या सत्रात प्राध्यापकानी 'देशातील प्राध्यापक चळवळ' या विषयावरील शोध निबंध वाचले. महाराष्ट्र प्राध्यापक महासंघाचे प्रवक्ते आमदार प्रा. बीटी देशमुख यानी प्राध्यापकांच्या प्रश्नांना समर्पक उत्तरे दिली.

समारोपाचे प्रमुख पाहुणे म्हणून बोलताना शेतकरी संघटना नेते शरद जोशी म्हणाले, ''जगात सर्वाधिक शोषण असंघटित शेतकऱ्यांचं होतं. शेतकऱ्यानंतर बुद्धीजिवी वर्गाची पाळी! ते ओळखून प्राध्यापकानी आपली संघटना बळकट करावी. शिस्त, कळकळ असल्यास संघटना आपोआप बांधली जाते, भक्कमही होते.''

अध्यक्षीय समारोपात मी म्हणालो, ''तीनचतुर्थांश ग्रामीण जनतेच्या शिक्षणावर छत्तीस कोटी रुपये खर्च आणि एकचतुर्थांश शहरी जनतेच्या शिक्षणावर पंचाहत्तर कोटी खर्च!– हे व्यस्त प्रमाण बदलल्याखेरीज सार्वत्रिक शिक्षणाचं घटनेनं दिलेलं आश्वासन पूर्ण होणार नाही.''

प्राध्यापक प्रतिनिधींच्या वतीनं मनोगत व्यक्त करताना प्रा. जगदीश हिंगे म्हणाले, ''ही परिषद म्हणजे शिस्त, वक्तशीरपणा, नियोजन व प्रबोधन याबाबतचा आदर्श वस्तुपाठ!''

परिषद जमा छत्तीस हजार रुपये. तेवीस हजार खर्च वजा जाता 'पुक्टो'ला तेरा हजार रुपये शिल्लक. संघटनेची आर्थिक स्थिती सुधारली. प्राध्यापक-कार्यकर्त्यांच्या प्रशिक्षणामुळे मरगळही दूर पळाली!

महाराष्ट्र प्राध्यापक महासंघाची द्वैवार्षिक निवडणूक जवळ आली. चार वर्षे मी सरचिटणीस होतो. घटनेनुसार पदबदल क्रमप्राप्त. पुढं काय? महिनाभर आधी चर्चा सुरू. आमचे नेते प्रा. किशोर ठेकेदथ आग्रही सुरात म्हणाले, ''दिपा महानवर, अध्यक्ष व्हा!''

''मुळीच नको! प्राध्यापक संघटनेतून आता निवृत्त व्हायचंय. तुम्हाला मागेच बोललोय.''

"येस, दॅट आय रिमेंबर. पण ते बरोबर वाटत नाही. तुमच्यासारख्या धडाडीच्या पुरोगामी कार्यकर्त्यानं प्राध्यापक महासंघात कायम ॲक्टिव्ह राहिलं पाहिजे."

"म्हणणं बरोबर आहे. पण मी विचारपूर्वक निर्णय घेतलाय. तुम्हाला वाटतंय म्हणून फारतर 'उपाध्यक्ष' या शोभेच्या पदावर राहीन."

"ऑल राइट!" प्रा. ठेकेदथचा ग्रीन सिग्नल.

चर्चगेटला बॉम्बे युनिव्हर्सिटी क्लब हाऊसमध्ये महाराष्ट्र प्राध्यापक महासंघ: 'एम्फक्टो'ची द्वैवार्षिक सभा भरली. माझी उपाध्यक्ष म्हणून निवड झाली! मुंबईचे प्रा. एकनाथ मांजरेकर अध्यक्ष, सांगलीचे प्रा. चंद्रकांत पाटील सरचिटणीस. चार वर्षातील वक्तशीर, शिस्तबद्ध कामाबद्दल महासंघानं सरचिटणीसाचं अभिनंदन केलं.

सभा संपताच 'एम्फक्टो'चं दप्तर नूतन सरचिटणीसाकडं सुपूर्द केलं. पंचवटी एक्सप्रेसनं मनमाडला उतरून एस्टीनं मध्यरात्री कोपरगावला पोचलो. धरणीव अंग टाकलं. मोकळं, हलकं वाटलं. जनरल कौन्सिल सभेचं इतिवृत्त लिहिण्याचं काम उद्या करावं लागणार नव्हतं. टंकलेखन, चक्रमुद्रणासाठी देशपांडेकडं जाण्याचं कारण नव्हतं. इतिवृत्ताच्या प्रती साठ प्रतिनिधींना पोस्टानं पाठवणं नाही. दीर्घकालीन रूटीनच्या कचाट्यातून बंधमुक्त-विमुक्त! चार वर्षे चांगलं काम करून स्वत:चा ठसा उमटवल्याचं आत्मिक समाधान!

रयत शिक्षण संस्था अहवाल समितीचा यंदाही सदस्य होतो. मीटिंगसाठी सातारला गेलो असता सचिव प्राचार्य एस्डी पाटील म्हणाले, "लोणंदला सायन्स कॉलेज काढण्यासाठी संस्थेनं अर्ज केलाय." उत्साहानं म्हणालो, "सर, इटिज गुड न्यूज! लोणंदच्या मालोजीराजे विद्यालयात मी चार वर्षे शिकलोय."

"दॅटाय नो. पण नुसता अभिमान नको. प्राध्यापक संघटनेच्या मीटिंगसाठी वरचेवर मुंबईला जातोस; तर लोणंद कॉलेज परवानगीसाठी प्रयत्न कर."

आठवड्यानं मुंबईला जाणं झालं. प्राध्यापक महासंघाचा चार वर्षे सरचिटणीस असताना वाटाघाटींच्या निमित्तानं शिक्षण खात्यातल्या अधिकाऱ्याशी निकटचा संबंध आला होता. मंत्रालयात चौकशी केली असता कक्ष अधिकारी म्हणाले, "सातारा जिल्ह्यातल्या लोणंदला नवीन सायन्स कॉलेज काढण्यासाठी रयत शिक्षण संस्थेचा अर्ज आलाय. राज्यातून असे अनेक प्रस्ताव आलेत. अद्यापि कुणालाही परवानगी दिलेली नाही."

"लोणंद कॉलेजचा अर्ज योग्य त्या टिपणीसह प्लीज पुटप करा."

"ठीक आहे. लोणंदचा प्रस्ताव पुश करतो. डोण्ट वरी!"

अहवाल समितीच्या पुढील बैठकीसाठी सातारला गेलोवतो. येताना आजोळी लोणंदनजीक कोरेगावला थांबलो. मामाकडं मुक्काम करून परतताना नियोजित

सायन्स कॉलेजबाबत माहिती घेतली. नवीन कॉलेजच्या निधी संकलनासाठी 'लोणंद विकास संस्था' स्थापन झालीवती. त्या संस्थेनं नियोजित सायन्स कॉलेजसाठी दीड लाख रुपये निधी बँकेत ठेवलावता. संस्थेचे अध्यक्ष सरपंच आनंदराव शेळके-पाटील, सेक्रेटरी रोटेरियन बादशहा शेंडे. दोघाशी माझी चांगली ओळख. सरपंचाना आवर्जून भेटून विषय काढला, ''लोणंदला नवीन सिनीयर सायन्स कॉलेजसाठी तुम्ही अर्ज केला ते छान झालं.''

''त्यात आपणच लीड घेतला. शिवाय;- लोकल संस्थेचं कॉलेज काढूया!- असं काही ग्रामस्थांचं म्हणणं होतं. त्याला विरोध करून मी रयत शिक्षण संस्थेचा आग्रह धरला. कारण संस्थेच्या मालोजीराजे विद्यालयात शिकलोय आणि संस्थेच्याच शिवाजी कॉलेजमधून बी.ए. झालोय.''

''प्राध्यापक संघटनेच्या मीटिंगला गेलो असताना मंत्रालयात लोणंद कॉलेजचा अर्ज पाहिला.''

''मग काय? परवानगी मिळतेय ना?'' सरपंचांचा प्रश्न.

''नवीन कॉलेजसाठी राज्यातून असे अनेक प्रस्ताव आलेत. शासनानं अद्यापि कुणालाही परवानगी दिलेली नाही.'' माझा खुलासा.

''पुन्हा मंत्रालयात गेलात तर आपल्या कॉलेज परवानगीसाठी जास्तीत जास्त प्रयत्न करा.''

''मीही लोणंद हायस्कूलमधून शिकल्यामुळे, नव्या कॉलेजसाठी प्रयत्न करणे माझे कर्तव्य आहे.''

पूर्वी विट्याला असताना एम्डी भोस प्राचार्य म्हणून आले आणि अल्पावधित 'विटा ते कोपरगाव व्हाया पनवेल' अशी माझी बदली झाली. कोपरगावला माझी पाच वर्षे झाली असताना प्राचार्य म्हणून एम्डी भोस आले. त्यानी कोपरगावहून माझी दोनदा बदली केली; प्रथम श्रीरामपूरला व नंतर विट्याला. दोन्ही बदल्या मी रद्द करून घेतल्या.

एके दिवशी मात्र गंगागीर कॉलेजच्या स्टाफलाच नव्हे तर कोपरगावला आश्चर्याचा धक्का बसला! -प्राचार्य भोसांची बदली श्रीरामपूरला झाली! नूतन प्राचार्य बी.आर. चौधरीकडं चार्ज देऊन प्राचार्य भोस सहकुटुंब श्रीरामपूरला गेलेदेखील. पाठशिवणीच्या खेळात माझ्यानंतर कोपरगावला आलेल्या प्राचार्य भोसांनी माझ्याआधी कोपरगाव सोडलं. विट्याची परतफेड कोपरगावला झाली!

प्राचार्यांच्या बदल्यापाठोपाठ प्राध्यापकांच्या बदल्या झाल्या. त्यात कराडच्या गाडगे महाराज कॉलेजमधल्या भौतिकशास्त्र विभाग प्रमुखाची बदली झाली. ते

समजताच स्वत:च्या सातारा भागात जाण्यासाठी मनानं उचल खाल्ली. तातडीने सचिव एस्डीसराना भेटून म्हणालो, ''या दणक्यात माझी बदली कराडला करून टाका. तिथं हेडची जागा अनायासे रिक्त आहे.''

''ठीक आहे! लाग सामान बांधायला.'' सचिवांचा होकार.

उन्हाळी सुट्टीत कोपरगावच्या सद्गुरु गंगागीर महाराज कॉलेजमधून माझी बदली कराडच्या सदगुरु गाडगे महाराज कॉलेजमध्ये झाली. गंगागीरमधून रिलीव्ह झालो. सौ. क्रांतीसह इंड-सुझुकीनं संगमनेरमार्गे पुण्यात. विद्यापीठ कायद्याप्रमाणे मी पुणे विद्यापीठाच्या विविध पदावर पुढंही राहू शकलो असतो. तथापि ते माझ्या तत्वात बसत नसल्यानं, तडक कुलगुरूना भेटून राजीनामापत्र सादर केले;–

'कौटुंबिक अडीअडचणीमुळे मी गावाकडे बदली करून घेतलीय. गंगागीर महाराज कॉलेज कोपरगाव येथून आज रिलीव्ह होऊन उद्या गाडगे महाराज कॉलेज कराड येथे रुजू होत आहे. उद्यापासून मी पुणे विद्यापीठ कार्यकारिणी सदस्य, सिनेट सदस्य, विद्याशाखा सदस्य, विविध समित्यांचा सदस्य वगैरे पुणे विद्यापीठाशी संबंधीत सर्व जबाबदाऱ्यातून मुक्त होत आहे. राजीनामा मंजूर करावा ही विनंती.'

मी पुणे विद्यापीठाचा पदवीधर. त्याच विद्यापीठात गेली अकरा वर्षे प्रस्थापिताशी लढून, भ्रष्ट व्यक्तीशी पंगा घेऊन यशाची एकाचढ एक शिखरे गाठलीवती. जटिल प्रश्नांचे दुर्गम गड एका पाठोपाठ एक सर केलेवते. त्या पुणे विद्यापीठाचा निरोप घेताना भारावून गेलो. अनपेक्षित राजीनामापत्र वाचून कुलगुरू डॉ. वि.ग. भिडे उद्गारले, ''हे काही तुम्ही बरोबर केलं नाही!''

''सर, मी हे विचारपूर्वक केलंय. संघटना-निवृत्तीचे सूतोवाच मी एकदोनदा केल्याचे आपणास आठवत असेल.''

''हो, आठवतंय. पण ते तुम्ही गमतीनं म्हणताय असं वाटलं होतं.''

''आणि सर, अत्यंत समाधानानं आज मी मुक्त होतोय. प्राचार्य देवदत्त दाभोळकर, डॉ. राम ताकवले व आपण अशा तीन कुलगुरूशी माझा बरावाईट पण निकटचा संबंध आला. सर्वांनी सौहार्दाची वागणूक दिली. ऋणी आहे.''

हात जोडून निरोप घेताना डोळ्यांत पाणी तरळलं. सूर्य बुडताना माझी इंड-सुझुकी डबलशीट धावत होती. लगडवाडीत रात्री पोचलो तेव्हा जेवणवेळ झालीवती.

*

# पाच

कराडला गाडगे महाराज कॉलेजमध्ये हजर झालो. टू रूम किचनचा ब्लॉक मिळाल्याव कोपरगावला गेलो. मिसेसनं घरसामानाची आवराआवर सुरू केली. मी संघटनेतली निरवानिरव चालू केली. अखिल भारतीय प्राध्यापक महासंघ कार्यकारिणी सदस्य, महाराष्ट्र राज्य प्राध्यापक महासंघ उपाध्यक्ष, पुणे विद्यापीठ प्राध्यापक संघटना अध्यक्ष या पदांचे राजीनामे संबंधिताकडे पाठवले. शेवटी पुणे, अहमदनगर, नाशिक, धुळे, जळगाव या पाच जिल्ह्यातल्या प्रत्येक कॉलेजच्या पुक्टो-प्रतिनिधीस निरोपाचं पत्रक पाठवलं;–

'प्रिय प्राध्यापक मित्रानो, माझी बदली कोपरगावहून गावाकडे सद्‌गुरु गाडगे महाराज कॉलेज, कराडला झालीय. त्यामुळे प्राध्यापक संघटनेच्या व पुणे विद्यापीठाच्या विविध पदातून मुक्त होतोय. ती पदे उत्साहानं स्वीकारली, तशीच समाधानानं आता सोडत आहे. 'पुक्टो'मुळे गेली दहा वर्षे कामाची फार मोठी संधी सातत्यानं मिळत गेली. माझं नाव प्राध्यापकांच्या घराघरात पोचलं. पुक्टोप्रेमी प्राध्यापकांचा ऋणी आहे.'

त्या अकरा वर्षात विविध स्थित्यंतरं घडलीवती. लेखनाच्या माध्यमातून महाराष्ट्र टाइम्स, तरुण भारत, मनोहर, सत्यकथा, किर्लोस्कर पर्यंत पोचलोवतो. प्राध्यापक संघटनेत पदांची चढती भांजणी सुरू झाली तेव्हा परिपत्रकं, निवेदनं, इतिवृत्तं, विजयपत्रकं लिहिली तेच काय ते लेखन. पुक्टो-बुलेटिननं मात्र संपादक केलं.

सतत बुद्धीवादानं वाटचाल. समस्या निर्माण होताच प्रथम डोके व नंतर हातपाय चालवले; आणि सर्वांत शेवटी तोंड! सोशलवर्क करताना कुठं थांबायचं ते समजलंवतं. वाटचाल करताना कुठं थांबायचं ते कळल्यास काटेकुटे कमी

बोचतात, उन्हातानाचे अवास्तव चटके बसत नाहीत, दमणूक होत नाही. तपभर संघटनाकार्य केल्याव आता थांबलोवतो.

आर्थिक निरवानिरव सुरू केली. गोतावळा कामगार ते आमदार. साऱ्यांच्या भेटीगाठी झाल्या. बोरावके चाळीचा निरोप घेऊन आम्ही पाचजण केबिनमध्ये बसलो. ट्रकनं कोपरगाव सोडलं तेव्हा झांजड पडलीवती.

कराडला नव्या खोलीपुढं ट्रक थांबला. सूर्य उगवलावता. बघतोय तर समोर जिवलग मित्र प्रा. तात्यासाहेब पाटील. लगबगीनं त्यानी मला हार घातला, मिसेसला गुच्छ दिला न् म्हणाले, ''बदलीच्या धावपळीत तुम्ही विसरला असाल;– आज नऊ जून! तुमच्या लग्नाचा अठरावा वाढदिवस. अभिनंदन!''

सद्गदित झालो न् तात्यासाहेबाना गळामिठी भेटलो.

फॅमिली रूटीन सुरू होताच लोणंद गाठलं. भेट होताच सरपंचानी विचारलं, ''महानवरसर, आपल्या कॉलेजला परवानगी मिळतेय ना?''

''काळजीचं कारण नाही. परवानगी मिळाल्यात जमा.''

''परवानगीचं पत्र दाखवा. नुसत्या आश्वासनानं आमचं समाधान होणार नाही.'' लोणंद विकास संस्था सेक्रेटरी बादशहा शेंडे म्हणाले.

''सातारला आजच सचिवाना भेटून वेगवान हालचाली करतो.''

सचिव प्राचार्य एस्डी पाटलांशी सल्लामसलत करून मुंबईला मंत्रालयात गेलो. ना. शंकरराव चव्हाण मुख्यमंत्री, तर ना. शरद पवार विरोधी पक्षनेते. चर्चा केल्याव ना. शरदरावनी शिक्षणमंत्री ना. राम मेघेंना सविस्तर पत्र लिहून लोणंदला सायन्स कॉलेजची आवश्यकता प्रतिपादन केली. शिक्षण खात्यातील अक्षीकर, पंडित व शिक्षण संचालक प्रा. दुबे यानी लोणंद कॉलेजची फाईल बारकाईनं चाळून गंभीरपणे सांगितलं, ''ना. पवारसाहेबांचे पत्र आहे, ना. मेघेसाहेबांची इच्छा आहे, परंतु सायन्स कॉलेज लोणंदचा अर्ज शिवाजी विद्यापीठानं शिफारस करून पाठवलेला नाही.''

''आता पुढं काय?'' माझा हतबल प्रश्न.

''मंत्रीमंडळाचा धोरणात्मक निर्णय झालाय; –विद्यापीठाकडून शिफारस होऊन आलेल्या अर्जांचाच विचार करावा! –त्यामुळे सायन्स कॉलेज लोणंदचा आज तरी आम्ही विचार करू शकत नाही!'' अक्षीकर निर्वाणीचं बोलले.

धीर न सोडता बॅ. राजा भोसलेंना भेटलो. त्यानी आ.रा.सु. गवईना फोन केला न् मला त्यांच्याकडे पाठवले. सारी पार्श्वभूमी सांगितल्याव आम्ही दोघे ना. राम मेघेंना भेटलो. आ. गवई म्हणाले, ''काय हे रामभाऊ? तुम्ही होकार देताय आणि तुमचे अधिकारी नकार देतायत म्हणजे काय? आता तर त्यानी नवा मुद्दा काढलाय;– म्हणे सायन्स कॉलेज लोणंदचा अर्ज विद्यापीठानं शिफारस करून पाठवलेला नाही!''

त्यावर कपाळाला हात लावून ना. मेघे म्हणाले, "अरे बापरे! म्हणजे माझ्या अधिकाऱ्यानीच मला फसवलंय. लोणंद कॉलेज अर्ज विद्यापीठानं शिफारस करून पाठवलेला नाही! –हे अक्षीकरने कधीच सांगितले नाही. विद्यापीठ शिफारस तर मस्ट!"

नंतर माझ्याकडे वळून मंत्री म्हणाले, "प्रा. महानवर, तुम्ही तडक कोल्हापूरला जाऊन कुलगुरूंची शिफारस घेऊन या. माझं नाव सांगा."

परत फिरलो. सातारला सचिव निवासात एस्डीसराना भेटलो. मुंबई रिपोर्ट ऐकून ते हताशपणे म्हणाले, "आता लोणंद कॉलेजचं मला अवघड दिसतंय. कारण कुलगुरू भोगीशयन याबाबत कुणाचं ऐकतील असं वाटत नाही. त्यांचा स्वभाव कडक, नियमावर बोट ठेवणारी कार्यपद्धती. तर आता तूच डोकं चालवून चिकाटीनं प्रयत्न करून बघ."

मग काय? आशा न सोडता कोल्हापूरला गेलो. कुलगुरू प्राचार्य के. भोगीशयन यांच्याशी जुजबी ओळख होती. धाडसानं बंगल्याव भेटलो. हकिकत सांगून म्हणालो, "शिक्षणमंत्री ना. राम मेघेंनीच तुमच्याकडं पाठवलंय."

"ते कशाला सांगताय? बड्या राजकारण्यांची नावं सांगून काम करून घेणं बरोबर नाही! आणि काय हो, तुम्ही 'एम्फक्टो'चे जनरल सेक्रेटरी होता ना? बारावी रिझल्ट लागून पंधरवडा झालाय. यानंतर गर्व्हर्मेंट, लोणंद कॉलेजला परवानगी देणार कधी? आणि तुमच्या एफ्वायला विद्यार्थी मिळणार कसे न् किती? मला पटवून द्या." प्रतिवाद न करता, चेहरा पाडून फायरिंग ऐकून घेतलं. मग तेच पुढे म्हणाले, "चला, विद्यापीठात जाऊ. काय करता येईल ते पाहू या."

बाहेर येताच कुलगुरू म्हणाले, "या, बसा गाडीत." संकोचानं म्हणालो, "नको सर, येतो मागून चालत."

"कमॉन, हरि अप! बसा लवकर."

विद्यापीठात उतरताना म्हणाले, "रजिस्ट्रार एसार साळोखेना भेटा. मी त्याना फोन करतो."

कुलसचिवाना भेटून लोणंद कॉलेजबद्दल सांगत होतो तेवढ्यात व्हीसींचा फोन आला. बोलणं संपून रिसीव्हर खाली ठेवल्याव म्हणाले, "तुम्ही परत रयत शिक्षण संस्थेत जा. सायन्स कॉलेज लोणंदचा नवीन अर्ज बाराशे रुपये फीसह उद्या आणा."

सचिवाना सारं सांगताच त्यानी क्लार्कला बोलावून सूचना दिल्या. दुसऱ्या दिवशी संस्थेच्या जीपनं मी न् क्लार्क कोल्हापूरला. शेवटी दुपारी कुलसचिवानी शिफारशीसह सायन्स कॉलेज लोणंदचा अर्ज आमच्या ताब्यात दिला.

तातडीनं सचिव प्राचार्य पाटील, उपाध्यक्ष दादासाहेब जगताप आणि मी मुंबईत. विद्यापीठ शिफारशीसह लोणंद कॉलेज अर्ज शिक्षण सचिवाना दिला. प्रत ना. शरद पवारांना दिली. तो आठवडा मुंबईत गेला. शेवटच्या दिवशी सकाळी सचिव एस्डीसर, उपाध्यक्ष दादासाहेब जगताप अन् मी मलबार हिलला ना. शरदरावना 'रामालयम्' या निवासस्थानी भेटलो. कांदेपोहे, चहा, बिस्कीटे व दिलखुलास गप्पा. शेवटी ना. पवारसाहेब म्हणाले, "काल ना. मेघेंशी मी बोललो असता ते म्हणाले, तुमच्या त्या प्राध्यापकाना उद्या मला भेटाय सांगा. रिकाम्या हाताने परत पाठवणार नाही."

मला मागे ठेवून सचिव, उपाध्यक्ष सातारला परतले.

मंत्रालयात ना. प्रा. राम मेघेंना भेटलो. सर्वतोपरी पूर्तता झाल्याची खात्री पटल्याव शिक्षणमंत्र्यानी लोणंद फाईलवर सही केली आणि माझ्याकडे वळून म्हणाले, "आजच परवानगीचं पत्र ताब्यात घ्या."

दिवसभर मी मंत्रालयात ठिय्या दिला. मंत्र्याची सही झाली तरी इतर सोपस्कारासाठी फाईल इकडून तिकडे फिरली. संघटनेमुळे आलेला अनुभव, झालेल्या ओळखींचा उपयोग करून चिकाटीनं पाठपुरावा केल्याव शेवटी, –रात्री साडेआठ वाजता शिक्षण खात्यातले कक्ष अधिकारी गोविंद साटमनी सायन्स कॉलेज लोणंदच्या परवानगीचं पत्र माझ्या हाती दिलं!

ना. शरद पवार, बॅ. राजा भोसले याना फोनवरून 'शुभ वर्तमान' सांगितलं. मुंबई-सेंट्रलला 'मुंबई-फलटण-गिरवी' रातराणी मिळाली.

लोणंद ग्रामपंचायतीत जाऊन सरपंच आनंदराव शेळके-पाटलाना कॉलेज परवानगीचं पत्र दाखवलं. सेक्रेटरी बादशहा शेंडेना भेटलो. सर्वजण जीपनं सातारला. रयत सचिव प्राचार्य एस्डी पाटलांच्याकडं लोणंद कॉलेज परवानगी-पत्र सुपूर्द केलं. आनंदाने शिष्टमंडळास म्हणाले, "एकदाची परवानगी मिळाली. छान झालं. तरीही विद्यार्थी मिळवून एफ्वाय बीएस्सीचा वर्ग सुरू करणं तसं सोपं काम नाही. कारण बारावी रिझल्ट लागून तीन आठवडे झालेत."

थोडं थांबून सचिव पुढं म्हणाले, "आता पहिलं महत्वाचं अर्जंट काम म्हणजे नवीन लोणंद कॉलेजसाठी प्रभारी प्राचार्य देणे."

आपसात चर्चा करून सरपंच आनंदराव शेळके-पाटील म्हणाले, "कॉलेजच्या परवानगीसाठी महानवर सरानी खूप धडपड केलीय आणि गावाची, भागाची त्याना इत्थंभूत माहिती आहे. संस्थेला योग्य वाटत असेल तर त्याना प्रभारी प्राचार्य म्हणून नेमा."

दुपारी सचिव एस्डी पाटलांच्या सहीचं पत्र माझ्या हाती पडलं;–सद्गुरु गाडगे

महाराज कॉलेज, कराड येथून रयत शिक्षण संस्थेनं माझी बदली सायन्स कॉलेज, लोणंद येथे 'प्रभारी प्राचार्य' म्हणून केली!

तीस जूनला सायंकाळी गाडगे महाराज कॉलेज, कराड येथून प्राध्यापक म्हणून रिलीव्ह झालो. जीवनातलं दुसरं पर्व त्या दिवशी संपलं!

*

## ३. कहर

'ज्यांना भव्य-दिव्य स्वप्ने सतत पडतात आणि ती खरी करण्यासाठी जे सातत्याने प्रयत्नांची पराकाष्ठा करतात; त्यांनाच यश-ऐश्वर्य प्राप्त होते!'

– प्रेसिडेंट डि गॉल

# एक

कराडहून सातारला आलो. खिशातनं पंचवीस रुपये काढून रयत शिक्षण संस्थेतनं नवं मस्टर विकत घेतलं. एक नंबरला स्वत:चं नाव टाकलं. 'प्रभारी प्राचार्य' हुद्दा लिहिला. पुढं सही केली. त्या दिवशी एक जुलैला नॉन ग्रँट 'सायन्स कॉलेज लोणंद' सुरू झालं! मालोजीराजे विद्यालय लोणंद: रयतचं त्रेचाळीस वर्षांचं जुनं हायस्कूल. तिथंच चार वर्षे शिकलो होतो. आता तीन मजली टोलेजंग इमारत. पाचवी ते बारावी आर्ट्स, सायन्स, कॉमर्सच्या बत्तीस तुकड्या. शेजारी पाचवी ते बारावी आर्ट्सच्या चौदा तुकड्यांचं रयत कन्या विद्यालय.

मालोजीराजे विद्यालयाचे मुख्याध्यापक पीएच सुतार. कार्यालयात त्यांच्यापुढं बसून कॉलेजकाम सुरू केलं. माहितीपत्रक छापलं. लोणंद, खंडाळा, शिरवळ, नीरा येथून बारावी सायन्स उत्तीर्ण विद्यार्थ्यांच्या याद्या घेतल्या. त्याना कॉलेज जाहिरात पाठवली. संस्थेनं स्टाफ दिला. सहा प्राध्यापक, दोन क्लार्क, दोन शिपाई.

शिवाजी विद्यापीठ सर्क्युलरनुसार विद्यार्थी निवडणूक जाहीर केली. त्या नेटानं अल्पावधित एफ्वाय सायन्सला चोपन्न ॲडमिशन. दादा रासकर वर्ग प्रतिनिधी म्हणून निवडून आला. एक वर्ग असल्यानं तोच विद्यापीठ प्रतिनिधी. सचिव एस्डी पाटलांच्या हस्ते अध्यापन शुभारंभ. मालोजीराजे विद्यालयाच्या दोन वर्गात ए आणि बी ग्रुपची लेक्चर्स. त्यांच्याच ज्युनियर लॅबमध्ये प्रॅक्टिकल्स.

कॉलेज कामाची जुळणी सुरू असताना घराचा शोध चालू. रेल्वे स्टेशन असलेल्या शहरवजा लोणंद गावात हवं तसं घर मिळत नव्हतं. फॅमिली कराडला, मी लोणंदला. कौटुंबिक ओढाताण. ग्रामपंचायतीपुढं एका शिक्षकाशी बोलत असता डोंबाळे-ट्रान्स्पोर्टचे मालक रामभाऊतात्या म्हणाले, ''सर, वैतागलेले दिसताय?''

लोणंदमध्ये अनेक पैपाहुणे असल्यानं म्हणालो, ''झालंयच तसं. सारा गाव मामाचा न् एक नाय कामाचा!''

''काय झालंय सांगा तरी?''

''तात्या, सांजसकाळ हुडकतोय पण फॅमिलीलायक घर मिळेना.''

''आपल्याकडं मोकळं घर आहे. बघा पटलं तर.'' कौलारू घर पसंत पडलं. तात्या पुढं म्हणाले, ''ती बघा समोर लाकडं कापून पडलीत. हे घर उलगडून चांगलं बांधायचंय. तुमची नड म्हणताना काम पुढं ढकलू. तुम्हाला दुसरं घर मिळालं की मग नवंजुनं करू.''

कराडला घरसामानाची बांधाबांध केली. तिन्ही मुलांचे नुकतेच घेतलेले प्रवेश रद्द करून दाखले घेतले. घरसामान ट्रकात भरून आम्ही पाचजण केबिनमध्ये बसल्यावर ट्रकनं वेगात लोणंद गाठलं.

प्रभारी प्राचार्यपदी नियुक्ती झाल्याचं कळताच कोपरगावचं बोलावणं आलं. उभयता महाराष्ट्र– एक्सप्रेसनं रवाना झालो. शनिवारी दुपारी गंगागीर कॉलेजमध्ये प्राचार्य बीआर चौधरींच्या हस्ते उभयतांचा गौरव. रविवारी धुळ्यात पुक्टो-प्राध्यापक मेळाव्यात अखिल भारतीय प्राध्यापक महासंघ अध्यक्ष प्रा. किशोर ठेकेदथच्या हस्ते सपत्निक सत्कार झाला. तो मेळावा निरोप समारंभ ठरला.

शिवाजी विद्यापीठातर्फे विलींग्डन कॉलेजचे प्राचार्य केएम आगाशेनी कॉलेज तपासणीसाठी तारीख दिली. अध्यापनकार्य सुरळीत चालू होतं. प्रशासकीय कार्यालय मात्र नव्हतं. त्या साठी कन्या विद्यालयानं दोन खोल्यांची जुनी कौलारू इमारत दिली. एका खोलीत प्लायवुडचं हाफ पार्टिशन टाकून आत प्राचार्य केबिन, बाहेर लेखनिक कार्यालय. दुसऱ्या खोलीत पार्टिशन करून आत ग्रंथालय, बाहेर स्टाफरूम. संस्थेच्या मोटारीनं सचिव एस्डीसर प्राचार्य आगाशेना घेऊन आले. एक कायदेशीर विद्यापीठ सोपस्कार पार पडला.

गैरसोयीचा मुख्य मुद्दा; –सायन्स कॉलेज लोणंदला राज्य शासनानं विना अनुदान तत्त्वावर परवानगी दिली होती. पहिली तीन वर्षे शून्य अनुदान, चौथ्या वर्षी पंचवीस टक्के, पाचव्या वर्षी पन्नास, सहाव्या वर्षी पंचाहत्तर आणि सातव्या वर्षी शंभर टक्के अनुदान. नॉनग्रँटचा मुद्दा लक्षात घेऊन संस्थेनं, गावानं भव्य उद्‌घाटनाचा घाट घातला.

समारंभाचा तेरा ऑगस्ट. विधानसभा विरोधी पक्षनेते ना. शरद पवार प्रमुख पाहुणे. दुपारी बाराला शासकीय विश्रामगृहात आले. चहापान उरकताच म्हणाले,

"चला, मी काय फक्त उद्घाटन कराय आलो नाही. सर्वांना आत बोलवा."

उन्हाळ्यात लोणंदला ना. शरदरावांची पाणी परिषद झाली होती. तोच धागा पकडून आता ते राजकीय चर्चा करणार असं वाटलं. पण तेवढ्यात म्हणाले, "दुष्काळी खंडाळा तालुक्यात लोणंदला नॉन ग्रँट सायन्स कॉलेज चालवणं म्हणजे पांढरा हत्ती पोसणं! तीन वर्षे शून्य ग्रँट. किती निधी उभारावा लागेल? बोला! प्राचार्य कुठायत?"

मी खाली सतरंजीव गर्दीत बसलो होतो. उभा राहिलो. काही बोलणार तोच पवारसाहेब म्हणाले, "तुम्ही प्राचार्य आहात. इकडे वरती बसा. प्राचार्यांचं स्थान महत्वाचं असतं!"

साहेबांच्या उजव्या हाताला सचिव एस्डी पाटील. मी डावीकडे बसलो.

"आता बोला पटापट. सचिवसाहेब, कॉलेजखर्चाचे आकडे सांगा." ना. पवार.

"तीन वर्षांचा पगार, प्रयोग उपकरणं पंचवीस लाख. इमारती पंचवीस लाख." सचिवांचा अंदाज.

"म्हणजे अर्ध्या कोटीची तरतूद करायचीय."

"आम्ही पंचवीस हजार जमवलेत." एक व्यापारी.

ना. शरदराव म्हणाले, "हजाराची भाषा विसरा. लाखात बोला."

नीरेचे गूळकिंग रिखवशेठ शहाकडे पाहून एकजण म्हणाले, "बोला शेठजी."

"रिखवशेठचा आकडा मी नंतर टाकतो. आधी लोणंदचे आकडे सांगा." ना. पवार.

पाचसा व्यापाऱ्यानी प्रत्येकी पंचवीस हजार जाहीर केले.

प्रमुख मंडळी भोजनासाठी निघाली. पंच-महाजन मंगल कार्यालयात पंगत बसली. बेत शाकाहारी. वाढ नीट झालीय का पहात होतो. तोच ना. पवार म्हणाले, "प्राचार्य महानवर, तुमच्या जेवणाचं काय?"

"मी जेवेन नंतर. आधी पाहुणे."

"तसं नसतंय. प्रथम जेवण उरकून घ्या. प्राचार्यांचं जेवण मागं राहिल्यावर समारंभ कसा काय वेळेवर सुरू होणार?"

मग काय? साहेबांच्या शेजारी जेवाय बसलो.

समारंभासाठी मालोजीराजे विद्यालयाकडे मोटारीतून जाताना एक ग्रामस्थ म्हणाले, "समोरची सपाट जमीन कॉलेजला घेणार आहोत."

"मालक ती जमीन मोफत देतोय?" साहेबांचा प्रश्न.

"नाही, विकत घेणार आहोत."

ना. शरदराव म्हणाले, "तुम्ही चुकताय! जमिनीत पैसे घालवायचे नाहीत; इमारतीव खर्च करायचे." आणि माझ्याकडे वळून म्हणाले, "प्राचार्यसाहेब, या

परिसरात पंधरावीस एकर सरकारी जमीन शोधा आणि जागा मागणी अर्ज कलेक्टरकडे पाठवा.''

दुपारी जोरदार श्रावणसर बरसून गेलेली. मालोजीराजे विद्यालयाच्या पटांगणाव भव्य शामियान्यात उद्‌घाटन समारंभ. प्रास्ताविक भाषणात म्हणालो, ''कॉलेजचं प्राचार्यपद श्रद्धेनं स्वीकारलंय. मालोजीराजे विद्यालयात चार वर्षे शिकलो. प्राचार्यपद म्हणजे, ज्या लोणंदच्या मातीत माझं बीज अंकुरलं, त्या भूमीच्या ॠणातून अंशत: मुक्त होण्याची संधी!''

रयत चेअरमन शंकरराव काळे अध्यक्षीय भाषणात म्हणाले, ''सिनीयर कॉलेजचं आज उद्‌घाटन झालंय. लोणंदवासियांचा हा भाग्यदिन. संस्थेनं तुमच्या कॉलेजला दिलेला प्राचार्य चळवळ्या स्वभावाचा, क्रांतीकारी विचाराचा आहे. आमच्या कोपरगाव कॉलेजमध्ये मी त्यांची धडाडी पाहिलीय. लोणंद कॉलेज ते नावरूपाला आणतील.''

प्रमुख पाहुणे ना. शरद पवारांनी देणग्यांसाठी आवाहन केलं. दानशूर रिखवशेठ शहांनी एक लाख अकरा हजार रुपयांचा चेक देऊन सुरुवात केली. पाऊस उघडला होता. देणग्यांचा पाऊस मात्र पडत होता. आपल्या भाषणात ना. पवारसाहेब म्हणाले, ''विना अनुदानी सायन्स कॉलेजला देणग्यांची फार मोठी आवश्यकता. ज्यानी आज देणग्या दिल्या त्याना धन्यवाद. ज्यानी आश्वासनं दिलीत, ती त्यानी लवकर पूर्ण करावीत. तुमच्यावर सारा भार टाकून मी नामानिराळा रहाणार नाही. या परिसराच्या शैक्षणिक विकासासाठी लोणंद सायन्स कॉलेज मी दत्तक घेतोय!''

समारंभाला जनसागर लोटला होता. व्यासपीठावर मुख्यत्वे कर्मवीरपुत्र संघटक आप्पासाहेब पाटील, पुण्याचे महापौर उल्हास ढोले-पाटील.

कॉलेज कामासाठी संस्थेत गेलो होतो. सचिव पाटील सर म्हणाले, ''महानवर, तुझ्या प्रभारी प्राचार्यपदामुळे संस्थेतल्या काहीना पोटशूळ उठलाय. निनावी पत्रक काढलंय.''

तेवढ्यात सहसचिव डॉ. घाटेंनी पत्रक दाखवलं. अस्वस्थ होऊन वाचू लागलो, 'संस्थाविरोधी मित्रमंडळाचे प्रा. दिपा महानवर संस्थापक सदस्य. रयत सेवक विश्वचे सहसंपादक. रयत शिक्षण संस्थेवर टीकेची झोड उठवणाऱ्या प्रा. महानवरांची प्रभारी प्राचार्यपदी नियुक्ती झाल्यानं आश्चर्याचा धक्का बसला.

विश्वचे दुसरे सहसंपादक पीजे पतंगेना संस्थेनं धारेवर धरलं. महानवरना मात्र बढती दिली. एकाला एक न्याय, दुसऱ्याला वेगळा न्याय; हे संस्थेला कसं काय चालतं?'

पतंगेवर अन्याय नि महानवरला बढती! –हे वाचल्यावर पाताळयंत्री पत्रक बहाद्दरांचा अंदाज लागला. चिंताक्रांत झाल्याचं पाहून सहसचिव डॉ. घाटे म्हणाले,

"जाऊ द्या हो! आपली प्रगती होत असताना हितशत्रूना वाईट वाटणारच! आपण दुर्लक्ष करायचं."

सचिव एस्डींच्या कार्यक्षम प्रशासनामुळे, लोणंद कॉलेज सुरू होताच प्राचार्यपदाची जाहिरात आली. त्या काळी प्राचार्यपदाला आरक्षण नव्हतं. लोणंदच्या ओपन जागेसाठी विमुक्त – भटका मी, तीन इतर – मागास व आठ बिगरमागास मिळून बारा प्राध्यापकानी अर्ज केले.

मुलाखती आठवड्यावर आल्या असताना इतर मागास जातीचा बोलका प्राध्यापक सचिवाना भेटला न् म्हणाला, "लोणंद प्राचार्य मुलाखती जवळ आल्यात. माझी निवड होईल असं पहा."

"तेवढं सोडून बोला. लोणंदला दिपा महानवरच प्राचार्य होणार!"

"सध्या रयत संस्थेत दोन धनगर प्राचार्य आहेत. तिसराही धनगर कशासाठी? त्या ऐवजी आमच्या समाजाचा प्राचार्य झाल्यास काय बिघडंल?"

"धनगर आहे म्हणून महानवरला प्राचार्य करणार नसून, त्याच्या ॲबिलिटीमुळे ते घडणार आहे. शिवाय लोणंद हायस्कूलचा तो माजी विद्यार्थी." सचिव ठाम.

"नाहीतर साहेब, महानवर सोडा न् मलाबी विसरा. तुमचा एकादा मराठा प्राध्यापक लोणंद प्राचार्यपदी निवडा ना!"

सचिव उसळून म्हणाले, "डॉक्टर, तुम्ही मला मूर्ख समजलात काय? माझ्या जातीचं आवाहन केल्यावर मी बदलेन असं तुम्हाला वाटतंय? दिपा महानवरच प्राचार्य होणार ही काळ्या दगडावरची पांढरी रेघ!"

मुलाखतीचा दिवस. रयतचे उपाध्यक्ष दादासाहेब जगताप निवड समितीच्या अध्यक्षस्थानी. संस्थेचे दुसरे प्रतिनिधी होते मॅनेजिंग कौन्सिल मेंबर कराडचे ॲड. केशवराव पवार. कुलगुरूंचे प्रतिनिधी होते कोल्हापूरचे प्राचार्य डॉ. केआर यादव आणि सायन्स डीन प्रा. डॉ. बीएन कुलकर्णी. बारा अर्जदारापैकी सहा हजर. चार बिगरमागास, एक इतर मागास आणि मी. लोणंद कॉलेज परवानगीसाठी केलेला यशस्वी प्रयत्न, दादासाहेब जगतापांचा सहवास, सचिव पाटील सरांचं प्रोत्साहन यामुळे माझ्या मुलाखतीत आत्मविश्वास. प्राध्यापक संघटनेतलं काम, शासकीय वाटाघाटींचा अनुभव, विद्यापीठ कायदेकानूंचा अभ्यास यामुळे मुलाखत चांगली झाली.

मुलाखती संपल्या. प्राचार्यपदी माझी निवड झाली! मुलाखतीच्या दुसऱ्या दिवसापासून सायन्स कॉलेज लोणंदच्या प्राचार्यपदी संस्थेनं माझी नेमणूक केली. 'प्रभारी प्राचार्य' हा तकलादू हुद्दा जाऊन अवघ्या दोन महिन्यात 'प्राचार्य' ही स्थायी उपाधी लाभली!

कला-वाणिज्य शाखा सुरू करण्याचा प्रस्ताव शिवाजी विद्यापीठाकडे पाठवला. लोणंद हद्दीत सरकारी जमिनीचा शोध घेतला. हायस्कूलच्या ईशान्येला जवळच गायरानाचा तपास लागला. जागेच्या पश्चिमेला बेघर वसाहत इंदिरानगर, दक्षिणेला कब्रस्तान, पूर्वेला सरदेचा ओढा, उत्तरेला कुसूररोड. पाणी, रस्ता, बांधकामाला वरच्या वर मुरमाड धर. ती बहुगुणी माळरान जमीन कॉलेजला योग्य होती. इमारतीसाठी साडेबारा एकर, क्रीडांगणाला साडेपाच एकर मिळून अठरा एकर जमीन मागणी अर्ज कलेक्टरना सादर केला.

रिखवशेठनी दिलेला लाखाचा चेक वठला. त्यातून स्टाफचा पगार होत होता. पुस्तकं, प्रयोग साहित्य आणलं. सहामाही परीक्षा आली. त्यासाठी सायक्लोस्टाइल मशिन खरेदी केलं. राष्ट्रीय सेवा योजनेचं युनिट सुरू केलं. सर्व विद्यार्थी एनेसेसमध्ये. ग्रामसफाईची जुजबी काम करून मिळणारी एनेसेस ग्रँट नॉनग्रँट कॉलेजला उपयुक्त.

प्राध्यापक संघटनेत मी सरचिटणीस, अध्यक्ष, संपादक म्हणून गेली दहा वर्षे बिनपगारी फुल अधिकारी होतो. मीच साहेब, मीच शिपाई! आता हाताखाली दोन क्लार्क, दोन शिपाई. सर्वजण प्राध्यापकांना सर, तर प्राचार्यांना साहेब म्हणत. त्यामुळे वाटले, आपण हुकूम सोडून कामं करून घ्यायची. पण अल्पावधित वेगळ्या वास्तवाची जाणीव झाली. त्याचा किस्सा :- इबीसी बिल मंजुरी क्लार्कवर सोपवली. त्यानं सातारा प्रवास पाचसा वेळा केला तरीही बिल मिळालं नाही. प्रवास बिल मात्र अव्वाच्या सव्वा खर्ची पडलं. मग काय? साहेबी हवा डोक्यातनं काढून टाकली. साताराच्या एकाच हेलपाट्यात बिल मंजूर करून आणलं. इबीसी बिल म्हणजे नॉनग्रँट कॉलेजचं हक्काचं उत्पन्न.

संस्थेनं लोणंद कॉलेजसाठी स्थानिक व्यवस्थापन समिती फॉर्म केली. रयत जनरल बॉडी मेंबर, दानशूर व्यापारी रिखवशेठ शहा अध्यक्ष. कॉलेज स्थापनेत सिंहाचा वाटा उचलेले सरपंच आनंदराव शेळके-पाटील उपाध्यक्ष. मालोजीराजे विद्यालयातला माझा आठवीचा क्लासमेट, पण पुढं फारसं न शिकलेला बळीभाऊ साने आता कॉलेज कमिटीत क्रियाशील. नोकरी, शेती, व्यापार, व्यवसाय असा कोणताही व्याप नसल्यानं कॉलेज, संस्था एवढाच विषय कायम त्यांच्या डोक्यात. गरीबडा महानवर प्राचार्य झाला. आपण मात्र श्रीमंतीत वाढलो असतानाही बेकार!– याचं बळीभाऊला वैषम्य. तो माझा द्वेष करू लागला. मला पाण्यात पाहू लागला. कमिटी मेंबर्सना माझ्याविरुद्ध फितवू लागला.

कॉलेजच्या विकासकार्यात प्राचार्यांना सहाय्य करण्यासाठी स्थानिक व्यवस्थापन समिती असते. इथं मात्र उलटा प्रकार. विना अनुदानी असूनही कॉलेज चांगलं

चालतंय!– याचंच बळीभाऊला दुःख. कॉलेजकामात खीळ घालण्यासाठी, प्राचार्यांची अडवणूक करण्यासाठी बळीभाऊ मीटिंगचा वापर करू लागले. उपद्रव मूल्य हीच आपली ताकद! –हे सूत्र पकडून ते वागू लागले. त्यानी कमिटीत विचित्र ठराव केले;– कमिटीला विचारल्याखेरीज प्राचार्यांनी कसलीही खरेदी करू नये, कमिटीच्या परवानगीशिवाय कॉलेजमध्ये कुणीही पाहुणा बोलवू नये. काही प्राध्यापक-सेवकाना हाताशी धरून साने वरचेवर कुरापती काढायचा, उचापती करायचा. संस्थेकडं वारंवार काहीबाही कागाळ्या सांगायचा.

कमिटीच्या एका मीटिंगमध्ये बळीभाऊनं विघातक मुद्दा मांडला, ''प्राचार्य-प्राध्यापकाना भरपूर पगार असल्यामुळे प्रत्येकानं पगाराच्या दहा टक्के रक्कम दरमहा कॉलेजला द्यावी.''

मी ठामपणे सांगितलं ''कर्मवीरांनी रयत सेवकाकडून खच्चून काम करून घेतलं, पण त्यांच्या पगारात कधी मन घातलं नाही. कर्मवीर आपल्या शिक्षकाच्या पाठीव मारत, पोटाव नाही!''

पुढं म्हणालो, ''घड्याळ खुंटीला अडकवून आम्ही रोज चौदापंद्रा तास काम करतोय. प्लीज, पगाराव डोळा ठेवू नका. नॉनग्रँटमुळं पगार तरी कुठं महिन्याच्या महिन्याला मिळतोय? आणि कधीतरी मिळतोय त्या पगारालाही कात्री लावल्याव प्राध्यापक काम तरी कसं करतील?''

जीवनाचा केंद्रबिंदू गुणवत्ता. कॉलेज चालवताना मुख्य लक्ष्य निकाल. पिरीयड, प्रॅक्टिकल व्यवस्थित होतील यावर कटाक्ष. प्राध्यापक-पालक योजना राबवली. दहा दहा विद्यार्थ्यांचे गट केले. प्रत्येक गटाला एक प्राध्यापक पालक म्हणून दिला. प्रत्येकाच्या अडीअडचणी प्राध्यापक-पालक सोडवायचा.

लोणंद परिसरात मामा, मावशी, मेहुणी, साडू, चुलतबहिणी. मोठ्ठा गोतावळा होता. मी प्राचार्य झाल्याचं साऱ्याना कौतुक. पाहुण्यांची घरी वर्दळ. तिन्ही मुलांचं महत्वाचं वर्ष. अजिता बारावी सायन्सला, तिला डॉक्टर व्हायचंवतं. सागर दहावीत, चांगले मार्क पाडायचेवते. दोघंही मालोजीराजे विद्यालयात. समता कन्या विद्यालयात सातवीला. तिघांचाही महत्वाचा अभ्यास. आणि त्यात पैपावणे, विद्यार्थी, पालकांची वर्दळ. डोंबाळेचं घर तोकडं. त्यातल्या त्यात ऐसपैस 'बाजी सदन'मध्ये फॅमिली शिफ्ट केली.

प्राचार्यपदाच्या दिवाळसणाचा घरात आनंद. अपुऱ्या, अनियमित पगारामुळं दिवाळी जेमतेम. मोजकं गोडधोड. माझ्या नव्या जबाबदारीशी बायकोमुलं एकरूप. नव्या कापडासाठी कुणी हट्ट धरला नाही. संतुष्ट स्त्री हीच घराची लक्ष्मी!– हे वचन

मिसेसनं आता सार्थ ठरवलं.

दिवाळी सुट्टी संपताच एनेसेसचं श्रमशिबिर मरिआईच्यावाडीत. उद्‌घाटन प्रसंगी बालवाडी खोली बांधकाम शुभारंभ तालुका उपसभापती दिनकरराव गायकवाडांच्या हस्ते संपन्न. विद्यार्थी विद्यार्थिनींनी आठ दिवस श्रमदान केलंच, पण उत्साही सरपंच विष्णुपंत कुंडलकर यांच्या नेतृत्वाखाली ग्रामस्थही बैलगाड्यासह राबले. शिबिर कालावधीत बालवाडी खोली बांधून पूर्ण.

उपजिल्हाधिकारी व ख्यातनाम कादंबरीकार विश्वास पाटील समारोपाचे प्रमुख पाहुणे होते. आपल्या भाषणात ते म्हणाले, "शिबिरारंभी बांधकाम शुभारंभ करून शेवटच्या दिवशी बालवाडी खोलीचं उद्‌घाटन! नूतन सायन्स कॉलेज लोणंदच्या विद्यार्थ्यांनी पहिल्याच श्रमशिबिरात केलेली ही जादू अभिमानास्पद आहे!"

कॉलेज सायन्सचं असल्यानं खर्च मोठा. नॉनग्रँट असल्यानं जमा तुटपुंजी. निधी संकलनासाठी माझी मोटारसायकल धावत असे. व्यापारी, डॉक्टर्स, हॉटेलवाले मिळून धापंधराजण दरमहा शंभर रुपये देणगी देत. पंचवीसेक खोकीवाले छोटे व्यापारी दरमहा पाच द्यायचे. लग्नाना हजर राहून पदरचा अहेर करायचो; शंभरपासून पाचशे रुपयेपर्यंत देणगी वधूवरपक्षाकडून कॉलेजला घ्यायचो.

काटकसरीचे अनेक मार्ग; –ग्रामपंचायतीतून अधूनमधून पाचसा दस्ते कोरे, आखीव ताव आणायचो. प्राचार्य केबिनमध्ये लावलेले म. गांधी, छ. शिवाजी, डॉ. आंबेडकर, म. फुले यांचे फोटोही ग्रामपंचायतीतून तसेच आणलेवते. सातारला संस्थेत गेल्याव तीनचारशे कोरे लखोटे घेऊन यायचो. केमिस्ट्री प्रॅक्टिकलसाठी डिस्टिल वॉटर नीरेच्या पॉलिकेम फॅक्टरीतून मोफत आणायचो. माझी चांगली सायकल कॉलेजकामासाठी रामा शिपायाला दिलीवती.

स्वातंत्र्यानंतर काळाच्या ओघात बारा बलुती लोप पावत चालली. 'नॉनग्रँटचं तेरावं बलुतं' मात्र नव्यानं निर्माण झालं. निधीसाठी फिरत असता, देणगी न देणारी मोजकी टारगट मंडळी, लांबून आम्ही दिसताच –आले मागतकरी!– म्हणत हिणवायची. पण त्याचा राग न धरता, ऐकून न ऐकल्यावानी मीच उलट गमतीनं म्हणायचो, "शेठ, तुम्ही देणगी दिल्यास उत्तमच; पण ते शक्य नसल्यास निदान या नॉनग्रँटच्या तेराव्या बलुत्याचा रागराग तरी करू नका!"

होस्टेल रेक्टर, सहकारी सोसायटी चेअरमन, प्राध्यापक संघटना सरचिटणीस अशा पदांच्या अनुभवामुळे मी जमाखर्चात तरबेज होतो. रोजच्या रोज कीर्दी पूर्ण करण्याव भर. जमाखर्चाची मासिक तेरीजपत्रके संस्थेला वक्तशीर पाठवण्याबाबत कटाक्ष. क्लार्क कॉमर्स पदवीधर होता तरीही काही वेळा तेरीज जुळत नसे.

अशावेळी तेरजेतला फरक मी तासाभरात काढून देत असे. त्यामुळे प्राचार्यांचा आर्थिक व्यवहारावर दबाव रहायचा.

अठरा एकर जमीन मागणीअर्ज केल्यानंतर महसूल यंत्रणेतली अवघड कोडी सोडवावी लागत होती. अर्ज प्रगतीची चौकशी केली असता कलेक्टरनी विचारलं, ''लोणंद कॉलेजमध्ये कोणते वर्ग आहेत? विद्यार्थी किती?''

''एफ्वाय सायन्सचा एकच वर्ग. पन्नास विद्यार्थी.''

''आमच्या लगतच्या शिवाजी कॉलेजमध्ये किती विद्यार्थी शिकतात? जागा किती असेल?''

''अंदाजे चार हजार विद्यार्थी. जमीन असेल वीसेक एकर.''

''शिवाजी कॉलेजच्या चार हजार विद्यार्थांना वीस एकर जमीन आणि तुमच्या पन्नास विद्यार्थ्यांना अठरा एकर? हे शैक्षणिक गणित कसं काय जुळणार?''

''साहेब, चाळीस वर्षापूर्वी शिवाजी कॉलेज सुरू झालं तेव्हा विद्यार्थीसंख्या आमच्या इतकीच असेल आणि जागा मात्र अठरा एकरापेक्षा जास्त.'' माझा युक्तिवाद.

''ठीक आहे. तुमचं म्हणणं मान्य केलं तरी, सातारा जिल्ह्याचं ठिकाण आहे तर लोणंद तालुका प्लेसदेखील नाही. वाढून वाढून तुमचे सायन्स कॉलेज किती वाढेल?''

''आज फक्त सायन्स असलं तरी आर्ट्स-कॉमर्ससाठीही अर्ज केलाय. लोणंद कॉलेज ना. पवारसाहेबानी दत्तक घेतलं असून, जमिनीसाठी महसूल खात्याला त्यानी पत्र लिहिलंवतं. अठरा एकर गायरान जमीन लोणंद कॉलेजला देण्याची प्रक्रिया सुरू केली आहे!–असं उत्तर पाठवून महसूलमंत्री ना. विलासराव देशमुखांनी ना. शरदरावना कळवलंय. त्या उत्तराची ही प्रत.''

महसूलमंत्र्याचं उत्तर वाचल्याव कलेक्टर शिपायाला म्हणाले, ''लोणंद कॉलेजची फाईल घेऊन नारायण गायकवाडला बोलवा.'' फाईल चाळल्याव म्हणाले, ''आपली शिफारस जोडून अठरा एकर जमीन मागणी प्रस्ताव कमिशनरकडे पाठवा.''

हात जोडून म्हणालो, ''साहेब, आणखी एक विनंती; –कालापव्यय टाळण्यासाठी आपले पत्र मी स्वत: पुण्याला जाऊन कमिशनरना सुपूर्द करतो.''

''ठीक आहे. गायकवाड, स्थळप्रतीव प्राचार्यांची सही घेऊन पत्र त्यांच्याकडे द्या.''

विलंब टाळण्यासाठी पोस्टाला फाटा देऊन, पहिल्या अर्जापासून सर्व पत्रे मी स्वत: विविध कार्यालयाना पोच केलीवती.

संस्था अहवाल समिती सदस्य, रयत सेवक वेल्फेअर फंड संचालक, रयत

सेवक वार्षिकाचा सहसंपादक या नात्यानी सातारला मीटिंगसाठी वरचेवर जायचो. सचिव एस्डीसरांशी गप्पाटप्पा व्हायच्या. तरीही प्रवासात त्याना आमच्या कंपनीचा सोस. प्राचार्य एस्डी म्हणजे मित्रवेडा साहेब! भल्या सकाळी लोणंदला फोन, ''आज दुपारी चारला खंडाळा-पारगाव स्टँडसमोर थांब. मुंबईला जायचंय.''

''सर, एवढी बार मला माफ करा. कॉलेजमध्ये महत्त्वाचं काम चाललंय.''

''उगाच थापा मारू नको. आम्ही प्राचार्य नव्हतो की काय? तूच मुलखावेगळा प्राचार्य झालायस! मुकाट्यानं खंडाळ्याला येऊन थांब.''

''चेष्टा नको! प्लीज, यावेळी मला वगळा.''

''महानवर, असं आहे ना? मग पुढचं ऐक: मी एस्डी पाटील म्हणून नव्हे, तर संस्थेचा सचिव म्हणून बोलतोय. खंडाळ्याला आला नाहीस तर, प्राचार्यपदाचा तुझा प्रोबेशन मी ब्रेक करणार!''

प्रेमळ दम ऐकल्याव होकार देणं एवढाच पर्याय.

समताचं सातवी रूटीन सुरू. दहावी मार्काव जीवनाची दिशा ठरत नसल्यानं सागरचा अभ्यास रिलॅक्स मूडमध्ये. अजिताचं बारावी सायन्स मात्र महत्वाचं. डॉक्टर होण्याचं स्वप्न असल्यानं गणित दिलं नव्हतं. पहिली ते अकरावी कोपरगावात शिकली. बारावीला मात्र नवे ठिकाण, नवे शिक्षक, नवखे वातावरण. तिची आतल्या आत घुसमट चालू होती ते उशिरा समजलं. दिवाळीनंतर कुणकुण कानी आली, ''अजिता ड्रॉप घ्यायचा म्हणतेय.''

ऐकून सटपटलो. दहावीला ऐंशी टक्के गुण होते. बारावीचं सारं आलबेल असेल हा माझा अंदाज चुकलावता. सहामाहीला जेमतेम मार्क.

अभ्यासाची वाताहात पाहून तिला धीर दिला. वास्तवाची जाणीव दिली, ''अजिताराणी, तू पास होशीलच. तथापि, नापास झालीस तरी चालेल, पण ड्रॉप घेऊ नकोस. ड्रॉपमुळे विद्यार्थी खचतो. आपल्याबरोबरचे पुढे गेल्याने मानसिक कुचंबणा होते. म्हणून, नो ड्रॉप! हा निर्णय फिक्स.''

तिला पटलं. हळूहळू सावरली. नेटानं अभ्यासाला लागली.

बारावी बोर्ड परीक्षा दीड महिन्याव आली असताना, घाडगे कॉलनीत तीनचार खोल्यांचा चांगला ब्लॉक मिळाला. बाजी सदनमधून घाडगे कॉलनीत संसार हलवला. स्वतंत्र खोली मिळाल्यानं अजिता अधिक जोमानं अभ्यास करू लागली. अवेळी जागरण न करता पहाटे उठायची. बोर्ड परीक्षेआधी पंधरवडा, परीक्षाकाळात मी लोणंद बाहेर जाणं टाळलं. घरात शांतता राहील, अजिताचा आत्मविश्वास ढळणार नाही, ती आजारी पडणार नाही याची काळजी घेतली. अजिताची परीक्षा व्यवस्थित पार पडली.

जुने ज्येष्ठ नेते व मार्केट कमिटी चेअरमन महादबा डोईफोडे माझे चाहते. पंधरा वर्षांचा घनिष्ठ स्नेह. प्राचार्य झाल्याचा त्याना मनस्वी आनंद. माझ्या कामाचं कौतुक. त्यांच्याशी चर्चा करून अडीअडचणीत सल्ला घ्यायचो. ते बजावत, "सर, विद्यार्थ्यांच्या अभ्यासाची हयगय होता कामा नये. कॉलेज रिझल्ट उत्तम हवा!" सावध होऊन गुणवत्ता वाढीचे विविध उपक्रम राबावायचो. पोर्शन लवकर संपवून शेवटी विद्यापीठ धर्तीची पूर्वपरीक्षा घेतली. वर्गातले गुणानुक्रमे पहिले पाच क्रमांक शोकेसमध्ये लावले. वेळेत अर्ज करून थिअरी व प्रॅक्टाकलचं विद्यापीठ परीक्षा केंद्र लोणंद कॉलेजला मिळवलं.

आर्थिक तोंडमिळवणी करण्यासाठी स्मरणिका माध्यमातून निधी जमवण्याचा निर्णय कमिटीनं घेतलावता. त्याची खटपट मुख्यत्वे मी न् बळीभाऊनं केली. जाहिरातीद्वारे बत्तीस हजार रुपये जमले. स्मरणिका प्रकाशन समारंभ वर्षअखेरीस आयोजित केला. प्रमुख पाहुणे होते मुंबई मार्केट कमिटी चेअरमन विजयराव बोरावके. समारंभाचे अध्यक्ष व वाई अर्बन बँकेचे चेअरमन बाबा पटवर्धन आपल्या भाषणात म्हणाले, "बँकेच्या लोणंद शाखेचा तीस हजार रुपये नफा लोणंद कॉलेजला देताना मला कृतकृत्य वाटते."

एफ्वाय सायन्सची विद्यापीठ परीक्षा लोणंद केंद्रात सुरू झाली. थिअरी व प्रॅक्टिकल परीक्षा कडक वातावरणात पार पडली. उन्हाळा तापत चालला. कर्मवीर पुण्यतिथी साजरी झाली. त्याच दिवशी रयत जनरल बॉडीत प्राचार्य एस्डी पाटलांच्या जागी सचिव म्हणून आश्चर्यकारकरित्या पुणे विद्यापीठ कुलसचिव सुभाषचंद्र भोसले आले. साताऱ्यात सायन्स कॉलेज प्राचार्यपदी एस्डीसर रुजू झाले. दरम्यान लोणंद कॉलेजच्या दृष्टीनं एक दुर्दैवी घटना घडली. कॉलेज कमिटी अध्यक्ष दानशूर रिखवशेठ शहा हार्ट अॅटॅकने वारले.

वर्ष संपलं. पण बळीभाऊ सानेंच्या मनातला व्यक्तीद्वेष संपला नाही. दिपा महानवर प्राचार्य असेपर्यंत कॉलेज कारभारात आपल्याला ढवळाढवळ करता येणार नाही! –अशी खात्री पटल्यानं 'प्राचार्य बदली' हा एक-कलमी कार्यक्रम सानेंनी हाती घेतला. मग काय? त्यांच्या शहाला काटशह देणं सुरू केलं. रयत चेअरमन शंकरराव काळेना भेटून म्हणालो, "साहेब, जीव तोडून मी काम करतोय. पण कॉलेज चांगलं चाललंय ते बळीभाऊ सानेंना बघवत नाही. प्राचार्य बदलीसाठी त्यांचा खटाटोप सुरू आहे."

"मी लक्ष ठेवतो. पण हे सारं शरदरावना सांगा."

बदली चर्चेनं अस्वस्थ होतो. लोणंद विकास संस्था सेक्रेटरी बादशहा शेंडेना

विचारलं, ''माझी काय चूक आहे ते तुम्ही तरी सांगा.''

''सर तुमचं सारं कामकाज बरोबर आहे. चूक एकच; –तुम्ही धनगर आहात!''

विषण्णपणे म्हणालो, ''माझ्या जन्माची चूक कशी काय सुधारणार?''

चेअरमन काळेसाहेब व बादशहाशी झालेली चर्चा सांगितल्याव सरपंच आनंदराव शेळके-पाटील म्हणाले, ''आता तुम्ही गप्प रहा. पुढं काय करायचं ते मी बघतो.''

सरपंच भेटीनंतर टपाल पाहिलं. एफ्वाय सायन्स विद्यापीठ निकाल आलावता. बेचाळीसपैकी अडतीस विद्यार्थी पास. पहिल्या बॅचचा रिझल्ट एक्क्याण्यव टक्के! ऐंशी टक्के गुण मिळवून वंदना नौकुडकर वर्गात पहिली! रिझल्ट टिपण दिल्याव सरपंच म्हणाले, ''निकाल चांगला लागल्यानं आपली बाजू भक्कम झालीय.''

आनंदराव शेळके-पाटलांच्या नेतृत्वाखाली लोणंद परिसरातली मातब्बर मंडळी जीपनं पुण्याला गेली. ना. पवारसाहेबांची भेट झाली. पहिल्या बॅचचा रिझल्ट एक्क्याण्णव टक्के लागल्याचं सांगताच म्हणाले, ''अभिनंदन! पण लोणंद भागातली बरीच प्रतिष्ठीत मंडळी दिसतायत. काही विशेष?''

''कॉलेज कामकाज उत्तम चाललंय. पण काही उचापतखोर मंडळी त्यात खोडा घालण्याचा प्रयत्न करतायत. तुमची बदली करतो! –अशी कुजबुज मोहीम उघडून प्राचार्यांना मनस्ताप देतायत.''

''प्राचार्यांच्या बदलीबाबत अजून तरी मला कुणी भेटलेलं नाही. तरी पण तुम्ही ही बाब माझ्या कानी घातली ते बरं झालं. लक्ष ठेवतो. निर्धास्त रहा.''

दोनतीन दिवसानी पुण्याला गेलो. भारती-भवनला रयत मॅनेजिंग कौन्सिल मीटिंग होती. माझ्या बदलीचा विषय निघण्याची शक्यता. मीटिंग नंतर दादासाहेब जगताप म्हणाले, ''बरं झालं. प्राचार्य महानवर, तुम्हाला रिझल्टनं वाचवलं!''

घरचा निकालही समाधानकारक. अजिता बारावी सायन्स पास झाली. मेडिकल ग्रुपला एक्काहत्तर टक्के. अपेक्षेपेक्षा कमी गुण मिळाल्यानं मेडिकल प्रवेश सोपा नव्हता. पुण्याला मुलाखत झाली. अजिताचं नाव बीएएमेसच्या प्रतिक्षा यादीवर लागलं. दुसऱ्या सातारा फेरीतही ती प्रतिक्षा यादीवरच राहिली. मग मात्र आमचा धीर सुटत चालला. शेवटी धुळे जिल्ह्यातल्या बोराडी आयुर्वेद कॉलेजचा विचार केला. कॉलेज-संस्थापक व्यंकटराव रणधीर अन् मी एकाच वेळी पुणे विद्यापीठ कार्यकारिणीव होतो. घनिष्ठ स्नेह. चर्चेत व्यंकटरावआण्णा म्हणाले, ''ग्रुपला एक्काहत्तर टक्के मार्क असल्यानं बोराडीला प्रवेश मिळेलच. अडचण आलीच तर माझ्या कोट्यातनं प्रवेश देईन.''

पुणे शिवाजीनगर स्टँडला मी न् अजिता शिरपूर रातराणीत बसलो. बारा तासानंतर धुळेमार्गे सकाळी शिरपूरला पोहोचलो. बोराडी एस्टी डोंगराळ भागातनं

धावत होती. डोंगररांगा ओलांडल्याव सातपुड्याच्या तिसऱ्या पुड्यात सकाळी अकरा वाजता बोराडीला उतरलो. कॉलेजपुढल्या रस्त्यावनं तांबड्या गाईवासरांचा तांडा हंबरत, हुंदडत चाललावता. वातावरणात शेणामुताचा वास भरून राहिलेला. भादव्यातला पाऊस पडून गेलेला. परिसरात चिकचिक. फर्स्ट बीएएमेस आणि होस्टेल प्रवेशाचे सोपस्कार पूर्ण केले. होस्टेलमध्ये अजितागत गोंडस मुली. पण लेडीज होस्टेलचं एकूण चित्र तितकं प्रसन्न वाटलं नाही. मन विषण्ण झालं.

निरोप घेण्याआधी गप्पा मारत फिरत निघालो. मीच बोलत होतो. अजिता नाराज हुंकार देत होती. मायेनं पाठीव हात फिरवून विचारलं, ''अजिताराणी, तू काहीच बोलत नाहीस? करमेल ना इथं?''

''आप्पा, इथं नको वाटतंय. त्यापेक्षा लोणंदला बीएस्सी करते.'' अनपेक्षित शब्द ऐकून काळीज चरकलं. स्वत:ला सावरून म्हणालो, ''अजुताई, तुझ्या मैत्रिणी डॉक्टर होणार आणि तू बीएस्सी? इथं एक टर्म तर काढायचीय. दुसऱ्या टर्मला पुण्यात ट्रान्स्फर घ्यायची. धीर सोडून कसं चालेल? जिद्दी बापाची जिद्दी मुलगी ना तू?''

तोंडावनं हात फिरवून निर्धारानं विचारलं, ''मग काय, राहणार ना इथं?''

''होय, राहणार पण लवकर ट्रान्स्फर घेऊन पुण्यात टिळक कॉलेजला जायचं. लोणंदची मैत्रीण सपना गांधीला तिथं ॲडमिशन मिळालंय.''

''नंतर नक्की पुणे. हा तुझ्या आप्पांचा शब्द आहे.''

निर्धार पक्का होताच फिरणं संपवून प्राचार्य डॉ. जीओ पाटलाना भेटलो. ते म्हणाले, ''सर, आज चांगल्या मुहूर्ताव मुलीचं ॲडमिशन घेतलंय. आज पाच सप्टेंबर. शिक्षक दिन!''

''अरे हो! धावपळीत विसरून गेलो.'' गंभीरपणे म्हणालो. आंतर्मुख झालो! बोराडीचं वास्तव अधिकच काळजाला भिडलं. मन व्याकुळलं. आवंढा गिळून दाटल्या कंठानं म्हणालो, ''डॉक्टरसाहेब, माझ्यातला शिक्षक-पिता कधी नव्हे इतका आज हळवा झालाय. लाडक्या, नाजूक लेकीला इथं दूर वनात सोडून मी...''

दीर्घवेळ दाबून धरलेल्या उमाळ्याचा बांध फुटून डोळ्यांना धारा लागल्या. मुसमुसून रडलो. तेवढ्या वेळात अजितानं एकदाच डोळे पुसले. त्या घडीला ती माझ्यापेक्षा घट्ट होती. डॉक्टर होण्याच्या ध्येयापायी तिनं बोराडीचं आव्हान स्वीकारलंवतं. अभिमान वाटला! निरोप घेताना प्राचार्यांना म्हणालो, ''आता तुम्हीच प्राचार्य, तुम्हीच पालक.''

''निश्चिंत परत जा. तुमची नसून यापुढं ती माझी मुलगी.''

आर्ट्स-कॉमर्सची परवानगी मिळाली नाही. एस्वायच्या नव्या वर्गामुळे प्राध्यापक वाढले. पगार वाढला. प्रयोगसाहित्याचा खर्च वाढला. आर्थिक जुळणीसाठी ना.

पवारसाहेबाना मुंबईत भेटायचं ठरवलं. काटकसर म्हणून डोंबाळे ट्रान्स्पोर्टच्या ट्रकनं निघालो. ड्राइव्हरनं केबिनमधला झोपाळा लावला. मस्तपैकी झोपून गेलो. एस्टीपेक्षा आरामशीर प्रवास, तोही फुकटात.

ना. शरदरावना निवासात भेटलो. बारीकसारीक विचारपूस केली, ''कॉलेजचे वर्ग कुठं बसतात? प्रॅक्टिकलचं काय?''

''सारं मालोजीराजे विद्यालयात. ज्युनियरच्या प्रयोगशाळेत प्रॅक्टिकल्स. उपकरणं, केमिकल्सचा खर्च आपला.''

''खर्चाची तोंडमिळवणी कशी काय करता?''

''लोणंद विकास संस्थेकडून दरमहा धाबारा हजार मिळतात. पण त्यात भागत नाही. मोठा निधी तातडीनं जमवणं आवश्यक. त्यासाठी तुमची तारीख हवीय.''

''पुढल्या महिन्यात एकवीस तारखेला खरेदी विक्री संघाच्या कार्यक्रमासाठी लोणंदला येतोय. कॉलेजला किती वेळ पाहिजे?''

''दीडेक तास तरी द्या.''

''सकाळी साडेनऊ ते अकरा कॉलेजसाठी राखीव ठेवतो. लोणंदमधल्या, खंडाळा-फलटण तालुक्यातल्या प्रमुख लोकाना बोलवा.''

साहेबांशी मनसोक्त चर्चा झाल्यानं मनात उत्साह संचारला.

सभेच्या निमंत्रण पत्रिका छापल्या. पंचक्रोशीतल्या प्रमुख व्यक्तीना पाठवल्या. 'प्राचार्य महानवर बदलून तर गेले नाहीतच; उलट साहेबांची सभा आयोजित केलीय म्हणजे काय?' या विचारानं बळीभाऊ साने अस्वस्थ झाले आणि कमिटी मेंबर असलेल्या शेठजीना म्हणाले, ''महानवर कुणाला विचारून शरदरावना भेटले?''

शेठ उत्तरले, ''आपल्याला असं कसं म्हणता येईल? शरदराव म्हणजे तुमची माझी खाजगी मालमत्ता थोडीच आहे? ते महाराष्ट्राचे नेते आहेत. त्यांच्या भेटीसाठी प्राचार्यांना आपल्या परवानगीची काय गरज?''

''तरी पण मला हे आवडलं नाही.'' बळीभाऊ.

मालोजीराजे विद्यालय सभागृहात हितचिंतक, कार्यकर्ते जमले. हॉल तुडुंब भरला. माझ्या स्वागतपर भाषणानंतर ना. शरद पवार म्हणाले, ''दुष्काळी भागात उच्च शिक्षणाची नितांत आवश्यकता आणि विना अनुदान तत्वामुळे निधीची कमतरता. जीवघेणा विरोधाभास ध्यानात घेऊन, जनतेनं केवळ बघ्याची भूमिका न घेता, लोणंदच्या सायन्स कॉलेजला सढळ हातानं देणग्या द्याव्यात.''

आवाहनाला मान देऊन फलटणचे सधन शेतकरी दादाराजे खर्डेकरांनी पंचवीस हजार रुपये रोख दिले. चेअरमन सुभाषराव शिंदेंनी फलटण तालुका दूध संघाचे एक्कावन्न हजार, चेअरमन बबनराव बडदरेंनी सातारा जिल्हा दूध संघाचे पंचवीस हजार जाहीर केले. साहेबांच्या सभेमुळे कॉलेज कामाला गती आली.

वर्षा दोशी एफ्वायला. स्कॉलर व खेळाडू. वडील डॉ. कांतीलाल दोशी मुलीच्या प्रगतीची चौकशी कराय आले. चर्चा संपल्याव निघताना म्हणाले, ''कॉलेज चांगलं चालवलंय. विद्यार्थी-विद्यार्थिनींची खूप काळजी घेताय. नॉनग्रँट सायन्स कॉलेज चालवणं मोठी जोखीम आहे.''

''छान चाललंय सर्वांच्या सहकार्यानं.''

''तुमच्या धडपडीला हातभार म्हणून हे पाचशे रुपये जमा करा!''

अनपेक्षित शब्द ऐकून आनंदानं चमकलो. न मागता पालकानं दिलेली ती पहिली देणगी. त्या घटनेनं आमची उमेद वाढवली.

दहावी बोर्ड परीक्षेत सागरला पंचाहत्तर टक्के गुण मिळाले. अकरावी सायन्सला यंदा प्रवेश घेतल्यावर म्हणालो, ''आम्हाला अकरावीची बोर्ड परीक्षा होती. पैशापाण्याची ओढाताण, रहाण्याखाण्याची आबाळ. बोर्ड परीक्षेला मालोजीराजे विद्यालयात पहिला नंबर यावा असं वाटलंवतं. पण दुसरा आलो. बारावीला तू पहिला नंबर काढ.''

''आटोकाट प्रयत्न करीन.''

''सागरकुमार, अकरावीलाही पहिला नंबर काढण्याची जिद्द ठेवावी लागेल. आतापासून दोन वर्षे सातत्यानं योजनबद्ध अभ्यास केला तरच बारावीला पहिला नंबर मिळेल.''

''नेटानं अभ्यास करून अकरावीलाही पहिला नंबर काढणार.'' सागरचा निर्धार.

नॉनग्रँटमुळं अनियमित, अपुरा पगार. आर्थिक ओढाताण. टीव्ही घेणं शक्य होत नव्हतं. मग काय? शापाचंच वरदानात रूपांतर करून घरात सांगितलं, ''सागरच्या अभ्यासाव विपरित परिणाम होऊ नये म्हणून, बारावी बोर्ड परीक्षा संपल्यानंतर टीव्ही घ्यायचा.''

लोणंदची दुसरी दिवाळी. पहिली आंघोळ उरकून फराळ केला. सकाळ वाचत बसलो. रामा शिपाई टपाल घेऊन आला. संस्थेकडून आलेलं जाडजूड पाकीट जिज्ञासेनं फोडलं. त्यात बदली ऑर्डर्स. मी सोडून सर्व प्राध्यापकांच्या बदल्या! अनुभवी प्राध्यापकवर्ग गेल्याव टीचिंगचं काय होणार? यक्षप्रश्न! काळजीपोटी तडक सातारा गाठला.

सहसचिव डॉ. घाटे म्हणाले, ''जुन्या ग्रँटेबल कॉलेजात जागा रिक्त झाल्यास तिथं, नव्या नॉनग्रँट कॉलेजमधल्या प्राध्यापकाची बदली करावी!–असा धोरणात्मक निर्णय संस्थेनं घेतल्यामुळं तुमच्या सर्व प्राध्यापकांच्या सोयीसाठी बदल्या केल्यात. लोणंदला फ्रेश प्राध्यापक लवकरच नेमले जातील.''

त्यांच्या उत्तरावर पुढं काही बोलावं असं नव्हतं. ऑर्डरनुसार सर्व प्राध्यापकाना

रिलीव्ह केलं.

मालोजीराजे विद्यालयात मी आठवीला असताना हणमंत कुळवे दहावीत होता. पुढं सातारला शिवाजी कॉलेजात तो माझा क्लासमेट झाला. माझी सायन्स शाखा, त्याची आर्ट्स. काळाच्या ओघात जिवाभावाचे मित्र बनलो, जवळचे नातेवाईकही झालो. एकदा कॉलेज कमिटी मीटिंगमध्ये बळीभाऊ सानेंनी अनपेक्षित ठराव मांडला, ''लोणंद हायस्कूलचे माजी विद्यार्थी प्रा. हणमंत कुळवेना कॉलेज कमिटीव निमंत्रित सदस्य म्हणून घ्यावे.''

बळीभाऊला हणमंतचा पुळका का यावा?– मला कोडं पडलं.

पुढं ते कोडं हळूहळू उलगडत गेलं. कमिटी मीटिंगला प्रा. कुळवे बळीभाऊच्या शेजारी बसून त्याच्या कानी लागायचा. बळीनं माझ्याव टीका करताच हणमंत हसत खिदळत त्याला टाळी द्यायचा. नंतर तर स्वत: कुळवेही माझ्याव अकारण घसरू लागला. अस्वस्थ होऊन त्याच्या माझ्या एका नातेवाईक प्राध्यापकाला विचारलं, ''हणमंत माझ्या कुरापती का काढतोय? माझं काही चुकलंय का?''

''महानवरसर, तुमचं एकच चुकलंय; तुम्ही प्राचार्य झालात!''

''पण सर, तो सायन्सचा नसल्यानं लोणंदला प्राचार्य होऊच शकत नव्हता.''

''ते काय हणमंतला कळत नाही का? पण त्याला तुमचा मानमरातब बघवेना. तुमच्या प्राचार्यपदामुळे त्याच्या पोटात मुरडा होतोय, त्याला काय इलाज?''

बळीभाऊ-हणमंत हे मला छळणारे राहु-केतु असल्याचे स्पष्ट झाले.

एका मीटिंगनंतर बॅ. राजा भोसलेंना विचारलं, ''भाऊ, हे माझे दोन वर्गमित्र माझ्याशी शत्रुत्वानं का वागतात?''

''प्राचार्यसाहेब, लक्षात ठेवा;– वर्गमित्र हा सहसा मित्र नसतो! बऱ्याचदा तो उण्याचा वाटेकरी असतो!''

तरीसुद्धा अठ्ठावीस वर्षांच्या मैत्रीला जागून मी एक शेवटचा प्रयत्न केला. एकमेकांची मनं साफ व्हावीत म्हणून प्रा. कुळवेला हॉटेलात नेऊन चर्चा केली. पण त्या अर्ध्या तासातला त्याचा अतिशय थंड प्रतिसाद पाहून, हणमंत कुळवेला मी कायमचा रामराम ठोकला! (कुळवे कधीही 'प्राचार्य' होऊ शकले नाहीत. हयातभर ते अतृप्त राहिले.)

त्याच काळात माझे आवडते कथाकार जीए कुलकर्णी पुण्यात मृत्यू पावले. रडू आलं. कॉलेजमध्ये श्रद्धांजली वाहिली. त्यांच्या जीवनातल्या चमत्कृतीपूर्ण घटना सांगून, शेवटी 'मुक्ती' कथेतली सौंदर्यस्थळं कथन केली.

रयत शिक्षण संस्था मॅनेजिंग कौन्सिल मिटिंग पुण्यात पांडवनगरला भरली.

लोणंद कॉलेजला नाव देण्याबद्दल चर्चा होणार असल्याची कुणकुण लागल्यानं आमचं शिष्टमंडळ गेलं. चेअरमन शंकरराव काळे म्हणाले, "कै. रिखवशेठ शहांच्या कुटुंबीयानी प्रस्ताव दिलाय;– आम्ही पाच लाख रुपये देतो, शेठजींचं नाव लोणंद कॉलेजला द्या."

आमचे शिष्टमंडळ ठामपणे म्हणाले, "सध्या कुणाचंही नाव कॉलेजला देऊ नये असे आम्हाला वाटते. त्यातूनही नाव द्यायचेच असेल तर मग ना. शरद पवारांचे द्यावे."

पनवेलचे आ. दिबा पाटील म्हणाले, "तुमची मागणी रास्त आहे. पण त्यासाठी दीर्घकाळ थांबावे लागेल." (पुढं दीड तपानंतर सायन्स कॉलेजचं नाव 'शरदचंद्र पवार महाविद्यालय, लोणंद' झालं.)

चर्चा थांबली. शांतता पसरली. ना. शरद पवारच पुढं म्हणाले, "प्राचार्यसाहेब, कॉलेजचा आणखी काही प्रश्न?"

"अठरा एकर गायरान जमीन मागणी प्रस्ताव सर्व त्या पूर्ततेसह सातारा कलेक्टरकडून पुण्यात कमिशनरकडे आलाय. त्यांची शिफारस होऊन प्रस्ताव मिळाल्यास, मुंबईत जाऊन महसूल खात्याला सादर करीन."

"ठीक आहे. दुपारी दोनला येथेच भेटा. बाकीच्यानी परत जायला हरकत नाही."

दुपारी भेटताच पवारसाहेबानी कमिशनर चंद्रवदन मोदीना फोन केला. रिसीव्हर खाली ठेवल्याव म्हणाले, "चार वाजता कमिशनरना भेटा. जमीन प्रस्ताव तुमच्याकडे देतील."

कमिशनरला भेटलो. संबंधित अधिकाऱ्याला त्यानी विचारलं, "लोणंद सायन्स कॉलेजला गायरान जमीन देण्याच्या प्रपोजलची पोझिशन काय आहे?"

"सर्व पूर्तता झालीय. आपली सही होणे बाकी आहे."

कमिशनरनी सही केली न् म्हणाले, "जावक नंबर टाकून प्रपोजल यांच्याकडे सुपूर्द करा."

रातराणीनं मुंबईला गेलो. मंत्रालयात महसूल खात्याकडं जमीन प्रस्ताव सादर केला.

रयतच्या लोणंदला तीन शाखा : मालोजीराजे विद्यालय, कन्या विद्यालय आणि सायन्स कॉलेज. दोन्ही हायस्कूल ग्रँटेबल. मालोजीराजे पंचेचाळीस वर्षांचे. त्यांच्या इमारतीत आमचे तास, प्रॅक्टिकल. मुख्याध्यापक पी. एच. सुतार संस्थेत सिनीयर. फटकळ, तिरसट. त्यामुळे दोन वर्षे खूप त्रास झाला. एकदा लॅब चाव्या त्यानी दिल्या नाहीत. एस्वायचे विद्यार्थी प्रॅक्टिकलसाठी खोळंबून उभे. नाइलाजानं शेवटी

प्रॅक्टिकलऐवजी तास घेतले. मुख्याध्यापकांच्या लेखीही आम्ही तेरावं बलुतं!

दरम्यान सुतार सर रयतचे लाइफ मेंबर झाले. अधिकारप्राप्तीमुळे तृप्त. जबाबदारीची जाणीव ठेवून वडीलकीच्या भूमिकेत. अभिनंदन केल्याव उत्कटतेनं म्हणाले, ''प्राचार्यसाहेब, तुमच्याशी वागताना दोन वर्षात माझं अनेकदा चुकलं. आता पश्चात्ताप होतोय. यापुढे मनापासून सहकार्य करणार.''

''थँक्यू सर! तेवढं झालं तरी आमचा निम्मा ताप वाचेल.''

''सध्या तुमची तातडीची गरज काय आहे?''

''पहिल्या दोन वर्षांची प्रॅक्टिकल तुमच्या लॅबमध्ये होऊन गेली. टीवाय प्रॅक्टिकल तिथं पार पाडणं अशक्य. विद्यार्थी नसल्यानं तुमचं बोर्डिंग बंद आहे. त्या मोकळ्या इमारतीत फेरफार करून तिन्ही वर्गांची प्रॅक्टिकल्स तिकडं हलवू या.''

''बेस्ट प्रपोजल! तुमच्या पाची प्रयोगशाळा बोर्डिंग इमारतीत तयार करून देतो. त्यासाठी दहा हजार रुपये द्या.''

दहा हजार लगोलग दिले.

हेडसरानी सरदेच्या ओढ्यापलीकडं बोर्डिंग इमारतीत फेरफार बांधकाम सुरू केलं. त्या कौलारू इमारतीत पूर्वेच्या दोन हॉलमध्ये फिजिक्स, इलेक्ट्रॉनिक्स प्रयोगशाळा. लगतच्या छोट्या खोलीत डार्करूम. मधल्या दोन हॉलपैकी एकात बॉटनी लॅब, दुसऱ्यात झूलॉजी लॅब. त्या विषयांचे पहिले दोनच वर्ग असल्यानं एकेका लॅबवर भागलं. पश्चिमेच्या दोन हॉलमध्ये केमिस्ट्री प्रयोगशाळा. कडेच्या हॉलमध्ये ड्रेनेज व्यवस्था केली. लॅबला लागणारं पाणी शेजारी-शेतकऱ्यानं मोफत दिलं. खाली मोठा हौद बांधून, भिंतीव बॅरल फिट करून टॅपवॉटरची सोय केली. लगतच्या छोट्या खोलीत स्टोअर व बॅलन्सची सोय. एच्पी गॅसच्या तीन सिलींडर्सचं युनिट बसवून चोवीस बर्नर्स चालू केले.

टीवायच्या फिजिक्स, इलेक्ट्रॉनिक्स, केमिस्ट्री या तीन स्पेशल सब्जेक्ट प्रयोगशाळा तपासणीसाठी शिवाजी विद्यापीठातर्फे कराड सायन्स कॉलेजचे प्राचार्य जमदग्नी आले. पाणी, गॅस, उपकरणानिशी सुसज्ज प्रयोगशाळा कमिशननं अप्रूव्ह केल्या.

एस्वायचा निकाल अठ्ठ्याण्णव टक्के लागला. टीवाय फिजिक्सला तेरा, इलेक्ट्रॉनिक्सला दहा, केमिस्ट्रीला पंधरा विद्यार्थ्यांनी ॲडमिशन घेतली. नव्या प्रयोगशाळात सर्व वर्गांची प्रॅक्टिकल्स सरदेच्या ओढ्यालगत निसर्गरम्य परिसरात मोकळ्या स्वच्छ हवेत सुरू झाली. हायस्कूलच्या इमारतीत तिन्ही वर्गांचे तास, कार्यालय, ग्रंथालय, स्टाफरूम. हायस्कूलपासून एक कि.मी. अंतरावर लॅबोरेटरी.

जूनमध्ये कॉलेजच्या दृष्टीनं महत्वपूर्ण राजकीय उलथापालथ झाली. ना.

शंकरराव चव्हाणांनी राजीनामा दिला. कॉलेजचे आधारस्तंभ ना. शरद पवारांचे नाव मुख्यमंत्री म्हणून निश्चित झाले! कमिटी मेंबर्ससह शपथविधीसाठी सकाळी राजभवनकडे गेलो. पास दाखवून गेटमधून आत जात असता एका उंचेल्या पोलीस इन्स्पेक्टरनं अडवलं. शपथविधी सापडावा म्हणून घाईत म्हणालो, "पास असताना का अडवताय?" काही न बोलता इन्स्पेक्टरनं छातीवल्या नेमप्लेटवर बोट फिरवलं; 'रामचंद्र बरकडे!' नाव वाचताच तोंडाकडं पाहिलं न् उडालोच. आश्चर्यानं विचारलं, "रामा तू इथं?"

"सर, तुमची मेहेरबानी."

एका कमिटी मेंबरनं प्रश्न केला, "पोलीस इन्स्पेक्टरची न् तुमची ओळख कशी काय?"

"भुईंजेखालच्या धनगरवाडीत बावीस वर्षापूर्वी आम्ही जिल्हा परिषद शाळा सुरू केलीवती. तेव्हा पहिलीत शिकणारा हा हुशार विद्यार्थी रामचंद्र बरकडे!"

एक टर्म म्हणता करता अजितानं बोराडीत वर्ष काढलं. आता माझ्यामागं ट्रान्स्फरसाठी लकडा लावला. तडक बोराडीला जाऊन आयुर्वेद कॉलेज संस्थापक व्यंकटराव रणधीरना भेटलो. त्यानी फोन करताच प्राचार्य जीओ पाटलांनी 'ना हरकत प्रमाणपत्र' दिलं. पुण्यातल्या टिळक आयुर्वेद कॉलेजचे प्राचार्य एम्पी पलंगेनी प्रवेशाबाबत 'ना हरकत प्रमाणपत्र' दिलं. दोन्ही प्रमाणपत्रं दाखवल्याव आयुर्वेद प्रशासन अधिकारी काका म्हस्के म्हणाले, "फर्स्ट बीएएमेस पास झाल्याखेरीज ट्रान्स्फर होत नाही. तसा जीआर आहे."

म्हस्के विट्याच्या बळवंत कॉलेजमधला माझा विद्यार्थी. काकुळतीनं म्हणालो, "काकासाहेब, प्लीज काही तरी मार्ग काढा."

"एक मार्ग आहे; पुण्याला टिळक कॉलेजमध्ये थिअरी-प्रॅक्टिकल्स करायची, परीक्षा फॉर्म बोराडी कॉलेजमधून भरायचा आणि टिळक कॉलेज परीक्षा केंद्र घ्यायचं. पास झाल्यावर रीतसर ट्रान्स्फर देऊ."

प्रस्तावाला आम्ही संमती दिली. कॉलेज होस्टेलला पुण्यात राहून थिअरी-प्रॅक्टिकल्स अटेंड केली. पुढे फर्स्ट बीएएमेस परीक्षा अजिता फर्स्ट क्लासमध्ये पास झाली. काका म्हस्केनी रीतसर 'ट्रान्स्फर ऑर्डर' दिली. सातपुड्यातला अजिताचा वनवास संपला. पुण्यात टिळक कॉलेजला सेकंड बीएएमेस वर्गात प्रवेश घेतला.

दिल्या शब्दाला जागून सागर अकरावीत पहिला आला. बारावीलाही पहिला नंबर काढायचावता. डॉक्टर व्हायचं असल्यानं गणित सोडून भूगोल दिला. नियमित अभ्यासाला पोषक शांत, प्रसन्न वातावरण घरात राहील, सागरची प्रकृती चांगली राहील याची दक्षता घेत होतो.

विद्यापीठ परीक्षांचे उत्तम निकाल!– हा माझ्या महाविद्यालय व्यवस्थापनाचा केंद्रबिंदू. त्यादृष्टीनं सर्व वर्गात प्रत्येक तासाला हजेरी. गैरहजेरी वाढल्यास पालकाला पत्र. सहामाही, नऊमाही परीक्षा काटेकोरपणे घेऊन प्रत्येक वर्गातले गुणानुक्रमे पाच नंबर्स शोकेसमध्ये लावायचो. विद्यार्थी एका पेपरला गैरहजर राहिल्यास दहा रुपये दंड आणि प्रत्येक नापास पेपरला पाच रुपये दंड आकारून तो वर्गशिक्षकामार्फत वसूल करायचो.

तास वा प्रॅक्टिकल चुकवून बाहेर फिरणाऱ्या विद्यार्थ्यांना मज्जाव करण्यासाठी ऑफ तासांचे प्राध्यापक जनरल सुपरविजन करीत. तास-प्रॅक्टिकलचं एक टाइम टेबल आणि ऑफ तास असणाऱ्या प्राध्यापकांचं दुसरं जनरल सुपरविजन टाइम टेबल. तास व प्रॅक्टिकल्स पाहण्यासाठी माझी इंड-सुझुकी हायस्कूलमधील वर्गांकडून सरदेवरील लॅबकडे सारखी धावत असायची.

तिसऱ्या वर्षाला तीन स्पेशल विषय सुरू केले. उपकरणांचा, रसायनांचा खर्च भरमसाट वाढला. स्टाफ वाढला, पगार वाढला. आर्थिक ओढाताण. म्हणून मग मुख्यमंत्री ना. शरद पवारांना पत्र पाठवलं, 'कायम दुष्काळी भागातलं लोणंदचं नॉनग्रँट सायन्स कॉलेज आपण दत्तक घेतलं आहे. गेल्या तीन वर्षांच्या बारा लाख रुपये खर्चाची तोंडमिळवणी करणं जिकिरीचं झालंय. मुख्यमंत्री फंडातून कृपया दोन लाख रुपये कॉलेजला साहाय्य द्यावे. ही विनंती.'

मुख्यमंत्र्यांचे कार्यालयीन सचिव बा. श्री. तळेकरांच्या सहीनं उत्तर आलं, 'आपलं पत्र मिळालं. मुख्यमंत्री सहाय्यता निधीतून पन्नास हजार रुपयेचा चेक सोबत जोडलाय.'

चेक पाहून अत्यानंद.

तेव्हा रयत शिक्षण संस्थेच्या दृष्टीनं दोन ठळक घटना घडल्या. गेली चार वर्षे संस्थेचे अध्यक्ष असलेले मा. वसंतदादा पाटील यांचे दुःखद निधन झाले. रिक्त अध्यक्षपदी मुख्यमंत्री ना. शरद पवार यांची निवड झाली.

तेरा हजार शिक्षक-सेवकांची रयत-बँक. हेड ऑफिस सातारला रयत शिक्षण संस्थेच्या चार मजली इमारतीत. स्वतःची बिल्डिंग बांधण्यासाठी बँकेनं सातारा कँपात सहा लाखांची सोळा गुंठे जमीन घेतली. त्यावेळी चेअरमन लाईफ मेंबर्स-गटाचा होता. बँक निवडणूक जवळ आलेली. वातावरण तापवण्याच्या हेतूनं रयत मित्रमंडळानं बँकेच्या वार्षिक सभेत जमिनीबाबत गदारोळ माजवला. जमीन खरेदी प्रकरण संशयाच्या भोवऱ्यात अडकलं असताना पंचवार्षिक निवडणूक लागली.

लाइफ मेंबर्सचं रयत पॅनेल विरुद्ध मित्रमंडळाचं कर्मवीर पॅनेल.

नॉनग्रँट कॉलेजच्या चक्रव्यूहात शिरल्यानं निवडणूक माझ्या डोक्यात नव्हती. परंतु, आपला विश्वासू माणूस पॅनेलमध्ये असावा म्हणून प्राचार्य एस्डींनी माझी उमेदवारी सुचवली. होकार देणं मला भाग पडलं. अर्ज भरला. आमच्या रयत पॅनेल उमेदवारांचा परिचय संकलित करण्याची, जाहिरनामा लिहीण्याची जबाबदारी माझ्यावर. प्राचार्य एस्डींच्या कार्यालयात सायंकाळी मांडी ठोकली. सर्व लेखन संपवून दुसऱ्या दिवशी दुपारी बाहेर आलो.

बारा जागासाठी त्रेपन्न उमेदवार होते. त्यात सिनीयर कॉलेजचे दोन प्राचार्य; – रयत पॅनेलमधून मी आणि दुसरे ज्येष्ठ प्राचार्य अपक्ष. पंधरा जिल्ह्यात अठ्ठावीस मतदान केंद्रं. तेरा दिवसात सहा जिल्ह्यांचा दौरा केला. प्रचारदौऱ्यात एक गोष्ट प्रकर्षानं जाणवत होती;– बँकेचा संशयास्पद जमीन खरेदी व्यवहार हाच आमच्या दृष्टीनं धोकादायक मुद्दा.

लोणंद केंद्रात पहिलं मतदान केलं. मतदानाच्या तिसऱ्या दिवशी विविध जिल्ह्यांच्या ठिकाणी मतमोजणी झाली. ठिकठिकाणचे आकडे एकत्रित होऊन रात्री उशिरा निकाल लागला. मित्रमंडळाचे दहा उमेदवार विजयी झाले. आमच्या रयत पॅनेलचे दोघे निवडून आले. आमच्या पराभूत उमेदवारात मला सर्वाधिक, म्हणजे चार हजार मते. अपक्ष ज्येष्ठ प्राचार्य दोनशे मते मिळवून पराभूत झाले.

विटा कॉलेजच्या प्रभारी प्राचार्यांना नियमित-प्राचार्य करण्याचा संस्था-श्रेष्ठींचा प्रयत्न होता. त्यामुळे माझी बदली सोईने होणार होती. त्या अनुषंगाने फेब्रुवारीत सातारला मॅनेजिंग कौन्सिल मिटिंग. जिज्ञासा म्हणून सातारला गेलो. रजिस्ट्रार केबिनमध्ये बसलोवतो. संघटक आप्पासाहेब पाटील मीटिंग संपवून आले न् म्हणाले, "प्राचार्य महानवर, आता बळवंत कॉलेज विटा! बरे झाले; लोणंदच्या कचाट्यातून सहीसलामत सुटलात!" आभार मानून लोणंदचा रस्ता धरला.

दोनतीन दिवसात बदली ऑर्डर आली. प्राध्यापक-विद्यार्थ्यांनी कार्यक्रम ठेवला. टीवाय फर्स्ट बॅचला निरोप, बदलीमुळे मला निरोप. संयुक्त निरोप समारंभ! शाल-श्रीफळ, घड्याळ देऊन माझा सत्कार. विद्यार्थी, प्राध्यापकांची गुणगौरवपर भाषणं झाली. माझं उत्तराचं भाषण मध्यावर असताना, हायस्कूलचा शिपाई माझ्याजवळ येऊन कुजबुजला, "साहेब, सातारहून सचिवांचा फोन आलाय."

लगेच जाऊन फोन घेतला, "नमस्कार साहेब. प्राचार्य महानवर बोलतोय."

"नमस्कार. सचिव सुभाषचंद्र भोसले बोलतोय. तूर्त रिलीव्ह होऊ नका! फाइनल काय ते रात्री कळवतो."

रिसीव्हर ठेवून समारंभात परतलो. भाषण आवरतं घेतलं. कुणाला काही न

सांगता ग्रुप फोटो उरकला. निरोपाचं भोजन झालं.

रात्री उशिरा सचिवांचा फोन आला, "प्रा. जगतापाचं एक नंबरनं सिलेक्शन झालंय. प्राचार्यपद स्वीकारण्यास त्यानी तोंडी नकार दिलाय; पण लेखी नकार देण्यास तयार नाहीत. त्यामुळे दोन नंबरने सिलेक्शन झालेल्या प्रा. कदमांना लोणंदला रेग्युलर प्रिंसिपॉल म्हणून न नेमता, विट्याला इनचार्ज प्रिंसिपॉल म्हणूनच ठेवण्याचा निर्णय झालाय. म्हणून तुमची विटा बदली रद्द केलीय!"

माझ्या मनात संमिश्र भावना: ग्रँटेबल कॉलेजवर झालेली बदली रद्द केल्याचं दु:ख, सागरच्या बारावी बोर्ड परीक्षेच्या ऐन तोंडावर झालेली बदली रद्द केल्याचा आनंद. ती बदली, तो निरोप समारंभ म्हणजे जणूकाय दिवास्वप्न! भान येताच स्वप्न विरून माणूस दैनंदिन व्यवहारात गुंततो. तद्वत माझं रूटीन नेहेमीच्या जोमानं सुरू झालं.

सागरची बारावी सायन्स बोर्ड परीक्षा सुरळीत पार पडली. सर्व पेपर चांगले गेले. त्याला शब्द दिल्यानुसार, शेवटचा पेपर संपताच रंगीत टीव्ही खरेदी केला. सागरला पाच वर्षे थोपवून धरलंवतं; तो वायदाही आता संपल्यानं मोटारसायकल शिकवली.

लोणंद सायन्स कॉलेजच्या वंदना नौकुडकरकडून मोठी अपेक्षा होती. विद्यापीठ परीक्षेच्या धर्तीवर टीवाय सायन्सची तयारी करून घेतलीवती. त्यांची विद्यापीठ परीक्षा व्यवस्थित पार पडली.

बारावी बोर्ड परीक्षा निकाल लागला. सागर लोणंद केंद्रात, मालोजीराजे विद्यालयात पहिला आला! मेडिकल ग्रुपला नव्वद टक्के. घरात आनंदी आनंद. त्याच्या नावाचा बोर्ड स्टेशन चौकात लागला. फोटोसह बातमी झळकली.

मेडिकलसाठी अर्ज केले. एम्बीबीएस प्रवेश थोडक्यात हुकला. बीडीएस प्रवेशही कठीण होता. कारण मुंबई, पुणे, शिवाजी या विद्यापीठातल्या विद्यार्थ्यांसाठी एकमेव मुंबईचं गव्हर्मेंट डेंटल कॉलेज. शिवाजी विद्यापीठाच्या सातारा, सांगली, कोल्हापूर, सोलापूर जिल्ह्यातल्या विद्यार्थ्यांसाठी फक्त चौदा जागा. मिरजला मुलाखत झाली. सागरला गव्हर्मेंट डेंटल कॉलेज, मुंबई येथे प्रवेश मिळाला! फर्स्ट बीडीएसला, कॉलेज-होस्टेलला ॲडमिशन घेतली. सागरच्या जीवनाची दिशा निश्चित झाल्यानं सुटकेचा नि:श्वास सोडला.

लोणंद कॉलेजला आर्ट्स, कॉमर्स शाखा मिळवण्यासाठी गेले वर्षभर नेटानं प्रयत्न केला. शेवटी शिवाजी विद्यापीठानं दोन्ही शाखांची शिफारस शासनाकडे

पाठवली. शिक्षणमंत्री ना. कमलकिशोर कदमना भेटताच त्यानी कला, वाणिज्य शाखा सुरू करण्यास परवानगी देणारी ऑर्डर आमच्या स्वाधीन केली. कॉलेजमध्ये आणखी दोन विद्याशाखा सुरू झाल्यामुळे 'सायन्स कॉलेज, लोणंद' असा आवारातला बोर्ड काढून 'आर्ट्स', सायन्स अँड कॉमर्स कॉलेज, लोणंद' असा नवा बोर्ड लावला.

गायरान जमीन कॉलेजला देण्याचा प्रस्ताव महसूल मंत्रालयाकडे अंतिम टप्प्यात होता. तांत्रिक बाबींची पूर्तता सुरू होती. तत्पर पाठपुरावा केल्यानं उच्च शिक्षण संचालक प्रा. महाजन आणि राज्य नगररचना संचालक कुलकर्णी यानी ना हरकत प्रमाणपत्रं मंत्रालयाला दिली. शेवटी महसूलमंत्री ना. प्रभा रावनी अठरा एकर जमीन लोणंद कॉलेजला देण्याची ऑर्डर काढली. साडेबारा एकर महसूलमुक्त पद्धतीने इमारतीसाठी कायमची मोफत. साडेपाच एकर जमीन क्रीडांगणासाठी दरसाल एक रुपया नाममात्र भाड्यानं पंधरा वर्षे मुदतीची होती. कॉलेजला अठरा एकर स्थावर मालमत्ता मिळाल्याचा आनंद अवर्णनीय!

'संकटे एकत्र जमून येतात!' तद्वत, यशाच्या घटनाही एकत्र जमून येत असाव्यात!- असं घडलं. विद्यापीठाचा बीएस्सी पदवी परीक्षा निकाल जाहीर झाला. पहिल्या बॅचचे अडतीसच्या अडतीस विद्यार्थी उत्तीर्ण. आठ डिस्टिंक्शन, दहा फर्स्ट क्लास, वीस सेकंड क्लास.

कळस म्हणजे;–

–वंदना नौकुडकर बीएस्सी तिन्ही भाग मिळून शिवाजी विद्यापीठात सर्वप्रथम आल्यानं तिला सुवर्ण पदक व वारंगे प्राइझ लाभलं! बीएस्सी भाग तीन फिजिक्स स्पेशलमध्ये ती विद्यापीठात पहिली आल्यानं शिर्के प्राइझ व स्वामी शिष्यवृत्ती मिळाली!

–गोरख शेडगे बीएस्सी भाग तीन केमिस्ट्री स्पेशलमध्ये विद्यापीठात दुसरा.

–विश्वास चव्हाण बीएस्सी भाग तीन इलेक्ट्रॉनिक्स स्पेशलमध्ये विद्यापीठात तिसरा.

नीरेला घरी जाऊन वंदनाला पुष्पहार, पेढे, गुणवत्तापत्र दिले. देवदुर्लभ प्रसंगी तिला अश्रू आवरता आले नाहीत.

गजराज प्रेसमध्ये रघुनाथबुवा क्षीरसागर म्हणाले, ''पेढे काढा सर! चौकातला बोर्ड वाचला. आपल्या कॉलेजची मुलगी विद्यापीठात पहिली; म्हणजे फारच विशेष. तुमच्या नावानं विनाकारण बोटं मोडणारांची तोंडं रिझल्टनं कायमची बंद केली.''

रोटरी क्लब पदग्रहण समारंभात, बारावीला लोणंद केंद्रात पहिला आल्याबद्दल सागर महानवर आणि विद्यापीठात पहिली आल्याबद्दल वंदना नौकुडकर यांचा

सत्कार अभिनेते निळू फुलेंच्या हस्ते झाला. बीएस्सी डिग्रीचा निकाल शंभरटक्के लागल्याबद्दल प्राचार्य म्हणून माझा सत्कार झाला. प्रपंच व नोकरी या दोन्ही आघाड्यावर यशस्वी झालो. सर्वांगीण कर्तबगारीचा कहर!

तीन वर्षाचं पहिलं आवर्तन पूर्ण झालवतं. तीन वर्षापूर्वी इकडे सायन्स कॉलेज निघालेवते, तिकडे डॉ. केबी पवार शिवाजी विद्यापीठाचे कुलगुरू झालेवते. यंदा इकडे सायन्स कॉलेजमधून बीएस्सीची पहिली बॅच बाहेर पडली. तिकडे डॉ. केबी पवारना कुलगुरूपदी मुदतवाढ मिळाली. तीन वर्षापूर्वी तेरा ऑगस्टला ना. पवारांच्या हस्ते सायन्स कॉलेजचं उद्‌घाटन आणि यंदा त्याच तारखेला कुलगुरू डॉ. पवारांच्या हस्ते कॉलेजमध्ये सत्कार समारंभ.

वंदना नौकुडकर, गोरख शेडगे, विश्वास चव्हाण यांचा सत्कार कुलगुरूंच्या हस्ते झाला. तिघांना अध्यापन करणाऱ्या प्राध्यापकांचा आणि टीमचं नेतृत्व करणारे प्राचार्य म्हणून माझा सत्कार झाला.

प्रास्ताविकात म्हणालो, ‘‘हा माझ्या जीवनातला सुवर्ण दिन! कॉलेज उद्‌घाटन समारंभात म्हणालोवतो;– मालोजीराजे विद्यालयात शिकताना ज्या मातीत माझं बीज अंकुरलं, त्या भूमिच्या ऋणातून अंशतः मुक्त होण्याची संधी म्हणजे प्राचार्यपद.

तीन वर्षे संपताना तीन महत्वपूर्ण घटना घडल्यात : अठरा एकर जमीन कॉलेजला मोफत मिळालीय, कला-वाणिज्य शाखा सुरू झाल्यात आणि पहिल्या बॅचचा निकाल शंभर टक्के लागून वंदना नौकुडकर विद्यापीठात पहिली आलीय. तीन वर्षांपूर्वीचं अभिवचन प्रत्यक्षात उतरवण्याचं शारीरिक, बौद्धिक बळ मला कर्मवीर भाऊराव पाटलांच्या प्रेरणेमुळे लाभले.

जिवाचं रान करून नेत्रदीपक यश मिळवलं वंदनानं, छाती मात्र फुगली आमची! गीतकार पी. सावळारामच्या ओळी आठवतात, ‘बाळा होऊ कशी उतराई? तुझ्यामुळे मी झाले आई.’ या धवल यशाचं मातृत्व आम्हाला प्राप्त करून देणाऱ्या वंदनाचा ऋणी आहे.’’

कुलगुरू डॉ. केबी पवार म्हणाले, ‘‘पहिल्या बॅचची विद्यार्थिनी विद्यापीठात सर्वप्रथम येणं, ही घटना एकमेवाद्वितीय आहे. गुणवत्ताधारक विद्यार्थी-विद्यार्थिनीचे कुलगुरू या नात्यानं मनस्वी अभिनंदन करतो.’’

समारंभास कुलसचिव डॉ. बीपी साबळे उपस्थित. मुख्यमंत्री ना. शरद पवारांचा शुभसंदेश.

अठरा एकराची गव्हर्मेंट ऑर्डर झाल्याव कब्जाची प्रक्रिया सुरू केली. दुपारी चारपासून रात्री नऊपर्यंत काम करून शासकीय विश्रामगृहात लोणंदला तहसीलदार

जोतिबा पाटील, सर्कल खटावकर आणि तलाठी मलगुंडे, मोहिते, अडसूळ यानी अठरा एकरांचा कब्जा व कॉलेजच्या नावचा सातबारा दिला. रेव्हेन्यू स्टाफ, सरपंच आनंदराव शेळके-पाटील यांच्यासह आम्ही मटणाव ताव मारून कब्जाची प्रक्रिया पूर्ण केली.

अठरा एकरांचा सातबारा सादर करताच रयत शिक्षण संस्थेनं अर्जंट मोजणीची रक्कम ट्रेझरीत भरली. मोजणी झाली. तळपत्या उन्हात पाचेक तास राबून नंबरी दगड रोवल्याव मोजणीचं क्लिष्ट काम तिसरापारा संपलं. दक्षिणेला साडेबारा एकर इमारतीसाठी व उत्तरेला साडेपाच एकर क्रीडांगणासाठी अशी दोन तुकड्यात मोजणी झाली. मोजणीचाही समारोप मटण पार्टीनं झाला.

कब्जा व मोजणीच्या निमित्तानं अधिकाऱ्याना दोन जेवणं दिली तेवढाच अवांतर खर्च. अठरा एकर जमीन मोफत मिळवताना गेल्या तीन वर्षात गाव, तालुका, जिल्हा, कमिशनर व मंत्रालय यापैकी कोणत्याही पातळीव कोणासाठी खर्च करावा लागला नाही. छोट्यामोठ्या अधिकाऱ्यानी कसलीही अपेक्षा केली नाही. उलट आमच्या सचोटीचं, चिकाटीचं महसूल अधिकाऱ्यानी कौतुक केलं. त्या वर्षाच्या रयत शिक्षण संस्था अहवालात नमूद असलेल्या स्थावर मिळकतीत आर्ट्स, सायन्स अँड कॉमर्स कॉलेज, लोणंदला मिळालेल्या अठरा एकरांचा आकडा उच्चांकी होता.

रयत बँक निवडणुकीत आमच्या पॅनेलला बारापैकी दोनच जागा मिळाल्या. बँकेच्या संशयास्पद जमीन व्यवहाराचा दणका बसला हे खरे असले तरी, संघटना बांधणीचा अभाव हेही अपयशाचे कारण होते. पुढील निवडणुकीची तयारी व सेवकांच्या समस्याना वाचा फोडावी म्हणून संघटना स्थापनेचा निर्णय घेतला.

कर्मवीर पुण्यतिथीच्या दुपारी सातारला यशवंतराव चव्हाण सायन्स इन्स्टिट्यूटच्या सभागृहात पाचशेक रयत सेवकांचा मेळावा भरला. प्राचार्य एस्डी पाटील, प्राचार्य रोकडे वगैरे आम्ही व्यासपीठावर. 'रयत सेवक संघ' रीतसर स्थापन झाला. लोणंदचे प्रा. शिवाजी लेंभे अध्यक्ष, साताराचे प्रा. आनंद यादव सरचिटणीस. यथावकाश, संघटनेचे रजिस्ट्रेशन झाले. नवोदित संघटनेचं 'रयत सेवक विचार' हे मुखपत्र सुरू केलं. अर्थशास्त्राचे प्रा. एमे शेख संपादक, मी सहसंपादक.

त्या वर्षी स्कॉलर केशव राजपुरेनं एफ्वाय सायन्सला प्रवेश घेतला. गाव वाईपलीकडं अनपटवाडी. विचारलं, ''गावालगतचं जुनं वाई कॉलेज ओलांडून लांब लोणंदला का आलास?''

''इथं व्यक्तिगत लक्ष दिलं जातं; असं कानाव होतं. पुढं या कॉलेजची मुलगी

विद्यापीठात पहिली आल्याची बातमी वाचली न् इकडं आलो.''

रयतमध्ये प्राचार्यबाबत उलटसुलट घटना घडत होत्या, बदल्या होत होत्या. मी प्राचार्य झालो तेव्हा सचिव, सहसचिव दोघंही प्राचार्य. पुढे सहसचिवपदी प्राचार्य व्हीके घाटे कंटिन्यू झाले. प्राचार्य एस्डी पाटलांच्या जागी मात्र बाहेरून सुभाषचंद्र भोसले आले. त्यामुळे लागलीच हडपसर कॉलेजच्या प्राचार्य मळवींची पदावनती होऊन ते प्राध्यापक झाले. तेव्हा मलाही संस्थेने पत्र दिले, 'प्राचार्य म्हणून तुमची नेमणूक सहसचिव प्राचार्य डॉ. घाटेंच्या रजामुदतीत तीन वर्षासाठी आहे'.

म्हणजे माझ्याही डोकीवर पदावनतीची टांगती तलवार लोंबत होती. रामानंदनगर कॉलेजमधून प्राचार्य शिरोडेंना संस्थेने बडतर्फ केल्यामुळे, ते संस्थेविरुद्ध कोर्टात गेलेवते. आता संस्थेच्या वर्तुळात चर्चा सुरू झाली, 'प्राचार्य शिरोडेंनी खटला जिंकला तर, प्राचार्य मळवीची जी गत झाली, तीच प्राचार्य महानवरची होणार!'

चर्चेमुळे छातीत धस्स! प्राचार्य म्हणून काम केल्यावर, पुन्हा प्राध्यापक होणं म्हणजे मोठी नामुष्की.

पुढे सचिवपदी आले प्राचार्य एमेम स्वामी. उच्च शिक्षण सहसचिव झाले प्राचार्य डॉ. एसार सूर्यवंशी. तेव्हा कुठं डोकीवली पदावनतीची टांगती तलवार बाजूला गेली. सुटकेचा सुस्कारा सोडला.

मोजणी होताच मुख्यमंत्री ना. शरदरावना पत्र पाठवलं, 'आपण जातीनं लक्ष घातल्यामुळे जमीन कॉलेजला मिळाली. नव्या जागेत इमारत बांधकाम सुरू करणे आवश्यक आहे. कोनशिला समारंभाचे प्रमुख पाहुणे म्हणून आपण यावे ही विनंती.'

पीएनी उत्तर दिलं. 'मा. मुख्यमंत्री समारंभासाठी यथावकाश तारीख देतील. इमारत बांधकामासाठी मुख्यमंत्री सहाय्यता निधीतून एक लक्ष रुपयेचा चेक सोबत जोडलाय.'

कोनशिला समारंभासाठी मुख्यमंत्र्यांची तारीख मिळत नव्हती. कॉलेजच्या आर्थिक अडचणी वाढत होत्या. म्हणून डी. ओ. लेटर ना. पवारसाहेबाना पाठवलं, 'नॉनग्रँट असल्यानं सुमारे सहा लाख रुपयांची देणी आहेत. प्राध्यापक-सेवकांचा पाच महिन्यांचा पगार थकलाय. तरी मुख्यमंत्री निधीतून दोन लक्ष रुपये पाठवून उपकृत करावे. तसेच कोनशिला समारंभासाठी कृपया तारीख द्यावी.'

उत्तर म्हणून, मुख्यमंत्री फंडातून एक लाखाचा चेक आला. गेल्या वर्षभरात केवळ पत्रव्यवहारावर ना. पवारांनी कॉलेजला अडीच लाखांचे भरघोस आर्थिक साहाय्य केलेवते. 'भागाच्या शैक्षणिक विकासासाठी लोणंद कॉलेज मी दत्तक घेतले आहे!' हे उद्‌घाटन सभारंभातले त्यांचे उद्‌गार सार्थ ठरले.

विना अनुदान तत्वाच्या निकषानुसार चौथ्या वर्षाच्या उत्तरार्धात सायन्स शाखेला पंचवीस टक्के ग्रँट मिळाली. ग्रँटचे ते पंचाहत्तर हजार रुपये लाखमोलाचे ठरले.

एचेस्सी बोर्डाने अनपेक्षितपणे बारावी परीक्षा लोणंद केंद्राचा चीफ कंडक्टर म्हणून माझ्याव जबाबदारी सोपवली. पत्र मिळताच बोर्डाच्या चेअरमनना फोन केला, 'आमचे फक्त सिनीयर कॉलेज आहे. अकरावी, बरावीचे वर्ग नाहीत. याच आवारात मालोजीराजे विद्यालयाकडे तिन्ही शाखांचे ज्युनियर कॉलेज आहे आणि कन्या विद्यालयाकडे कला-वाणिज्य शाखा आहेत.''

''ते सारे आम्हाला माहीत असूनही, केंद्र प्रमुखाची जबाबदारी तुमच्यावर सोपवलीय. कारण लोणंद केंद्राबद्दल तक्रारी आल्यात. प्लीज, नाही म्हणू नका!''

नाइलाजानं होकार दिला.

जबाबदारी पत्करल्याव मात्र लोणंद केंद्राच्या बारावी परीक्षा व्यवस्थापनाची योजनाबद्ध आखणी केली. काटेकोर पद्धतीने पेपर सुरू झाले. इंग्रजी पेपरला बोर्डाचे कॉपीविरोधी भरारी पथक आले. पाचशेपैकी फक्त एकाकडे कॉपी सापडली. पथक प्रमुखानं शेरेबुकात लिहिलं, 'लोणंद केंद्राच्या व्यवस्थापनात लक्षणीय सुधारणा झालीय. केंद्र प्रमुखांचं प्रशासन उत्तम.'

दरम्यान विधानसभा निवडणूक पार पडली. ना. शरद पवारांची मुख्यमंत्रीपदी फेरनिवड झाली. त्याच काळात रयत शिक्षण संस्थेच्या प्रशासनात ठळक बदल झाला. पंधरा वर्षे चेअरमन असलेले कोपरगावचे शंकरराव काळे जाऊन, वाळव्याचे प्रा. एन्डी पाटील संस्थेचे चेअरमन झाले.

नवे शैक्षणिक वर्ष आनंद घेऊन आले. समता शहाऐंशी टक्के गुण मिळवून दहावी झाली. सागर फर्स्ट बीडीएस पास. अजिता सेकंड बीएएमेस उत्तीर्ण. कॉलेजच्या पाची वर्गांचा निकाल चांगला. नवे आशास्थान केशव राजपुरेला एफ्वाय सायन्सला अठ्ठ्याऐंशी टक्के. विद्यापीठ गुणवत्ता यादीतलं स्थान त्यानं नक्की केलं.

जीवनातला मुख्य आधार मित्र. प्रापंचिक ओढाताण, नॉनग्रँटची धकाधकी यामुळे होणारा कोंडमारा मित्राशी गुजगोष्टी केल्याव सुसह्य व्हायचा. दैनंदिन समस्याना सामोरं जाताना दिलासा लाभायचा. स्टाफवर जिवाभावाचे मित्र असायचे. प्रा. एमे पाटील, प्रा. जयवंत थोरात, प्रा. सुरेश जाधव यांच्याशी चर्चा केल्याखेरीज चैन पडायचा नाही. विश्वासू सेवक रामा शेळके मित्रासारखाच. हायस्कूलचे बावचकर! सर संध्याकाळी फिराय गप्पा माराय मोकळे. जुने मित्र प्रा. हिंदुराव

साळुंखेच्या मिसेस ग्रंथपाल म्हणून आल्या. त्यामुळे अधूनमधून साळुंखे सरांचा सहवास लाभे.

एका सकाळी सातारहून फोन आला;–प्राचार्य एस्डी पाटील हार्ट अटॅकने गेले! अनपेक्षित शब्द ऐकून जबरदस्त धक्का बसला! रडू कोसळलं. मन सुन्न झालं. अवघ्या एकोणसाठाव्या वर्षी सर जातील असं स्वप्नातही वाटलं नव्हतं. माझा देवपिता गेल्याचं वैषम्य तर होतंच, पण एक ज्येष्ठ जिवलग मित्र हरपल्याचं दुःख मोठ्ठं होतं. 'प्राचार्य एस्डी पाटील : एक कनवाळू व्यक्तित्व हरपलं'–हा माझा श्रद्धांजली लेख सकाळमध्ये प्रसिद्ध झाला.

धनगर जातीचा भटक्या-विमुक्तामध्ये समावेश झाला. त्यानिमित्त मुंबईला केसी कॉलेज सभागृहात धनगर-मेळावा. संयोजक ना. शिवाजीबापूनी भाषणासाठी माझं नाव पुकारलं. मनोगतात म्हणालो, "ना. शिवाजीराव शेंडगेंच्या भगीरथ प्रयत्नामुळे, मुख्यमंत्री ना. शरद पवारांच्या पुरोगामी धोरणामुळे आपला समावेश भटक्या–विमुक्तात झालाय. या निर्णयामुळे बीसी स्कॉलरशिप सुरू झाली. आमच्या लोणंद कॉलेजमधील धनगर विद्यार्थीसंख्येत लक्षणीय वाढ झाली. निवड समितीत काम करताना आता अधिक धनगर उमेदवारांची प्राध्यापक म्हणून निवड होऊ लागल्याचं पहातोय.

नव्या निर्णयामुळे शिक्षणात राखीव जागा, विद्यार्थ्यांना भरीव शिष्यवृत्ती, नोकऱ्यात अधिक संधी! –असा तिहेरी लाभ."

धनगरांचा भटक्या विमुक्तात समावेश झाल्याव, एकूण समाजात मात्र नवा बदल जाणवू लागला. अडाणी, भोळसट म्हणून इतर लोक धनगराना हीन लेखतात. नव्या चार टक्के ठोस आरक्षणामुळे ही यडपाट माणसंबी हरिजनाप्रमाणे पुढे सरकतील!–या कल्पनेने प्रगत लोक धनगरांचा दुस्वास करू लागले. संस्थेच्या मीटिंगनंतर आपल्या नात्यातल्या व्हिजिटर्सशी चर्चा करताना एक पदाधिकारी अनवधानाने बोलून गेले, "एन्टीत गेल्यापासून धनगर फार लाडावलेत."

त्यानी मळमळ ओकली तेव्हा मी मागे उभा होतो, ते त्याना ठाऊक नव्हतं.

एका धनगर तरुणाच्या नोकरीसाठी संस्थेच्या दुसऱ्या एका पदाधिकाऱ्यास म्हणालो, "सर, शिक्षक राहिलं; क्लार्क म्हणून त्याला घेतलं तरी चालेल."

पण माझं म्हणणं नीट लक्षात न घेता ते खेकसले, "तेही जमणार नाही. कारण बिगरमागासांच्या जागाच शिल्लक नाहीत."

"तो बिगरमागास नसून भटक्या जमातीचा आहे."

"भटक्या जमातीचा म्हणजे कोणत्या जातीचा?"

“धनगर.”

ऐकताच ते उसळले, “मग तर मुळीच जमणार नाही! धनगर खरेखुरे भटके नव्हेतच.”

मग निर्भिडपणे बोललो, “मी तुमच्याशी सहमत नाही. बारामती, माळशिरस भागातले बागायतदार धनगर तुमच्या दृष्टीनं कदाचित भटके नसतीलही; परंतु कायम दुष्काळी तालुक्यातला या मुलाचा बाप धुळा धायगुडे चार खंड्या मेंढरांच्या जित्राबावर गुजराण करतो. पावसाळ्याचे सहा महिने कोरड्या खंडाळा तालुक्यात, तर हिवाळ्या-उन्हाळ्याचे सहा महिने बायकापोरासह जित्राब घेउन कोकणात वणवण भटकतो. बारा महिने अठरा काळ रान हेच घर. त्याला तुम्ही भटका म्हणणार नाही तर मग कुणाला?”

“नाही म्हणजे, तुमचं म्हणणं बरोबर आहे. मी आपला सहज बोलून गेलो. एवढं मनाला लावून घेऊ नका.”

“तुम्हीच नव्हे, तर अनेकाना तसंच वाटतं. मुकी बिचारी कुणी हाका!– अशा मेंढरात आणि धनगरात लोकाना फरक वाटत नाही.”

“आयेम व्हेरी सॉरी! या मुलाच्या नोकरीचा मी अगदी मनापासून विचार करतो.”

नॉनग्रँट सायन्स शाखेचं यंदा पाचवं वर्ष होतं. पन्नास टक्क्याची पावणे दोन लाख रुपये ग्रँट मिळाली. विद्यार्थीसंख्या वाढल्यानं इबीसी ग्रँट दीड लाख आली. लोणंद विकास संस्थेनं एक लाख रुपये दिले. तरीही पगार करणे आणि फर्निचर, उपकरणं, पुस्तकांची बिलं भागवणं कठीण झालं. मग काय? कॉलेज मदतीसाठी कार्यक्रम घेण्याचा निर्णय.

हिंदोळे स्वरांचे! –हा बहारदार मराठी गीतांचा कार्यक्रम ठरवला. बाजारच्या गुरुवारची सत्तावीस डिसेंबर तारीख निश्चित केली. हँडबिल्स, तिकिटं छापून झाल्याव पंधरा दिवस आधी चौकाचौकात बॅनर्स लावले. प्राध्यापकांना सर्वांत भारी शंभरची तिकिटं दिली. पाच, दहावाली तिकिटं विद्यार्थी-विद्यार्थिनीकडे खपवाय दिली.

तिकीटविक्रीला चांगला प्रतिसाद मिळाला. कॉलेज स्थापनेपासून एका नगरशेठनं गिन्नी न देता सतत रिक्त हाती बोळवण केलीवती. कार्यक्रमाची संधी साधून त्यांच्या मुलाला गाठले न् पन्नासवाले एक बुक देऊन पाचशे रुपये घेतले. डॉ. मुरलीधर पंडित कॉलेज कमिटी मेंबर. कॉलेजला दरमहा सव्वाशे रुपये देणगी गेली पाच वर्षे देत होते. त्यांच्या घरी जाताच म्हणालो, “डॉक्टर, तुम्ही दरमहा देणगी देत असल्यानं तिकिटाबाबत मोठी अपेक्षा नाही.”

"सर्वांत मोठे तिकीट कितीचं?"
"शंभर रुपयांचं."
"दहा तिकिटांचं बुक बघू बरं."
डॉक्टरनी शंभरच्या दहा नोटा दिल्या. दहा तिकिटं फाडून देताना भारावून गेलो.
तिकिटं खपवताना विद्यार्थी पंडितराव चव्हाणनं अफलातून शक्कल लढवली. तो नीरेहून अपडाऊन करायचा. कंगवे, पेन विक्रेत्याप्रमाणे एस्टी सुरू होण्यापूर्वी 'माझ्या प्रिय बंधुभगिनीनो, इकडे लक्ष द्या...' असा आवाहनात्मक प्रचार करून पंडितरावनं पाचशे रुपयेची तिकिटं खपवली. सरपंच आनंदराव शेळके-पाटलांच्यामुळे पीएसाय, आर्टीओ आणि फलटण दूध संघ चेअरमन सुभाषराव शिंदे यानी प्रत्येकी पाच हजारांची तिकिटं खपवली. त्या झंझावातात पंधरवडा कसा उलटला ते कळलं नाही.

मालोजीराजे विद्यालयाच्या पटांगणावर आकर्षक स्टेज, देखणं लाइटिंग, निर्दोष साऊंड सिस्टीम. चहुबाजूनी कापडी कनात. डिसेंबरच्या गुलाबी थंडीत रात्री नऊ वाजताच पटांगण भरून गेलं. हिंदोळे स्वरांचे! –स्वरांचा वसंत बारमाही फुलवणाऱ्या मंगेशकर कुटुंबीयानी गायलेल्या, स्वरबद्ध केलेल्या बहारदार मराठी गीतांचा देखणा कार्यक्रम सुरू झाला. पहिल्या गीतापासून रंगत गेला. श्रोत्यांच्या उत्स्फूर्त टाळ्या.
मध्यंतरात दोन शब्द बोलून बॅ. राजा भोसलेंनी पाच हजार रुपये देणगी दिली. कलाकारांचा सत्कार केल्याव कार्यक्रम पुढे सरकला. टीव्ही स्टार मंगला खाडीलकरांचं कलात्मक निवेदन, टीव्ही स्टार संगीत दिग्दर्शक आप्पा वढावकरांचं कर्णमधुर संगीत. सीमा चंद्रगुप्त, माधुरी महाजन, संजीवनी समेळ, संजय देशमुख, नितीन डिकसळकर यांच्या गीतानी श्रोत्याना मंत्रमुग्ध केले. शेवटच्या ठसकेबाज गीतावर तर बहुसंख्य श्रोते ताल धरून नाचू लागले. अनेकाना वयाचे भान राहिले नाही. कार्यक्रम संपल्याव श्रोते गौरवोद्‌गार काढत घराकडे परतले.
वसुलीचं काम दोनतीन आठवडे चाललं. ते नेटानं संपवून जमाखर्च पूर्ण केला. सारा खर्च वजा जाता एक लाखापेक्षा अधिक कलेक्शन झालं. कार्यक्रमाचा हिशेब ऑडिटरकडून तपासून घेतला आणि कॉलेजच्या दैनंदिन कामाला लागले.

पाच पुतणे. तिघांची लग्नं झाल्याव सदुभाऊ वारले. दोन लग्नं बाकी होती. बाळू खंडीभर मेंढरं राखायचा. भरत शेती कसायचा. दोघांच्या लग्नाचा विषय थोरल्या भावापैकी कुणी काढत नव्हतं. लगडवाडीला गेल्याव माणसं म्हणायची, "मास्तर, तुमी लक्ष घातल्याबिगार ह्या घोडम्यांची लग्नं व्हनार न्हाइत."

"ना का होईनात! त्यांच्या थोरल्या भावाना अब्रूची चाड नाही, तर मग मीच कशाला चिंता करू? नाही तरी पुतणे न् मी सवतेच."

रागावैतागानं तडकून बोललो तरी, लग्नात लक्ष घातल्याखेरीज मला गत्यंतर नव्हतं. थोरला पुतण्या राम हायस्कूल टीचर. त्याला घेऊन मुली बघू लागलो. डोंबाळवाडी, हिवरे, भाव्याची पड करता करता शेवटी वाईतल्या सिद्धनाथवाडीच्या बाबा खराताची बहीण बाळूला ठरली.

कुठं भरतला मुलगी पास नसायची, तर कधी पाहुणे भरतला नापास करायचे. शेवटी लोणंदनजिक चांभारवाडीतल्या जगू सावकरची मुलगी जमली. दोन्ही लग्नं वाईला एका मांडवात करायचं ठरलं.

लग्नाचा दिवस. लगडवाडी व चांभारवाडीची वऱ्हाडं वाईला सिद्धनाथवाडीत पोचली. पारंपारिक विधी संपून वर्दावा निघाला. दोन घोडी न् बरीच पोरं नाच नाच नाचली :

डोकं फिरलंया, बयाचं डोकं फिरलंया!
लगीन ठरलंया, बयाचं लगीन ठरलंया!

मंडपात पाहुण्यांचं स्वागत झाल्याव एका वाईकरानं शंका काढली. "दोन लग्नं सख्ख्या भावांची असल्यानं, वेगवेगळ्या मंगलाष्टकावर सेपरेट लावा. आधी थोरल्या भावाचं, नंतर धाकट्याचं."

भटजीनंही सुरात सूर मिसळला. मी विचारलं, "तसं कोणत्या धर्मशास्त्रात, ग्रंथात लिहिलंय? असेल तर काका, मला दाखवा."

"तसं काही दाखवता येणार नाही. पण प्रथा आहे."

"आम्ही दोन्ही लग्नं एकाच वेळी लावणार! तुमची हरकत नाही ना?" माझा ठाम प्रश्न.

उपस्थित प्रतिष्ठितानीही माझ्या म्हणण्याला दुजोरा दिल्यानं त्या शंकासुराकडे पाहून म्हणालो, "अहो महाराज, ज्या त्या नवरदेवापुढे ज्याची त्याची नवरी उभी असते. घाईगर्दीत अदलाबदल होणार नाही याची दक्षता घेतली म्हणजे झालं. आधी एक लग्न लावायचं, निम्म्या अक्षता राखून ठेवायच्या, त्या जोडप्याला बाजूला उभं करायचं आणि मग दुसऱ्या जोडप्याचं लग्न लावायचं!– हा द्राविडी प्राणायाम कुणी सांगितलाय? उगाच काही तरी थोतांड काढून अंधश्रद्धेला खतपाणी कशाला घालताय?"

माझं म्हणणं सर्वांना पटलं. एकाच मंगलाष्टकावर दोन्ही लग्नं लागली. जेवणावळी उरकून, सारा निरापिरा झाल्याव वऱ्हाड रात्री दहाला लगडवाडीत.

आम्ही सात साडू. दोन नंबर भिमराव शेंबडे गरीबीतून शिकून एम्बीबीएसच्याही

पुढे नेत्रतज्ज्ञ झालेले. बारामती भागातले पहिले धनगर डॉक्टर. चांगली प्रॅक्टिस. सामाजिक बांधीलकी मानून मेंढपाळ प्रश्नासाठी आंदोलनं केलेली. ध्यानीमनी नसताना काळानं त्यांच्याव झडप घातली. अवघ्या चोपन्नाव्या वर्षी हृदयरोगानं दु:खद निधन! ते माझे केवळ साडू नव्हते, तर ध्येयवादी मित्र होते.

ॲडमिशनच्या व्यापात गढून गेलो असताना एका सकाळी फोन आला, ''तुमचे पाच नंबरचे साडू डॉ. मधुकर मिसाळ कार ॲक्सिडंटने वारले. आज जतला अंत्यविधी होईल.''

ऐकून शॉक बसला. गेल्या शुक्रवारी डॉ. शेंबडे गेले. या शुक्रवारी वयाच्या अवघ्या बेचाळिसाव्या वर्षी डॉ. मिसाळ वारले. तातडीनं जत गाठलं. सासरे धाय मोकलून रडत होते. तरण्याताठ्या दोन मुली विधवा.

जत कर्नाटकाच्या सीमेलगत. तिकडचे विधी वेगळे. सावडाय निघताना प्रत्येकजण पळीनं दहीभात पाटीत टाकत होता. शेवटी दहीभाताची पाटी स्मशानात ठेवली. झाकलेला धडपा उघडताच, माणसांचा घोळका बाजूला होण्याआधीच तंगड्यातून शिरून वीसपंचवीस कावळे दहीभातावर तुटून पडले. कावळा आपल्याला शिवेल! –या भीतीनं माणसं घाईगडबडीत मागं सरली.

एका पोक्त इसमाला म्हणालो, ''बत्तीस वर्षे वयाच्या पत्नीला मागे ठेवून डॉक्टर गेले. त्यांच्या कोणत्या इच्छा पुऱ्या झाल्या म्हणून कावळे शिवले? सारं थोतांड.''

''खरंय साहेब. तुमचं म्हणणं पटतंय. कसल्या इच्छा पूर्ण झाल्यात न् कसला आत्मा तृप्त झालाय? जगरूढी आहे म्हणून करायचं एवढंच! बाकी काय?''

त्यावर एक जादा हुशार माणूस म्हणाला, ''अपघातात माणूस वारल्याव असं घडतं. क्षणार्धात मृत्यू आल्यानं इच्छादेखील तत्काळ मरून जातात; म्हणजेच पूर्ण होतात.''

प्रतिवाद न करता गप्प बसलो. अंधश्रद्धाळू माणसं आपल्या मनात जपलेल्या थोतांडांच्या समर्थनार्थ लंगडी कारणं देत रहातात. आपल्या अंधश्रद्धा चुकीच्या असल्याचं मात्र मान्य करत नाहीत.

गरीब गरजू विद्यार्थ्यांना उच्च शिक्षणासाठी अल्प व्याजाने कर्ज देण्यासाठी कर्मवीरानी 'सौ. लक्ष्मीबाई भाऊराव पाटील शिक्षणोत्तेजक सह. पतपेढी' चौतीस वर्षापूर्वी स्थापन केली. एमेस्सीसाठी मला एक हजार रुपये कर्ज मिळालंवतं. पतपेढीच्या वार्षिक सभाना उपस्थित राहून विधायक सूचना करायचो. यंदा वार्षिक सभेत पंचवार्षिक निवडणूक. तीन जुने संचालक कायम ठेवून, आठ नवीन निवडण्यात आले. संचालक म्हणून पाच वर्षांसाठी माझी निवड झाली.

नवनिर्वाचित संचालक मंडळाची पहिली सभा होऊन माझी चेअरमनपदी एकमताने निवड झाली. सूत्रे स्वीकारताना म्हणालो, "कर्मवीर आण्णांनी स्थापलेल्या सेवाभावी पतसंस्थेच्या चेअरमनपदी निवड हा बहुमान आहे. कामकाजाला चालना देण्याचा आटोकाट प्रयत्न करीन."

पतपेढीकडे कर्ज मागणी अधिक, उपलब्ध निधी कमी. निधीवाढीचा पहिला प्रयत्न म्हणून, एका महिन्यात पन्नास नवे सभासद करून घेतले. जमा शेअर्स, वर्गणीतून पाच हजार रुपये भांडवल कर्ज वितरणासाठी उपलब्ध झाले.

समाजात डॉक्टर मुलं तुरळक. मेडिकलची अंतिम परीक्षा संपताच अजितासाठी वरसंशोधन सुरू. शाहू बोर्डिंग अधिक्षक पवार सरानी माणदेशातलं स्थळ सुचवलं. फाइनल एम्बीबीएस परीक्षा दिलेला तो मुलगा माझ्या दूरच्या नात्यातला. एकमेकांची पसंती झाली. लग्न रजिस्टर पद्धतीनं करायचं ठरलं.

नोंदणी विवाहाची तारीख जसजशी जवळ येऊ लागली, तसतसा लग्नसमारंभाचा विस्तार होऊ लागला. माझे सासरे म्हणाले, "थोडीफार हौसमौज व्हावी अशी आमची इच्छा आहे. लग्न सातारला हॉलमध्ये ठेवा."

"ठीक आहे. कर्मवीर समाधीजवळ शाहू बोर्डिंगचा हॉल आहे. मध्यस्थ पवार सर तिथं अधिक्षक. सारी सोय होईल. दोन्ही पक्ष रयतशी संबंधित असल्यानं कर्मवीर समाधी परिसरात लग्न म्हणजे भाग्यच!" मी म्हणालो.

लग्नपत्रिका न छापल्यानं नातेवाईकांना-मित्राना पत्रं पाठवली, निरोप दिले.

विवाहाचा बावीस मार्च उजाडला. साडूंच्या पाचसात कार-जीपमधून सकाळी लवकर सातारा गाठला. नवरदेवाकडून दोनतीन जिपा आल्या. वऱ्हाड, घोडं, वाजंत्री, मंडप, स्पीकर असला जामानिमा नसल्यानं शांत, प्रसन्न वातावरणात नोंदणी विवाह संपन्न. आप्तेष्ट, मित्र, रयत-गोतावळा मिळून अडीचशे लोक जेवले. रजिस्टर लग्न म्हटलं तरी खर्च झालाच. लोणंद कॉलेजच्या सायन्स शाखेला सहाव्या वर्षी पंचाहत्तर टक्क्याची सहा लाख रुपये ग्रँट आलीवती. कॉलेजकडील ठेवीपैकी मला एकतीस हजार मिळालेवते. त्यामुळे लग्न उलगडणं सोपं गेलं.

समताचं बारावी सायन्सचं वर्ष संपत आलंवतं. सर्व ती दक्षता वर्षभर घेतलीवती. तिची बारावी सायन्स बोर्ड परीक्षा समाधानकारक झाली. कॉलेजच्या सर्व नऊ वर्गांच्या परीक्षांचे ते पहिले वर्ष. आमचं आशास्थान राजपुरेमुळे टीवाय सायन्सवर लक्ष केंद्रित केलंवतं. त्याची परीक्षा व्यवस्थित पार पडली.

थर्ड बीएएमेस परीक्षा उत्तीर्ण होऊन सौ. अजिता माझ्या कुटुंबातली पहिली डॉक्टर झाली. जावई मोहन कोडलकर थर्ड एम्बीबीएस पास झाले. त्यांची इंटर्नशिप वैशंपायन कॉलेज सोलापूरला सुरू. अजिताची इंटर्नशिप सोलापूरला ट्रान्सफर केली. डॉ. सौ. अजिता व डॉ. मोहन यांचा नवा संसार सोलापूरला सुरू झाला.

समताला बारावी सायन्स परीक्षेत मेडिकल ग्रुपला सत्त्याऐंशी टक्के गुण मिळाले. सांगलीच्या ग्रँटेबल कॉलेजमध्ये बीएएमेसला प्रवेश मिळाला. कॉलेजला, लेडिज होस्टेलला ॲडमिशन घेतली. समता डॉक्टर होणार ते नवकी झालं. सागर वर्षभरात डेंटिस्ट होणार होता. तिन्ही अपत्ये वैद्यकीय क्षेत्रात गेल्याचा आनंद अवर्णनीय. आता लोणंदच्या घरात आम्ही उभयता दोघंच; ॲजिफ न्यूली मॅरिड कपल!

शिवाजी विद्यापीठ परीक्षांचे निकाल आले. आमचा टीवाय सायन्स निकाल शहाण्णव टक्के. केशव राजपुरेला बीएस्सी पदवी परीक्षा तिन्ही भाग मिळून अठ्ठ्याऐंशी टक्के. विद्यापीठात सर्वप्रथम! विद्यापीठाच्या सुवर्णपदकाचा मानकरी! वारंगे प्राइझ मिळालं. टीवाय फिजिक्स स्पेशलमध्ये साडेनव्वद टक्के गुण मिळवून तो विद्यापीठात सर्वप्रथम! शिर्के प्राइझ व स्वामी शिष्यवृत्ती मिळाली. त्या नेत्रदीपक यशाचा बोर्ड स्टेशन चौकात लावला.

खंडाळ्याला राजपुरेच्या खोलीव जाऊन पुष्पहार, पेढे दिले. त्याच्यासह नीरेला जाऊन वंदना नौकुडकरला पेढे दिले. मी, वंदना व केशव असा ग्रुपफोटो काढला. तो फोटो माझ्या प्राचार्यपदाच्या यशोमंदिराचा कळस! कॉलेजच्या गुणवत्ता फलकावर वंदनाचे नाव एक नंबरला. आता दोन नंबरला केशवचं नाव पेंट केलं.

बीए पदवीच्या पहिल्या बॅचचा निकाल चौऱ्याण्णव टक्के. तर बीकॉम पदवीच्या पहिल्या बॅचचा निकाल ब्याऐंशी टक्के. अन्य वर्गांचेही निकाल उत्तम. त्यामुळे सर्व वर्गांच्या प्रवेशासाठी झुंबड उडाली. एका वर्गानं, पन्नास विद्यार्थ्यांनिशी सुरू झालेल्या सायन्स कॉलेज लोणंदची प्रगती होत होत यंदा सातव्या वर्षी आर्ट्स सायन्स अँड कॉमर्स कॉलेजच्या नऊ वर्गात मिळून सव्वाआठशे विद्यार्थी. शैक्षणिक कर्तबगारीचा कहर!

सर्व वर्गांचे विद्यापीठ परीक्षा निकाल पुणे कार्यालयात दिल्यावर, उच्च शिक्षण संचालक प्रा. केपी सोनवणे म्हणाले, ''लोणंद कॉलेजचं हे सातवं वर्ष असल्यानं तुमच्या सायन्सला शंभर टक्के अनुदान आणि जुन्या कॉलेजमध्ये आर्ट्स-कॉमर्स या नव्या शाखा निघाल्यानं यंदा चौथ्या वर्षी त्या दोन्ही शाखानाही शंभर टक्के अनुदान मिळणार.''

विद्यार्थी सव्वाआठशे झाल्यानं संसद निवडणुकीत चुरस होती. निवडणूक प्रक्रियेचं काटेकोर नियोजन, प्राध्यापकांचे कडक जनरल सुपरविजन. विद्यार्थी निवडणूक

शांततेत पार पडली. सुभाष उत्तम शेळके विद्यापीठ प्रतिनिधी म्हणून बिनविरोध.

कर्मवीर भाऊराव पाटील हा युगपुरुष होऊन गेला म्हणून रयत शिक्षण संस्था स्थापन झाली, वाढली. आम्ही अंधारातून प्रकाशात आलो. साहजिकच कर्मवीर जयंती कार्यक्रम आमचा जिव्हाळ्याचा विषय. कर्मवीर प्रतिमेची गावभर मिरवणूक झाल्याव शैक्षणिक संकुलात सभा. यंदा प्रमुख पाहुणे होते फलटणचे नगराध्यक्ष प्राचार्य ॲड. रामराजे नाईकनिंबाळकर. फलटण तालुका सभापती संजीवराजे नाईकनिंबाळकर अध्यक्ष. मनोगतात म्हणालो, ''या दोन राजांचा सत्कार माझ्या हस्ते झाला, ही माझ्या जीवनातली संस्मरणीय घटना आहे.'' शिवाजी विद्यापीठात सर्वप्रथम आल्याबद्दल केशव राजपुरेचा सत्कार प्राचार्य रामराजेंच्या हस्ते करण्यात आला.

ल. पा. पतपेढीचा चेअरमन झाल्याव मी भांडवलवाढ मोहीम हाती घेतली. वर्षभरात दोनशे सदस्य वाढवल्यानं भागभांडवल वीस हजारानी वाढलं. वार्षिक अहवाल मासिक-आकारात छापण्याचा आणि भांडवलवाढीचा अभिनव मार्ग म्हणून अहवालात जाहिराती छापण्याचा निर्णय घेतला. तीस हजार रुपयांच्या जाहिराती जमवल्या. त्या वर्षी खेळत्या भांडवलात अर्धा लाख रुपयांची वाढ झाली. चेअरमन झालो तेव्हा कर्ज मंजूर अर्जदारांची प्रतिक्षा यादी असायची. वर्षअखेरीस मात्र मंजूर अर्जदाराना लगोलग कर्जवितरण करण्याइतपत पत वाढली.

वार्षिक सभेनंतर संचालक मंडळ सभा माझ्या अध्यक्षतेखाली भरली. एक ज्येष्ठ संचालक म्हणाले, ''प्राचार्य दिपा महानवरनी नवनव्या योजना आखून, प्रभावीरित्या राबवल्यानं उलाढाल वाढली. म्हणून त्यांचीच चेअरमनपदी फेरनिवड करावी.''

प्रस्तावाला सर्वांनी दुजोरा दिला. मी मात्र ठामपणे म्हणालो, ''आपली पतपेढी सुशिक्षितांची आहे. सर्व संचालक उच्च विद्याविभूषित. सौहार्द रहाण्यासाठी, रोटरी क्लबप्रमाणे चेअरमन दरसाल नवा हवा.'' त्या सूचनेनुसार सभेनं एके कचरेना चेअरमनपदी निवडलं.

विना अनुदानी अवस्थेत निधीअभावी पगार अनियमित. पगाराचा व्यवहार मात्र नियमित. दरमहा एक तारखेला स्टाफचा पगार खर्ची टाकून प्रत्येकाच्या नावे ठेव म्हणून जमा करायचो. निधी उपलब्ध होताच, 'ठेवीपैकी परत मिळाले' असे व्हाउचर घेऊन प्रत्येकाला, साठलेल्या ठेवीच्या प्रमाणात रक्कम चेकनं द्यायचो. ते करताना दक्षता घ्यायचो;– कॉलेजमध्ये असलेली माझी ठेव, कुणाही प्राध्यापकाच्या ठेवीपेक्षा अधिक असली पाहिजे.

पुढे संस्थेनं नॉनग्रँट कॉलेज प्राचार्यांची मीटिंग घेतली. पदाधिकाऱ्यानी फर्मावलं, ''यापुढे स्टाफच्या ठेवी घेणं बंद करून देणग्या घ्या.''

ते माझ्या कार्यपद्धतीत बसणारं नव्हतं. प्राध्यापकाना भरपूर राबवून घेत होतो, पण त्यांच्या पगारातून देणगी घेत नव्हतो. पदाधिकाऱ्यांच्या फर्मानामुळे माझ्यापुढे धर्मसंकट. सुटकेचा उपाय म्हणून प्राध्यापकाना सांगितलं, ''देणग्या जमवून स्वत:चा पगार घ्या किंवा स्वत:चा पगार देणगी म्हणून द्या.''

मग काय? सर्वजण जीव तोडून देणग्या जमवू लागले. प्राध्यापक जेवढी देणगी जमवायचा तेवढा त्याचा पगार केला जायचा.

यंदा मुक्ती-टप्प्याव! लोणंदला प्राचार्य झालो त्यावर्षी मोठी मुलगी बारावीला होती. यावर्षी छोटी मुलगी बारावी होऊन मेडिकलला गेली. तिन्ही अपत्यांची वैद्यकीय दिशा निश्चित झाल्यानं, कौटुंबिक आणीबाणीतनं मुक्त झालोवतो. स्थापनेपासून गेली सहा वर्षे कॉलेजमध्ये दरसाल एक तरी नवा वर्ग निघत होता. तीन तीन वर्षांची दोन आवर्तनं संपून यंदा संपूर्ण कॉलेज शंभर टक्के अनुदानित झालंवतं. सारे स्थिरस्थावर झाले असताना मनोमन वाटले;– आता आपण बदलून जावे!

सेवाज्येष्ठतेनुसार स्केल-प्रमोशनमध्ये नंबर आलावता. एक हजार विद्यार्थी संख्येखालच्या छोट्या लोणंद कॉलेजमधून माझी बदली हजारावरील जुन्या मोठ्या कॉलेजवर होण्याची शक्यता निर्माण झालीवती. सांगलीजवळ रामानंदनगर (किर्लोस्करवाडी) व पुण्यापलीकडे मंचर या दोन जुन्या मोठ्या महाविद्यालयांचे प्राचार्य रिटायर झाल्यानं सिनीयर स्केल प्रिन्सिपॉलच्या दोन जागा रिक्त होत्या. रयतच्या मॅनेजिंग कौन्सिल मीटिंगकडे सर्वांचे लक्ष लागलेवते. सचिव प्राचार्य स्वामी, सहसचिव प्राचार्य डॉ. सूर्यवंशी, प्राचार्य डॉ. घाटे याना साताऱ्यात भेटून सांगितलं, ''स्केल प्रमोशनवर माझी बदली सोयीनं रामानंदनगरला झाल्यास बरं होईल.''

सचिवानी विचारले, ''रामानंदनगर व मंचर यात कुठे फार फरक आहे? लोणंदपासून दोन्ही सारख्या अंतरावर तर आहेत.''

''माझी धाकटी कन्या सांगलीत मेडिकलला असल्यानं रामानंदनगर सोयीचं.''

सहसचिव म्हणाले, ''ठीक आहे. प्रयत्न करू.''

मॅनेजिंग कौन्सिल मीटिंग सुरू झाली. निर्णयाची वाट पहात थांबलोवतो. तेवढ्यात रयत बँकेचे जनरल मॅनेजर बाबा पोळ धावत आले न् म्हणाले, ''महानवर सर, द्या टाळी! आपल्या इच्छेप्रमाणे रामानंदनगर मिळाले.'' पदाधिकाऱ्याना धन्यवाद देऊन लोणंदला परतलो.

रामानंदगरची बातमी ऐकताच प्रतिष्ठित, जिवलग लोणंदकरांची प्रतिक्रिया

संमिश्र, "तुम्हाला प्रमोशन मिळालं, तुमची सोय झाली, आनंद आहे. पण साडेसहा वर्षांचा सहवास तुटणार त्याचं दु:ख आहे."

विद्यार्थी-विद्यार्थिनी, प्राध्यापक-सेवकानी निरोप समारंभ आयोजित केला. खंडाळा तालुका सभापती नितीन भरगुडे-पाटलांच्या हस्ते शाल-श्रीफळ देऊन सत्कार झाला. विद्यापीठ प्रतिनिधी सुभाष उत्तम शेळकेनं सिलींग फॅन देऊन विद्यार्थ्यांतर्फे गौरव केला. तालुका पंचायत समितीचे उपसभापती आनंदराव शेळके-पाटील अध्यक्षीय भाषणात म्हणाले, "प्राचार्य दिपा महानवरांच्या योजनाबद्ध प्रयत्नामुळे आर्ट्स, सायन्स, कॉमर्स कॉलेज लोणंद नावारूपाला आले. तिकडे दोन रयत महाविद्यालयांच्या सायन्स शाखा बंद झाल्या. इकडे मात्र लोणंद कॉलेजचे दोन विद्यार्थी बीएस्सीला विद्यापीठात पहिले आले!"

मनोगतात मी म्हणालो, "एका सायन्स वर्गाच्या पन्नास विद्यार्थ्यानिशी सुरू झालेलं लोणंद कॉलेज, आज तिन्ही शाखासह परिपूर्ण होऊन सव्वाआठशे विद्यार्थी-विद्यार्थिनी शिकताहेत. नॉनग्रँट म्हणून सुरू झालेल्या या कॉलेजच्या सर्व वर्गाना यंदा शंभर टक्के ग्रँट मिळणार. अनंत अडचणी असताना प्राचार्यपद स्वीकारलं. सर्व प्रश्न सुटले असताना समाधानानं निरोप घेतोय. आर्ट्स, सायन्स, कॉमर्स कॉलेज रामानंदनगरला स्केल प्रमोशनवर जातोय. या दुष्काळी भागातल्या विद्यार्थ्यांच्या उच्च शिक्षणाचे सत्कार्य माझ्या हातून घडल्यामुळे माझी तिन्ही अपत्ये मेडिकलला गेली."

सभेला सरपंच शंकरराव साहेबराव शेळके, उपसरपंच ॲड. माया खरात, प्राचार्य बी.जी शेवाळे, प्राचार्य बीडी महादार, प्राचार्य सौ. पीएस कदम उपस्थित.

उपप्राचार्याकडे चार्ज देऊन जड अंत:करणाने लोणंद कॉलेजचा निरोप घेतला. विना अनुदानी कॉलेजच्या प्राचार्यपदाचे खडतर पर्व संपले. नॉनग्रँटच्या चक्रव्यूहातून विमुक्ती!

*

# दोन

एस्टीनं सातारा, कराडमार्गे किर्लोस्करवाडी-रामानंदनगरला पोचलो. स्टाफनं स्वागत केलं. कागदपत्राव सह्या करून कॉलेजचा चार्ज घेतला. घाण पाण्यानं तुडुंब भरलेल्या विहिरीकाठी, आवारात तात्पुरतं प्राचार्य निवास. बरीच पडझड झालेली. दारं-खिडक्यांची, फरशी-भिंतींची डागडुजी केली. रंगकाम संपताच घरसामान आणाय लोणंदला परतलो.

मिसेसनं घरसामानाची आवराआवर सुरू केली. सरपंच शंकरराव शेळके-पाटलानी ग्रामपंचायत सभागृहात निरोपादाखल सत्कार केला. घरी जेवण दिलं. जेवल्याव वडील साहेबराव पाटील म्हणाले, "सर, माझ्या कुटुंबाव तुमचे फार उपकार आहेत. तर आता माझी एक इच्छा आहे; –गावठाणात मोक्याच्या ठिकाणी माझ्या जागा आहेत. त्यातली पसंत पडंल ती तीन गुंठे जागा फुकट घेऊन बंगला बांधा. तुम्ही लोणंदकर झाल्याव कायमचा सहवास."

ऐकून भारावलो. परंतु लागलीच म्हणालो, "उदार सूचनेबद्दल धन्यवाद. पण माफ करा. सातारला स्थायिक व्हायचंय."

रयत शिक्षण संस्था सचिवाना फोन केला, "प्लीज, बदली-प्रवासखर्चाला मान्यता द्या म्हणजे झालं."

"जमणार नाही. ही बदली तुमच्या सोयीनं झालीय."

"सोयीनं बदली झालेल्या अनेकाना संस्थेनं प्रवासखर्च दिलाय. लोणंदला साडेसहा वर्षे धावपळ करून कॉलेज वाढवलं. प्राचार्यपद स्वीकारलं तेव्हा माझ्या इंड-सुझुकीचं रनिंग दोन हजार किमी होतं. आज रनिंगचा आकडा बासष्ट हजार आहे. त्या पेट्रोलची किंमत किती होईल? तरी सर प्लीज..." समर्थनार्थ म्हणालो.

"नाव काढू नका बदली-प्रवासखर्च मुळीच मिळणार नाही!"

घरसामानाची आवराआवर संपताच ट्रक शोधाशोध सुरू. डोंबाळे-ट्रान्स्पोर्टला विचारल्याव कारभारी सुंदरशेठ म्हणाले, ''महानवर सर, तुमचं घरसामान पोच करू, परंतु भाडं घेणार नाही.''

''तसं नको. जिव्हाळा टिकवायचा असल्यास व्यवहार सांभाळला पाहिजे. भाडं घ्या.''

''मग दुसऱ्याचा ट्रक बघा.''

''ठीक आहे. भाडं राहिलं; डिझेल टाकतो.'' त्यावर ट्रान्स्पोर्टचे जेष्ठ मालक शंकरआण्णा म्हणाले, ''सर, डिझेलला आमच्याकडं पैसं न्हाइत का? तुम्ही खूप सहकार्य केलंय आम्हाला. कधीच विसरू शकणार नाही.''

माझ्या नॉनग्रँट योगदानाची कदर न करता संस्थेनं बदली-प्रवासखर्च नाकारला. ट्रान्स्पोर्ट व्यापारी डोंबाळेनी मात्र ध्यानीमनी नसताना उदार अंत:करणानं बदली-प्रवासखर्च दिला!– विरोधाभास प्रकर्षानं जाणवला. घरसामानासह रामानंदनगर गाठलं.

वॉल कंपौंडातल्या किर्लोस्करवाडीत सायंकाळी फिराय गेलो. विरोधाभास जाणवला. 'नगर' म्हणजे सुधारित आणि 'वाडी' म्हणजे मागास अशी प्रचलित कल्पना. इथं मात्र किर्लोस्करवाडीत पुण्यामुंबईगत गुळगुळीत स्वच्छ डांबरी रस्ते, तर बाहेर रामानंदनगरात खाचखळग्यांचे कच्चे रस्ते. वाडीत सारी शिस्त, तर नगरात पुरेपूर बेशिस्त. वाडीत विटांची बांधीव साफसूफ गटारं, तर बाहेर नगरात गटारं बेपत्ता.

प्राध्यापक-सेवकांची मीटिंग घेतली. शिस्त-गुणवत्ता-स्वच्छता ही प्रशासनाची त्रिसूत्री सांगितली. जुने जिवलग मित्र प्रा. डॉ. हिंदुराव साळुंखे हिंदीचे हेड. दोघं आवारात फिरत असताना लेडीजरूम लगतच्या छोट्या बागेत नजर टाकली. तर पाय टाकाय जागा नाही एवढी सांडपाण्याची दलदल. तेवढ्यात टमरेल घेऊन वयशीर माणूस बिडी ओढत आला. आमच्याकडं न बघता संडासात घुसला. विचारलं, ''साळुंखेसर, हा काय प्रकार?''

''संडास कॉलेजचं, पण वापर सार्वजनिक.''

मी चाट पडलो. संडासला कुलूप ठोकलं. नगरातल्या लोकांची वर्दळ बंद झाली.

एका दानशूर शेतकऱ्यानं स्लॅबचं मोठं लेडीज रूम बांधून दिलंवतं. आत जाऊन पाहिलं, तर लेडीज रूमचं रूपांतर 'भंगार सामानाचं स्टोअर' असं झालेलं. लाकूडफाटा, पाइपा आदी अडगळ सामान बाहेर टाकलं. भिंती, कोनाडे,

स्वच्छतागृहातल्या जाळ्या काढल्या. हॉल धुऊन स्वच्छ केला तेव्हा कुठं त्याला लेडीज रूमचं स्वरूप प्राप्त झालं.

रयतचे जनरल बॉडी मेंबर असलेले वयोवृद्ध स्वातंत्र्य सैनिक नेमूतात्या खोत छत्री टेकत रोज सकाळी कॉलेजमध्ये येत आणि दिवस बुडताना घरी जात. कॉलेजकामात मनापासून सहकार्य करत, प्रोत्साहन देत. तिसरापारा आवारात फिरताना म्हणालो, ''तात्या, मी मीटिंगसाठी सातारला जातोय. रविवार असल्यानं तुम्ही उद्या कॉलेजकडे येणार नसाल ना?''

''तसं नाही साहेब. उद्यादेखील इकडं येणार. स्टाफचं मस्टर तुमच्याजवळ, तर माझं मस्टर वरती कर्मवीर आण्णाजवळ! मला रजा सुट्टी नसते.''

''तात्या, आज नवीनच ऐकतोय. चला, या गोष्टीबद्दल घरी चहा घेऊ.''

प्राचार्य निवासात बसल्याव तात्या म्हणाले, ''आता वगाचा ड्रेस काढून ठेवा की.''

क्षणभर संभ्रमित होऊन तोंडाकडे पहात राहिलो. ट्यूब पेटल्याव आतल्या खोलीत जाऊन शर्ट-पँट बदलून लेंगा-सदरा घालून बाहेर आलो न् म्हणालो, ''तुमच्या म्हणण्याप्रमाणे वगाचा ड्रेस काढून लेंगा-सदरा घातल्याव मोकळंढाकळं वाटतंय. तमाशा आमचीही लाडकी करमणूक. त्यामुळे तुमच्या बोलण्यातली गंमत ध्यानात आली.''

''सर, प्राचार्य हा कॉलेजच्या बोर्डाव सुरू असलेल्या तमाशातला राजाच की!''

तीन मजली मेन बिल्डिग. तळमजल्याव ग्रंथालय, अभ्यासिका, वर्ग. वरच्या मजल्याव प्रयोगशाळा, वर्ग. आवार बंदिस्त नसल्यानं मन सुन्न करणाऱ्या घटना घडत. उघड्या व्हरांड्यात नगरातले लोक रात्री झोपत. झोप लागत नाही म्हणून काहीजण गप्पा ठोकत, तर झोपी गेलेले स्पर्धा लागल्यागत घोरत. कळस म्हणजे काही उंडगे सकाळी आठपर्यंत झोपत. वर्ग साडेसातला सुरू होत. व्हरांड्यातल्या लोकांची झोपमोड होणार नाही अशा बेतानं विद्यार्थी-विद्यार्थिनी वळसा घालून वर्गात जात. प्राध्यापकही तेच करत. पहिली स्टेप म्हणून झोपणाऱ्याना सौम्य सूचना दिली, ''सकाळी सातपूर्वी घरी जात जा.''

बरेचजण लवकर उठून जाऊ लागले. उरलेल्याना वॉचमन मोरे सातपूर्वी घरी पाठवू लागला.

एका संध्याकाळी अंतिम इशारा दिला, ''उद्यापासून व्हरांड्यात झोपू नका.''

''साहेब, आता मात्र हद्द झाली. वर्षानुवर्षे व्हरांड्यात झोपतोय. कोणत्याही प्राचार्यानं कधी हटकलं नाही आन् तुमी तर चक्क बंदी घालताय! ही काय मानुसकी झाली?''

"आजवर कुणी हटकलं नाही ती घोडचूक होती. तशी चूक न करता मी कर्तव्य पार पाडतोय."

"म्हणजे आधीचे सारे प्राचार्य इंडियन होते न् तुमी युरोपिअन आहात की काय?"

ऐकून संताप. परंतु संयम न सोडता म्हणालो, "काहीही समजा. पण अंधार पडल्यापासून उजाडेपर्यंत आवारात फिरकायचं नाही म्हणजे नाही!"

माझा ठाम निर्धार पाहून पुढारी म्हणाला, "मग आमच्या लोकानी यापुढं झोपायचं तरी कुठं?"

"मी सांगतो ना. आतापर्यंत नगरातल्या कॉलेज व्हरांड्यात झोपलात, यापुढे वाडीतल्या किर्लोस्कर हायस्कूलच्या व्हरांड्यात झोपत जा." पुढारी उसळून म्हणाला, "भलतंच काय सांगताय? रात्री वॉल कंपौड पलीकडं वाडीत पाऊल टाकू देत नाहीत; किर्लोस्कर हायस्कूलच्या व्हरांड्यात झोपणं तर लांबच!"

"मग मला सांगा, किर्लोस्कर हायस्कूल म्हणजे शाळा आहे, आणि रामानंदनगर कॉलेज काय धर्मशाळा आहे?" त्यावर पुढाऱ्याची बोलती बंद.

साडेसातचा तास गाठण्यासाठी विद्यार्थी-विद्यार्थिनींचं सकाळच्या प्रहरी आगमन होई. आवारात शिरताना माना खाली घालून यावं लागायचं. कॉलेजच्या कंपौंडलगत बाहेर बायांचा प्रातर्विधी.

बारीक विचार केल्याव लक्षात आलं; मोकळ्या जागेत झुडपांचा आडोसा असल्यानं ती जागा हागंदारीलायक. मग काय? सारे शिपाई झाडून कामाला लावले. कंपौडबाहेरची सफाई सुरू. झुडपं तोडून टाकली. काँग्रेस गवत, झाडोरा उपटला. पालापाचोळा, काटंकुटं, चिंध्या, प्लॅस्टिक गोळा करून पेटवून दिलं. ऐचान बाजूला करताच मेलेलं कुत्रं दिसलं. वैस घाणत होतं. शिपाई हात लावाय तयार होईनात. मग मीच तिथली लुगड्याची काठाळी कुत्र्याच्या पायाला बांधली न् म्हणालो, "आता ओढा न् लांब टाका."

सारी उपटाउपटी, जाळपोळ संपल्याव राख, दगडं, खापरं भरून रस्त्यापलीकडं टाकली. मोकळी जागा स्वच्छ, सप्पय झाली.

लोकांची वर्षानुवर्षांची सवय ध्यानात घेऊन नाईट वॉचमन मोरेला सांगितलं, "रोज अंधार पडल्याव रात्री दहापर्यंत आणि पहाटे पाचपासून उजडेपर्यंत राऊंड घ्यायचा. घाण करणाराना हटकायचं."

वॉचमनची कारवाई सुरू झाल्याव एके दिवशी सरपंच उपसरपंचाना घेऊन नगरातल्या लोकांचं शिष्टमंडळ ऑफिसात आलं. पुढारी म्हणाला, "प्राचार्यसाहेब, आता मात्र कमाल झाली. लाजलज्जा सोडून वॉचमन शिट्टी वाजवतोय, बॅटरी दाबून उजेड पाडतोय. गरीबांच्या बायाबापड्यानी शौचाला जायचं तरी कुठं?"

"ते तुम्ही सरपंचाना विचारा. कॉलेजचं आवार, परिसर स्वच्छ ठेवणं माझं काम."

सरपंच म्हणाले, "सार्वजनिक संडासं बांधण्याचा प्रश्न विचाराधीन आहे. तोपर्यंत जरा दुर्लक्ष कराय सांगा वॉचमनला."

चीड आवरून शांतपणे म्हणालो, "सरपंच, तुम्ही असं कसं म्हणता? कंपौडच्या आत आमचं घर, पलीकडं आमचं अंगण-प्रांगण. संडास नसल्यानं नगरातले लोक स्वतःच्या अंगणात का शौचाला बसत नाहीत?" शिष्टमंडळाचा पुढारी म्हणाला, "स्वतःच्या अंगणात परसाकडं बसाय ती काय बारकी पोरं आहेत थोडीच?"

"मग सरपंच मला सांगा, ही मंडळी स्वतःच्या अंगणात घाण न करता कॉलेजच्या प्रांगणात घाण करतात ते बरोबर आहे का?"

"तुमचं म्हणणं पटतंय, पण जरा सबुरीनं घ्या. वॉचमनला सांगा;– सकाळ संध्याकाळ शिट्टी वाजव, पण बॅटरी दाबून लाइट पाडू नकोस!" सरपंच म्हणाले.

आठवडाभरात लोकांची सवय मोडली. कॉलेज परिसरातली ती मोकळी जागा इतकी स्वच्छ झाली की; काही दिवसानी बुर्लीचा एक शेतकरी दुपारी त्या स्वच्छ जागेत बैलगाडी सोडून बायकापोरासह जेवत बसलावता. प्रा. डॉ. साळुंखे म्हणाले, "तुम्ही आल्याव अल्पावधित कॉलेजचा चेहरामोहरा बदलून गेलाय!"

दिवाळीपूर्वी सहामाही परीक्षा झालीवती. परंतु सहामाहीचा रिझल्ट लावण्याची प्रथा नव्हती. सुट्टी संपल्याव प्राध्यापकांची मीटिंग घेऊन पेपर तपसाय सांगितले. ज्युनियर, सिनियरच्या वर्गासाठी वर्गशिक्षक निश्चित केले. सहामाहीचा रिझल्ट लावला. प्रत्येक वर्गातले गुणानुक्रमे पाच नंबर काढून शोकेसमध्ये लावले. ज्युनियरसाठी प्रगती-पत्रके छापून भरून घेतली. प्राध्यापक-पालक योजना सुरू केली. प्रत्येक तासाला हजेरी सुरू. ऑफ तासावरून जनरल सुपरविजन वेळापत्रक तयार केलं, अमलात आणलं.

रामानंदनगरला मागे प्राचार्य असलेल्या शिरोडेंचा संस्थेशी वाद झाला होता. संस्थेनं त्यांना निलंबित केलं. त्यांनी संस्थेवर खटला भरला. तारखा सुरू झाल्या. शिरोडेसर कॉलेजच्या अधिकृत प्राचार्य निवासात दडपून रहात होते. त्यासाठी मागे संस्था पदाधिकारी कॉलेजमध्ये आले असता क्वार्टरमध्ये जाऊन हेडक्लार्क म्हणाले, "शिरोडेसर, संस्थेचे मोठे साहेब आलेत. प्राचार्य निवासाबाबत चर्चा कराय तुम्हाला ऑफिसात बोलावलंय."

"येत नाही म्हणून सांग जा! संस्थेच्या साहेबाना मी ओळखत नाही. फक्त कोर्टाच्या न्यायाधीशाना ओळखतो."

त्याआधी एकदा माजी प्राचार्य शिरोडे कोर्टाची ऑर्डर घेऊन आले. प्राचार्याच्या खुर्चीत बसले आणि शिपायाला म्हणाले, "सहीसाठी मस्टर आण. कालची कीर्द मला दाखवाय सांग अकौंटंटला." शिपायानं ते शब्द ऑफिसात सांगताच अधिक्षकानं धावत जाऊन आजी प्राचार्य डीए खोपडेना घडला प्रकार सांगितला. तावातावानं ते केबिनमध्ये गेले. माजी प्राचार्य खुर्चीत बसल्याचे पहाताच प्राचार्य खोपडेंचा पारा चढला. त्यानी माजी प्राचार्याना खुर्चीसकट उचलून बाजूला ठेवलं. टेबलामागे दुसरी खुर्ची मांडून प्राचार्यपदी विराजमान झाले. शक्तीप्रदर्शनात आपण टिकू शकणार नाही; याचा अंदाज आल्यानं प्राचार्य शिरोडेंनी काढता पाय घेतला.

आम्ही एस्वायला असताना हेच शिरोडेसर केमिस्ट्रीचे प्राध्यापक होते. आता रामानंदनगरला आवर्जून त्याना भेटलो. ते म्हणाले, "सध्या मी चमत्कारिक अवस्थेत असलो तरी, तुम्ही प्राचार्य म्हणून आल्याचा आनंद आहे."

"सर, या योगायोगाचं मलाही समाधान वाटतंय. पण गैरसमज करून घेणार नसाल तर एक विनंती करतो."

"बिनधास्त सांगा."

"तुमचा न् संस्थेचा वाद वाढून कोर्टकेस व्हावी ही अत्यंत दुर्दैवी घटना. पण ज्या कॉलेजच्या आवारात पूर्वी प्राचार्य म्हणून रुबाबात वावरलात, त्याच आवारात अशा अपमानास्पद अवस्थेत तुम्ही रहावे हे मला रुचत नाही."

"तुमच्या भावनांचा आदर करून लवकरच योग्य निर्णय घेतो."

मेनगेट लगत आवारात पाचसा गुंठे काळी कसदार मोकळी जमीन. प्रा. साळुंखेना म्हणालो, "इथं उत्तम वनस्पती-उद्यान होईल. पण पाण्याचा प्रश्न असेल?"

"पाण्याचा कसला प्रॉब्लेम? चोवीस तास मुबलक पाणी!"

बॉटनीचे प्रा. खेमनर हौशी, अभ्यासू. त्या अनियमित आकाराच्या जागेला साजेसा उद्यान-आराखडा तयार केला. मध्यभागी गोल हौद बांधून सेंटरला आकर्षक कारंजं बसवलं. हौदाभोवती गोलाकार वाट आणि त्यापासून सूर्यकिरणागत बाहेर फाकणाऱ्या पाऊलवाटा तयार केल्या. लहानमोठी दोनशेक फुलझाडे लावली.

एनेसेस श्रमशिबिराचा वेध लागला. कॉलेजच्या नावात जे गाव आहे, त्या बुर्लीत शिबिर ठरवलं. नेमूतात्या मूळचे तिथले. पाहणीसाठी बुर्लीला गेलो. सरपंच उत्तमराव मोरे म्हणाले, "साहेब, तुम्ही अगदी बोलावल्यागत आलात. बुर्ली ते पलूस रस्त्याच्या कामाचा आज शुभारंभ करायचाय!"

नेते येताच भूमिपूजनाची लगबग सुरू. ती मंडळी निराळी वाटली. सभापती म्हणाले, "आम्ही काय रोजच भूमिपूजन करतोय. अनायासे प्राचार्यसाहेब आहेत तर

त्यांच्याच हस्ते भूमिपूजन करू या.''

अवघडल्या मनानं नारळ फोडला. पहिली कुदळ मारून कामाचा शुभारंभ केला.

रामानंदनगर कॉलेजचं ते पंचवीसावं वर्ष. रौप्य महोत्सव समिती स्थापून कामकाज सुरू केलं. पारितोषक वितरणाचं निमित्त साधून भव्य समारंभाचं नियोजन केलं. प्रमुख पाहुणे ठरवले ना. डॉ. पतंगराव कदम. परंतु दरम्यानच्या काळात ना. सुधाकर नाईकाना मुख्यमंत्रीपदाचा राजीनामा द्यावा लागला. डॉ. कदमांचं मंत्रिपद दोलायमान झालं. आम्हाला काळजी लागली;– ना. पतंगराव समारंभाला येतील की नाही?

तथापि ना. नाईकानी राजीनामा दिला तरी, नव्या मुख्यमंत्र्याच्या नावनिश्चितीला विलंब लागल्याने, ठरल्याप्रमाणे डॉ. पतंगराव कदम नामदार म्हणून समारंभाला आले. प्रमुख पाहुणे म्हणून बोलताना म्हणाले, ''गुणवंत विद्यार्थ्यांच्या बक्षीसासाठी दहा हजार रुपये प्राचार्यांकडे सुपूर्द करतोय. कॉलेजच्या रौप्य महोत्सवी वर्षात विविध विकास योजना पार पाडण्यासाठी पंचवीस लाख रुपये जमवूया.''

अध्यक्षपदी ज्येष्ठ समीक्षक शंकर सारडा. प्रमुख उपस्थितामध्ये सांगली जिल्हा मध्यवर्ती बँकेचे चेअरमन हिंदकेसरी पै. मारुती माने, तासगाव साखर कारखान्याचे चेअरमन दिनकरआबा पाटील.

चारपाच दिवसानी ना. शरद पवारांचा मुख्यमंत्री म्हणून शपथविधी झाला. तीन दिवसानी मंत्रीमंडळाचा शपथविधी पार पडला. दुर्दैवाने आमची भीती खरी ठरली;– डॉ. पतंगराव कदम मंत्रीमंडळातून गळाले.

बारावी बोर्ड परीक्षेचे केंद्र आमच्या कॉलेजकडे. केंद्राची आधीची ख्याती बरी नव्हती. आम्ही व्यवस्थापन कडक ठेवले. परीक्षार्थी, स्टाफखेरीज कुणालाही आवारात प्रवेश नव्हता. गेटला कुलूप. कुंडलचे जि.प. सदस्य बाळासाहेब पवार दुपारी बाराला फाटकावरून डोकावत होते. जवळ जाऊन विचारलं, ''काही काम आहे का?''

''माझा मुलगा परीक्षेला बसलाय की नाही ते पहायचंय.''

''आत या, चौकशी करू.''

ऑफिसात बसल्याव म्हणाले, ''कॉलेज आवारात, परिसरात एवढी शांतता पाहून शंका आली;– बारावी केंद्र परीक्षा येथे आहे की दुसरीकडे? पूर्वी बोर्ड परीक्षेच्या वेळी बाहेरच्या लोकांची मोठी वर्दळ असायची. लगतच्या बुर्लीरोडवर टोळभैरवांचे थवेच्या थवे उंडारत असायचे. त्या पार्श्वभूमीवर आजची व्यवस्था विशेष वाटली. आवडली.''

प्राचार्य निवासात शिरोडेसर दडपून रहात होते. त्यामुळे माझी रहाण्याची

गैरसोय तर होतीच; परंतु कॉलेज प्रशासनातलं एक भिजत घोंगडं म्हणून ते प्रकरण मनात डाचत होतं. अधूनमधून त्यांच्याकडे विषय काढत होतो. शेवटी म्हणालो, "सर, प्राध्यापक-विद्यार्थी हे आपलं नातं असलं तरी प्राचार्य म्हणून असलेली जबाबदारी पार पाडणं मला भाग आहे. क्वार्टर लवकरात लवकर खाली केल्यास मेहेरबानी होईल!"

"आता थोड्या दिवसांचा प्रश्न आहे."

पुढल्या पंधरवड्यात प्राचार्य शिरोडेंच्या घरसामानाचा ट्रक सहकुटुंब कोकणातल्या गावाकडं रवाना झाला! त्या दिवशी कधी नव्हे ती दुपारी डुलकी लागली. "महानवरसाहेब, अहो सर!" अशा हाकानी जाग आली. दार उघडताच नेमूतात्या गळामिठी भेटून म्हणाले, "बेस्ट झालं! आधीच्या दोघा प्राचार्यांना गेल्या पाचेक वर्षात जे जमलं नाही, ते कोडं तुम्ही तीनचार महिन्यात बिनबोभाट सोडवलं."

"ठीक आहे. चला तात्या, डागडुजीच्या कामाला लागूया."

प्राचार्य निवासात जाऊन पाहिलं तर सातही खोल्यांच्या फरशा उखडलेल्या. इलेक्ट्रिक फिटिंग लोंबत होतं. खिडक्यांच्या बिजागऱ्या निखळून दारं लोंबकळत होती. बैठक हॉलच्या दर्शनी दोन्ही बाजूना फक्त आडवे गज असल्यानं स्वरूप चावडीसारखं. तात्या म्हणाले, "बिनदारांच्या खिडक्यातनं पावसाच्या झडीचं पाणी आत शिरून हॉलचं तळं होतं. स्लॅबचं काम एवढं कच्चं झालंय की सर्व खोल्यात गळतं."

तिवारे मिस्त्रीला लेबर कॉंट्रॅक्ट दिलं. गळतं निघावं म्हणून स्लॅबवर सिमेंट कॉंक्रीटचा जाड कोबा टाकला. सर्व खोल्यातल्या फुगलेल्या, फुटलेल्या फरशा काढून लेव्हलमध्ये बसवल्या. जुने वायरिंग काढून रानमळे वायरमननं पाइपातलं फिटिंग केलं. दाराखिडक्यांची दुरुस्ती शिवा सुतारानं बोंगेमामाच्या मदतीनं केली. विशेषत: बैठक हॉलचं चावडीस्वरूप बदलण्यासाठी दोन्ही भिंतीना गजांच्या आतून दारं बसवली.

आतबाहेर रंगरंगोटी केल्याव तात्पुरत्या क्वार्टरमधलं घरसामान प्रशस्त प्राचार्य निवासात हलवलं. पंचवीस वर्षांच्या वैवाहिक जीवनात प्रथमच चोवीस तास पिण्याच्या, धुण्याच्या नळपाण्याची घरातच सोय झाल्यानं मिसेस खूश!

सातारला कर्मवीर पुण्यतिथी. सभा संपल्याव प्रा. हिंदुराव साळुंखेसह गावी गेलो. मुक्कामी एस्टीपर्यंत दोन तास न थांबता, किकलीपासून चालत निघालो. किकली-लगडवाडी साडेतीन कि.मी. रस्ता अनेकदा झपाट्यानं कापलावता. आता मात्र पाय कट काढत नव्हते. दुखत होते, लटपटत होते. जागजागी बसावं लागलं. आयुष्यात पहिल्यांदा, वय वाढल्याची जाणीव प्रकर्षानं झाली.

वैवाहिक जीवनाची पंचवीस वर्षे पूर्ण. कोण काय म्हणेल त्याची पर्वा न करता, विवाहाचा रौप्य महोत्सवी वर्धापन दिन साजरा केला. नऊ जूनला सकाळी घरात आई, वडील, कर्मवीर यांच्या फोटोना पुष्पहार घातले. संध्याकाळी शंभरेक प्राध्यापक-सेवक, मित्र-चाहत्याना सामिष भोजन दिलं. सरपंच डॉ. डीडी माने, नेमूतात्या खोत, युवानेते श्रीकांत लाड यांची अभिनंदनपर भाषणं झाली. जीवनाच्या विशेष टप्प्यावर भावना व्यक्त करताना भारावून गेलो.

कॉलेज रौप्य महोत्सवानिमित्त निधी संकलन सुरू. लोणंदच्या उत्साहवर्धक अनुभवावरून मुख्यमंत्री ना. शरद पवारांना पत्र पाठवलं, 'महाराष्ट्राचे शिल्पकार यशवंतराव चव्हाणांच्या हस्ते रामानंदनगर कॉलेजचे उद्घाटन पंचवीस वर्षापूर्वी झाले. यंदा रौप्य महोत्सवी वर्षात प्रयोगशाळा बांधकाम करणार आहोत. त्यासाठी मुख्यमंत्री फंडातून दोन लाख रुपये देऊन उपकृत करावे.'

ना. पवारसाहेबांच्या सहीनं उत्तर आलं, 'प्रयोगशाळा इमारतीसाठी मुख्यमंत्री सहाय्यता निधीतून एक लाख रुपयांचा धनादेश सोबत जोडलाय.'

मुख्यमंत्र्याना पाठवलेलं पत्र, ना. शरदरावांच्या सहीचं उत्तर आणि एक लाखाचा चेक पाहून नेमूतात्या म्हणाले, ''मागे वसंतदादा पाटील मुख्यमंत्री असताना आम्ही जीप काढून दोन मुंबई-वाऱ्या केल्या; तेव्हा कुठं मुख्यमंत्री फंडातनं पंचवीस हजार पदरात पडले! आमच्या प्रवासाव चार हजार खर्च झालेवते.''

जरा थांबून तात्या म्हणाले, ''आणि त्या पार्श्वभूमीवर विचार केला तर, आता कमाल झाली! केवळ पाच रुपयच्या रजिस्टर पत्राव कॉलेजला एक लाख रुपये मिळाले!''

माझी कृतज्ञता, ''ना. शरद पवार! ऐपत व दानत असणारा जाणता राजा!''

बोर्डाचा निकाल लागला. बारावी सायन्सची अंजली कुलकर्णी नव्वद टक्के गुण मिळवून बोर्डात आली. पुष्पहार, पेढे देऊन अभिनंदन केल्याव म्हणाली, ''सहामाहीची माझी कामगिरी यथातथा होती. गुणानुक्रमे पाच नंबर बोर्डाव लागल्यानं ईर्षा निर्माण होऊन अधिक अभ्यास केला. त्यामुळे पूर्वपरीक्षेची टक्केवारी वाढली; आणि प्रेरणा मिळून शेवटी बोर्डाच्या गुणवत्ता यादीत चमकले.''

पूर्वी आठ वर्षे रामानंदनगर कॉलेजला प्राचार्य असलेले माझे मित्र डॉ. विलासराव घाटे शिवाजी विद्यापीठाचे प्रकुलगुरू झाले. कॉलेजमध्ये त्यांचा सत्कार केला. प्रकुलगुरूंच्या हस्ते अंजली कुलकर्णीचा गौरव. रयत सचिव, उच्च शिक्षण सहसचिव उपस्थित.

पावसाळा सुरू होताच प्राचार्य-निवासापुढं बगिचा तयार केला. पाचसा महिन्यापूर्वी लागवड केल्यामुळे वनस्पती-उद्यान पावसाळ्यात चांगलेच बहरले. निकाल सुधारणा, शिस्तीचं प्रसन्न वातावरण यामुळे कॉलेजची विद्यार्थीसंख्या दोनशेनी वाढली. कौटुंबिक आघाडीवरही समाधान होते. डॉ. सौ. अजिता व जावई डॉ. मोहन यांच्या इंटर्नशिप पूर्ण होऊन म्हसवडला 'कोडलकर हॉस्पिटल' सुरू झाले. फायनल बीडीएस पास होऊन सागरची इंटर्नशिप मुंबईत सुरू होती. रेल्वेनं अर्ध्या तासाच्या अंतराव असल्यानं समता सांगलीहून अधूनमधून घरी यायची.

मी बदलून रामानंदनगरला आलो, तेव्हा प्राचार्य लालासाहेब राणे लोणंदला गेले. राणे माझा विद्यार्थी. पुढं प्राध्यापक झाला. लाईफ मेंबरपुत्र असल्यानं सहज प्राचार्य झाला. विद्यार्थी असला तरी लोणंदला गेल्याव माझ्याशी तुटक वागू लागला. नंतर तर वाकडी चाल सुरू केली. लोणंदच्या माझ्या कामाचं कौतुक करणं लांबच, उलट मला आंबवू लागला. स्टाफ पूर्ततेतल्या त्रुटी, ऑडिट रिपोर्टची पूर्तता अशा बाबतीत त्यानं माझ्याकडे पत्रांचा धडाका लावला.

तशा प्रकारच्या कामासाठी रामानंदनगर कॉलेजच्या माजी प्राचार्यांना चारपाच महिन्यात मी एकही पत्र पाठवलं नव्हतं. प्रिं. राणेनी मात्र त्या काळात मला आठवड्याला एकदोन पत्रे पाठवून वैताग आणला. पत्रामुळे माझे काही वाकडे होत नव्हते; पण उत्तरात हकनाक वेळ जात होता. शेवटी फोनवर कडक शब्दात सुनावलं, "मिस्टर राणे, तुम्ही एकेकाळचे माझे विद्यार्थी. गेले चारपाच महिने मात्र अकारण मनस्ताप देताय. यापुढे तरी निदान असं वागा की, तुम्ही माझे विद्यार्थी होता, हे सांगण्याची मला लाज वाटू नये!"

लोणंद कॉलेजकडून माझा एकतीस हजार रुपये पगार येणे होता. इतर प्राध्यापक-सेवकांच्या छोट्यामोठ्या रकमा कॉलेजकडून येणे होत्या. प्रिं. राणेंनी देणी कमी करण्याची मोहीम उघडली. आलेल्या ग्रँटमधून, जमा देणग्यातून प्राध्यापकांची देणी भागवण्याच्या सनदशीर मार्गाऐवजी, प्राध्यापकाकडून देणग्या घेण्याचा खिसेकापू शॉर्टकट राणेंनी अवलंबला. 'ठेव परत मिळाली' असं लिहिलेल्या व्हौचरवर प्राध्यापकाची सही घेऊन, त्याला तेवढ्या रकमेची देणगी पावती देऊ लागले. तोच प्रयोग माझ्याव सुरू केला. त्यासाठी सचिवांची मदत घेतली. एका मीटिंगनंतर सचिव म्हणाले, "प्राचार्य राणे म्हणतायत तर महानवर सर, एकतीस हजारच्या व्हौचरवर सही करून देणगी देऊन टाका ना."

"साहेब, मला ते मान्य नाही. नॉनग्रँट कॉलेज उभारणीत मी अपार कष्ट केले, अमाप वेळ दिला. पण पैसा देणं शक्य नाही."

"एका प्राचार्यानं 'बासष्ट हजार रुपये ठेव परत मिळाली' म्हणून व्हौचरवर सही करून ती रक्कम देणगी दिली." सचिव म्हणाले.

"त्याचा तपशील निराळा आहे. त्या प्राचार्याचा खराखोटा गैरव्यवहार उकरून, कात्रीत पकडून; बाप दाखव नाहीतर श्राद्ध घाल! –या चालीवर, देणगी दे नाहीतर कारवाईला तोंड दे!– असा अल्टिमेटम दिल्यामुळे तो बिचारा बासष्ट हजार रुपये देणगी देऊन मोकळा झाला. सर, माझं तसलं काही आंधळं गारूड नाही." माझी मल्लीनाथी. त्यातूनही प्राचार्य राणेंचा अट्टाहास, "तरीसुद्धा एकतीस हजारच्या व्हौचरवर सही करून देणगी द्यावी असं मला वाटतं."

त्यावर रागात म्हणालो, "मिस्टर राणे, तुम्ही फक्त साताठ महिने नॉनग्रँट कॉलेजवर प्राचार्य होता. म्हणून लक्षात ठेवा, तब्बल साडेसहा वर्षे नॉनग्रँट कॉलेजमध्ये तपश्चर्या केलेल्या प्राचार्य महानवरला काही सांगण्याचा तुम्हाला नैतिक अधिकार नाही!"

शेवटी संस्थेनं नॉनग्रँट कॉलेज प्राचार्यांची मीटिंग घेतली. मी माझा अनुभव सांगून प्राचार्यांचे विविध प्रश्न विस्ताराने मांडले. त्या व्यथा ऐकूनही एक ज्येष्ठ पदाधिकारी म्हणाले, "प्राचार्यसाहेब, आपण म्हणताय ते ठीक आहे. तरीसुद्धा नॉनग्रँट कॉलेज स्टाफचा हा बांडगूळवर्ग (?) संस्थेला मोठी डोकेदुखी ठरलाय. त्यांच्या देण्यांचा सोक्षमोक्ष लावलाच पाहिजे!"

बहुसंख्य प्राचार्यांचं मत देणगी देण्याविरुद्ध होतं. परंतु कुणीही उघड बोलत नव्हतं. साधकबाधक चर्चा झाल्याव शेवटी प्राचार्यांनी द्यावयाच्या देणगीचं, त्यागावर आधारित सूत्र पदाधिकाऱ्यानी निश्चित केलं, –"नॉनग्रँट कॉलेजवर एक वर्ष नोकरी केलेल्या प्राचार्याने येणे पगाराच्या वीस टक्के देणगी द्यावी, दोन वर्षे नोकरी केलेल्यानं पंधरा टक्के, तीनचार वर्षे नोकरी केलेल्या प्राचार्यानं दहा टक्के, पाच वर्षे नोकरी केलेल्यानं पाच टक्के आणि नॉनग्रँट कॉलेजवर पाच वर्षपेक्षा अधिक नोकरी केलेल्या प्राचार्यानं शून्य टक्के देणगी द्यावी."

नॉनग्रँट कॉलेजवर माझी साडेसहा वर्षे नोकरी झालीवती त्यामुळे देणगीतून मी सहीसलामत सुटलो. एकतीस हजार रुपयांचा चेक लोणंद कॉलेजकडून मिळाला! ती आर्थिक लढाई शांत डोक्यानं, पण निकरानं लढून जिंकली!

मुख्यमंत्री फंडातून मिळालेल्या एक लाखाचा विनियोग करून प्रयोगशाळा इमारत बांधायचं ठरवलं. जुन्या एकमजली प्रशासकीय इमारतीला समांतर तीन मजली मेन बिल्डिंग. दोन इमारतींच्या मधल्या आवारातून विद्यार्थी-ग्रामस्थ फटफटीवनं, मोटारीतनं इकडून तिकडे येजा करीत. आमनेसामने दोन इमारतींना जोडणारी आडवी

बिल्डिंग बांधण्याचा निर्णय घेतला. त्यामुळे मेनगेटकडे तोंड असलेला इंग्रजी 'यु' आकार तयार होऊन आवार बंदिस्त होणार होतं. प्लॅन काढून पाया आखला.

नियोजित इमारतीच्या पायात वडाचं मोठं झाड येत होतं. ते तोडणं आवश्यक बनलं. नेमूतात्याशी चर्चा करून सातारला फोन लावला. प्रमुख पदाधिकारी परगावी गेल्यानं ऑडिटरशी बोलून वटवृक्ष तोडण्याची परवानगी घेतली. युद्धपातळीवर काम करून एका दिवसात झाड पाडलं. सायंकाळी कॉलेजचा एक शिपाई म्हणाला, "हायस्कूलचे हेडसर चेअरमनना भेटाय गेलेत."

सावध होऊन सातारला फोन लावला. संस्थेचे रजिस्ट्रार हंबीरराव पाटील म्हणाले, "रामानंदनगरचे हेडमास्तर दुपारी चेअरमनना म्हणाले;– अहो दाजी, प्राचार्य महानवरनी तिकडे मोठ्ठा हॅवॉक केलाय!

–हॅवॉक म्हणजे असं केलंय तरी काय?

–आवारातला मोठा वटवृक्ष तोडतायत.

–वड तोडण्याचं कारण?

–नियोजित इमारतीच्या पायात झाड येतंय.

–तसं असल्यास वडाचं ते झाड तोडलंच पाहिजे!

–पण दाजी, वटवृक्ष संस्थेचं बोधचिन्ह! तोडण्यापूर्वी प्राचार्यांनी संस्थेची परवानगी काढाय नको का?

–परवानगीचं काय केलंय ते प्राचार्यांना विचारतो.

ऐकून हेडमास्तर हलले. ते गेल्याव चेअरमन म्हणाले;– प्राचार्यांना काहीही विचारायचं नाही. इमारतीच्या पायात येणारं झाड लिंबाचं असो की वडाचं, तोडलंच पाहिजे! असली भाबडी श्रद्धा काय कामाची?

...तरी महानवर सर, वडाचं ते झाड बेलाशक तोडा!"

मी हसून सांगितलं, "अहो हंबीरराव, झाड पाडून फांद्या खडूनखुटून सरपणाचा ढीग लावलासुध्दा!"

रामानंदनगरला हँडबॉल पॉप्युलर होता. आमचा संघ बलाढ्य. झोनल, इंटरझोनल सामने त्यावर्षी आमच्या क्रीडांगणाव खेळले गेले. अधून मधून पावसाच्या सरी कोसळत होत्या. दोन दिवसात संपणारे झोनल हँडबॉल सामने तीन दिवस चालले. मिरज कॉलेजविरुद्ध झालेला अंतिम सामना आमच्या संघाने अकरा गोलनी जिंकला. आम्ही सांगली जिल्ह्यात अजिंक्य.

सांगली जिल्हा पोलीस उपअधिक्षक हिंदुराव पाटलांनी शिवाजी विद्यापीठ ध्वज फडकावून इंटरझोनल हँडबॉल सामन्यांचे उद्घाटन केले. अध्यक्षस्थानी किर्लोस्कर कारखान्याचे उपाध्यक्ष एम्डी देशपांडे. पहिला सामना माझं जुनं लोणंद कॉलेज

विरुद्ध नवं कॉलेज. तो रामानंदनगर संघानं जिंकला.

दुसऱ्या दिवशी झालेला अत्यंत चुरशीचा अंतिम सामना, सोलापूर झोनच्या बार्शी संघाला हरवून रामानंदनगर संघानं जिंकला. आमचा संघ शिवाजी विद्यापीठात अजिंक्य ठरला! कॉलेज स्थापनेपासून प्रथमच अजिंक्यपद लाभल्यानं प्रचंड जल्लोष! सांगली जिल्हा पोलीस अधिक्षक रामराव वाघांच्या हस्ते पारितोषक वितरण. अध्यक्षस्थानी उपजिल्हाधिकारी राजाराम माने.

प्रयोगशाळा इमारतीचा पायाभरणी समारंभ आणि अजिंक्य हँडबॉल खेळाडूंचा सत्कार आयोजित केला. रम्य सकाळी पावसानं उघडीप दिलीवती. पाहुण्यांच्या मोटारींचा ताफा आवारात शिरला. पार्किंगला स्थिरावला. आमदार डॉ. पतंगराव कदमांच्या हस्ते पायाभरणी समारंभ पार पडल्याव विजेत्या हँडबॉल खेळाडूंचा सत्कार झाला. डॉ. पतंगराव कौतुकानं म्हणाले, ''कॉलेजची विद्यार्थिनी बोर्डात आली, आपला हँडबॉल संघ विद्यापीठात अजिंक्य ठरला आणि प्रयोगशाळेचा पायाभरणी समारंभ आताच पार पडला! सध्या महाविद्यालयात नवचैतन्य निर्माण झालंय.'' तासगावचे तरुण, तडफदार आमदार आरार पाटलांनी अध्यक्षीय समारोप केला.

रौप्य महोत्सव निधी संकलनासाठी देणगीबुकं छापून घेतली. प्राध्यापकामार्फत विद्यार्थ्यांना वाटली. महिनाभरात लाखभर रुपये जमवले. प्राचार्य शिरोडे अनाधिकारानं प्राचार्य निवासात पाचेक वर्षे राहिलेवते. त्या काळाचे बावीस हजार रुपये भाडे वसूल केले. ते प्रयोग शाळा बांधकामासाठी उपयुक्त ठरले.

लॅब बिल्डिगचं लेबर काँट्रॅक्ट कुंडलच्या शंकर नांगरेना दिलं. सर्व कॉलम उभे राहिले. जोते लेव्हलपर्यंत भर करण्यासाठी भरपूर मुरूम लागणार होता. परंतु त्या खर्चाला फाटा देऊन किर्लोस्कर कारखान्यातली मोफत खंगर (जळकी वाळू) मिळवली. ट्रॅक्टरनं ग्राऊंडवर लवंडलेली खंगर आत टाकण्याच्या कामी विद्यार्थ्यांची मदत घेतली. रयतच्या स्वावलंबन तत्वानुसार आळीपाळीनं सर्व वर्गांच्या विद्यार्थी-विद्यार्थिनींनी श्रमदान केलं.

चारी हॉलवरचा लंबाचौडा स्लॅब यथावकाश पूर्ण. वीटकाम, आतबाहेर गिलावा संपताच इमारतीचा वापर सुरू.

हायस्कूल, कॉलेज यांच्या पाणीपुरवठ्यासाठी शाखाप्रमुखानी पंचवीस वर्षापूर्वी विहीर खणली होती. पाणी लागलं नाही. पस्तीसेक फूट खोलीची ती विहीर काळाच्या ओघात ढासळून लांबरुंद झाली. रामानंदनगरातलं सांडपाणी जाऊन विहीर तुडुंब भरलेली असे. पाण्याव डास, माशा, चिलटं. भयंकर दुर्गंधी कॉलेज,

हायस्कूल, कन्या विद्यालय आवारात. प्राचार्य, उपप्राचार्य, उपमुख्याध्यापक, मुख्याध्यापक यांची निवासस्थानं विहिरीलगत. दुर्गंधीच्या माऱ्याला, डासांच्या हल्ल्याना आम्हाला तोंड द्यावं लागायचं. त्या निरुपयोगी, अपायकारक विहिरीबद्दल माझ्या मस्तकात तिडीक. तात्याना म्हणालो, "विहिरीचा कुणाला उपयोग तर नाहीच, उलट तिन्ही शाखातल्या शिक्षक-सेवक, विद्यार्थी-विद्यार्थिनींच्या आरोग्याला धोका. पाण्यात बुडून एकादं दगावण्याची भीती. या विघातक विहिरीचं काय करायचं?"

"त्याबाबत अनेकदा नुसती चर्चा झाली. तोडगा मात्र कुणीच काढला नाही."

"विहीर बुजवली तर?" माझा धाडसी प्रस्ताव.

"उत्तम होईल! पण दोन्ही हेडमास्तरशी चर्चा करून ठरवा." चर्चेत उभय मुख्याध्यापकांची हरकत दिसली नाही.

किर्लोस्कर कारखान्यातून बाहेर पडणारी खंगर टाकून विहीर बुजवण्याचा चंग बांधला. कारखान्याला रीतसर पत्र देऊन विहिरीत खंगर टाकाय सांगितलं. रोज साताठ ट्रॉल्या खंगर पडू लागलं. काठाजवळ ढीग लागले. विद्यार्थिनी-विद्यार्थ्यांनी खंगरातले टोळे विहिरीत टाकले. अनुगडेसरांचा बुलडोझर भाड्यानं लावला. ढीग विहिरीत ढकलले.

पंधरवड्यानं तर कंपनीनं रोज धाबारा ट्रॉल्या टाकण्याचा सपाटा लावला. कंपनीनं खंगर काठाव टाकणं व आम्ही ते विहिरीत ढकलणं अशी स्पर्धा सातत्यानं चालली तेव्हा कुठे महिन्याभरात विहीर बुजली! नेमूतात्या खोत म्हणाले, "साहेब, तुम्ही एक अशक्य काम पूर्ण केलं."

"चिकाटीमुळं जमलं. आवारातली गलिच्छ कीड एकदाची नष्ट झाली. जुनं दुखणं संपुष्टात आलं. विहीर बुजल्यानं मोक्याची तीनचार गुंठे जागा तिन्ही शाखाना वापराय मिळाली." समाधानानं म्हणालो.

रयत बँक निवडणुकीत मागे आमच्या पॅनेलचा पराभव झालावता. त्यानंतर 'रयत सेवक संघ' ही संघटना स्थापून नावारूपाला आणलीवती. दरम्यान आमचे एक अध्वर्यू प्राचार्य एस्डी पाटलांचे निधन झाल्याने, आता रयत सेवक संघ एकखांबी तंबू बनला. रयतचे माजी पदाधिकारी कागवाडे करतील ती पूर्व, म्हणतील ती पश्चिम! निवडणूक जिंकण्यासाठी जुळणी, बांधणी करण्यात आम्ही आघाडीवर, निर्णय प्रक्रियेत मात्र पिछाडीवर.

यंदा बँक निवडणूक जाहीर होताच आमच्या तेरा रयत पॅनेल उमेदवारांच्या विरोधात मित्रमंडळाच्या कर्मवीर पॅनेलचे तेरा उमेदवार खडे ठाकले. तशात किरकोळ फ्रॅक्चरमुळे माझ्या उजव्या पायात प्लॅस्टरचा गमबूट बसला. तरीपण रयत पॅनेलचा अभिमान गप्प बसू देईना. गेल्या पराभवाचा वचपा काढण्याची ईर्षा. आमच्या

पॅनेलच्या उमेदवार सौ. विद्या पाटलांच्या जीपने सांगली, कोल्हापूर, रत्नागिरी जिल्ह्यातल्या प्रचाराची जबाबदारी आमच्याव होती. आठवड्यात तीसेक शाखाना भेटी देवून प्रचार केला. मतदारांचा प्रतिसाद आशादायक.

मतदान संपलं. मतमोजणी झाली. आमच्या रयत पॅनेलने नऊ जागा जिंकून निर्विवाद बहुमत मिळवले! प्रतिस्पर्धी कर्मवीर पॅनेलचे चार उमेदवार विजयी झाले. ज्यांच्यासोबत आम्ही प्रचार केलावता त्या सौ. विद्या पाटील चांगल्या मतानी विजयी.

पंधरवड्यानं रयत सेवक संघ कार्यकारिणीची मीटिंग सातारला. नव्या संचालक मंडळावरील दोन स्वीकृत तज्ज्ञांच्या जागांसाठी प्रबळ कार्यकर्त्यांची नावं पुढं आली. परंतु दीर्घद्वेषी, पाताळयंत्री कागवाडेंनी लॉबिंग करून एक पराभूत पाटील व दुसरे एक नवखे लटपटे खटपटे पाटील अशी नावं फिक्स केली. त्या विपरित निर्णयाचं अनेकाना आश्चर्य वाटलं. एक फटकळ सर म्हणाले, ''एक पाटील पडेल उमेदवार असले तरी, ते बड्या पदाधिकाऱ्याच्या गावचे आहेत. दुसरे पाटील नवखे असले तरी, ते कृष्णेचे मासे कागवाडेना घरपोच देतात.''

माझे मित्र प्रा. डॉ. हिंदुराव साळुंखे म्हणाले, ''महानवर सर, आपण जरी गटबाजी विसरून पोटतिडकीनं प्रचार केला, तरी पण कागवाडेंच्या डोक्यात पार्टी स्पिरीटचे गिरमिट पक्के असल्याने ते पक्षपात करणारच. काहीही केलं तरी कारलं कडू ते कडूच!''

लोणंद कॉलेज बिल्डिंगचा कोनशिला समारंभ ना. शरद पवारांच्या हस्ते पार पडला. समारंभानंतर दुपारी अठरा एकर जागेकडं चक्कर टाकली असताना प्राध्यापक मित्राला म्हणालो, ''बिल्डिंगची कोनशिला तर चुकीच्या जागी बसवलीय.''

''चुकीच्या जागी म्हणजे?''

''शासनानं अठरा एकरापैकी दक्षिणेची उंचावली सपाट साडेबारा एकर जमीन कायमची इमारतीसाठी मोफत दिलीय. उत्तरेची साडेपाच एकर खाचखळग्यांची जमीन क्रीडांगणासाठी पंधरा वर्षांच्या करारावर भाड्यानं दिलीय. कोनशिला तर क्रीडांगणासाठीच्या खोलगट जमिनीत, सर्वदृष्ट्या चुकीच्या जागेत बसवलीय. मग प्लॅनमध्ये काय केलंय कोणास ठाऊक?''

''प्लॅनमध्ये बेसमेंटला प्रयोगशाळा आहेत.'' प्राध्यापकानं माहिती दिली.

''अठरा एकर बक्कळ जागा पडली असताना तळघर कशासाठी? पावसाळ्यात तळघराचं तळं होऊन उपकरणांचा सत्त्यानाश होणार!'' माझी हळहळ.

''साहेब, सार्वजनिक मालमत्तेचा अशा प्रकारे विध्वंस करणाऱ्याना संस्थेत बढती मिळाली नाही म्हणजे मिळवली!'' चाणाक्ष प्राध्यापकाची उपरोधात्मक भीती.

"तसं होऊ नये! लेट्स होप!" माझी हतबल अपेक्षा.

रामानंदनगर कॉलेजची स्लॅबची इमारत पावसाळ्यात चिक्कार गळायची. निरुपयोगी ठरायची. मित्र प्रा. सुभाष मसुटगेंनी तरुण आर्किटेक्ट रविंद्र चव्हाणांची ओळख करून दिलीवती. जुन्या इमारतीचा दोष सांगताच ते प्रयोगशील आर्किटेक्ट म्हणाले, "यावर एकच रामबाण उपाय; या स्लॅबच्या इमारतीव मजला चढवणे."

"पण पहिल्या मजल्याचा लोड तरी सध्याचा तळमजला पेलू शकेल का?"

"अशा इमारतीची ताकद आजमावणारं टेस्टिंग-युनिट सांगलीच्या वालचंद इंजिनियरिंग कॉलेजमध्ये आहे." आर्किटेक्टनं माहिती दिली.

"टेस्टिंग-युनिट तातडीनं आणा. फी देऊ." माझा प्रस्ताव.

टेस्टिंगच्या सामुग्रीनिशी वालचंद कॉलेजचे प्रा. घारपुरे, प्रा. कुलकर्णी व आर्किटेक्ट रविंद्र चव्हाण आले. तीन हजार फी भरताच त्यानी प्रथम इमारतीची ठिकठिकाणी 'हॅमर टेस्ट' घेऊन रीडिंग नोंदवली. नंतर 'अल्ट्रासॉनिक मशिन टेस्ट' घेतली. त्या दोन्ही टेस्टवरून इमारत भक्कम असल्याचं सिद्ध झालं.

शेवटी 'डायल डिफ्लेक्टोमीटर'ची किचकट टेस्ट सुरू झाली. डिफ्लेक्टोमीटरचं झिरो रीडिंग घेतलं. सारे शिपाई कामाला लावून दोनशे पोती वाळूनं भरली. ती सारी पोती स्लॅबवर ठेवल्याव लोडिंगचं रीडिंग घेतलं. दुसऱ्या दिवशी पुन्हा लोडिंगचं डिफ्लेक्टोमीटर रीडिंग घेतलं. दोनशे पोती खाली उतरवली. पुन्हा अनलोडिंगचं रीडिंग घेतलं.

टेस्टिंगचा फायनल रिपोर्ट मिळाला;– 'जुन्या इमारतीव आर्सीसी कॉलम्स उभारून लोखंडी कैच्यावर सिमेंटचा पत्रा टाकला तर संपूर्ण दोन मजली इमारतीला कसलाही धोका नाही.'

टेस्टिंग रिपोर्टची प्रत जोडून संस्थेकडे अर्ज पाठवला, 'कॉलेजच्या स्थापनावर्षी स्लॅबची इमारत बांधली तेव्हा पाणी मारण्याची हयगय झाल्यानं संपूर्ण इमारत गळते. तज्ज्ञ सिव्हील इंजिनियरांचा टेस्टिंग रिपोर्ट सोबत जोडलाय. रिपोर्टनुसार या इमारतीवर पत्रा टाकून पहिला मजला बांधण्याची परवानगी द्यावी.'

संस्थेकडून बांधकाम परवानगी येताच, पैशाच्या सवडीनुसार पहिला मजला बांधण्याचा ठराव कॉलेज कमिटीच्या मीटिंगमध्ये मंजूर केला. त्या महत्वपूर्ण निर्णयाबद्दल नेमूतात्या म्हणाले, "दीर्घकाळ लोंबकळत पडलेला या जुन्या इमारतीचा किचकट प्रश्नदेखील साहेब, तुम्ही विचारपूर्वक सोडवलात! तज्ज्ञ इंजिनियरचं सर्टिफिकेट व रयत शिक्षण संस्थेची बांधकाम परवानगी घेऊन ठेवलीय ते महत्वाचं. पुढे बांधकाम कधीही करता येईल."

प्राध्यापक संघटनेतनं स्वेच्छा निवृत्ती घेऊन प्राचार्य झालोवतो. 'पुक्टो'नं निरोपादाखल केलेल्या सत्काराला उत्तर देताना म्हणालोवतो, "यापुढे प्राचार्य संघटनेचं काम करणार!"

तथापि, नॉनग्रँट लोणंद कॉलेजच्या व्यापातनं डोकं वर काढाय उसंत नव्हती.

रामानंदनगरला आल्याव मात्र प्राचार्य संघटनेत क्रियाशील बनलो. आधी प्राचार्य अमरसिंह राणे संघटनेचे अध्यक्ष होते. तेव्हा संघटना तेवढी प्रबळ नसली तरी, लोकशाही पद्धतीने चालू होती. प्राचार्य राणे निवृत्त झाल्याव, नव्या अध्यक्षानी कार्यपद्धती आमूलाग्र बदलली. प्राचार्य संघटना क्रियाशील बनली. परंतु लोकशाहीप्रधान कार्यपद्धती लुप्त होऊन कोंडाळ्याचं राजकारण सुरू झालं.

तशात शिवाजी विद्यापीठ सिनेट निवडणूक जाहीर झाली. सिनेटवरील प्राचार्यांच्या पंधरा जागापैकी तीन जागा सांगली जिल्ह्याच्या वाट्याला आल्या. संघटनेच्या सांगली शाखेनं मला उमेदवारी दिली. अनेक प्राचार्यांनी उमेदवारी अर्ज विद्यापीठात दाखल केले. परंतु रथी-महारथी नऊ प्राचार्यांचे अर्ज छाननीत बाद झाले. पंधरा जागासाठी सतरा अर्ज वैध ठरले. प्राचार्य संघटनेची एकजूट अबाधित रहावी म्हणून दोघांनी माघार घेतली. पाच वर्षासाठी सिनेटवर माझी बिनविरोध निवड झाली!

प्राचार्य म्हणून मला तीन वर्षानी ज्युनिअर असलेले प्राचार्य निकम छोट्या उंब्रज महिला कॉलेजवरून कराडला मोठ्या गाडगे महाराज कॉलेजवर बदलून गेले. त्यामुळे मलाही वाटले;– सातारच्या नामवंत सायन्स कॉलेजला बदलून जावे. सायन्सच्या नव्या प्राचार्यापैकी मी सिनियर होतो. संस्थेकडे रीतसर अर्ज केला;– 'मी सातारा जिल्ह्याचा रहिवाशी आहे. जिल्ह्याबाहेर माझी वीस वर्षे नोकरी झालीय. साडेसहा वर्षे लोणंदला नॉनग्रँट कॉलेजवर प्राचार्य म्हणून नोकरी केली. त्या कॉलेजची सर्वांगीण प्रगती साधली. गुणवत्तेत आघाडी घेतली. तरी, सध्याचे प्राचार्य रिटायर झाल्याव माझी बदली रामानंदनगर येथून यशवंतराव चव्हाण सायन्स इन्स्टिट्यूट सातारा येथे करावी.'

संस्था मीटिंग झाली. माझी बदली न होता; लाईफमेंबर्स गोतावळ्यातल्या, मला खूप ज्युनियर असलेल्या प्राचार्य लालासाहेब राणेंची बदली सातारला झाली. वाईट वाटलं. परंतु स्वत:ला सावरून चेअरमनना भेटलो, "सर, माझी बदली सातारला नाही तर नाही; पण निदान रामानंदनगर जिमखाना-डेला प्रमुख पाहुणे म्हणून तरी या!"

काही भाष्य न करता प्रा. एन्डी पाटलांनी निमंत्रण स्वीकारून तारीख दिली.

सभागृहाबाहेर कर्मवीरांचे नातू-मॅनेजिंग कौन्सिलचे प्रभावी मेंबर डॉ. अनिल पाटील दिसताच नमस्कार केला. ते म्हणाले, "महानवर सर, नाराज होऊ नका. लवकरच सातारच्या जवळपास प्राचार्याची एक जागा खाली होणार आहे. तेव्हा जरूर तुमचा विचार करू."

बोर्ड, विद्यापीठ परीक्षांच्या ऐन तोंडावर विधानसभा निवडणुकांची रणधुमाळी सुरू झाली. निवडणूक आयुक्त टीएन शेषननी आचारसंहितेची अशी काही दहशत बसवली की भल्याभल्याना पळता भुई थोडी झाली. 'आचारसंहितेचा आपण भंग तर करीत नाही ना?' अशी धास्ती सरकारी, निमसरकारी अधिकाऱ्याना वाटू लागली. मतदान पार पडले. मतमोजणीत काँग्रेसच्या रथी-महारथीना पराभवाची चव चाखावी लागली. शिवसेना-भाजप युतीची लाट स्पष्ट झाली. त्यांना बहुमत मिळाले. शिवसेनेचे ना. मनोहर जोशी मुख्यमंत्री; तर भाजपचे ना. गोपीनाथ मुंढे उपमुख्यमंत्री झाले.

छल्ल्या नंबरचे पुतणे बाळू, भरत यांची लग्नं चार वर्षापूर्वी उरकलीवती. धाकटा भरत नेटानं शेती कसायचा. बाळू खंडीभर मेंढरं राखायचा. पुढं मात्र जित्राब सांभाळणं त्याला निभलं नाही. खंडीवनं अर्ध्या खंडीव आलेली मेंढरं धनगरवाडीतल्या बाळू भिसेच्या खांडात सोडून, आमचा बाळू खुश्शाल झोपा काढू लागला.

तशात रयतची शिपाई भरती निघाली. बाळूनं अर्ज केला. कार्यालयीन सेवकांच्या सहकार्यामुळे इंटर्व्यू कॉल निघाला. निवड समिती अध्यक्ष दादासाहेब जगतापांना भेटल्याव हसून म्हणाले, "महानवरचं काम करायचं नाही, तर मग कुणाचं करायचं?"

मुलाखतीच्या दिवशी सातारला उमेदवार, पालकांची जत्रा. इंटर्व्यू संपल्याव ऑडिटर प्राचार्य आनंदराव खरात मला म्हणाले, "पुढारी, पेढे आणा! तुमच्या पुतण्याचं सिलेक्शन झालंय."

आठवड्यानं ऑर्डर निघाली. खंडाळा तालुक्यात भोळी हायस्कूलला शिपाई म्हणून बाळू हजर झाला.

इंटर्नशिप संपून सागरला डेंटल सर्जनची डिग्री मिळाली. दवाखाना थाटण्याच्या दृष्टीनं बारामती, पंढरपूर, सातारा, कराडची पहाणी केली. कराडचे डेंटिस्ट डॉ. अशोक मोरे म्हणाले, "लोणंदला चांगला स्कोप मिळेल. रेल्वे स्टेशन असलेले ते मोठे व्यापारी केंद्र आहे. यापुढे डेंटिस्टनी शहरे सोडून लोणंदसारख्या खेडेवजा शहराकडे वळले पाहिजे."

प्रॅक्टिससाठी लोणंद निश्चित केलं.

नावाचा विषय निघाला. साई डेंटल क्लिनिक!– हे नाव पुढं आलं. दैववादी नाव पटलं नाही. पण तसं उघड न बोलता म्हणालो, "साईबाबापेक्षा, मातृ देवो भव!– काय वाईट? आईचं नाव क्रांती; शब्दाचा अर्थही प्रेरणादायी."

खरंतर 'क्रांती' हा शब्द माझ्या विचारांचा हुंकार असल्यानं, लग्नानंतर पत्नीचं

नाव 'कमल' बदलून क्रांती ठेवलंवतं. आता क्रांती शब्दातल्या गतिशील अर्थाशी आईच्या भावना जोडल्यानं 'क्रांती डेंटल क्लिनिक' नाव सर्वमान्य झालं!

डेंटिस्ट डॉ. अशोक मोरेंच्या हस्ते फीत कापून 'क्रांती डेंटल क्लिनिक'चं उद्घाटन केलं. उपसभापती आनंदराव शेळके-पाटलांनी दवाखाना बोर्डाचं अनावरण केलं. एकुलता मुलगा मार्गी लागल्याचं आत्मिक समाधान.

दूध सोसायटी चेअरमन ज्ञानदेव कदमचं तरुण, तडफदार नेतृत्व लगडवाडीत उदयाला आलं. माझ्याशी विश्वासाचं, जिव्हाळ्याचं नातं. लगडवाडी ग्रुप ग्रामपंचायत निवडणूक जाहीर झाली. ज्ञानदेवनं डोकं चालवून लगडवाडी वॉर्ड बिनविरोध केला. स्वत: कदम, सौ. सत्वशीला मोजर, आत्माराम शेलार पंच. मापरवाडीचे दोन्ही मेंबर कदमाच्या विरोधात होते. वाकनवाडीत चुरशीची निवडणूक होऊन मोहन गोळे, हणमंत महानवर विजयी झाले. पाच विरुद्ध दोन असं बहुमत झालं. स्त्री राखीव सौ. मोजर सरपंच, गोळे उपसरपंच, ज्ञानदेव कदम किंगमेकर!

गावापासून तालुक्यापर्यंतच्या राजकारणात ज्ञानदेवचे माझे एकमत असे. नुकत्याच झालेल्या विधानसभा निवडणुकीत आमचे आमदार मदनराव पिसाळ जिंकले. विशेष म्हणजे;– किकलीचे मूळ रहिवाशी, पण व्यवसायानिमित्त पिंपरी-चिंचवडला स्थायिक झालेले गजानन बाबर हवेलीतून शिवसेना आमदार झाले. शाळासोबती विधानसभेत गेल्याचा आनंद.

ज्ञानदेवने दोन्ही आमदारांचा सत्कार आयोजित केला. मला आवर्जून बोलावलं. सांयकाळी प्रथम आ. बाबर आले. जय भवानी, जय शिवाजी!– घोषणानी परिसर दणाणला. पाठोपाठ आ. पिसाळ आले. फटाक्यांची आतषबाजी. छोट्या वाडीत पंचवीसेक मोटारी, पाचपन्नास फटफट्या. स्वागतपर भाषणानतंर शाल-श्रीफळ देऊन दोन्ही आमदारांचा सत्कार झाला.

प्राचार्य झाल्याव गेल्या नऊ वर्षांत प्रथमच लगडवाडीच्या समारंभात सहभागी झालोवतो. ज्ञानदेवनं जाहीर केलं, "या भूमीचे सुपुत्र प्राचार्य डीजी महानवर यानी लगडवाडीत विकासकार्याची मुहूर्तमेढ रोवली! शाल-श्रीफळ देऊन ग्रामपंचायतीच्या वतीने आ. गजानन बाबरांच्या हस्ते सरांचा सत्कार करण्यात येत आहे."

ते पुढे म्हणाले, "लगडवाडीचे सुपुत्र दिपा महानवर हे वाई तालुक्यातले पहिले प्राचार्य! शाल-श्रीफळ देऊन जवाहर युवा मंडळाच्या वतीनं आ. मदनराव पिसाळांच्या हस्ते सरांचा सत्कार होत आहे."

तीनचारशे उपस्थितांच्या सामिष भोजनानं समारंभाची सांगता झाली.

कागवाडे प्राचार्य असलेल्या कॉलेजमध्ये आर्थिक गैरव्यवहार झाल्याची तक्रार संस्थेकडे आली;– 'कॉलेजची कमवा-शिका योजना विद्यार्थ्यांसाठी राहिलेली नसून

'प्राचार्यासाठी कमवायला शिका' असे तिचे स्वरूप झाले आहे. कॉलेजची चार कॅन्टीन्स, रसपानगृहे आहेत. त्यांचे बोगस हिशेब ठेवले जातात. झाडू, फिनेल, फटाके विद्यार्थ्यांमार्फत विकले जातात. त्या साहित्याच्या खरेदी-विक्रीत गफलती झाल्यात की काय? त्याची चौकशी करण्यात यावी.'

को-ऑप. स्टोअर्सचे कागवाडे चेअरमन होते. स्टोअर्सच्या आर्थिक व्यवहाराबद्दलही अर्जात तक्रारी होत्या;– 'खेळ साहित्य, स्टेशनरी, कागद, जर्नल्स, पुस्तकं अशा वस्तूंच्या खरेदी-विक्रीत गैरप्रकार होताहेत. त्यांची चौकशी करावी. साहित्य खरेदीच्या कमिशनमध्ये भ्रष्टाचार होतो काय? खरेदीवेळी डीलर्सशी सौदेबाजी होते काय? साऱ्याची बारकाईनं चौकशी करून दोषी डीलर्स व स्टोअर्स चेअरमन यांच्यावर कायदेशीर कारवाई करावी.'

संस्थेकडून मला पत्र आलं, 'कमवा-शिका योजना आणि को-ऑप. स्टोअर्स या दोहोंच्या जमाखर्चाची पडताळणी, चौकशी करण्यासाठी आपण व प्राचार्य एनेस रेपाळ अशी द्विसदस्य समिती नियुक्त केलीय. चौकशी करून अहवाल दहा दिवसात द्यावा.'

चौकशी करावयाच्या दोन्ही विभागांचे व्यवहार मोठे व किचकट होते. काम बिनचूकपणे मुदतीत पार पाडण्यासाठी ऑडिट डिपार्टमेंटचे क्लार्क मांडवडेना मदतीला घेतले. पहिल्या दिवशी कमवा-शिका योजना तपासणी सलग दहा तास केली. फिनेल-झाडू अशा स्वच्छता साहित्याची खरेदी-विक्री, कँटीन्स, रसपानगृहे, फटाके या खात्यांची चौकशी केली. लेबर स्कीम सोडून गेलेल्या काही विद्यार्थ्यांच्या मुलाखती घेतल्या.

दुसऱ्या दिवशी आठ तास खपून को-ऑप. स्टोअर्स व्यवहारांची तपासणी, चौकशी केली. खेळ साहित्य, स्टेशनरी, कागद, शास्त्रीय साहित्य, जर्नल्स, पुस्तके या खात्यांच्या पाच वर्षातल्या व्यवहारांची जमाखर्च पडताळणी, चौकशी केली. पाऊण कोटी रुपयांचे व्यवहार कागदोपत्री व्यवस्थित होते. खरेदी पद्धत, विक्री व्यवहार, आर्थिक निर्णय व जमाखर्चाला संचालक मंडळाची मंजुरी घेतलेली होती. सर्व व्यवहारांचं ऑडिट झालेलं होतं. चौकशी पूर्ण करून अहवाल मी स्वत: लिहून, टाइप करून घेतला.

शेवटी कॉलेज ऑफिसात जाऊन कमवा-शिका योजना प्रमुख आणि को-ऑप. स्टोअर्स चेअरमन कागवाडेंशी तीन तास चर्चा केली. त्यांच्या विरुद्धच्या तक्रारी-शंकाकुशंकाबाबत शहानिशा केली. तीन दिवस केलेल्या चौकशीचा वस्तुनिष्ठ असा बारा पेजेस अहवाल तिघांच्या सह्यानिशी संस्थेला सादर केला.

चौकशीत आक्षेपार्ह असं काही सापडलं नव्हतं व अशा व्यवहारात तसं काही सापडणं सोपं नसतं. आकसानं ओढूनताणून आम्ही कोठेही अप्रस्तुत शेरेबाजी केली

नाही. परंतु विरोधी गोटातल्या माझ्यासारख्या नवख्या प्राचार्याने ज्येष्ठ कागवाडेंची चौकशी केल्यामुळे, ते दुखावले गेल्याचे पदोपदी जाणवू लागले. 'प्राचार्य दिपा महानवरांच्या अध्यक्षतेखालील, संस्थानियुक्त समितीने कागवाडेंच्या आर्थिक व्यवहारांची चौकशी केली!' अशी चर्चा रयत सेवकात सुरू होती. त्या चौकशीत गैरव्यवहार सापडले किंवा नाही? त्याची कुणीही खातरजमा करीत नव्हते. कागवाडेंनी माझा द्वेष करावा अशीच घटना घडलीवती!

प्रयोगशाळेची आडवी बिल्डिंग बांधल्याने कॉलेज आवार बंदिस्त झालेवते. कॉलेज-आवारामागे प्राचार्य-निवासापुढून मात्र लोकांची येजा, टोळभैरवांची वर्दळ सुरू. कॉलेजची जुनी इमारत, कन्या शाळेला जोडणारी कंपौंड वॉल बांधणं आवश्यक झालं. तसा निर्णय कॉलेज कमिटीत घेतला. आखणी करून लगेच पाया खुदाई सुरू केली. कंपौंड बांधकाम हा हद्दी रोखण्याचा, वादाचा मुद्दा असल्यानं युद्धपातळीवर एकाच दिवसात लांबलचक भिंतीचा पाया खोदून पूर्ण केला.

कुंडलच्या शंकर नांगरेना लेबर कॉंट्रॅक्ट दिलं. चार गवंडी चार बिगाऱ्यानिशी बांधकाम सुरू केलं. झपाट्यानं उरकत चाललं. शेवटी तर गणेश चतुर्थीचीही सुट्टी न घेता कंत्राटदारानं कंपौंड वॉलचं बांधकाम पूर्ण करून माथ्याव सिमेंट कोबा केला. त्यात टोकदार काचा रोवल्या. आता प्राचार्य-निवासापुढून येणाजाणाऱ्या बिनकामी लोकांची वर्दळ बंद झाली. कंपौंडमुळे बंदिस्त बनलेल्या मैदानात कन्या विद्यालयाच्या मुली निर्धास्त खेळू-बागडू लागल्या.

प्राचार्य-सेवानिवृत्ती महिन्याव आली असताना कोरेगाव कॉलेज संस्थापक दादासाहेब जगतापांना भेटलो. मी विषय काढण्याआधी तेच म्हणाले, "महानवर, आता रामानंदनगर बस्स झालं! कोरेगाव कॉलेजला या. संस्थेकडे तुमची मागणी केलीय."

रीतसर अर्ज संस्थेकडे पाठवला, 'डी.पी. भोसले कॉलेजचे प्राचार्य रिटायर होणार आहेत. तरी, माझी बदली रामानंदनगरहून कोरेगावला करावी.' अर्जाप्रमाणे बदली झाली.

निरोप समारंभ. तासगाव तालुका सभापती वसंतराव पुदालेंच्या हस्ते शाल-श्रीफळ देऊन माझा सत्कार केला. सांगली जिल्हा परिषद सदस्या सौ. आशाताई जाधवांच्या हस्ते साडीचोळी देऊन सौ. क्रांतीचा सत्कार केला. सरपंच डॉ. डीडी माने भाषणात म्हणाले, "प्राचार्य महानवरांनी परिसराशी एकरूप होऊन पावणेतीन वर्षात एवढी महत्वाची कामं केली की कॉलेजचा चेहरामोहराच बदलून गेला. आवारातल्या बागा त्यांच्या सौंदर्यदृष्टीची साक्ष देतात."

मनोगतात म्हणालो, ''डॉ. पतंगराव कदमांचं प्रोत्साहन, नेमूतात्या खोतांची शाबासकी आणि सरपंच-ग्रामस्थांच्या सहकार्यामुळं चांगलं काम करता आलं. तुमचा जिव्हाळ्याचा निरोप उर्वरित पाच वर्षासाठी प्रेरणादायी ठरेल.''

उपप्राचार्यांकडे चार्ज देऊन रिलीव्ह झालो. रामानंदनगर कॉलेज आवाराला सलाम ठोकून रविवारी सकाळी इंड-सुझुकीनं बलवडीफाटा, कडेपूर, रहिमतपूरमार्गे कोरेगावला!

*

# तीन

डी.पी. भोसले कॉलेज, कोरेगावला रविवारी हजर झालो. सायंकाळी गावात माजी प्राचार्य-निरोप समारंभास गेलो. कुलगुरू प्राचार्य शिवाजीराव भोसलेंच्या हस्ते शाल-श्रीफळ देऊन संयोजकानी नूतन प्राचार्य म्हणून माझे स्वागत केले. माजी प्राचार्य गेली पंचवीस वर्षे सातारला स्वत:च्या बंगल्यात रहायचे. कारनं अपडाऊन करायचे. चर्चेत त्यानी सांगून टाकलं, ''कॉलेज आवारात प्राचार्य निवास बांधणं मला कठीण नव्हतं. पण मग मलाच फाशी झाली असती. सातारा सोडून कोरेगावला राहणं भाग पडलं असतं.''

प्राचार्य निवास नसल्यानं केबिनमध्ये खाट टाकून मुक्काम केला. गर्द झाडीनं वेढलेल्या आठ एकर आवारात फक्त एका शिपायाची फॅमिली. तीही प्राचार्य केबिनपासून तुटक. आख्ख्या प्रांगणात ऑफिसवर एकुलती एक ट्यूबलाईट. जाण्याच्या बेतात असल्यानं डोळे मिचकावत होती. रात्रभर मुसळधार पाऊस. दाट किर्र्र झाडी. गडद अंधार. स्मशान शांततेत रात्र काढली.

दुसऱ्या दिवशी भाडोत्री घराचा शोध सुरू. स्वत:च्या मारुती व्हॅननं सातारहून अपडाऊन करणाऱ्या दोघा प्राध्यापकानी सुचवलं, ''माजी प्राचार्यागत तुम्हीही सातारला रहा. कोरेगावला रोज वेळेव आणण्याची जबाबदारी आमची.''

''पण ते माझ्या कार्यपद्धतीत बसत नाही. प्राचार्यानं हेडक्वार्टरला रहावे!– हा शासनाचा, संस्थेचा दंडक मला मान्य आहे.''

कॉलेजपासून हाकेच्या अंतरावलं घर पसंत केलं. त्यात जुजबी फेरबदल केल्याव प्राचार्य निवास तयार झालं. रामानंदनगहून घरसामान आणून त्या टेंपररी निवासात संसार थाटला.

कोरेगाव-रहिमतपूर डांबरी रोडपासून कॉलेजचा अंतर्गत रस्ता आवारातनं आरपार गेलेला. व्यवस्थेअभावी रस्त्यामधोमध पडलेल्या नाल्यातनं धोधो पावसाचं पाणी वाहत होतं. रस्त्याव चिखलाचा राडा. विद्यार्थी-विद्यार्थिनीना धड चालता येत नव्हतं. मग काय? रस्त्याच्या दोन्ही कडाना गटारं आखली. शिपायाकडून गटारं खोदून निघालेला मुरूम रस्त्याव पसरून टाकला. तीनचार दिवस नेटानं काम केल्याव रस्ता उठून दिसू लागला. रस्त्याव पडलेलं पावसाचं पाणी नाल्यात जाऊ लागल्यानं चिखल संपला.

कॉलेजचा बोर्ड बाजूला होता. रंग उडालावता. बोर्ड उतरवून झकास रंगवून घेतला. प्रवेशद्वारी उंच पोलवर फिट केला. मेनगेटच्या लोखंडी दारांची मोडतोड झाल्यानं नीट लागत नव्हती. दुरुस्त करून बसती केली. दारं, पिलर्स, पोल्सची रंगरंगोटी केल्याव प्रवेशद्वार आकर्षक दिसू लागलं.

एक संतापजनक दृश्य : आठधा टोळभैरव ट्रॅक्स-जीपनं, टेपरेकॉर्डर लावून आवारात येत. वर्ग चालू असले तरी टेप मोठ्यांदा सुरू ठेवून एकेक करत खाली उतरत. कामाचा बहाणा करून चारपाच ऑफिसात, तर बाकीचे स्टाफरूमध्ये जात. पुन्हा सावकाशीने जीपमध्ये बसून गाणी वाजवत निघून जात. प्राध्यापकांच्या मोटारसायकली, स्कूटर्सही वर्गापुढं लावलेल्या. विद्यार्थी-विद्यार्थिनींच्या सायकली आवारात वेड्यावाकड्या विखुरलेल्या.

वाहनांच्या बेशिस्तीव उपाय म्हणून, कॉलेजच्या अंतर्गत रस्त्याव मेनगेटनजीक वाहतूक नियंत्रक बार बसवला. पादचाऱ्यांच्या रहदारीसाठी गोल खोबळा उभा केला. सारे सिमेंट कॉँक्रीटमध्ये फिट केले आणि कुलूप ठोकले. सर्व वाहने, सायकली मेनगेटलगत थांबू लागल्याने प्रांगणात शांतता, प्रसन्नता.

कॉलेज आवार दिवाळीत प्रकाशमान करायचं ठरवलं. सरपंचाकडे अर्ज करून प्रवेशद्वारी ग्रामपंचायतीची ट्यूबलाइट बसवली. प्रांगणात मोक्याच्या जागी चारपाच ट्यूबा बसवल्या. भकासपणा संपून आवाराला जिवंतपणा आला.

डिलीव्हरी डेट जवळ आल्याने गेले दोन महिने डॉ. सौ. अजिता आमच्याकडे होती. ऐन दिवाळीच्या रात्री मॅटर्निटी होममध्ये ॲडमिट करावं लागलं. पहाटे डॉक्टर म्हणाले, ''हँड प्रोलॅप्समुळे सिझर करावे लागेल!''

इतराबाबत ऐकलेलं 'सिझर' माझ्यानिकट आल्याव डोळे भरून आले. शस्त्रक्रिया यशस्वी होऊन मुलगी झाली. मी आजोबा!

राष्ट्रीय सेवा योजना श्रमशिबिर एकंबे गावात. जि. प. सदस्य चव्हाणसरांच्या

हस्ते उद्‌घाटन. आठ दिवसात पांदीचा रस्ता श्रमदानानं तयार केला. शिबिर समारोपाच्या प्रास्ताविकात म्हणालो, ''कोरेगाव तालुक्याचे सभापती जगनशेठ झांजुर्णे प्रमुख पाहुणे म्हणून उपस्थित आहेत. कॉलेजपुढून रहिमतपूरला जाणारा डांबरीरोड व आत येणारा आमचा रस्ता यामध्ये खोलगट नाला आहे. नाल्याव सिमेंट पाइपा टाकून तालुका पंचायतीने मोरी बांधून द्यावी अशी विनंती आहे.''

सभापती झांजुर्णे आपल्या भाषणात म्हणाले, ''प्राचार्यसाहेब, तुम्ही कोरेगावात आल्यावर अल्पकाळात आमची मनं जिंकलीत. एका मागणीबाबत विनंती केली. पण सर, प्राचार्यानी विनंती न करता, आम्हाला सूचना करायची. ती शिरसावंद्य मानून आम्ही पूर्तता करायची!– अशी माझी धारणा आहे. कॉलेजपुढच्या नाल्यावली मोरी लवकरच बांधू.''

सभापतींचा सुसंस्कृतपणा अनोखा वाटला.

अल्पावधित कॉलेजपुढची मोरी आखून सभापतीनी भूमीपूजन केले. एका दिवसात पाया काढून कॉंट्रॅक्टरनं दोन फुटी तीन पाइपा गाडल्या. मोरीच्या दोन्ही टोकाना कठडे बांधून गिलावा केला. कॉलेजमध्ये येणाऱ्याजाणाऱ्या वाहनांची मोरीमुळे सोय झाली. प्रवेशद्वाराला गेटप आला.

आर्ट्सचा खेळाडू चंद्रकांत शिंदे ऑफिसात येऊन म्हणाला, ''साहेब, तुम्ही एवढं चांगलं काम करताय; पण एक हुबलाक पोरगं तुम्हाला नावं ठेवत होतं. सहन न झाल्यानं त्याला निबार चोपला.'' होत्करू खेळाडूचा अफलातून पराक्रम ऐकून चकित झालो नि विचारलं, ''पण चंद्रकांत, हा उद्योग कराय तुला कुणी सांगितलं;''

''सांगाय कशाला पायजेल? पूर्वी काही सरानी एकदाच सांगून टाकलंवतं: कॉलेज, प्राचार्य यांच्याबद्दल कुणी काही वेडंवाकडं बोललं तर त्याला चांगला चोळा! एकदा धुतला की कायमचा गप्प बसेल!– म्हणून त्या पोराला मी जामलं.''

''फार वाईट केलंस! असलं धतिंग मला पसंत नाही. स्वत:चं रक्षण कराय मी न् माझं प्रशासन समर्थ आहे. त्यातूनही एकाद्या बाबतीत माझं प्रशासन फेल गेलं तरी चालेल, परंतु मला सावरण्यासाठी तुम्ही उराला वाळू लावू नका. कुणाला हाणमार करू नका.''

असेच एकदा माजी जनरल सेक्रेटरी-विद्यमान ग्रामपंचायत सदस्य-कॉलेजमध्ये आले. चहापाणी झाल्याव म्हणाले, ''तुम्ही ट्रॅफिक कंट्रोल बार बसवला ते छान केलं.''

''अहो, मला सांगा, वर्गासमोर ट्रॅक्स लावून टेपरेकॉर्डची गाणी ऐकत बाहेरचे टोळभैरव गप्पा मारत असल्याव विद्यार्थ्यांचं तासाव लक्ष लागेल का?''

''सर, हे तर काहीच नाही! आम्ही जुन्या इमारतीच्या पुढल्या व्हरांड्यात

फटफटीवनं इकडून तिकडे दोनतीन चकरा मारायचो, तास चाललेल्या वर्गातून प्राध्यपकापुढून मागच्या व्हरांड्यात जायचो, धाऽऽड् धाऽऽड् एकदोन चकरा टाकायचो नि पुन्हा वर्गातून गाडी काढून घराकडं सुटायचो."

ऐकून आश्चर्याचा धक्का बसला न् विचारलं, "सगळं खरं, पण तास घेणारे प्राध्यापक तुम्हाला हटकायचे नाहीत का?"

"मुळीच नाही! उलट फटफटीचा धक्का लागू नये म्हणून तास थांबवून, अंग चोरून बाजूला उभे रहायचे. तितक्यातनं एकादे प्राध्यापक बोलले तरी ऐकतो कोण?"

"पण त्या पराक्रमाबद्दल आता काय वाटतं?"

"आता पश्चाताप होतो. म्हणून तर ट्रॅफिक कंट्रोल बार व कडक शिस्तीबद्दल अभिनंदन कराय आलोय."

बोर्ड परीक्षेला दोन महिने बाकी होते. बारावीचे पालकमेळावे आयोजित केले. आदल्या दिवशी वर्गात प्रत्येक विद्यार्थ्याला पत्र देऊन 'पालक आणण्याची' कडक ताकीद द्यायचो. एक विद्यार्थी म्हणाला, "सर, माझे वडील मुंबईला असतात."

"मग आईला घेऊन ये."

"आमची आई कॉलेजमध्ये येणार नाही."

"का बरं? तुमची आई मतदानाला चावडीत जाते. संधी मिळाल्यास ग्रामपंचायत निवडणुकीला उभी रहाते. निवडून आली तर चावडीत मीटिंगला जाते. आणि मग पालक म्हणून कॉलेजमध्ये यायला काय होतंय?"

थोडे थांबून पुढे म्हणालो, "तू शेतकऱ्याचा मुलगा. तुझी आई कॉलेज शिकली नसणार. या निमित्तानं माऊलीला कॉलेजचं दर्शन घडू दे. मुलग्याशेजारी बाकावर बसल्याव आईला फार आनंद होईल! बोल काय करणार?"

"पालक-मेळाव्यासाठी आईला घेऊन येतो."

मेळाव्याला एवढे पालक येत की, मोठ्या स्टेपी हॉलमध्ये बसाय जागा पुरत नसे. समारोपानंतर विद्यार्थी-विद्यार्थिनी बाहेर जात. पालकांच्या ओळखीपाळखी, चहापान. ते सुरू असताना एक पालक म्हणाले, "शेवटी तुम्ही अगदी मुद्द्याचं बोलला. पोराची परीक्षा जवळ आल्यानं टीव्ही बंद करा!– असा माझा अट्टाहास. पऽऽण मंडळी ऐकत नाही! ती म्हणते;– ही मालिका मी वर्षभर बघतेय. पुढचे भाग का बुडवताय?– सर, तुम्हाला हात जोडून विनंती आहे; आमच्या घरी येऊन टीव्हीबद्दल जरा सांगा ...आऽऽणि मी सांगितलंय असं म्हणू नका. नाही तर भांडणाला निमित्त."

"पण तुम्ही हे पालक मेळावा सुरू असताना का सांगितलं नाही?" माझी शंका.

''एक तर हा घरगुती मामला मॉबमध्ये सांगायची लाज वाटली... आऽऽणि घरून निघताना मुलानं तंबी दिलीवती, बाबा तुम्ही पालक-मेळाव्याला येताय खरं, पण प्राचार्यांनी विचारल्याव भसकन काही तरी बरळू नका. तोंड बंद ठेवा.''

वार्षिक पारितोषक वितरण समारंभाचे वेध लागले. शिवाजी विद्यापीठाचे नूतन कुलगुरू प्रा.द.ना. धनागरे प्रमुख पाहुणे. युजीसीचे सहसचिव डॉ. एन्के जैन अध्यक्ष. शिक्षणक्षेत्रातील दोन मातब्बर व्यक्ती येणार असल्यानं प्राचार्य-केबिनमध्ये कॉलेज माहितीचा अद्यावत फलक लावला. प्राचार्य नामावलीचा आकर्षक बोर्डही बसवला.

अग्रक्रमाची गरज म्हणून आवारात प्राचार्य निवास बांधण्याचा निर्णय घेतलावता. प्लॅन एस्टीमेटला संस्थेनं मंजुरी दिलीवती. प्राचार्य-निवास भूमीपूजन व पारितोषक वितरण समारंभ उत्साहात संपन्न.

रयत शिक्षण संस्था चेअरमन प्रा. एन्डी पाटलांनी एक अभूतपूर्व निर्णय घेऊन त्याची अंमलबजावणी केली. संस्थेचे माजी पदाधिकारी असलेले प्राचार्य रिटायर झाले तेव्हा निवृत्ती-सत्कारार्थ हस्तकानी व्यापक समिती स्थापून लाख रुपये निधी प्राध्यापक-शिक्षक, क्लार्क-शिपायाकडून जमवला.

जागरूक सेवकानी संस्थेकडे तक्रार केली. चेअरमननी गंभीर दखल घेऊन संकलित निधीचा तपशील सत्कार समितीकडून घेतला. देणगीदार सेवकांची यादी तयार केली. देणगी परतीचे चेक संबंधित सेवकाना शाखाप्रमुखामार्फत दिले. महाराष्ट्राच्या शिक्षणक्षेत्रात दडपणानं, खुशीच्या सक्तीनं जमवलेला पाच लाख रुपये सत्कारनिधी देणगीदाराना परत केल्याची ती घटना एकमेवाद्वितीय!

उन्हाळ्यात लोकसभा निवडणूक झाली. परंपरागत बडी मंडळी पडली. वर्षानुवर्षे आमदार वा खासदार म्हणून निवडून येऊन, विकासकामे न करता गावागावात कलागती लावून, छानछोकीनं मिरवणाऱ्याना पराभवाची चव चाखावी लागली. आमचे खासदार चितपट! निकालानंतर भेटल्याव लोणंदचे पाटकरी म्हणाले, ''बरं झालं. तीस वर्षाची ब्याद गेली.''

भारतीय जनता पक्षाचे अटलबिहारी वाजपेयी पंतप्रधान झाले! मात्र बहुमताअभावी तेरा दिवसात त्याना राजीनामा द्यावा लागला. अनपेक्षितपणे एच्डी देवेगौडा पंतप्रधान!

पूर्वी स्थानिक शिक्षण संस्थेचं व्यवस्थापन असताना डी.पी. भोसले कॉलेज प्राध्यापकात दोन प्रबळ गट होते. त्यांच्यात मारामाऱ्याही झाल्यावत्या. कॉलेज रयतला जोडल्याव प्राचार्यांनी विरोधी प्राध्यापकांच्या बदल्या केल्यानं गटबाजी बरीचशी संपुष्टात आलीवती. तरीही काही उपद्रवी प्राध्यापक अद्यापि उचापती,

कुचाळक्या करत. आवारात "गज्या, सद्या, रघ्या..." अशा रानातल्यागत हाका मारत. तशा ओव्हरस्मार्ट प्राध्यापकांच्या नव्याने बदल्या करणं भाग पडलं. त्यानंतर मात्र स्टाफरूममध्ये, प्रांगणात शांतता– सभ्यता दिसू लागली.

बोर्ड परीक्षा निकाल लागला. आमची बीना जगदाळे बारावी आर्ट्सच्या गुणवत्ता यादीत आली! चेअरमन प्रा. एन्डी पाटलांच्या हस्ते तिचा सत्कार केला. त्याचवेळी ग्रंथपाल एन्डी पवारांचा सेवानिवृत्तीनिमित्त सपत्निक सत्कार करण्यात आला.

कोरेगावला आल्यानंतरची ती पहिली कर्मवीर जयंती. कॉलेजमधल्या सभेपेक्षा, गावात कर्मवीर प्रतिमेची मिरवणूक काढून जनजागृती करण्याव माझा भर. लोणंद, रामानंदनगर या दोन्ही ठिकाणी हायस्कूल, कन्या विद्यालय, सिनियर कॉलेज अशा तीन तीन शाखा होत्या. हायस्कूलचे विद्यार्थी, कन्या विद्यालयाच्या विद्यार्थिनी मिरवणुकीसाठी हक्काचा मॉब असे. कॉलेज विद्यार्थ्यांचा बेभरवसा. कोरेगावला तर फक्त सिनियर कॉलेज! तेही गावापासून दोन कि.मी. अंतराव. मिरवणूक काढणे म्हणजे दिव्य! म्हणून मग शक्कल लढवली. अकरावी, बारावीची चाचणी परीक्षा ठेवली. सिनियरच्या विद्यार्थ्यांसाठी नोटिस काढली, 'उद्या सकाळी उपस्थिती सक्तीची असून हजेरी घेतली जाईल'.

कर्मवीर जयंतीदिनी सकाळी मिरवणूक सुरू झाली. सर्वांत पुढे दणकेबाज झांजपथक, त्यामागे विद्यार्थिनींच्या जोड्या, नंतर विद्यार्थी जोड्या व शेवटी ट्रॅक्टरवर कर्मवीर प्रतिमा. रणशिंग फुंकताच झांजपथकाचा दणका सुरू झाला. घोषणा देत कॉलेजपासून मिरवणूक निघाली. शोभायात्रेचे व्यवस्थापन प्राध्यापक-सेवक पहात होते. चौकाचौकातून ग्रामस्थ बंधुभगिनी श्रद्धेने कर्मवीर प्रतिमेची पूजा करत होते. बुरूडगल्ली, भैरवनाथ मंदीर, बाजारतळमार्गे मिरवणूक सरकत होती.

मागचे टोक आझाद चौकात, तर पुढला शेंडा जुन्या मोटारस्टँडवर. प्रमुख पाहुणे डीजीपी ॲड. दिलावर मुल्ला मिरवणुकीजवळ येताच मोटारीतनं उतरून भारावल्या सुरात म्हणाले, "महानवरसाहेब, तुम्ही रयतचे खरेखुरे विद्यार्थी. कर्मवीर जयंतीला कोरेगावात मिरवणूक काढणारे पहिले प्राचार्य ठरलात!"

पावसाळ्यात प्राचार्य निवास बांधकाम सुरू केलं. कॉलेजफंडातून इमारत होणार असल्यानं अधिक काटकसर. पाया, कॉलम्सचे खड्डे शिपायानी खोदले. प्लिंथ लेव्हल बांधकाम आठवड्यात पूर्ण झाले. भरीसाठी तीसेक ट्रॉल्या मुरूम विद्यार्थी-विद्यार्थिनीनी आत टाकला.

दुपारी सुरू झालेली स्लॅब झांजड पडताना संपली. दुसऱ्या दिवशी स्लॅबवर केलेले वाफे सुकले तोच जोरदार पाऊस पडून तुडुंब भरले. वरच्या मजल्याची एक

सपाट व दोन उतरत्या अशा तीन छोट्या छोट्या स्लॅब पुढं पंधरा दिवसात संपल्या.

सारी कामं वक्तशीर केलेल्या कंत्राटदारानं पुढं आंबवाय सुरुवात केली. त्यानं वेळेव काम संपवावं म्हणून मग गृहप्रवेशाची तारीख ठरवली. ती मात्रा लागू पडली. फरशी, नळ फिटिंग, ड्रेनेज अशी कामं झपाट्यानं उरकली. म. फुले पुण्यतिथीच्या राष्ट्रीय मुहूर्तावर गृहप्रवेश.

कोरेगाव कॉलेजमध्ये चित्रविचित्र अनुभव येत होते. डामरटपणा करणाऱ्या विद्यार्थ्याची कौटुंबिक पार्श्वभूमी विचारायचो. वडील वारलेत, आईला तो एकुलता एक मुलगा. पण तास बुडवतो, दंगामस्ती करतो. आश्चर्याचा धक्का बसायचा. गावात मारामारी केल्याबद्दल एका विद्यार्थ्याला अटक झाली. त्याचे आईवडील शिक्षक. मुलग्यासाठी जामीन घेऊन गेले तेव्हा वडील ढसाढसा रडले.

बारावी आर्ट्सवर जनरल तास घेत होतो. एक विद्यार्थी उद्दाम तोऱ्यात बसलावता. उभं करून विचारलं, ''कारे बाबा, हे कॉलेज आहे का जुना मोटारस्टँड? गुंडांच्या टोळीतनं तर आला नाहीस ना?'' ऐकून वर्गात हशा पिकला. तो पठ्ठ्या मात्र निर्विकारपणे माझ्याकडे रोखून बघत होता. उद्धट वर्तनाबद्दल गेटाऊट केले.

आठवडाभरात डीवायेस्पी चौकशीसाठी कॉलेजात आले न् म्हणाले, ''तुमच्या कॉलेजमधल्या काही विद्यार्थ्यांचं रेकॉर्ड तपासायचंय.''

''विशेष काही कारण?''

''दहावी, अकरावीच्या बनावट गुणपत्रकांचा धंदा करणारी टोळी कोरेगाव-रहिमतपूर भागात कार्यरत आहे.''

त्यानी दिलेल्या यादीतल्या पहिल्या विद्यार्थ्याचा अर्ज काढून फोटो पाहातोय तर काय आश्चर्य? बारावी आर्ट्सच्या वर्गातून हाकलून दिलेला विद्यार्थी तो हाच! डीवायेस्पीकडील तेरा जणांच्या यादीतल्या तिघांची अकरावी पासची बोगस गुणपत्रके रेकॉर्डला सापडली. ती रहिमतपूरच्या एका ज्युनियर कॉलेजनं दिलीवती.

दोनतीन दिवसानी, बोगस मार्कलिस्टचा धंदा करणाऱ्या टोळीतल्या तीनचार जणांची बेड्या ठोकून फौजदारानं आमच्या कॉलेज आवारातून धिंड काढली. त्यातले एकदोन प्रतिष्ठित घराण्यातले होते. बेअब्रूमुळे पालकाना जिवंतपणी मेल्यागत झालं.

कोणत्याही वर्गाच्या विद्यापीठ निकालाचं एकत्रित गुणपत्रक (लेजर) येताच मी बारकाईनं पहायचो. बऱ्याच जणांचा रिझल्ट माझ्या स्मरणात असे. आवारात राऊंड घेत असताना एक कलाकार विद्यार्थी दिसला. शंका आल्यानं हटकलं, ''विलास, तू कोणत्या वर्गात?''

''टीवायबीए इतिहास स्पेशल.''

अधिक न बोलता केबिनमध्ये आलो. एस्वाय आर्ट्सचं लेजर ऑफिसातनं

मागवलं. अंदाज खरा ठरला. विलास तीन विषयात नापास होता. म्हणजे एकूण 'फेल' होता. टीवायबीएची ॲडमिशन फाईल मागवली. विलासच्या प्रवेश अर्जासोबतच्या गुणपत्रकात तीन नापास विषयापैकी एकात पंचवीसचे पस्तीस गुण करून तो विषय पास. म्हणजे दोन विषयात नापास असल्याचं दाखवून, शेरा सदरात 'फेल' शब्द खोडून 'एटीकेटी' टाइप केलंवतं. त्या बोगस मार्कलिस्टची झेरॉक्स जोडून टीवायला प्रवेश घेतलावता.

बोगस मार्कलिस्ट व लेजर दाखवताच विलासची बोबडी वळली. ढसढसा रडू लागला. गोडीगुलाबीनं म्हणालो, "जाऊ दे. घडते चूक मोहापोटी. वडलाना घेऊन ये."

माझं पाय धरून गयावया करत म्हणाला, "साहेब, माफ करा. तुम्ही म्हणाल तसं करीन. प्लीज, वडलाना सांगू नका."

मन:स्थिती पाहून त्याला ऑफिसात थांबवलं. शिपायाला पाठवून वडिलाना बोलावून घेतलं. सारं रेकॉर्ड दाखवून सांगितलं, "मागील वर्गात नापास असताना, मार्कलिस्टमध्ये खाडाखोड करून पुढच्या वर्गात प्रवेश घेणं फौजदारी गुन्हा!"

हताशपणे म्हणाले, "सर, माझं तर डोकंच आऊट झालंय! भरकटून तो काही वेडंवाकडं करणार नाही असं काय ते तुम्हीच ठरवा."

शांतपणे विचार करून घेतलेला निर्णय दिला, "या घोडचुकीबद्दल तीनशे रुपये दंड भरा. नाव काढून टाकून त्याची टी.सी. लगेच देतो. माफीपत्र लिहून द्या. यापुढे तो कॉलेज आवारात येता कामा नये!"

पाऊस बक्कळ झाला. प्राचार्य निवासापुढं बाग आखली. फळाफुलांची रोपं लावली. बंगल्यालगतच्या तालीत सागवानाची सत्तर रोपं लावली. धोम कॅनॉलचं पाटपाणी परिश्रमपूर्वक नियमित घेऊन आवारातल्या झाडांची जोपासना सुरू केली. आठ एकर आवाराभोवती तारकुंपण. परंतु परिसरातली उडाणटप्पू पोरं तारा वाकवून, तोडून आतबाहेर येजा करायची. म्हणून मग जातिवंत घायपाताची पंधराशे रोपं तारकुंपणालगत चौफेर लावली. घायपात वाढल्याव नैसर्गिक कुंपण होणार होतं. उत्पन्नही मिळणार होतं.

आवाराच्या काही भागात सुबाभूळ, रेनट्री असली जंगली झाडंझुडूपं माजलीवती. त्या झाडोऱ्याच्या आडोशानं चाललेलं प्रेमप्रकरण सापडलं. नाजूक बाब म्हणून तरुणीकडं दुर्लक्ष केलं. इब्लिस तरुणाची कडक शब्दात खरडपट्टी, हकालपट्टी. आवारातली सारी झाडं सवळली. दाटीवाटीची झुडपं तोडून टाकली. झाडीतनं सगळीकडं आरपार दिसू लागलं.

लोणंद कॉलेज नॉनग्रँट असूनही केमिस्ट्री, फिजिक्स, इलेक्ट्रॉनिक्स हे तीन स्पेशल विषय होते. रामानंदनगर व कोरेगाव ही दोन्ही महाविद्यालयं एकाच वर्षी निघालेली. रामानंदनगरला केमिस्ट्री, फिजिक्स, झूलॉजी, गणित हे चार स्पेशल होते. कोरेगाव कॉलेजमध्ये मात्र केमिस्ट्री हा एकच स्पेशल. म्हणून मग विद्यापीठाची, शासनाची मंजुरी घेऊन टीवाय सायन्सला फिजिक्स स्पेशल सुरू केला.

भोसे गावातल्या विद्यार्थ्यांच्या दोन तरुण मंडळानी ईर्षेनं आपापली झांजपथकं कॉलेजवर आणली. कर्मवीर जयंती मिरवणूक अधिकच दणकेबाज झाली. कर्मवीरांचे मानसपुत्र-माजी कुलगुरू बॅ. पीजी पाटील प्रमुख पाहुणे होते. भाषणात म्हणाले, ''सभेतील भाषणापेक्षा गावातून काढलेली मिरवणूक मी महत्वाची मानतो. सभेला विद्यार्थी, प्राध्यापक असतात. कर्मवीर प्रतिमेची मिरवणूक मात्र उभा गाव पहातो. दहाबारा सभांमुळे जेवढे समाज प्रबोधन होते, त्यापेक्षा अधिक जनजागृती एका मिरवणुकीमुळे होते.''

डीपी भोसले : धोंडीराम पाटलोजी भोसले. कोरेगाव तालुक्यात नागझरी जन्मगाव. खोक्याचे व्यापारी म्हणून मुंबईत कर्तबगारी गाजवलेले दानशूर, शिक्षणप्रेमी गृहस्थ. महाराष्ट्राचे राज्यमंत्री असताना दादासाहेब जगतापांनी कोरेगावला कॉलेज काढले. तालुक्याचे सुपुत्र कै. डी.पी. भोसलेंचे नाव दिले. पहिल्या तीन वर्षांचे तीन प्राचार्य सोडल्यास पुढे पंचवीस वर्षे एकच प्राचार्य होते. 'विद्या प्रसारक मंडळ' या स्थानिक संस्थेचे हे कॉलेज पंधरा वर्षे कसेबसे चालले. संस्थाचालक-प्राचार्य विरुद्ध स्थानिक मंडळी असा संघर्ष पेटला. कॉलेज सुरू ठेवण्याचा अंतिम उपाय म्हणून दहा वर्षापूर्वी ते रयत शिक्षण संस्थेला जोडले. येणी-देणी, आठ एकरातल्या मालमत्तेसह कॉलेजचे रयतकडे हस्तांतर झाले.

कोरेगावातल्या काहीनी हस्तांतरास हरकत घेऊन, धर्मादाय आयुक्तांच्या कोर्टात खटला भरला. मी हजर झाल्यानंतर सुनावणीसाठी बोर्डाव आला. पहिल्या तारखेला संस्थेचा क्लार्क व माजी प्राचार्यासह पुण्याला जाऊन वकीलपत्र गुदरले. पुढल्या तारखेआधी रयतच्या कायदा विभागाला फोन केला असता उत्तर मिळाले, ''माजी प्राचार्य म्हणतायत, यापुढे केसचे काम मला जमणार नाही. नवीन प्राचार्यांनी काय ते पहावे!''

आव्हान स्वीकारून केसमध्ये लक्ष घातले.

''पुढच्या तारखेला प्राचार्यांनी पुण्याला जाण्याची गरज नाही!'' संस्थेचा क्लार्क म्हणाला.

परंतु, सर्व तारखाना हजर राहून केसची माहिती करून घ्यायची; लिंक तुटू द्यायची नाही, म्हणून न चुकता प्रत्येक तारखेला जाऊ लागलो. तीनचार तारखाना

केस जुजबी चालली. पुढे गती आली. इंटरेस्ट वाटू लागला. ऐन पावसाळ्यात एका तारखेला कोर्ट म्हणाले, "पुढल्या महिन्याच्या एकोणीस तारखेला साक्षीपुरावे, आर्ग्युमेंट्स संपवायचीत."

एकोणीस तारखेला ॲड. दिलावर मुल्ला, ॲड. केव्ही पाटील, ॲड. मुकुंद ननावरे, क्लार्क उपेंद्र नलवडे यांच्यासह मी पुण्याला कोर्टात हजर झालो. ॲड. मुल्लांनी दीडेक तास अभ्यासपूर्ण युक्तिवाद केला. वादीचे वकील गडबडून गेले. त्यानी कसंबसं पाचसा मिनिटात आर्ग्युमेंट उरकलं. कोर्टानं त्याच महिन्याची सत्तावीस तारीख निकालासाठी निश्चित केली. गेल्या दोन्ही तारखाना आमचे तिन्ही वकील हजर ठेवण्यात मला यश आल्यानं केस शेवटाला गेली.

सत्तावीस तारखेला आम्ही पुण्याला धर्मादाय आयुक्तांच्या कोर्टात. केसचा निकाल काय लागेल? जिज्ञासा, धास्ती. चिंतातूर मन:स्थितीत चारपाच तास घालवल्याव सायंकाळी पावणेसहा वाजता कोर्टानं निकाल दिला: निकाल आमच्या बाजूनं लागला! कोरेगावच्या विद्याप्रसारक मंडळाने रयत शिक्षण संस्थेकडे डीपी भोसले कॉलेजचे आणि स्थावर-जंगम मालमत्तेचे एका तपापूर्वी केलेले हस्तांतर कायदेशीर ठरले! निकाल ऐकून अत्यानंद.

रयत शिक्षण संस्थेचे दीर्घकाळ मानसेवी सचिव असलेले ॲड. आयेमेस मुल्लांच्या निधनानंतर सचिवपद पगारी झाले. पुढे दोन तपांच्या कालावधीत दर तीन वर्षांनी सचिवपदी नवी व्यक्ती येत गेली. गतवर्षी मात्र अपवाद घडून त्याच व्यक्तीची सचिवपदी फेरनिवड झाली. पण यंदा त्यांच्यावर अनैतिकतेचे किटाळ आले. संस्थेच्या माजी चेअरमननी ते प्रकरण रयताध्यक्ष ना. पवारसाहेबाना कळवून लिहीलं, 'संस्थेच्या इभ्रतीच्या दृष्टीनं सचिवावर तातडीनं कारवाई करावी.'

कर्मवीर पुण्यतिथी दिवशी रयतचा अमृत महोत्सव थाटामाटात साजरा झाला. राज्य सरकारचा 'आदर्श प्राचार्य पुरस्कार' मिळाल्याबद्दल सचिवांचा गौरव झाला. पण अवघ्या दोन तासातच अनैतिकतेच्या किटाळामुळे त्याना राजीनामा द्यावा लागला. रयत-अध्यक्षानी राजीनामा तत्काळ स्वीकारला. सचिवपदी फेरनिवड होण्याचा इतिहास वर्षापूर्वी घडवणाऱ्या व्यक्तीला, जाहीर नामुष्की पत्करून आता पायउतार व्हावे लागले. रिक्त सचिवपदी आमचे मित्र प्राचार्य डॉ. विलासराव घाटे आले.

लास्ट बीएएमेस परीक्षा समता पास झाली. सांगलीत इंटर्नशिप चालू असताना लग्नाचा विचार सुरू केला. दूरचे नातेवाईक डॉ. इंद्रजित भिसे बी.जे. मेडिकल कॉलेजमधून एमबीबीएस होऊन, तिथंच डी.जी.ओ.च्या शेवटच्या वर्षाला. केवळ अभ्यासात हुशार होते असं नाही, तर शरीरसौष्ठव स्पर्धेतला 'बीजेश्री' किताब

मिळवलावता. पसंती झाली. प्रागतिक दृष्टिकोन ठेवून रजिस्टर लग्न करायचं ठरलं.

डॉ. इंद्रजित डी.जी.ओ. परीक्षा पास होताच विवाहाची तारीख ठरली. रयत चेअरमन प्रा. एन्डी पाटलांची राष्ट्रीय बीज महामंडळ अध्यक्षपदी नियुक्ती झालीवती. हारगुच्छ देऊन अभिनंदन केलं न् म्हणालो, ''माझ्या धाकट्या डॉक्टर मुलीचं लग्न सातारला रजिस्ट्रार ऑफिसात आहे. भटजीना फाटा देऊन म. फुलेंच्या सत्यशोधक पध्दतीनं विवाह होणार आहे. आपण उपस्थित रहावे ही इच्छा.''

''वैदिक विधीशिवाय विवाह होणार असल्यानं नक्की येईन!''

एकतीस जानेवारी उजाडला. नगर जिल्ह्यातल्या कर्जतहून डॉ. इंद्रजित, मित्र-आप्तेष्ट दोन जिपातून कोरेगावला आले. पाचसा मोटारीतून सर्वजण सकाळी सातारला गेलो. साडेअकराला रजिस्ट्रारने डॉ. इंद्रजित-डॉ. समता शुभविवाहाची नोंदणी केली. रात्रभर प्रवास करून बेळगावहून चेअरमन प्रा. डॉ. एन्डी पाटील आवर्जून उपस्थित. कर्मवीरांचे नातू डॉ. अनिल आप्पासाहेब पाटीलही आले. तीनशेक उपस्थिताना पेढे, गुलाब पुष्प आणि आइस्क्रीम दिले. दुरून आलेल्या शंभरेक मित्र-आप्तेष्टाना राधिका हॉटेलात श्रीखंड-पुरीचे जेवण दिले. धाकट्या डॉक्टर मुलीचा विवाह संपन्न होऊन, स्त्रीरोग तज्ज्ञ जावई मिळाले. आणखी एका मोठ्या प्रापंचिक जबाबदारीतून मुक्त झाल्याची सुखद जाणीव.

तीस वर्षापूर्वी बांधलेली कॉलेजची जुनी इमारत नियंत्रणाच्या दृष्टीनं सदोष होती. लांबलचक इमारतीला पुढल्याप्रमाणे मागच्या बाजूलाही लांबरुंद व्हरांडा होता. प्रत्येक खोलीला पुढच्या दरवाजाप्रमाणे, मागल्या व्हरांड्यात उघडणारा दरवाजा. गलका झाल्याव प्राध्यापक पुढून वर्गात गेले तर वांड मुलं मागील दारानं पळून जात.

बेशिस्तीला वाव देणारा, इमारत दोष नाहीसा करण्याचा निर्णय घेतला. कॉंट्रक्टर पांडबा मिस्त्रीनं इमारतीत फेरबदल सुरू केले. मागच्या व्हरांड्यात उघडणारे डझनभर दरवाजे-चौकटी काढून, त्याजागी वीटबांधकाम करून आतबाहेर प्लॅस्टर केले. जुन्या बांधकामावर डागडुजीची ठिगळं दिसू लागली. म्हणून मग संपूर्ण इमारतीला आतबाहेर सफेद रंग दिला.

प्रशासकीय कार्यालय अपुरं होतं. शेजारच्या हॉलची पाडापाड करून ऑफिस, काऊंटर दुप्पट केलं. वाढीव ऑफिसच्या टोकाला सेवकासाठी संडास, बाथरूम, वॉश बेसिन असलेले अद्ययावत स्वच्छतागृह तयार केले. ऑफिस, काऊंटर, टॉयलेट ब्लॉक आतबाहेर रंगवून घेतल्याव कॉलेजच्या तीनमजली बिल्डिंगला साजेसं प्रशस्त कार्यालय तयार.

फिजिक्स स्पेशल सुरू केल्यानं लॅब कमी पडू लागली. पहिल्या मजल्याचे दोन मोठे हॉल बांधणं आवश्यक झालं. कॉलेज संस्थापक दादासाहेब जगतापांना भेटून म्हणालो, ''प्रयोगशाळा बांधकाम शुभारंभ व कॉलेज कमिटी मीटिंगसाठी तुमची न् चेअरमनची तारीख हवी.''

''मी मोकळाच आहे. नारायणरावची तारीख घ्या. तीच नक्की करा.''

चेअरमननी बारा डिसेंबरचा रविवार दिला. कोनशिला तयार करून आणली. मीटिंग दिवशी सकाळी अकराला दादासाहेब जगताप आले. पाठोपाठ चेअरमन प्रा. डॉ. एन्डी पाटील, सचिव प्राचार्य डॉ. विलासराव घाटेंचे आगमन झाले. पहिल्या मजल्यावर प्रयोगशाळा बांधकाम शुभारंभाची कोनशिला बसवली. कॉलेज कमिटी मीटिंग आणि कॉलेज प्रगतीबाबत चर्चा करीत भोजन. महाविद्यालय प्रांगणात पदाधिकाऱ्यानी चार तास घालवले.

कोनशिला बसवल्याव बांधकाम जोमानं सुरू झालं. महिनाभरात स्लॅब ओतण्याची तयारी झाली. वरच्या मजल्याची असल्यानं स्लॅब संपाय मध्यरात्र झाली. सिमेंट फिनिशिंग होता करता उजाडलं. जोखमीचं काम असल्यानं दिवसरात्र इमारतीव खडा होतो.

यंदा पारितोषिक वितरण समारंभाचे प्रमुख पाहुणे 'सिंबायोसिस' संस्थापक डॉ. एस्बी मुजुमदार होते. स्टार पत्रकार डॉ. विश्वास मेहेंदळे अध्यक्ष. डॉ. मुजुमदार भाषणात म्हणाले, ''शिक्षणानं आत्मविश्वास निर्माण होतो. आत्मविश्वास असेल तरच माणूस प्रगती करू शकतो. हीच पक्की खूणगाठ मनाशी बांधून विद्यार्थ्यांनी शैक्षणिक संधीचा पुरेपूर लाभ उठवावा.'' समारंभानंतर पाहुण्यांच्या स्वाक्षऱ्यांसाठी, त्यांच्यासमवेत फोटो काढून घेण्यासाठी विद्यार्थी-विद्यार्थिनींची गर्दी.

प्राचार्य निवास, प्रयोगशाळा ही दोन बांधकामं आणि टीवाय फिजिक्स स्पेशल उपकरणांची खरेदी हे सारं नॉनग्रँट. त्यामुळे निधी उभारणं आवश्यक बनलं. कॉलेज रौप्य महोत्सव होऊन गेलावता. ते तिसावे वर्ष. 'त्रिदशक स्मरणिका' प्रकाशित करण्याचा निर्णय घेतला.

प्रा. हिंदुराव पवारांच्या अध्यक्षतेखाली स्मरणिका समिती स्थापन केली. प्राध्यापक, लेखनिक, शिपाई या सर्वांना दर्जाकुवतीनुसार निधी संकलनाचं टार्गेट ठरवून दिलं. सारे झाडून कामाला लागले. पाचसा महिन्यात प्राध्यापक, सेवकानी, विद्यार्थ्यांनी तीन लक्ष रुपये जमवले. आकर्षक स्मरणिका वर्षअखेरीस प्रकाशित झाली.

परीक्षातील गैरप्रकाराना आळा बसावा म्हणून शिवाजी विद्यापीठाची जिल्हावार

भरारी पथके. सातारा जिल्हा भरारी पथक प्रमुखपदी कुलगुरूनी माझी नियुक्ती केली. डॉ. एम्के शिंदे, प्रा. आर्जी पाटील, प्रा. सौ. शैलजा माने पथक सदस्य. विद्यापीठाची अम्बॅसिडर भरारी पथकासाठी महिनाभर आमच्याकडे. जिल्ह्यातल्या विविध परीक्षा केंद्रांची तारीखवार वेळापत्रकं पाहून भरारी पथकाचा मार्ग आखायचो. जेवणाचे डबे घेऊन भल्या सकाळी घर सोडायचो. दिवसभरात चारपाच केंद्राना भेटी द्यायचो.

भरारी निमित्तानं तळमावले, पाटण, रेठरेबुद्रुक, उंब्रज, मेढा, पाचगणी, मायणी, औंध अशा कधी न पाहिलेल्या कॉलेजात जाणे झाले. जिल्ह्यातल्या सर्व महाविद्यालयातले परीक्षा व्यवस्थापन पाहता आले. काही नामवंत महाविद्यालयांचे परीक्षा व्यवस्थापन भोंगळ असल्याचं पाहून आश्चर्य वाटलं. एका ग्रामीण कॉलेजच्या प्रांगणात आमची गाडी शिरण्यापूर्वीच, पाळतीवर असलेल्या खबऱ्या विद्यार्थ्याने जोरकस शीळ घालून कॉपी-बहाद्दराना इशारा दिला. केंद्रात पोचलो तेव्हा खिडक्यांबाहेर चिठोऱ्या दिसल्या. एकही कॉपी सापडली नाही. एका जुन्या कॉलेजच्या शिपायानं, दूरवर आमची पांढरी अम्बॅसिडर दिसताच, परीक्षा हॉलकडे धूम ठोकली. परीक्षार्थीना सावध केलं. तरीही पाचसा कॉप्या सापडल्या. महिनाभरात कामकाजाचे वीस दिवस झाले. त्रेपन्न गैरप्रकार निदर्शनास आले.

बारावी निकाल लागला. व्यवसाय शिक्षण शाखेचा संदीप कुलकर्णी बोर्डाच्या गुणवत्ता यादीत आला! फिजिक्स स्पेशलच्या पहिल्या बॅचची गौरी गोळे टीवाय फिजिक्समध्ये विद्यापीठात पहिली आली!

दोन हॉलच्या नव्या प्रयोगशाळेचे बांधकाम संपत आलेवते. पहिल्या हॉलमध्ये पडदी घालून एका बाजूला फिजिक्स स्टाफरूम व स्टोअर तयार केले. दुसऱ्या हॉलमध्ये पडदी घालून डार्करूम तयार केली. आतबाहेर रंग देऊन फिजिक्स लॅब उद्घाटनासाठी सज्ज.

कॉलेजला 'डीपी भोसले' नाव होतं. परंतु प्राध्यापकानाही त्यांच्या जीवनकार्याची माहिती नव्हती. म्हणून मग 'धोंडीराम पाटलोजी भोसले' पुण्यतिथी साजरी करण्याचा निर्णय घेतला.

मीटिंगसाठी संस्थेत गेलेवतो. रजिस्ट्रार केबिनमध्ये डोकावलो. संघटक आप्पासाहेब भाऊराव पाटील दिसताच गर्रकन मागं फिरलो. तेवढ्यात संघटकानी मोठ्यांदा हाक मारली, "अहो प्राचार्य, आत या. आम्हाला बघून माघारी पळताय, म्हणजे आम्ही वाघ-सिंह आहोत की काय?"

आत जाऊन म्हणालो, "वाघ-सिंहाचा प्रश्न नाही. रजिस्ट्रारशी तुमचे खाजगी बोलणे चालले असेल!– असा कयास बांधून परत फिरलो."

"आमचे काहीही खाजगी नसते. सारे उघड!"

संघटकांनी आग्रहानं चहा दिला. गप्पांच्या ओघात म्हणालो, ''आप्पासाहेब, तुम्ही साताऱ्यातल्या मोठ्या कॉलेजात समारंभाना जाता. कधीतरी कोरेगाव कॉलेजला या ना!''

''साताऱ्याबाहेर सहसा जात नाही. तरीही तसा काही खास कार्यक्रम असल्यास सांगा.''

''डीपी भोसलेंची पुण्यतिथी यंदा प्रथमच साजरी करतोय. त्यावेळी प्रयोगशाळेचं उद्‌घाटन करायचंय. आपण प्रमुख पाहुणे म्हणून आल्यास आनंद वाटेल.''

''ठीक आहे, येतो. लागा कामाला.''

समारंभाचा दिवस. सत्तेचाळीसाव्या पुण्यतिथीनिमित्त डीपी भोसलेंच्या तैलचित्राचे अनावरण ग्रंथालयात सचिव डॉ. घाटेंच्या हस्ते झाले. कॉलेजचे संकल्पक यशवंतराव चव्हाण व संस्थापक दादासाहेब जगताप यांच्याही फोटोंचे अनावरण केले. साडू साडू भिंतीवर शेजारी! भौतिकशास्त्र प्रयोगशाळा उद्‌घाटन संघटक आप्पासाहेब पाटलांच्या हस्ते संपन्न झाले. गुणवत्ता यादीत आल्याबद्दल संदीप कुलकर्णी, गौरी गोळे यांचा सत्कार केला.

समारंभात बोलताना संघटक पाटील म्हणाले, ''कसलीही पूर्वपरंपरा नसताना, नागझरी या आडगावी शेतकरी कुटुंबात जन्मलेल्या धोंडीराम पाटलोजी भोसलेंनी मुंबईत खोक्याचे व्यापारी म्हणून नावलौकिक कमावला. कर्मवीर आण्णांनी साताऱ्यात शिवाजी कॉलेज काढलं तेव्हा डीपी भोसलेंनी एक्कावन्न हजार देणगी रयतला दिली. त्यांचे दातृत्व संस्था कदापि विसरणार नाही.''

डीपी भोसलेंचे जावई, संपादक बापूसाहेब जाधव, आपल्या उत्स्फूर्त भाषणात म्हणाले, ''एकेकाळचे माझे सर प्राचार्य दिपा महानवरांनी डीपी भोसलेंची पुण्यतिथी साजरी करण्याचा उपक्रम सुरू केलाय त्याबद्दल आम्ही सर्व कुटुंबीय, आप्तेष्ट ऋणी आहोत.''

सेवानिवृत्तीचा वेध लागला तरी स्वत:चा बंगला नव्हता. त्याचं वैषम्य वाटून सौ. क्रांती म्हणायची, ''तुमच्या साक्षीनं दहा वर्षांपूर्वी प्राध्यापक झालेले आता त्यांच्या बंगल्यात रहातात. आपण मात्र भाड्याच्या निवासात रहातोय. आपला बंगला कधी होणार?''

माझ्या जीवनाचं सूत्र सांगायचो, ''प्रथम मुलांचं शिक्षण, त्यांच्या चरितार्थाची सोय, नंतर त्यांचे विवाह आणि शेवटी बंगला. भाड्याच्या का होईना पण तीन खोल्यांच्या घरात नेहेमी आपण रहातोयच की!''

डेंटल प्रॅक्टिसमध्ये डॉ. सागरने लोणंदला चांगला जम बसवलावता. त्यामुळे आमचे स्थायिक होण्याचे ठिकाण लोणंद नक्की झालेवते. हॉस्पिटल व निवासासाठी मोठ्या प्लॉटचा शोध सुरू होता. शासकीय विश्रामगृहाजवळ मेनरोड टच साडेबारा गुंठ्याचा

बिगरशेती प्लॉट हेरलावता. एका सायंकाळी विनायकराव शेळकेंचा फोन आला, ''आपण हेरून ठेवलेल्या प्लॉटचे मालक मुंबईहून आलेत. सकाळी लवकर लोणंदला या.''

लोणंदला गेल्याव मालक पोपटराव डोईफोडे म्हणाले, ''बियर बार-हॉटेलसाठी लोक मागताहेत. परंतु काळे धंदेवाल्याला प्लॉट विकणार नाही. तुम्ही प्राचार्य, मुलगा डॉक्टर. दोन्ही पवित्र व्यवसाय. इतकं चांगलं दुसरं गिऱ्हाईक कुठून मिळणार?''

''माणुसकीचे शब्द ऐकून जागा घेण्यास हुरूप वाटतो.'' मी म्हणालो.

विनायकराव व कृष्णाबापू शेळकेनी बोलणी सुरू केली. दोघेही माझे जवळचे पाहुणे. त्यांच्याव पूर्ण विश्वास असल्यानं धाडसानं बोललो. काही लाखातला व्यवहार धापंद्रा मिनिटात ठरला. पन्नासच्या नोटांचं बंडल काढून विनायकराव म्हणाले, ''पाच हजार रुपये घेऊन लगेच इसारपावती करा.''

इसारपावतीत सात दिवसांची मुदत होती; पण तिसऱ्याच दिवशी खंडाळ्याला जाऊन रजिस्ट्रार ऑफिसात मालकाला दीड लाख रुपये देऊन साठेखत केले. डॉ. सागरच्या सहकार्याने उर्वरित रकमेची जुळणी केली. साठेखतात चार महिन्यांची मुदत असली तरी, दीड महिन्यातच फलटणला रजिस्ट्रार ऑफिसात साडेबारा गुंठे बिगरशेती जागेचे खूश खरेदीखत केले.

संध्याकाळी विनायकराव शेळके म्हणाले, ''महानवर सर, मोक्यावला मेनरोड टच प्लॉट तुम्हाला घेऊन दिला त्यात आमचा वेगळाच स्वार्थ आहे. वैयक्तिक किंवा सार्वजनिक जीवनात काही प्रॉब्लेम निर्माण झाल्यास, एक हक्काचा बुद्धिवादी सल्लागार यापुढे आमच्या हाताशी रहाणार आहे!''

शिवाजी विद्यापीठ सिनेटवर पाच वर्षे सदस्य होतो. महत्वाच्या विषयावर सिनेटमध्ये माझे मार्मिक प्रश्न, ठराव असत. ऑडिट रिपोर्टवरील माझे विश्लेषण लक्षवेधी ठरत असे. विद्यापीठाच्या एका वार्षिक अहवालावर मी केलेलं भाषण एवढं गाजलं की लोकसत्ता दैनिकात तीन कॉलमी चौकट आली. चौकटीत वार्ताहरानं लिहीलं, 'सिनेट सभेत प्राचार्य डीजी महानवर यानी विद्यापीठ अहवालातील दोषावर केलेली टीकाटिपणी लक्षणीय ठरली!– छोट्या चुका तर सोडाच, पण विद्यापीठ प्रशासनाने जून महिन्यात एकतीस तारीख आणण्याचा चमत्कार केला!– असे निदर्शनास आणत प्राचार्य महानवरांनी चुकांचा पाढा वाचला. प्राचार्यांनी चुका सांगायच्या आणि प्रशासनाने त्याचे स्पष्टीकरण देण्याचा प्रयत्न केल्यास, पुन्हा त्यातील नवी चूक प्राचार्य महानवरांनी दाखवून द्यायची!– असा पाठशिवणीचा खेळ सभागृहात सुरू होता. अखेरीस प्रशासनाने सर्व चुकाविषयी दिलगिरी व्यक्त करून विषयावर पडदा टाकला.'

लोकसत्तातली चौकट वाचून अभिनंदनपत्रे आली. दुर्दैवी योगायोग असा

की,– 'लागोपाठ तीन बैठकाना गैरहजर राहिल्याने सातारच्या यशवंतराव चव्हाण सायन्स इन्स्टिट्यूटच्या प्राचार्याचं सिनेट सदस्यत्व रद्द झालं!–' असा मजकूर विद्यापीठ अहवालात होता.

कॉलेजचं प्रशासकीय कामकाज जागरूकतेनं करत होतो. विद्यार्थी संपर्क लक्षणीय होता. वर्गशिक्षकापेक्षाही अधिक मुलामुलीना ओळखत असे. विद्यार्थ्यांच्या लबाड्या नजरेतून सुटत नव्हत्या. क्लार्कनं रेकॉर्ड तपासून बारावीच्या रिसीट्स सहीसाठी ठेवल्या. सह्या करताना एका रिसीटवरील फोटोकडे पाहिले, तर फोटो 'मिलींद महिमा'चा आणि वरती नाव मात्र 'दिनेश जगझाप'चे. रेकॉर्ड तपासल्याव अंदाज खरा ठरला. मठ्ठ जगझापच्या नावावर डमी म्हणून परीक्षेला बसण्यासाठी मिलींद महिमाचा फोटो चिकटवलावता. दोन्ही विद्यार्थ्यांचं, पालकांचं माफीपत्र लिहून घेतलं. पत्येक विद्यार्थ्याला तीनशे रुपये दंड केला. दोघांचीही नावं कॉलेजमधून काढून टाकली.

असाच एकदा बारावी बोर्डाचा पेपर सुरू होण्यापूर्वी सकाळी निनावी फोन आला, "इंग्रजी पेपरला जतिन बर्गेच्या नावावर वेगळाच विद्यार्थी डमी म्हणून बसणार आहे. तातडीनं लक्ष घाला." रिसीटची स्थळप्रत काढून पाहिली. जतिनच्या रिसीटवर चिकटवलेला फोटो त्याचा नसून वेगळ्याच विद्यार्थ्याचा होता. त्या वेगळ्या विद्यार्थ्याचा चेहरा ओळखीचा होता; परंतु नाव आठवत नव्हतं. जतिनला विचारावं म्हटलं, तर तो परीक्षा-हॉलकडे फिरकलाच नाही. टेबलाच्या ड्रॉवरमध्ये रिसीट ठेवून वरचेवर तो फोटो पहात असे.

त्या घटनेला दोन महिने लोटले. विद्यापीठ परीक्षा सुरू होत्या. केबिन-खिडकीतून बाहेर पहाताना, रिसीटवरच्या फोटोतला विद्यार्थी आवारातून जाताना दिसला. तत्काळ केबिनमध्ये बोलावून विचारले, "कोणत्या परीक्षेला बसलायस? संपूर्ण नाव?"

"एफ्वाय बीएस्सी. सुजित छबन भोसले." जतिन बर्गेची रिसीट दाखवून विचारले, "हा फोटो तुझाच ना?"

"मुळीच नाही!"

"ठीक आहे. तुला पोलिसाच्या ताब्यात देतो!" असं म्हणून फोनला हात घातला.

मग मात्र गुन्हा कबूल करून भोसले पाया पडला. निर्वाणीचं सांगितलं, "जतिन बर्गे, त्याचे वडील, तू व तुझे वडील असे चौघे तासाभरात माझ्याकडे या. तसं न झाल्यास, तुला उद्याच्या पेपरला बसू देणार नाही."

भोसले आपल्या शिक्षक वडिलाना व बर्गेच्या वडिलाना घेऊन आला. बर्गेचे वडील म्हणाले, "जतिन लग्नासाठी परगावी गेलाय. तुमचा निर्णय असेल तो मला मान्य."

सुजित भोसलेला तीनशे रुपये दंड करून पितापुत्राचं माफीपत्र घेतलं. जतिनच्या वडीलांचं माफीपत्र घेऊन तीनशे रुपये दंड वसूल केला.

त्यावर्षी पारितोषक वितरण समारंभ प्रमुख पाहुणे होते भारती अभिमत विद्यापीठ कुलपती डॉ. पतंगराव कदम. भाषणात म्हणाले, ''अवघे अडतीस रुपये घेऊन मी पुण्याला गेलो आणि केवळ पस्तीस वर्षामध्ये शंभर कोटी रुपये बजेटची भारती विद्यापीठ ही शिक्षण संस्था उभारली. तेवढेच नव्हे तर 'अभिमत विद्यापीठ' म्हणून भारत सरकारची मान्यता मिळवून 'भारती विद्यापीठ' हे नाव सार्थ ठरवले. माझ्या तरुण मित्रानो, आत्मविश्वास-जिद्द-चिकाटी असल्यास जीवनात अशक्य असे काहीच नाही.''

धाकटी मुलगी डॉ. सौ. समता, जावई डॉ. इंद्रजित भिसेंनी शिरूर-घोडनदी या तालुका प्लेसला 'भिसे मॅटर्निटी हॉस्पिटल' सुरू केलं. थोरले जावई डॉ. मोहन कोडलकरांनी पी.जी. करण्याचा निर्णय घेऊन बी.जे. मेडिकल कॉलेजमध्ये प्रसूतीशास्त्र डी.जी.ओ.ला प्रवेश घेतला.

दोन्ही कन्यांची लग्नं झाल्याव डॉ. सागरचा नंबर. मला वाटलं, –मुलींची लग्नं जुळवणं त्रासदायक. वधूशोध सुरू केल्याव सागरचं लग्न मात्र अल्पावधीत जमेल! –पण तसं झालं नाही. त्याला सहजासहजी मुलगी पसंत पडत नव्हती. एक डॉक्टर मुलगी पसंत पडली; पण गावापासून तीनशे कि.मी. लांबच्या लोणंदला यायची तिची तयारी नव्हती. दुसरी पसंत पडली; पण भक्तिमार्ग सोडून त्या डॉक्टर मुलीला लग्नबंधनात अडकायचं नव्हतं. शेवटी बारामती पलीकडल्या भवानीनगरची डॉ. मनीषा रुपनवर पसंत पडली. सुपारी फुटली!

आप्तेष्ट, कुटुंबीयांचं ठाम मत, 'दोन्ही मुलींची रजिस्टर लग्नं झाल्यानं, हे शेवटचं लग्न परंपरेनुसार करावं.' दोन्ही मुलींच्या लग्नात निमंत्रण पत्रिका छापल्या नव्हत्या. म्हणून सागरच्या लग्नपत्रिकेत भाऊबंदांच्या नावाबरोबर दोन्ही कन्या, जावयांची नावं निमंत्रक म्हणून छापली.

विवाहाचा रविवार. आठधा कारसह वऱ्हाड लक्झरी बसनं सकाळी भवानीनगरला पोचलं. पाठोपाठ लगडवाडीहून वऱ्हाडाचा ट्रक आला. हळदी, जेवणावळ, श्रीवंदन. लगीनघाई! छत्रपती मंगल कार्यालय तुडुंब भरलेलं. संगीत मंगलाष्टकासह शुभविवाह दुपारी आनंदात संपन्न!

दुसऱ्या दिवशी कुलस्वामी दर्शन. तिसऱ्या दिवशी सत्यनारायण.

रजा संपली. बुधवारी कोरेगावचा वेध लागला. मुलामुलींच्या लग्नातनं मोकळा झालोवतो. मोठ्या मुलीचं लग्न ठरल्यापासून गेल्या आठ वर्षात अनेकविध ताणतणावातनं

वाटचाल केलीवती. मोठ्या आर्थिक उलाढालीला तोंड द्यावं लागलंवतं. निघताना सारं आठवून भडभडून आलं. सागरच्या गळ्यात पडून रडलो. मुक्तीची सुखद जाणीव!

प्राचार्य प्रतिनिधी म्हणून सिनेटमधून इचलकरंजीचे प्राचार्य डीके पाटील विद्यापीठ व्यवस्थापन परिषदेवर गेलेवते. काही कारणानं त्यानी राजीनामा दिला. प्राध्यापक संघटनेतील योगदान व सिनेटमधील कामगिरी ध्यानात घेऊन स्थायी समिती व कुलगुरूनी शिवाजी विद्यापीठ व्यवस्थापन परिषदेवर माझी नियुक्ती केली! कॉलेजमध्ये शाल-श्रीफळ देऊन सत्कार झाला.

कोरेगावला हजर झालो तेव्हा कॉलेजची विद्यार्थी संख्या साडेपंधराशे होती. उत्तम रिझल्ट व शिस्तशीर वातावरणामुळे वाढत वाढत विद्यार्थीसंख्या यंदा दोन हजारपेक्षा अधिक झाली. 'दोन हजार विद्यार्थ्यांची दोन हजार सालाकडे वाटचाल' असा बॅनर मेन गेटवर लावला.

रयत शिक्षण संस्थेच्या प्राध्यापक निवड समितीत प्राचार्य म्हणून अनेकदा काम केले. सिनेट व व्यवस्थापन परिषद सदस्य झाल्याव मूरगूड, सरुड, भिलवडी, मंगळवेढा, डीवाय पाटील इंजिनिअरिंग कॉलेज येथील प्राध्यापक निवडीसाठी कुलगुरूंचा प्रतिनिधी म्हणून काम केले. वाईला किसन वीर कॉलेजमध्ये प्राध्यापकांच्या विविध जागासाठी मुलाखती झाल्या. बालमित्र आनंदराव पवारच्या मुलग्याची प्राध्यापक म्हणून निवड करता आली. त्याचं समाधान काही वेगळंच!

प्राचार्य निवड समितीत कुलगुरूंचा प्रतिनिधी म्हणून काम करताना विविधांगी अनुभव आले. मायणी कॉलेज निवड समितीचे अध्यक्ष होते आमदार भाऊसाहेब गुदगे. एकच उमेदवार हजर. त्यानंही अनुभव-प्रमाणपत्र न आणल्यानं निवडीविना मुलाखत-कार्यक्रम संपला. पुढे प्रा. चंद्रकांत घाडगेंची प्राचार्यपदी नियुक्ती झाली. बेळगाव पलीकडे हलकर्णी कॉलेज निवड समिती अध्यक्ष होते साखर कारखाना चेअरमन आ. नरसिंगराव पाटील. तीन उमेदवारातून डॉ. मगदूमांची प्राचार्यपदी निवड झाली. सोलापूरच्या शिवाजी नाईट कॉलेज निवड समिती अध्यक्ष होते माजी महापौर मनोहर सपाटे. शारीरिक शिक्षण विषयाच्या प्रा. केएस पवारांची प्राचार्यपदी निवड झाली.

खटाव कॉलेज प्राचार्यपदी संस्थापकपुत्र प्रा. संजय पाटलांची निवड क्रमप्राप्त होती. परंतु शासन प्रतिनिधीनं अकारण काहीबाही त्रुटी दाखवून घोळ घातला. निवडीविना कामकाज संपलं. पुढे महिनाभरात पुन्हा मुलाखती होऊन प्रा. संजय पाटलांची प्राचार्यपदी निवड झाली. अक्कलकोट कॉलेज प्राचार्यपदी केमिस्ट्रीचे डॉ. कोनापुरे आणि रहिमतपूरला प्राचार्य म्हणून प्रा. साबळेंची नियुक्ती झाली.

तात्यासाहेब कोरे कॉलेज प्राचार्यपदासाठी वारणानगरला मुलाखती. 'इंटरव्ह्यू योग्यरित्या आयोजित केलेल्या नाहीत!'–असा मुद्दा अकारण मांडला न् एका कमिटी मेंबरनं मुलाखती पुढे ढकलल्या. निवड समिती अध्यक्ष आ. विनय कोरे नागपूर अधिवेशनातून मुद्दाम आलेवते. वेळ फुकट गेल्याने आमदार हळहळले. पुढे दहा दिवसानी मुलाखती होऊन अपेक्षित डॉ. एन्के पाटलांची प्राचार्यपदी निवड झाली. दुसऱ्या दिवशी सिनेट मीटिंग. माझ्याकडे आलेल्या प्रश्नोत्तरांची माहिती विद्यापीठात जाऊन घेतली. संध्याकाळी जिना उतरताना डावा पाय मुडपला. भराभर सुजला. उभं रहाणं अवघड झालं. ताबडतोब मारुतीने रात्री कोरेगाव गाठलं. अस्थितज्ज्ञ डॉ. संजय क्षीरसागरनी एक्सरे काढला. लागलीच गमबूट टाईप प्लॅस्टर केले. पहाटे दोनला प्राचार्य निवासात.

पाय मुडपल्यानं प्लॅस्टर करण्याचा गेल्या पंधरा वर्षातला तिसरा प्रसंग. स्नायुदौर्बल्याची प्रकर्षानं जाणीव झाली. दुखापतीमुळे आगामी पदवीदान समारंभाला जाता येईल की नाही त्याची शंका वाटून दुःखी झालो. कारण पदवीदान प्रमुख पाहुणे होते विचारवंत शास्त्रज्ञ डॉ. अब्दुल कलाम. त्यांची आत्मकथा 'अग्निपंख' वाचून प्रभावित झालोवतो.

एकविसाव्या दिवशी प्लॅस्टर काढल्याव डॉ. क्षीरसागर म्हणाले, "पंजाच्या शिरा दिसतायत. बोटे वळतायत. चार दिवसानी होणाऱ्या पदवीदान समारंभाला जाऊ शकाल."

शिवाजी विद्यापीठ पदवीदान दिवस. सकाळी कोल्हापूरला निघालो. प्रा. प्रताप साळुंखे मारुती व्हॅन चालवत होते. सोबत शिपाई आगतराव ठोंबरे.

विद्यापीठ पोर्चमध्ये ज्येष्ठ अभिनेते चंद्रकांत मांढरे, राष्ट्रीय अणुशक्ती आयोग अध्यक्ष डॉ. अनिल काकोडकरांचे आगमन. विद्यापीठ दोघानाही डि.लिट्. प्रदान करणार होते. पाठोपाठ मुख्य अतिथी डॉ. अब्दुल कलाम आले. कुलगुरू प्रा. द.ना. धनागरेंनी परिचय करून देताच मी अदबीने वाकून डॉ. कलाम यांच्याशी हस्तांदोलन केले. नंतर पाहुण्यासह ग्रुप फोटो. प्रा. प्रताप साळुंखे व आगतराव ठोंबरेसमवेत पदवीदान शामियान्यात गेलो. व्यासपीठाकडे नजर टाकली. आठनऊ पायऱ्या! मला तर एका पायरीचीही भीती वाटत होती. विद्यापीठ अधिकाऱ्याना विचारलं, "मला व्यासपीठावर चढता येईल? की व्यासपीठापुढं पहिल्या ओळीत कोचवर बसू?" उपकुलसचिव डॉ. जयवंत व्हटकर आवेशात म्हणाले, "पदव्या प्रदान करणाऱ्या कारभाऱ्यापैकी तुम्ही आहात. स्टेजवरच बसायचं!"

"सर्वांत वरची पायरी तर फूटभर उंचीची दिसतेय!"

"असू द्या! आम्ही आहोत ना सोबत."

"पण जयवंतराव, सर्वदेखत तमाशा कशासाठी?"

"सर, आपल्याला उगाच तसं वाटतं! पण खरं तर एवढ्या मॉबमध्ये कुणीही बारकाईनं पहात नसतंय."

संवाद संपतोय तेवढ्यात पदवीदान मिरवणूक जवळ आली. मी सामील झालो आणि व्यासपीठावर चढून दुसऱ्या ओळीत, डॉ. कलाम यांच्या मागील खुर्चीवर बसलो. संत शास्त्रज्ञ डॉ. कलाम यांचा परिचय कुलगुरू करून देत होते. त्यांच्या यशोगाथेतली एकेक ठळक घटना ऐकून श्रोते टाळ्यांचा कडकडाट करत होते. डॉ. कलाम यांचे उत्कट भाषण चालू असतानाही वरचेवर टाळ्यांच्या लाटा!

अकस्मात उद्‌भवलेल्या शारीरिक संकटावर मात करून मी आत्मविश्वासानं अत्युच्च आनंदाचा क्षण गाठलावता. परती प्रवास उरकून रात्री दहाला कोरेगावच्या प्राचार्य निवासात सुखरूप पोहोचलो!

माझ्या कारकिर्दीतला शेवटचा जिमखाना डे! क्रीडापटूना प्रोत्साहन मिळावं म्हणून त्यावर्षीचा महाराष्ट्र केसरी पै. धनाजी फडतरे प्रमुख पाहुणा. साहित्यप्रेमीसाठी 'उपरा'कार लक्ष्मण माने अध्यक्ष. पै. फडतरे गरिबीतून कुस्तीचा छंद जोपासत होते. आम्ही जमवलेला सात हजार रुपये इनाम प्रारंभी प्रदान. शाल-श्रीफळ, फेटा देऊन सत्कार केला. महाराष्ट्र केसरीचा जरीपट्टा खांद्यावरून कमरेपर्यंत सोडून धनाजीनं चांदीची गदा उंचावली, रणशिंग निनादले नि सभेत वीरश्री संचारली. गतवर्षीचा महाराष्ट्र केसरी गोरख सरकचाही सत्कार.

जिमखाना चेअरमन प्रा. प्रकाश पवारने माझ्या कारकिर्दीचा गौरव म्हणून मला फेटा बांधला व पै. धनाजीच्या हस्ते गरुड मानचिन्ह प्रदान केलं. पै. फडतरेनी मोजकं भाषण केलं. 'उपरा'कार लक्ष्मण मानेनी मात्र अस्खलित भाषण करून श्रोत्याना मंत्रमुग्ध केलं. रयत सचिव, सहसचिव, संपादक बापू जाधव उपस्थित.

रिटायर होताच लोणंदला बांधकाम सुरू करायचं ठरवलं. सांगलीचे आर्किटेक्ट मित्र रविंद्र चव्हाणना सांगितलं, "खाली हॉस्पिटल, वरती निवास! –हा डॉक्टरचा प्रचलित 'बिल्डिग फॉर्म्युला' बदलायचा. आपल्या बिल्डिगच्या पुढील भागात खाली, वरती हॉस्पिटल. मागील भागात खाली, वरती निवास."

बदल सुचवत, सुधारणा करत दुमजली वास्तुचा अंतिम आराखडा तयार झाला. लोणंद नगर पंचायतीनं मंजूर केला.

पेन्शन कागदपत्रांची जमवाजमव केली. लोणंदला स्टेट बँकेत पेन्शन खातं उघडलं. विश्वासू, अभ्यासू हेड क्लार्क अर्जुन पाटलाने सारे सोपस्कार पूर्ण करून पेन्शन केस शासनाला सादर केली.

डीपी भोसले कॉलेज प्रांगणात सभागृहाची उणीव. ग्रंथालयाच्या लांबरुंद बैठ्या इमारतीचा पहिला मजला बांधल्यास भव्य सभागृह तयार होणार होतं. अर्किटेक्ट रविंद्र चव्हाणकडून प्लॅन-एस्टिमेट तयार करून शिवाजी विद्यापीठाची मान्यता घेतली. युजीसीनं साडेचार लाख ग्रँट मंजूर केली. सभागृहाचं बांधकाम पूर्ण करून सेवानिवृत्ती समारंभप्रसंगी उद्‌घाटन करण्याचा दृढ संकल्प केला.

सभागृह बांधकाम शुभारंभ कॉलेजचे संस्थापक दादासाहेब जगतापांच्या हस्ते. वार्धक्यानं त्यांचं शरीर विकलांग. आग्रहानं त्याना ग्रंथालयाच्या टेरेसवर नेलं. माझ्या खांद्याव हात ठेवून, आधारानं उभं राहून दादासाहेबानी कोनशिला अनावरण केलं. ग्रंथालयात अल्पोपहार चालू असता गंभीरपणे म्हणाले, ''यानंतर कॉलेजकडं येणं होईल असं वाटत नाही! खूप थकलोय.''

''ते काही नाही. तीनेक महिन्यात बांधकाम संपवून सभागृहाचं उद्‌घाटन करायचंय तेव्हा यावं लागेल!'' माझा आग्रह. दादासाहेब हसून म्हणाले, ''महानवर, तुम्ही आमची रग्गड हौसमौज केली. कॉलेजबाबत सध्या जुळून आलेला तिहेरी योगायोग अपूर्व आहे;– कॉलेजला ज्यांचं नाव आहे ते धोंडीराम भोसले, कॉलेज संस्थापक मी धोंडीराम जगताप, प्राचार्यपदी धोंडीराम महानवर!'' ऐकणारे प्राध्यापक, सेवक खळखळून हसले.

लेबर काँट्रॅक्टर पांडबा मिस्त्रीनं युद्धपातळीव काम करून पंधरवड्यात स्लॅबची तयारी केली. दुपारी सुरू झालेला लंबाचौडा स्लॅब पहाटे संपला. प्राध्यापक, सेवक, ग्रंथपाल वगैरे आम्ही रात्रभर जागे.

विद्यामंदिर ही मंदिरापेक्षा पवित्र वास्तू. जिना टॉवरला शिखराचा आकार द्यायचं ठरलं. आर्किटेक्टनं त्याचा चौमोगळी प्लॅन केला. त्याप्रमाणं चार कॉलमवर स्लोप स्लॅब ओतला.

सातारला दादासाहेब जगतापांच्या निवासात कॉलेज कमिटी मीटिंग भरली. प्रारंभी म्हणालो, ''माझ्या कारकिर्दीतली शेवटची मीटिंग. दादासाहेबांनी चौदा वर्षापूर्वी प्राचार्यपदी माझी निवड केली. त्यांच्याच साक्षीने सेवानिवृत्त होतोय!''

दादासाहेबानी अध्यक्षीय समारोप केला, ''पाच वर्षात प्राचार्य महानवरनी कॉलेजची अनेक चांगली कामे केली. निरोपादाखल जंगी सत्कार करा!''

रयत को-ऑप. स्टोअर्सच्या पर्चेस कमिटीची मीटिंग माझ्या अध्यक्षतेखाली सातारला शिवाजी कॉलेजमध्ये भरली. रयत शिक्षण संस्थेचे सचिव, ऑडिटर, दोन्ही सहसचिव, पाची इन्स्पेक्टर्स, अनेक प्राचार्य उपस्थित. कामकाज संपताना प्राचार्य डॉ. बीएल पाटील म्हणाले, ''माझे सर-सभाध्यक्ष प्राचार्य दिपा महानवर महिनाअखेरीस सेवानिवृत्त होतायत. सर्वांच्या वतीनं हार्दिक अभिनंदन!''

प्राध्यापक संघटना, प्राचार्य संघटना, शिक्षण संस्था असो की सहकारी संस्था; रिटायर्ड लोकानी राजीनामा देऊन बाजूला व्हावे!– असे माझे ठाम मत. लक्ष्मीबाई पाटील सहकारी पतपेढीचा गेली नऊ वर्षे संचालक होतो. मीटिंगमध्ये म्हणालो, ''या महिनाअखेर रिटायर होतोय. म्हणून संचालकपदाचा, प्राथमिक सदस्यत्वाचा राजीनामा देत आहे.''

रिटायमेंटनंतरही दहा वर्षे संचालक असलेले एकजण म्हणाले, ''राजीमाना कशाला देताय? निवृत्तीनंतरही संचालक, सभासद म्हणून रहाता येईल;– अशी पतपेढी नियमात तरतूद आहे.''

''तरतूद काही का असेना; राजीनाम्याचा माझा निर्णय पक्का!''

''पण तुमचा राजीनामा आम्ही मंजूर करणार नाही.''

''तरीही मी मीटिंगला येणार नाही हे निश्चित!''

मग मात्र एक ज्येष्ठ संचालक म्हणाले, ''ठीक आहे! गेल्या नऊ वर्षात प्राचार्य महानवरनी दिलेल्या योगदानाबद्दल हार्दिक अभिनंदन!– तसा ठराव घ्या.''

सभागृह बांधकाम संपत आलंवतं. पण ग्रँट आलेली नव्हती. पुण्याच्या युजीसी कार्यालयात भेटलो असता सहसचिव डॉ. एन्के जैन म्हणाले, ''सव्वा दोन लाखांचा डी.डी. आठवड्यात पाठवतो.''

पुण्याहून आल्याला दहा दिवस उलटले. ग्रँटचा डी.डी. आला नाही. माझा धीर सुटत चालला. ड्राफ्ट आल्याखेरीज बांधकाम देणी भागवणं अशक्य होतं. डी.डी. आला नाही तर, निवृत्तीनजीकच्या नाजूक काळात संस्था मला कोंडीत पकडेल अशी धास्ती!

कोंडी टाळण्याचा मार्ग सापडला. माझे विट्याचे विद्यार्थी-भारती अभिमत विद्यापीठ प्रकुलगुरू डॉ. शिवाजीराव कदमना फोन केला. अडचण ऐकून म्हणाले, ''युजीसीच्या डॉ. जैनना लगेच फोन करतो. काय म्हणतात ते तुम्हाला कळवतो.''

दहा मिनीटात शिवाजीरावचा फोन आला, ''उद्या सुट्टी. परवा सोमवारी सव्वादोन लाखांचा डी.डी. पोस्टात पडेल. सर, चिंता करू नका. पुन्हा सोमवारी डॉ. जैनना फोननं रिमाईंड करतो.''

डॉ. शिवाजीराव कदमांनी काम फत्ते केले. सव्वादोन लाख रुपयांचा डिमांड ड्राफ्ट बुधवारी मिळाला. सुटकेचा नि:श्वास सोडला!

प्राचार्य निवास व्हरांड्यात बोलत बसलोवतो. ज्येष्ठ प्राध्यापक बाबा घारगे म्हणाले, ''संस्थेतल्या बदल्यांच्या धकाधकीला तोंड देत तुम्ही यशस्वीरित्या रिटायर होताय! अभिनंदन.''

अंतर्मुख होऊन बोललो, ''तसं पाहिल्यास, संघटनांचं काम करीत बेधडक दे

धडक!– असे बंडखोर जीवन जगलो तरीही संस्थेनं बदल्याद्वारे माझी फार मोठी ससेहोलपट केलेली नाही. प्राध्यापक म्हणून सातारा, विटा, कोपरगावला बावीस वर्षे. लोणंद, रामानंदनगर, कोरेगावला चौदा वर्षे प्राचार्य. बदली करून त्रास देण्याचा काहींनी पाचसा वेळा प्रयत्न केला. परंतु संस्थांतर्गत विविध गटातटातील रथी-महारथीशी माझे सौहार्दाचे संबंध असल्यामुळे, बुद्धिवादाने शहाला काटशह देताना बऱ्याचदा यश आले.''

सभागृह उद्घाटनासाठी सज्ज. ज्येष्ठ प्राध्यापकानी पाहुणे ठरवले. सभागृह उद्घाटन : प्राचार्य दिपा महानवर सेवानिवृत्ती सत्कार!– अशा निमंत्रण पत्रिका छापल्या. वाटल्या.

सेवानिवृत्ती सत्कार समारंभाचा रविवार. माझी उत्साही सकाळ. सोबत सौ. क्रांती, मुलगा-सून, मुली-जावई. आदल्या दिवशी पाऊस पडून गेलेला. वृक्षराजीनं नटलेल्या आवारात प्रसन्नता. लोक येऊ लागले. लगडवाडी-किकली परिसरातले ग्रामस्थ, नोकरी केलेल्या विविध ठिकाणांचे प्राध्यापक-ग्रामस्थ. मित्र-गोतावळ्याने आवार फुलून गेले. राजन बर्गेनी व्हिडिओ चित्रण सुरू केले. तेवढ्यात कर्मवीरांचे नातू डॉ. अनिल पाटील आले. पाठोपाठ रयत सचिव, धाबारा प्राचार्य. लगडवाडीनजीकच्या किसनवीर सहकारी साखर कारखान्याचे चेअरमन खासदार लक्ष्मणतात्या पाटील प्रमुख पाहुणे. त्यांचे सपत्निक आगमन होताच सर्वजण समारंभासाठी नूतन सभागृहाकडे वळले.

प्रारंभी खा. लक्ष्मणतात्या पाटलांच्या हस्ते सभागृहाचे उद्घाटन झाले. प्रा. बाबा घारगेनी स्वागतपर भाषण केल्याव प्रा. सदाशिव शिर्केनी संदेश वाचले. रयत शिक्षण संस्था अध्यक्ष खासदार शरद पवारांचा हस्तलिखित संदेश, 'आपण निवृत्तीला पोचलात. दिवस कसे भराभर जातात ते कळत नाही. लोणंद परिसरात माझे येणे झाल्यास अवश्य भेटू या!'

मुख्यमंत्री ना. विलासराव देशमुख, उपमुख्यमंत्री ना. छगन भुजबळ, उद्योग मंत्री ना. डॉ. पतंगराव कदम, कुलगुरू प्रा. द.ना. धनागरे आदींचे शुभसंदेश.

खा. लक्ष्मणतात्यांच्या हस्ते शाल-श्रीफळ, पोशाख देऊन माझा सत्कार. सौ. सुमन लक्ष्मण पाटलांनी साडीचोळी देऊन सौ. क्रांतीचा सत्कार केला. विद्यार्थी, पदाधिकाऱ्यांच्या गुणगौरवपर भाषणानंतर डॉ. सौ. भारती बर्गे म्हणाल्या, ''योजनाबद्ध प्रयत्नातून गेल्या पाच वर्षात सरांनी कॉलेजचा चेहरामोहरा बदलून टाकला. विविध क्षेत्रातल्या सुशिक्षित, अशिक्षित लोकानी तुडुंब भरलेले सभागृह प्राचार्यांच्या अफाट जनसंपर्काची साक्ष पटवते.''

डॉ. सौ. सुनंदा चव्हाण भाषणात म्हणाल्या, ''सौ. क्रांती महानवर यानी

यशस्वीरित्या घर सांभाळल्याने सर संघटनेतील, विद्यापीठातील विविध अधिकारपदी काम करू शकले. आजवर दिपा महानवर प्राचार्य होते; निवृत्त झाल्याव सौ. क्रांती प्राचार्याच्या भूमिकेत असतील व सरानी विद्यार्थ्यागत आज्ञापालन करावे!''

शिवाजी विद्यापीठ प्राध्यापक संघटना नेते प्रा. मारुतराव मोहिते म्हणाले, ''प्राध्यापकांच्या खडतर काळात दिपा महानवर महाराष्ट्र प्राध्यापक महासंघाचे जनरल सेक्रेटरी होते. त्या काळी चारचार महिने पगार होत नव्हते. प्रा. महानवर यांच्यासारख्या नेत्यांच्या प्रयत्नामुळे आज नव्या स्केलप्रमाणे आम्हाला बँकेमार्फत नियमित पगार मिळतोय.''

डॉ. हिंदुराव साळुंखे म्हणाले, ''सरांच्या-माझ्या मैत्रीला तीन तपे झाली. जिवाभावाची नाती कशी जपावी ते महानवर सरांकडून शिकावे.''

मनोगत व्यक्त करताना भारावून गेलोवतो, ''उंच उंच डोंगरानी वेढलेल्या पन्नास घरांच्या लगडवाडीत जन्मलो. कुटुंबातला मी पहिला साक्षर. पहिली ते बी.एस्सी. शिक्षण रयतमध्ये. वडील-दादांनी गरिबीमुळे वाडीपासून लोणंदला पंचवीस मैल चालत नेले. लगडवाडीच्या कोंडवाड्यातनं विमुक्त करून, शिक्षणासाठी लोणंद दाखवणारे दादा पहिले शिल्पकार! अज्ञान अंध:कारातनं ज्ञानप्रकाशात आणणारे कर्मवीर भाऊराव पाटील-आण्णा दुसरे शिल्पकार!'' बोलताना भावविवश झालो, हुंदका दाटून आला.

संयम ठेवून पुढे म्हणालो, ''प्राध्यापक झालो तरी जन्मभूमीला विसरलो नाही. श्रमदानाने रस्ता करून तेहेतीस वर्षापूर्वी लगडवाडीला एस्टी सुरू केली. साम्यवादी तत्त्वज्ञान गेली बेचाळीस वर्षे उराशी बाळगल्याने 'संघटना' ही प्रमुख जीवननिष्ठा. त्यामुळेच प्राध्यापक संघटनेत झोकून देऊन तपभर काम केले. पुणे, शिवाजी विद्यापीठांचा सिनेट व कार्यकारिणी सदस्य झालो. रयतचे तत्कालीन सचिव प्राचार्य एस्डी पाटलांमुळे प्राचार्य झालो. कार्ल मार्क्स, महात्मा गांधी, सॉक्रेटिस यांचे तत्त्वज्ञान आयुष्यभर मार्गदर्शक ठरले. जन्मभूमीने दिलेल्या 'ॲग्रिकल्चर' या बेसिक कल्चरचे बाळबोध धडे सतत गिरवले; –लवकर उठा, लवकर जेवा, लवकर झोपा! वक्तशीर कष्ट करा!''

शेवटी म्हणालो, ''समाधानाने रिटायर होतोय. रिटायर म्हणजे रिटायर! यापुढे संस्थेच्या आवारात घुटमळणे नाही! कुठं थांबायचं ते कळलंय. झोकून देऊन छत्तीस वर्षे नोकरी केल्यानंतर, साठी पूर्ण केल्यावर व्यक्ती रिटायरमेंटसाठी आतुर झालीच पाहिजे. उर्वरित आयुष्यात दोनच कामे करायचीत;– लोणंदला घरबांधकाम आणि लेखन! सर्वांचा ऋणी आहे.''

प्रमुख पाहुणे खासदार लक्ष्मणतात्या पाटील आपल्या भाषणात म्हणाले, ''आम्ही दोघेही वाई तालुक्यातले. प्राचार्य महानवर यशस्वीरित्या सेवानिवृत्त होतायत त्याबद्दल मनस्वी अभिनंदन! हा चळवळ्या माणूस रिटायर होईल असे वाटत नव्हते. अधेमधेच नोकरी सोडतील असे वाटायचे. सुदैवानं त्यांच्या नोकरीची नाव पैलतीराला लागली.

दोघांची विचारसरणी भिन्न. त्यांची कम्युनिस्ट विचारप्रणाली. मी काँग्रेस संस्कृतीतला. पण त्यामुळे मैत्रीत बाधा आली नाही. वाई तालुका व शरद पवार हे आमच्या मैत्रीतले भक्कम दुवे.

धोतर-पागोट्यातल्या अडाणी शेतकऱ्यापासून सुटाबुटातल्या प्राचार्यापर्यंत सर्व थरातले लोक प्राचार्य दिपा महानवरांच्या सत्काराला आलेत. ते केवळ प्राध्यापक-प्राचार्य होते म्हणून लोक आलेले नाहीत; तर सर सोशल वर्कर असल्यामुळे लोक आलेत. लगडवाडी या छोट्या खेड्यातल्या धनगर कुटुंबातून शिकून वाई तालुक्यातला पहिला प्राचार्य होण्याचा मान त्यानी पटकावला याचा अभिमान वाटतो!''

रयत मॅनेजिंग कौन्सिल सदस्य डॉ. अनिल पाटील अध्यक्षीय समारोपात म्हणाले, ''महानवर सरांचा मी विद्यार्थी. त्यानी अत्यंत सचोटीने संस्थेत तीन तपे नोकरी केली. या शिस्तबद्ध, जिद्दी प्राचार्याना शक्य तेवढे बळ देण्याचा आम्ही प्रयत्न केला. एक समर्थ प्राचार्य म्हणून त्याना कोरेगावला आणले. यशस्वीरित्या निवृत्त झाल्याबद्दल, विशेषत: कोरेगाव येथूनच निवृत्त झाल्याबद्दल त्यांचे हार्दिक अभिनंदन!''

उपस्थितात प्रमुख होते : सातारा जि. प. चे माजी अध्यक्ष शिवाजीराव महाडीक, कोरेगावचे माजी सभापती जगनशेठ झांजुर्णे, ॲड. जयवंतराव केंजळे, कॉम्रेड रजनीकांत किर्वे, नगसेवक संजय झंवर. समारंभ संपताच सभागृहात सर्वाना अल्पोपहार. दुरून आलेले मित्र-आप्तेष्ट, प्राध्यापक-सेवकाना शेवटी सामिष भोजन.

प्रसिद्धी विभागाच्या नियोजनानुसार प्रा. डॉ. यशवंत पाटणे, प्रा. हिंदुराव पवार, प्रा. डॉ. हिंदुराव साळुंखे, प्रा. शिवाजीराव चव्हाण यानी लिहिलेले गौरव लेख फोटोसह आघाडीच्या दैनिकात प्रसिद्ध झाले. विशेषत: प्रा. डॉ. विजय खांडेकर यांचा दै. सकाळमध्ये अग्रलेखाशेजारी प्रसिद्ध झालेला परिचय लेख महाराष्ट्राच्या कानाकोपऱ्यात पोचला.

एकतीस जुलैला सोमवारी डी.पी. भोसले कॉलेजचा चार्ज उपप्राचार्याकडे दिला. मस्टरवर शेवटची सही करून ऑफिस सोडले!

*

# चार

एक ऑगस्टला कोरेगावचा निरोप घेतला. स्थायिक होण्यासाठी घरसामानासह लोणंद गाठलं. दोन ऑगस्ट माझा वाढदिवस. सकाळी प्लॉटवर भूमीपूजन केलं. प्रारंभी तीनशे चौ.फू. औट हाऊस व पाण्यासाठी मोठी टाकी बांधली. अर्किटेक्ट रविंद्र चव्हाणांच्या प्लॅनप्रमाणे 'हॉस्पिटल व निवास' बिल्डिंगचं काम सुरू. जोतं उचलून घेतल्यानं भरीसाठी दीडशे ट्रॉल्या मुरूम लागला. पहिली स्लॅब पडली. दुसरी स्लॅब पडली तेव्हा एकूण पाच हजार चौ. फुटांचा निवारा झाला. जिना टॉवरची स्लोप स्लॅब ओतल्याव आरसीसी काम संपलं.

वीटबांधकाम सुरू. दरवाजे, खिडक्या सागवानी. सर्व खिडक्या आत उघडणाऱ्या. बांधकामाव माझा खडा पहारा. खिडक्यांची ग्रिल, जिना रेलिंग, गॅलऱ्या रेलिंग ज्या त्या वेळी बसवली. आतबाहेर प्लॅस्टर होताच फरशी बसली. फरशी पॉलीश झालं. नळ, ड्रेनेज फिटिंग पूर्ण.

बिल्डिगच्या पुढच्या भागात खाली, वरती हॉस्पिटल. त्यात दोन संडास, एक बाथरूम. मुख्य जिना टेरेसपर्यंत. मागच्या भागात खाली, वरती निवास. पहिल्या मजल्याव पोचणारा वेगळा जिना. निवासात चार संडास, चार बाथरूम. खाली एक, वरती एक कमोड बसवून वॉशिंगसाठी जेट गन फिट केल्या. इलेक्ट्रिक फिटिंग पूर्ण. भव्य दुमजली बिल्डिगचा पसारा मांडलावता; तो कडेला जाईल की नाही? अशी धास्ती होती. परंतु भूमीपूजनाची कुदळ मारल्यापासून सात महिन्यात दुमजली हवेली वापरायोग्य झाली.

होमाचा घरगुती विधी उरकून गृहप्रवेश केला. भाड्याच्या डेंटल क्लिनिक व निवासातील साहित्य नव्या इमारतीत हलवलं. आयुष्यभर सुरू असलेलं घरभाड्याचं मीटर एक मार्चला बंद झालं!

वास्तव्य सुरू झाल्यानं काचा, रंग, पॉलीश ही कामं उरकणं सोपं झालं. आतबाहेर रंगरंगोटी होऊन इमारत बांधकाम शेवटाला गेलं. आर्थिक तोंडमिळवणी झाली. पार्किंग गॅरेज बांधून कुलूपबंद केलं. लागलीच साताऱ्याहून नवी कोरी सफेद मारुती कार आणली.

वास्तूला नाव देण्याचा प्रश्न आला. वडील-दादा दूरदर्शी ठरले. मुलाचे पाय भविष्यात कुठं टेकतील?– ते अचूक हेरून सेहेचाळीस वर्षांपूर्वी दादांनी मला लगडवाडीतून बाहेर काढून चालत लोणंदला आणलंवतं. बिल्डिंगला 'पिताश्री' नाव दिलं!

हॉस्पिटल व निवास समाविष्ट 'पिताश्री' वास्तूचा सतरा एप्रिलला भव्य उद्‌घाटन सोहळा. परमेश्वराला रिटायर करा! –म्हणणारे विचारवंत अभिनेते डॉ. श्रीराम लागू प्रमुख पाहुणे. कर्मवीरांचे कनिष्ठ नातू डॉ. मोहन पाटील अध्यक्ष. 'पिताश्री' प्रांगणातला डॉ. श्रीराम लागूंचा दोन तास वावर, त्यांचं भाषण हा लोणंद परिसरात चर्चेचा-कौतुकाचा विषय! प्रवेशद्वारी बसवलेली कोनशिला त्या सोहळ्याची सतत साक्ष देतेय! त्यातूनही कधीमधी खेड्यामधलं कौलारू घर आठवून मन व्याकूळ होतंय!

पावसाळा सुरू झाला. आवारात फळाफुलांची सव्वाशे झाडेझुडपे लावली. माथ्यावर सव्वाफूट उंचीचं स्टील ग्रिल फिट केलेलं पक्कं वॉल कंपौंड साडेबारा गुंठ्याच्या प्लॉटला चौफेर केलं. आतबाहेर रंगवलं.

दोन वर्षे वापरल्याव मारुती कार विकली. नवी कोरी चंदेरी मारुती-एस्टीम लक्झरी कार घेतली. एव्हाना डॉ. समताला मुलगी व डॉ. सागरला मुलगा झालावता. आमच्या विवाहाला तीन तपं उलटलीवती. अजून गोवा पाहिला नव्हता.

दोन्ही कन्या, दोन्ही नातीसह सौ. क्रांती न् मी लग्नाच्या वाढदिवशी नऊ जूनला मुसळधार पावसात मारुती-एस्टीमने गोव्याकडे निघालो. नटरंगी नार सुरेखा पुणेकरने गायलेली, तमाशा सम्राट पठ्ठे बापूरावची लावणी कार-टेपवर सुरू होती;– गाडी आणावी बुरख्याची, बुरख्याची दोन चाकी!...

...लगडवाडीचा धसमुसळा पाऊस आठवला. घाट्याघुंगरांच्या तालासुराव चाललेली लाडकी बैलगाडी मनात आली. बाहेर पाऊसधारा, डोळ्यात अश्रुधारा!

*

✳

'शेवटी प्रवाशाला वाटले:
इतरांचे प्रवास संपतात,
रस्ता राहतो;
पण आपला मात्र आता रस्ता संपून गेला,
आणि प्रवास मात्र चालूच राहणार आहे...'

– जी. ए. कुलकर्णी

✳

www.ingramcontent.com/pod-product-compliance
Lightning Source LLC
LaVergne TN
LVHW032007070526
838202LV00059B/6339
*9788184980110*